"या मिक्सरमध्ये टाका जैवतंत्रज्ञान उद्योगातील अफाट पैसा, गँगस्टर गुंड, याकुझा टोळीमधील नामचिन डॉन आणि अत्यंत हुशार पण दुष्ट प्रवृत्तीची माणसे. मिक्सर जोरात चालवा, की तयार होते रॉबिन कुक यांची थरारकथा."

– कर्कस रिव्ह्यूज

"एक खिळवून ठेवणारी कथा, जिचा वेग कुठेही कमी होत नाही आणि त्यामुळे ती लेखकाच्या चाहत्यांच्या, आणि ज्यांना वैद्यकीय आणि/किंवा गुन्हेगारीच्या थरारकथा आवडतात अशा इतर वाचकांच्या पसंतीस उतरेल."

– लायब्ररी जर्नल

"एक उत्कंठावर्धक वैद्यकीय थरारनाट्य...लॉरीने तिचे शवविच्छेदन सुरू केल्याच्या क्षणापासून कथा वेग घेते आणि तिचा वेग कुठेही कमी होत नाही."

– मिडवेस्ट बुक रिव्ह्यू

"लॉरी आणि जॅक यांना पुन्हा एकदा संकटाचा सामना करावा लागतो, तसे कुक यांच्या या मेडिकल एक्झॅमिनर दांपत्यावर प्रेम करणारे वाचक अत्यंत उत्कंठेने पानामागून पाने वाचतच राहतात."

– बुकलिस्ट

AF814334

आपण जेव्हा प्रथम कुणाला फसवण्याचा प्रयत्न करतो, तेव्हा आपण किती बेमालूम जाळे विणतो, नाही?

– सर वॉल्टर स्कॉट, मर्मियन, कॅन्टो६, कडवे१७

एका खुनाच्या तपासाची थरारक कथा...

– दैनिक सामना १६-०२-२०२०

आपल्या स्नेहीजनांना पुस्तके भेट द्या

क्युअर

रॉबिन कुक

अनुवाद
अनिल काळे

मेहता पब्लिशिंग हाऊस

All rights reserved. No part of this publication may be reproduced, stored in a retrieval system or transmitted, in any form or by any means, without the prior written consent of the Publisher and the licence holder. Please contact us at
Mehta Publishing House, Pune 411030.
✆ +91 020-24476924 / 24460313 / Mob. No. 9545000513
Email : production@mehtapublishinghouse.com
Website : www.mehtapublishinghouse.com
◆ *या पुस्तकातील लेखकाची मते, घटना, वर्णने ही त्या लेखकाची असून, त्याच्याशी प्रकाशक सहमत असतीलच असे नाही.*

CURE by ROBIN COOK
Copyright © 2010 by Robin Cook
All rights reserved including the rights
of reproduction in whole or in part in any form.
Translated into Marathi Language by Anil Kale

क्युअर / अनुवादित कादंबरी

TBC-28 Book No. 5

अनुवाद : अनिल काळे
Email : authors@mehtapublishinghouse.com

मराठी अनुवादाचे व पुस्तक प्रकाशनाचे हक्क : मेहता पब्लिशिंग हाऊस, पुणे.

प्रकाशक : सुनील अनिल मेहता, मेहता पब्लिशिंग हाऊस,
१९४१, सदाशिव पेठ, माडीवाले कॉलनी, पुणे ४११०३०.

मुद्रक : ट्रिनिटी ॲकॅडमी फॉर कॉर्पोरेट ट्रेनिंग लिमिटेड

मुखपृष्ठ : चंद्रमोहन कुलकर्णी

प्रथमावृत्ती : ऑगस्ट, २०१९

किंमत : ₹ ४८०

P Book ISBN 9789353172992

---

* पायरेटेड पुस्तकांची खरेदी-विक्री हा कायद्याने गुन्हा आहे आणि अशा गुन्ह्याविरोधात कायदेशीर कारवाई होऊ शकते.

जीन आणि कॅमेरॉन,
या माझ्या जीवनातील जोडीदारांना

महत्त्वाची पात्रे

आईझुकोतेत्सू-काई	:	क्योटो, जपानमधील याकुझा (माफिया टोळी)
विनी अमेन्डोला	:	ओसीएमईमधील एक सहायक
लुई बारबेरा	:	वॅकारो टोळीचा सध्याचा प्रमुख
डॉ. हॅरॉल्ड बिंगहॅम	:	न्यू यॉर्क शहराचा चीफ मेडिकल एक्झॅमिनर
क्लेअर बोर्स	:	'आयपीएस यूएसए'मधील रिसेप्शनिस्ट
मायकेल कॅलाब्रीस	:	खासगी प्लेसमेंट एजंट
पॉली सेरिनो	:	वॅकारो टोळीचा खरा प्रमुख, सध्या तुरुंगवास भोगतो आहे.
ग्रोव्हर कॉलिन्स	:	अपहरणाच्या गुन्ह्यांमधील तज्ज्ञ, आणि 'सीआरटी रिस्क मॅनेजमेंट'चा एक संस्थापक
डॉ. बेंजामिन (बेन) कोरी	:	'आयपीएस यूएसए एलएलसी'चा संस्थापक आणि सीईओ
सीआरटी रिस्क मॅनेजमेंट	:	म्हणजे कॉलिन्स, रुपर्ट आणि थॉमस; विशेषतः अपहरणांच्या गुन्ह्यांमधील पीडितांना मदत करण्यासाठी एकत्र आलेल्या, पूर्वी स्पेशल फोर्समध्ये काम केलेल्या एजंट लोकांचा गट
टोमासो डील्युका	:	लुई बारबेराने कामावर घेतलेला वॅकारो टोळीतील एक गुंड.
जॉन डी व्रीज	:	ओसीएसईमधील टॉक्सिकॉलॉजी विभागाचा प्रमुख
विनी डॉमिनिक	:	ल्युसिया टोळीचा प्रमुख
योशियाकी इतो	:	आईझुकोतेत्सू-काई टोळीचा न्यू यॉर्क शहरातील गुंड
केनिची फुजिवारा	:	जपान सरकारचा अर्थव्यवस्था, व्यापार आणि उद्योग खात्याचा वरिष्ठ उपमंत्री
हिरोशी फुकाझावा	:	यामागुची-गुमी टोळीचा प्रमुख
साबोरू फुकुदा	:	यामागुची-गुमी टोळीचा न्यू यॉर्क शहराचा प्रमुख सल्लागार

केनिजी गोतो	:	यामागुची-गुमी टोळीचा जपानमधील गुंड
कार्ल हॅरिस	:	‘आयपीएस यूएसए एलएलसी’ चा चीफ फिनान्शिअल ऑफिसर.
इनागावा-काई कार्ल	:	टोकियो, जपानमधील याकुझा (माफिया टोळी) आयपीएस पेटंट जपान- फक्त जपानी पेटंटसचे व्यवहार करणारी बनावट जपानी कंपनी.
आयपीएस यूएसए	:	‘इन्ड्यूस्ड प्लुरिपोटंट स्टेम सेल्स’ची पेटंट्स आणि त्या क्षेत्राशी संबंधित ‘बुद्धिमत्ते’चे व्यवहार करणारी बनावट अमेरिकन कंपनी.
हिसायुकी इशी	:	आईझुकोतेत्सू-काई टोळीचा प्रमुख
टॉम जॅनो	:	बर्जेन काउंटी पोलीसमधील डिटेक्टिव्ह लेफ्टनंट
केनजी	:	सातोशी माचिताच्या प्रेताची ओळख पटण्यापूर्वी त्याला लॉरी मॉंटगोमेरीने दिलेले टोपणनाव.
तोकु-तारो कुदो	:	यामागुची-गुमी टोळीचा जपानमधील प्रमुख सल्लागार
ल्युसिया टोळी	:	विनी डॉमिनिक चालवत असलेली लॉंग आयलंड येथील गुंडांची टोळी.
आर्थर मेस्वान	:	वकारो टोळीमधील गुंड
सातोशी माचिता	:	जपानी संशोधक, पत्नी- युनीचान आणि मुलगा शिगेरू.
ड्युएन मॅकेंझी	:	वॅकारो टोळीतील तरुण, लुई बारबेराने घेतलेला गुंड
रिबेचा मार्शल	:	ओसीएमई मधील आयडेंटिफिकेशन क्लार्क.
एमएलआय	:	ओसीएमईमधील मेडिकल लीगल इन्व्हेस्टिगेटर; यांना न्यायवैद्यकाचे प्रशिक्षण दिलेले असते; पण ते एमडी नसतात. हे लोक मृत्यूच्या प्रकरणांच्या शोधकार्यासाठी मृत्यू झालेल्या ठिकाणी जातात.
ब्रोनन मोनागन	:	वॅकारो टोळीचा गुंड
हॅंक मन्रो	:	ओसीएमईमधील आयडेंटिफिकेशन विभागाचा संचालक.
लॉरी मॉंटगो मेरी- स्टेपल्टन	:	न्यू यॉर्कमधील ओसीएमईमधील मेडिकल एक्झॅमिनर
मित्सुहिरो नारूमी	:	इनागावा-काई टोळीचा प्रमुख सल्लागार,

ओसीएमई	:	ऑफिस ऑफ द चीफ मेडिकल एक्झॅमिनर, न्यू यॉर्क
मॉरीन ओ'कॉनर	:	ओसीएमईमधील हिस्टॉलॉजी लॅबोरेटरीची पर्यवेक्षक
कार्लो पापारो	:	वॅकारो टोळीचा गुंड
टेड पोलोस्की	:	वॅकारो टोळीचा गुंड
ट्विला रॉबिन्सन	:	ओसीएमईमधील चीफ ऑफ स्टाफ
जॅकलिन रोस्टो	:	बेन कोरीची मदतनीस
हिदेकी शिमोदा	:	आईझुकोतेत्सू-काई टोळीचा न्यू यॉर्कमधील प्रमुख सल्लागार
लू सोल्डॅनो	:	न्यू यॉर्क पोलीसमधील डिटेक्टिव्ह कॅप्टन
जॅनक स्टेपल्टन	:	ओसीएमई न्यू यॉर्कमधील मेडिकल एक्झॅमिनर, लॉरी माँटगोमेरी- स्टेपल्टनचा पती
रॉन स्टेडमन	:	न्यू यॉर्क पोलीसमधील डिटेक्टिव्ह
नाओकी ताजिरी	:	टोकियोमधील 'द पॅराडाईज क्लब'चा व्यवस्थापक
कोल्ट थॉमस	:	अपहरणाच्या गुन्ह्यांचा तज्ज्ञ आणि 'सीआरटी रिस्क मॅनेजमेंट'चा एक संस्थापक
तादामासा त्सुशी	:	आईझुकोतेत्सू-काईचा प्रमुख सल्लागार
वॅकारो टोळी	:	लुई बारबेराने चालवलेली लाँग आयलंड येथील गुंडांची टोळी (माफिया)
डॉ. केल्व्हिन वॉशिंग्टन	:	ओसीएमईमधील डेप्युटी चीफ मेडिकल एक्झॅमिनर
रिकी वातानाबे	:	हिसायुकी इशीच्या हाताखालील गुंड
लेटिशिया विल्सन	:	लॉरी आणि जॅकचा मुलगा जेजेची देखभाल करणारी नॅनी
मार्लिन विल्सन	:	ओसीएमईमधील स्वागतिका
वॉरेन विल्सन	:	जॅकबरोबर बास्केटबॉल खेळणारा त्याचा मित्र, हा त्या भागातील पोरांच्या टोळीचा म्होरक्याही आहे.
याकुझा	:	माफियासारखी जपानमधील संघटित गुन्हेगारी करणारी टोळी
यामागुची -गुमी	:	कोबे, जपानमधील याकुझा टोळी
चोंगयाँग	:	हिसायुकी इशीचा एक गुंड

◆

उपोद्घात

फेब्रुवारी २८, २०१०

रविवार, पहाटे २.०६

क्योटो, जपान

डोळ्याचं पातं लवण्याच्या आत एकाएकी सारं चित्रच पालटलं. बेंजामिन कोरीसारखा उच्चशिक्षित, प्रतिष्ठित माणूस त्या जैवविज्ञान प्रयोगशाळेत– तेही परदेशातल्या– ऐन रात्री चोरी करण्यासाठी घुसलेला होता, तरीसुद्धा आतापर्यंत सगळं काही आलबेल होतं. आणि अचानक सगळीच परिस्थिती बिघडली. इतका वेळ बऱ्यापैकी आत्मविश्वास धरून असलेला बेंजामिन कोरी त्या अनपेक्षित घटनेनं प्रचंड भेदरून गेला. ध्यानीमनी नसताना ते संपूर्ण दालन वरच्या दिव्यांच्या भक्कम प्रकाशानं भरून गेलं आणि त्याला एकदम घाम फुटला. त्याच्या हृदयाचे ठोके प्रचंड वाढले. आणि त्याच्या हातांची बोटं जणू गोठून गेली. प्रत्येक सजीवासमोर जेव्हा एखादं त्याच्या जिवालाच धोका उत्पन्न करणारं संकट उभं राहतं, त्या संकटाचा सामना करायचा की जीव वाचवून पळून जायचं हा निर्णय घेण्याची वेळ येते, तेव्हा अशी लक्षणं त्याच्या शरीरात निर्माण होतात, ते त्याला चांगलंच माहीत होतं; पण हा प्रत्यक्ष अनुभव त्याला प्रथमच येत होता. काल रात्रीच कोरीला त्याच्या जपानी याकुझामधल्या माणसानं सांगितलं होतं, की या कामगिरीत काहीच धोका नाही; अगदी सहज ती तुम्हाला करता येईल. आणि आता मात्र अगदीच विपरीत परिस्थिती झालेली होती. नशीब इतकंच, की तो इथे एकटा नव्हता. कानजी गोतो हा याकुझाचा एक सराईत गुंड त्याच्याबरोबर होता.

प्रयोगशाळेतल्या मधल्या मोकळ्या जागेमधून एक वृद्धत्वाकडे झुकलेला रक्षक येत होता. त्याच्या डोक्यावरची कॅप थोडी मागे गेलेली होती. आणि डोक्याजवळ उजव्या हातात त्यानं एक टॉर्च धरलेला होता. प्रयोगशाळेतल्या टेबलांमधून त्याचा झोत फिरत होता. डाव्या हातात एक सेलफोन तोंडाशी धरून तो हलक्या आवाजात, तुटक बोलत होता. क्योटो युनिव्हर्सिटीतल्या या संपूर्णपणे अंधारात बुडालेल्या, निर्मनुष्य प्रयोगशाळेतल्या एका खिडकीत ऐन रात्री दिवा का लागला, याच्या शोधातली आपली प्रगती तो मुख्य सुरक्षालयाला कळवत असणार, हे उघड होतं. टाकलेल्या प्रत्येक पावलागणिक त्यानं कमरेला लावलेल्या चाव्यांच्या जुडग्याची खुळखुळ जवळ येत होती.

अपरात्री एखाद्या बिल्डिंगमध्ये चोरून घुसण्याचा बेन कोरीच्या आयुष्यातला हा पहिलाच प्रसंग होता. आता पुन्हा असला वेडेपणा करायचा नाही, हे त्यानं ताबडतोब मनाशी ठरवून टाकलं. खरं म्हणजे आपण इथे असताच कामा नये, त्यानं मनात म्हटलं. एवढे एम.डी., पीएच.डी. आहोत आपण, हार्वर्ड बिझिनेस स्कूलचे ग्रॅज्युएट आहोत, आपणच स्थापन केलेल्या आयपीएस यूएसए एलएलसी कंपनीचे सीईओ आहोत; आपण या भानगडीत स्वतः पडायलाच नको होतं. मानवी प्लुरिपोटंट सेल्सचं ह्यूमन इंड्यूस्ड प्लुरिपोटंट सेल्स, म्हणजेच आयपीएस- व्यापारीकरण सुरू करून त्यामध्ये आपण अब्जाधीश बनू, या अपेक्षेनं त्यानं ही कंपनी सुरू केलेली होती.

ज्यासाठी बेननं हे वेडं धाडस केलं होतं, ती गोष्ट त्यानं काखेत पकडून ठेवलेली होती. ही 'गोष्ट' म्हणजे क्योटो युनिव्हर्सिटीमधला माजी संशोधक सातोशी माचिता याच्या संशोधनाच्या नोंदी असलेल्या वह्या होत्या. सातोशी माचितानंच सर्वांत प्रथम या आयपीएस सेल्स तयार केल्या होत्या, याचा लेखी पुरावा त्या वह्यांमध्ये होता. या वह्या कुठे ठेवल्या आहेत हे त्यानं बेनला सांगितलं होतं आणि त्याला त्या ताब्यात घेण्याचे अप्रत्यक्षपणे अधिकारच दिले होते. हे काम आपण स्वतःच केलं पाहिजे, असा विचार करून बेननं हा धोका पत्करलेला होता. पण हे कृत्य त्यानं स्वतःच करण्यामागे आणखीही काही कारणं होती. गेली दोन वर्षं तो ज्याला 'मिडलाईफ क्रायसिस' म्हणतात, त्या परिस्थितीतून जात होता, त्यामुळे अजून त्याला वयानुसार येणारी परिपक्वता आलेली नव्हती. त्यानं त्याच्या पत्नीला– तिनं त्याला तीन मुलं दिली होती, तीही आता मोठी झालेली होती– घटस्फोट दिला होता, आणि त्याची पूर्वीची सेक्रेटरी स्टीफॅनी बेकरशी लग्न केलं होतं. आणि थोड्याच काळात त्यांनाही एक मुलगा झाला होता, तो अजून फारच लहान होता. त्यानं ट्रायथेलॉन आणि अत्यंत धोकादायक स्कीइंग सुरू केलं होतं, आणि त्यात त्याचं वजन चांगलं

चाळीस पौंड उतरलं होतं. यात भरीस भर म्हणूनच की काय, त्यानं आयपीएस यूएसए ही नवीन कंपनी स्थापन करण्याचाही धोका पत्करला होता. तोही अशा काळात, की जेव्हा अमेरिकेत भांडवल उभारणं ही गोष्ट अशक्यप्राय होती. त्यामुळे त्याला भांडवल उभारणीचे नेहमीचे मार्ग सोडून नको तो मार्ग स्वीकारणं भाग पडलं होतं.

याच काळात बेन कोरीला प्रत्येक गोष्ट स्वतःच करायची सवय लागली होती. सातोशी माचिताशी ओळख झाल्यावर त्याला त्याची हकिगत समजली होती, आणि या भागनडीतही त्यानं उत्साहानं उडी घेतली होती. माचिताच्या शोधाचं आपल्या कंपनीसाठी किती प्रचंड महत्त्व आहे, हे त्यानं हेरलं होतं. बेनला पक्की खात्री होती की, आयपीएसचा शोध आपणच लावला असा जो दावा माचिता करत होता, तो निम्मा जरी खरा निघाला, तरी त्याच्या त्या संशोधनाच्या वह्यांमधली माहिती आपल्या कंपनीला अत्यावश्यक असलेला बौद्धिक संपत्तीचा पाया मिळवून देईल, आणि आपण जैवतंत्रज्ञानाच्या पेटंट्सचं विश्व अक्षरशः ढवळून काढू शकू.

तेव्हापासून गेले काही महिने बेननं त्या वह्या ताब्यात घेण्याची जबाबदारी स्वतःकडे घेतली होती. न्यू यॉर्कमधली जी माफिया टोळी बेनला सुरुवातीचं भांडवल पुरवत होती, तिच्या म्होरक्यानं बेनची गाठ टोकियोमधल्या याकुझा टोळीच्या म्होरक्याशी घालून दिली होती, आणि त्या माणसानं अत्यंत आत्मविश्वासानं त्या मीटिंगमध्ये बेनला सांगितलं होतं, की त्या वह्या क्योटो युनिव्हर्सिटीतल्या त्या प्रयोगशाळेतून पळवून आणणं अत्यंत सोपी गोष्ट आहे. ''त्या प्रयोगशाळेच्या दाराला धड कुलूप तरी लावलेलं असेल की नाही, हीसुद्धा शंकाच आहे मला.'' उत्कृष्ट प्रकारचा ब्रियोनी सूट घातलेला तो याकुझाचा म्होरक्या बोलला होता. ''पहाटे दोन वाजता कदाचित तिथे विद्यार्थी काम करत बसलेले असतील. त्यांच्याकडे बघूसुद्धा नका, सरळ आत जा आणि तुम्हाला जे हवंय ते उचलून शांतपणे बाहेर पडा. मला जी माहिती मिळालीय, त्यानुसार तुम्हाला कसलीच अडचण येणार नाही. तरीसुद्धा मी तुम्हाला माझा एक अत्यंत अनुभवी असा यामागुची-गुमीचा माणूस बरोबर देतो. तो तुम्हाला तुमच्या क्योटोमधल्या हॉटेलमध्ये भेटेल. तुमची इच्छा नसेल, तर तुम्ही स्वतः त्या प्रयोगशाळेत जायचीसुद्धा गरज नाही. तुम्हाला काय हवंय आणि ते नेमकं कुठे मिळेल हे त्याला समजावून सांगा, आणि तो तुमचं काम करेल.''

पण बेनच्या प्रत्येक गोष्ट स्वतःच करायच्या हौसेनं त्याच्या अकलेवर मात केली होती. इतके महिने आपण त्या वह्या मिळवायच्या मागे आहोत, तर आता या शेवटच्या टप्प्यात आपण स्वतःच तिथे जाऊन त्या ताब्यात घेणं योग्य ठरेल, असा त्यानं विचार केला होता. आणि शिवाय आपण काही चोरी करत नाही

आहोत, त्या वह्या आणायची परवानगी आपल्याला खुद्द सातोशीनंच तर दिलीय!

"चल, इथून ताबडतोब पळून जाऊ या." भयंकर भेदरलेल्या बेननं शेजारीच दडून बसलेल्या कानजी गोतोला थरथरत्या आवाजात म्हटलं. ते दोघं प्रयोगशाळेतल्या एका टेबलामागे लपून बसलेले होते. आता त्या या डोक्यात भलतंच काहीतरी शिजतंय हे बघून तो जाम हादरला, पण रक्षकाला चाहूल लागेल म्हणून तो जागेवरच गप्प बसून राहिला.

एकेक सेकंद जात होता, आणि तो रक्षकही पावलपावलानं जवळ येत होता. कानजी जेव्हा बेनला भेटायला त्याच्या 'रियोकान'मध्ये – पारंपरिक जपानी हॉटेलमध्ये – आला होता, तेव्हाच तो नखशिखान्त काळा पोशाख करून, तोंडावर विचित्र मास्क घालून आला होता. ते बघून तेव्हाच बेन चमकला होता. आता मात्र बेननं मनातल्या मनात स्वतःला शिव्या हासडायला सुरुवात केली. कशाला या माकडाबरोबर आलो मी? इथे यायचा बेत त्याला बघितल्यावर लगेच का नाही रद्द केला? आधीच याला जेमतेम इंग्लिश येतं. म्हणजे मी सांगेन तेही याच्या डोक्यात शिरत नाही. याला बघितलं तेव्हाच धोक्याची घंटा आपल्या डोक्यात वाजली होती, तरी तिकडे दुर्लक्ष करून आलो आपण!

हातात सुरा घेऊन कानजी दबकत पुढे निघाला. उगाच खूनखराबा नको म्हणून बेनही सरपटत त्याच्याजवळ गेला, आणि त्यानं कानजीच्या कमरेचा बेल्ट धरून जिवाच्या आकांतानं त्याला मागे खेचलं.

कानजीला उत्तम कुंग-फू किंवा कराटे येत असावं असा अंदाज बेननं त्याची ती काळी वेषभूषा आणि चपळ हालचाली पाहून केला होता. त्याचं प्रत्यंतर बेनला लगेचच आलं. बेननं मागे खेचल्याबरोबर तो मागे धडपडला; पण अत्यंत चपळाईनं स्वतःला सावरत तो गर्रकन बेनकडे वळला, आणि संतापून त्यानं सुऱ्याचं टोक बेनच्या गळ्याला टेकवलं.

बेन जागच्या जागी थिजला, आणि त्यानं वेगानं विचार करत, आता हा नेमकं काय करणार याचा अंदाज बांधायला सुरुवात केली; पण कानजीच्या डोक्यावर असलेल्या काळ्या कॅपमुळे, आणि मास्कमुळे त्याचा चेहरा पूर्णपणे झाकला गेलेला होता. त्यामुळे त्याला काहीच अंदाज येईना. पण पुढच्याच क्षणी त्या दोघांच्याही डोळ्यांवर रक्षकाच्या हातातल्या टॉर्चचा झगझगीत प्रकाश पडला.

त्याच क्षणी परत वळून कानजीनं हातातला सुरा एखाद्या तलवारीसारखा उगारून खास कुंग-फू पद्धतीनं किंचाळत त्या रक्षकाच्या दिशेनं झेप घेतली. बेननंही चपळाईनं पुढे होऊन पुन्हा त्याचा कमरेचा बेल्ट पकडला; पण कानजीचा जोर इतका होता, की उलट बेनच पुढे खेचला गेला. कानजीची जोरदार धडक आधीच भयचकित झालेल्या त्या रक्षकाला बसल्याबरोबर बेन कानजीच्या पाठीवर आदळला,

आणि ते तिघंही जोरानं जमिनीवर कोसळले– एखाद्या सँडविचसारखे. खाली रक्षक, मध्ये कानजी आणि सर्वांत वर बेन.

रक्षकावर आदळतानाच कानजीनं हातातला सुरा भयंकर ताकदीनं खाली आणलेला होता. ते तिघं जमिनीवर आदळताक्षणीच सुरा रक्षकाची मान आणि खांद्याच्या दरम्यान, कॉलर बोनच्या मागच्या खांद्याच्या भागात जवळजवळ पूर्णपणे घुसला.

कानजी आणि त्या रक्षकाच्या छातीतून हवा भसकन जोरात निघून गेल्याचा आवाज बेनला ऐकू आला. त्याचबरोबर त्याला कसल्यातरी द्रवाची कारंजी उडत असल्याचं जाणवलं. ते रक्त असल्याचं समजायला त्याला त्या गोंधळात जरा वेळच लागला. तो धडपडत उठला आणि त्याला त्या रक्षकाच्या जखमेमधून जोरात बाहेर पडत असलेले रक्ताचे फवारे दिसले. लालभडक रक्त; पण लगेचच त्या फवाऱ्यांचा जोर ओसरत चालला.

कानजी त्या रक्तानं न्हाऊन निघालेला होता, पण बेनच्या अंगावर मात्र काही शिंतोडेच पडले होते. ते त्याच्या चेहऱ्यावरून खाली ओघळले. त्यानं चटकन पालथ्या हातानं ते पुसून टाकले आणि हात झटकला.

काही क्षण खिळल्यागत उभा राहून बेन खाली पडलेल्या त्या दोघांकडे बघत राहिला. एक जण उठायचा प्रयत्न करत होता, तर दुसरा आता निश्चेष्ट पडलेला होता. दुसऱ्याच क्षणी भानावर येऊन बेननं एकदम धूम ठोकली. डाव्या बगलेत त्या वह्या पकडून तो आल्या वाटेनं सुसाट धावत सुटला.

इमारतीच्या तळमजल्यावरच्या मुख्य दारातून बेन वेगानं बाहेर पडला; पण नंतर तो काहीसा गोंधळून विचार करत उभा राहिला. कानजीच्या गाडीतून ते दोघं इथे आलेले होते. कानजीनं जवळच असलेल्या झाडीत गाडी उभी केली होती; पण गाडीच्या किल्ल्या कानजीकडेच असल्यामुळे आता बेनला गाडीकडे जायचं काहीच कारण नव्हतं. तो विचार करत उभा असतानाच दूरवरून त्याला पोलीस गाड्यांचे सायरन ऐकू येऊ लागले. आता मात्र ताबडतोब काहीतरी करायला हवं होतं. तो जरी परदेशातल्या एका शहरात होता, तरी क्योटो शहराचे पूर्व-पश्चिम असे दोन भाग करणारी कामो नदी इथे जवळच आहे आणि ती आपण उतरलेल्या हॉटेलच्या जवळूनच वाहते, हे त्याला माहीत होतं.

बेन ट्रायथलॉनचा खेळाडू होता. त्यामुळे त्याचा स्टॅमिना जबरदस्त होता. आकाशातल्या ताऱ्यांवरून दिशांचा अंदाज करत तो निघाला. जराही आवाज होणार नाही अशी खबरदारी घेत तो धावत होता. तीनच चौक पुढे गेल्यावर त्याला सायरनचे आवाज दूर जात असल्याचं लक्षात आलं. म्हणजे पोलीस बहुधा प्रयोगशाळेत पोहोचलेले दिसत होते. बेननं पळण्याचा वेग वाढवला. काहीही

झालं तरी त्याला कोणी अडवून चालणार नव्हतं. नाही तर मग प्रश्नांच्या सरबत्तीला तोंड देण्याशिवाय गत्यंतर नव्हतं. तुम्ही कोण? एवढ्या रात्री धावत कुठे चालला आहात? आणि मुख्य म्हणजे, तुमच्याकडे या ज्या वह्या आहेत, त्या कसल्या?

नदीपाशी पोहोचल्यावर बेननं एखाद्या रेसमध्ये धावत असल्यासारखं एकाच वेगानं, लयबद्धपणे धावायला सुरुवात केली.

तीन आठवड्यांनंतर

मार्च २२, २०१०

सोमवार, सकाळी ९.३७

टोकियो, जपान

नाओकी ताजिरी फार कष्ट करून इथपर्यंत येऊन पोहोचला होता. हायस्कूलचं शिक्षण झाल्यावर त्यानं साकेचे कप, बिअरचे मग, मद्याचे ग्लास विसळायला सुरुवात केली होती, आणि मग हळूहळू प्रगतीची वाटचाल सुरू केली होती. आपल्याला वेगवेगळ्या ठिकाणचा अनुभव मिळावा, म्हणून त्यानं अगदी दारूच्या दुकानांपासून ते पार याकुझाच्या– म्हणजे माफियाची जपानी आवृत्ती– मालकीच्या, वेश्यांसहित बारमध्येही नोकरी केली होती. नाओकी स्वतःहून कोणत्याच टोळीत सामील झालेला नव्हता, पण त्याला या क्षेत्रातला इतका अनुभव होता, की याकुझानंच त्याला सर्व प्रकारच्या 'सेवा' उपलब्ध असलेल्या 'द पॅरेडाईज' या अत्यंत लोकप्रिय अशा नाईट क्लबचा मॅनेजर केलं होतं. टोकियोमधील अकासाका भागात हे 'द पॅरेडाईज' होतं.

नाओकीनं करिअरची सुरुवात त्याच्या छोट्याशा गावातच केली होती; पण पुढे तो प्रगती करत आधी क्योटोमध्ये, आणि नंतर टोकियोमध्ये येऊन पोहोचला होता. त्याची अशी समजूत होती, की आपल्या क्षेत्रातल्या सगळ्याच गोष्टी आपल्या बघून झाल्या आहेत : पैसा, दारू, जुगार, सेक्स, खून, मारामाऱ्या; पण आज सकाळी मात्र त्याचा भ्रमनिरास झाला.

पहाटे सहाच्या सुमाराला नाओकीला एक फोन आला होता. नुकताच कुठे निद्राधीन झालेला नाओकी स्वाभाविकपणेच चिडला होता. त्यानं चिडून बोलायला सुरुवात केली होती; पण पलीकडचा आवाज ऐकल्याबरोबर तो नरमला होता. 'द पॅरेडाईज'ची मालकी असलेल्या इनागावा-काई टोळीच्या बॉसचा प्रमुख सल्लागार मित्सुहिरो नारूमी बोलत होता. इनागावा-काई टोळी ही याकुझाचाच एक भाग होती. एवढी मोठी वरिष्ठ असामी आपल्याला– एका हॉटेलच्या साध्या जनरल

मॅनेजरल– फोन करतेय हे लक्षात आल्याबरोबर तो मनोमन भेदरून गेला होता.

नाओकीच्या मनात शंका थैमान घालू लागली होती की आपण परत आल्यावर 'द पॅरेडाईज' मध्ये काहीतरी भयंकर घडलंय, आणि प्रत्येक गोष्टीची माहिती ठेवणं ही जनरल मॅनेजर म्हणून आपलीच जबाबदारी आहे. आणि आपल्याला काहीच माहीत नाही हे समजलं, की हा माणूस आपली चामडी लोळवणार. पण तसं काहीच नव्हतं. नारूमीनं फक्त एवढंच सांगण्यासाठी कॉल केला होता, की दुसऱ्या एका याकुझा टोळीचा बॉस हिसायुकी इशी, आणि जपानच्या सरकारचा अर्थ, व्यापार आणि उद्योग खात्याचा वरिष्ठ उपमंत्री केनिची फुजिवारा, यांची महत्त्वाची मीटिंग 'द पॅरेडाईज' मध्ये आज सकाळी होणार आहे, आणि तिची सगळी व्यवस्था उत्तम करण्याची जबाबदारी तुझी आहे. "त्यांना जे काही हवं असेल ते सगळं मिळालं पाहिजे, समजलं?"

नाओकीनं सुटकेचा निःश्वास टाकला होता– चला, काहीही विशेष गंभीर असं घडलेलं नाही; पण त्याचं डोकं लगेच वेगानं विचार करू लागलं होतं. दुसऱ्याच एका याकुझा टोळीचा बॉस इनागावा-काई टोळीच्या मालकीच्या हॉटेलवर येतोय? तेसुद्धा एका मंत्र्याला भेटायला? पण नारूमीसाहेबांनीही आणखी काही स्पष्टीकरण न देता फोन ठेवून दिला होता.

सकाळचे दहा वाजत आले, तसा नाओकी हळूहळू शांत झाला. सगळी तयारी जय्यत झालेली होती. दुसऱ्या मजल्यावरच्या मुख्य कॉकटेल लाऊंजमधलं सगळं फर्निचर बाजूला करून मधोमध एक खास टेबल लावण्यात आलं होतं. पाहुण्यांनी काही खास ड्रिंक मागितलं, तर आयत्या वेळी गडबड नको, म्हणून पहाटेच झोपायला गेलेल्या बार टेंडरला बिछान्यातून उठवून परत आणण्यात आलं होतं, शिवाय चार होस्टेसेसना पाचारण करण्यात आलं होतं. टेबलाजवळ दोनच खुर्च्या ठेवल्या होत्या, आणि त्यांच्यासमोर हाताशीच देशी-विदेशी निवडक सिगारेट्सची पाकिटं ठेवली होती. एकेक हस्तिदंती ॲश-ट्रेही ठेवला होता.

दोघा पाहुण्यांपैकी तो टोळीचा बॉस आधी आला. त्याच्याबरोबर काळ्या रंगाचे शार्कस्किन सूट घातलेले, डोक्याचे केस पोमेड लावून उभे केलेले त्याचे नेहमीचे साथीदारही होते. बॉसनं स्वतः मात्र जरा त्या मानानं जुन्या वळणाचा काळा वूलन सूट आणि अत्यंत सुंदर काळे इंग्लिश विंगटिप शूज घातलेले होते. केस व्यवस्थित राखलेले होते, नखंही उत्तम मॅनिक्युअर केलेली होती. क्योटोमधल्या आईझोकोतेत्सू टोळीचा तर तो प्रमुख होताच; पण त्याचे स्वतःचे बरेच धंदेही होते – कायदेशीर. एखादा यशस्वी उद्योगपती जसा दिसेल, तसाच तो होता. आदरानं कमरेत वाकून उभ्या असलेल्या नाओकीकडे ढुंकूनही न बघता तो तसाच पुढे गेला आणि त्याच्यासाठी राखून ठेवलेल्या खुर्चीवर जाऊन बसला. पुढे आलेला उंची

व्हिस्कीचा ग्लास तितक्याच तुटकपणे स्वीकारून त्यानं समोरची सिगारेटची पाकिटं बघायला सुरुवात केली. तेवढ्यात नाओकीनं हाताखालच्या मॅनेजरला सांगून त्या चार पोरींना बाहेर आणायची व्यवस्था केली, आणि तो दुसऱ्या पाहुण्याची वाट बघायला हॉटेलच्या मुख्य प्रवेशद्वाराकडे निघून गेला.

हे 'मुख्य प्रवेशद्वार' थेट रस्त्यावरच होतं; पण तिथं 'दार' असं नव्हतंच. 'द पॅरडाईज' वर्षाचे तीनशे पासष्ट पूर्णांक एक चतुर्थांश दिवस, दिवसाचे चोवीस तास उघडंच होतं, त्यामुळे 'दारा'च्या जागी फक्त एका हवेच्या अदृश्य पडद्याची व्यवस्था केलेली होती. आणि हा झोत अशा खुबीनं आणि सातत्यानं सोडलेला होता, की त्यामुळे उन्हाळ्यातली गरमी आणि हिवाळ्यातली थंडी हॉटेलमध्ये प्रवेश करू शकत नसे. यात मुख्यतः बाहेरच्या गिऱ्हाइकांना हॉटेलात प्रवेश करणं जास्तीत जास्त सोपं जावं, अशी कल्पना होती. आणि आतली सगळीच व्यवस्था इतकी सुंदर होती, की केवळ कुतूहलापोटी पाच मिनिटांसाठी आत आलेला माणूसही तास– दोन तास घालवूनच बाहेर पडत असे. अर्थात, त्याचं कारणही तसंच होतं.

'द पॅरडाईज' चा तळमजला म्हणजे पिनबॉल मशिन गेम्सचं एक भलं मोठं पार्लर होतं. सकाळी दहा वाजतासुद्धा जुगाराचं व्यसन लागलेली शंभरेक माणसं विचित्र आवाज करणाऱ्या मशिन्सच्या समोर भान हरपल्यागत बसलेली होती. एका हातानं खटका दाबला, की आत ठेवलेल्या स्टेनलेस स्टीलच्या गोळ्या मशिनच्या आत उंच उडायच्या, आणि मग घरंगळत खाली उतरायच्या. उतरताना त्या वाटेतल्या वेगवेगळ्या अडथळ्यांवर आपटत, वेगवेगळ्या मार्गांनी खाली यायच्या. खेळणारे लोक हा खेळ नुसते तल्लीन होऊन खेळायचे; एवढंच नव्हे, तर त्यांना त्याचं वेड लागायचं, व्यसन लागायचं. हे असं का होतं हे नाओकीला कधीच समजलं नव्हतं. कारण 'द पॅरडाईज' च्या उत्पन्नापैकी जवळजवळ पंचेचाळीस टक्के उत्पन्न या खेळामधूनच मिळत होतं.

खाली रस्त्यावर आल्यावर त्याला त्याच्या बॉसला घेऊन आलेल्या गाड्यांचा ताफा दिसला. सगळ्या एकजात काळ्या टोयोटा क्राऊन गाड्या होत्या. त्यात त्याच्या बॉसची देखणी, काळी लेक्सस एलएस २००० गाडी एकदमच उठून दिसत होती. सगळ्या गाड्या नो-पार्किंगमध्येच लावलेल्या होत्या; पण नाओकीला त्याचं काहीच वाटलं नाही. पोलीस येतील, त्या गाड्या कोणाच्या आहेत हे लक्षात आल्यावर त्यांना हातही न लावता त्या तशाच सोडून देतील, हेही त्याला ठाऊक होतं. पोलीस, इतर सरकारी अधिकारी, खुद्द सरकार आणि याकुझा यांच्यातले संबंध कसे 'घनिष्ठ' आहेत, हेही त्याला चांगलं माहीत होतं. आता आज खुद्द एक केंद्र सरकारचा मंत्रीच जर आपल्या बॉसला भेटायला येतोय, तर बाकीच्यांची काय कथा?

त्यानं घड्याळात बघितलं. मीटिंगची वेळ टळून गेलेली होती. त्या चार पोरींना पाहिल्यावर बॉसच्या चेहऱ्यावर आलेलं मंद स्मित त्यानं पाहिलेलं होतं; पण त्याला नाही म्हटलं तरी मनात काळजी वाटू लागली, की मंत्रिमहोदयांना यायला जरा उशीर झाला, तर त्यामुळे आपल्याला ताटकळत ठेवल्यामुळे त्या मंत्र्यानं आपला अपमान केला, असं तर बॉसला वाटणार नाही ना? पण तसं काही झालं नाही. नाओकीनं उजवीकडे मान वळवली, आणि लगेच त्याला त्या मंत्र्याला घेऊन येणारा गाड्यांचा ताफा येताना दिसला. तीन टोयोटा क्राऊन गाड्या इतक्या एकमेकींना चिकटून येत होत्या, की जणू एकच भली मोठी गाडी येतेय असं वाटावं.

त्यातली मधली गाडी थेट नाओकीसमोरच येऊन थांबली. लगेच अदबीनं कमरेत वाकून त्यानं गाडीचं मागचं दार उघडण्यासाठी हात लांब केला; पण तेवढ्यात बाकीच्या दोन गाड्यांमधून काळे सूट घातलेली, कानांवर इअरपीस लावलेली माणसं उतरली. आणि त्यांनी नाओकीला खूण करून मागे व्हायला सांगितलं. नाओकी घाईघाईनं दोन पावलं मागे सरकला.

मंत्री केनिची फुजिवारा फूटपाथवर उतरला. त्यानंही नाओकीच्या बॉससारखा उंची युरोपीय सूट घातलेला होता. नाओकी अदबीनं वाकून उभा होता. फुजिवारानं 'द पॅरेडाईज'ची ती दहा मजली इमारत काही क्षण न्याहाळली. दहापैकी वरच्या पाच मजल्यांवर फक्त 'लव्ह रूम्स' होत्या. त्याच कामासाठी साजेशी सुंदर सजावट केलेल्या. त्या दिवसावर किंवा तासावरही भाड्यानं घेता येत होत्या. फुजिवाराच्या चेहऱ्यावर क्षणभर काहीशी तिरस्काराची भावना चमकून गेली. शेवटी काही झालं तरी तो एक मंत्री होता. आणि आजच्या मीटिंगची जागा काही त्यानं ठरवलेली नव्हती. पुढच्याच क्षणी तो वाकून उभ्या असलेल्या नाओकीकडे ढुंकूनही न बघता, झपाझप चालत दारावरच्या हवेच्या अदृश्य पडद्यामधून हॉटेलमध्ये गेला. अगदी नाओकीचा बॉस गेला होता, तसाच.

नाओकी तत्परतेनं धावत त्याच्यापुढे गेला, आणि आतल्या पिनबॉल मशिन्सच्या आवाजांच्यावर आवाज चढवत त्यानं म्हटलं, ''मीटिंग दुसऱ्या मजल्यावर आहे. प्लीज, माझ्यामागून या.''

दुसऱ्या मजल्यावर त्या पोरी बॉसच्या बोलण्यावर खुदुखुदू हसत होत्या, लाजून तोंडावर हात ठेवत होत्या; पण लगेचच बॉसनं हातानं इशारा केला, त्याबरोबर त्या पटकन उठून आत गेल्या. मंत्रिमहोदयांना येताना पाहून बॉस लगेच उठून उभा राहिला.

दोन्ही पक्षांमधली माणसं एकमेकांकडे सावधपणे बघत होती. सावधपणाबरोबरच त्यांच्या नजरेत एक प्रकारचा तिरस्कार, आणि काहीसा दबलेला आक्रमकपणाही

होता; पण मंत्री आणि बॉसनं मात्र अत्यंत सभ्यपणे, औपचारिकपणे एकमेकांशी भेट घेतली.

"केनिची फुजिवारा दाइजिन!" बॉसनं प्रत्येक अक्षरावर सारखाच जोर देत मोठ्यानं म्हटलं.

"हिसायुकी इशी कुनिचो!" मंत्री महशयांनीही अगदी तशाच पद्धतीनं म्हटलं.

हे म्हणताच दोघंही अदबीनं नजर खाली वळवून, सारख्याच प्रमाणात कमरेत वाकले. नंतर आधी मंत्री महाशयांनी आपलं व्हिजिटिंग कार्ड दोन्ही हातांचे अंगठे आणि पहिल्या बोटांमध्ये धरून, पुन्हा एकदा वाकून बॉसला दिलं. लगेच बॉसनंही आपलं व्हिजिटिंग कार्ड अगदी तशाच पद्धतीनं त्याला दिलं.

हा सोपस्कार पार पडल्यावर दोघांनीही माना वळवून आपल्या साथीदारांकडे बघितलं, आणि मानेनंच त्यांना दालनाच्या दोन विरुद्ध बाजूंना जाऊन थांबायचा इशारा केला. आणि मग ते दोघं या मीटिंगसाठी खास मागवलेल्या महोगनी लाकडाच्या प्रचंड मोठ्या टेबलाच्या दोन विरुद्ध टोकांना आपापल्या जागी जाऊन बसले, आणि त्यांनी एकमेकांचं व्हिजिटिंग कार्ड आपल्यासमोर, मध्यभागी अगदी काळजीपूर्वक ठेवून दिलं.

नाओकीला तिथे थांबण्याच्या कसल्याच स्पष्ट सूचना दिलेल्या नव्हत्या; पण अचानक आपली गरज लागली तर आपण हजर असावं, म्हणून तो दालनात एका बाजूला जाऊन गप्प उभा राहिला. त्याच्या धंद्यात नको असलेल्या एखाद्या गोष्टीची माहिती प्रसंगी त्याच्या जिवालासुद्धा धोका निर्माण करू शकली असती.

थोड्या इकडच्या तिकडच्या गप्पा झाल्यावर केनिचीनं मुख्य विषयाला हात घातला. "आपल्याकडे फारसा वेळ नाही, कारण मला लवकरात लवकर मंत्रालयात गेलं पाहिजे. सर्वांत आधी मला, तुम्ही वेळात वेळ काढून इथे आलात, त्याबद्दल तुमचे आभार मानायचे आहेत."

"त्यात काही विशेष नाही." हिसायुकीनं म्हटलं, "मला माझ्या कामासाठी क्योटोहून टोकियोला यायचंच होतं."

"दुसरं म्हणजे, आमच्या मंत्र्यांचीच खरं तर तुम्हाला भेटायची इच्छा होती; पण त्यांना अचानक प्रधानमंत्र्यांनी मीटिंगसाठी बोलावल्यामुळे त्यांच्याऐवजी त्यांनी मला इथे पाठवलंय."

हिसायुकीनं फक्त मान डोलावली. खरं म्हणजे सकाळीच जेव्हा त्याला हे समजलं, तेव्हा तो चिडला होता; पण उगाच सरकारशी संबंध बिघडायला नकोत, म्हणून त्यानं भेटायला होकार दिला होता. मंत्र्याशी असो की उपमंत्र्याशी, सरकारबरोबर इतक्या उच्च स्तरावर मीटिंग होणं ही गोष्ट काही नेहमी घडणारी नव्हती. शिवाय अनेक बाबतींत प्रत्यक्ष कामाच्या संबंधात खरी सत्ता मंत्र्यापेक्षा उपमंत्र्याच्याच हातात

असते, हे तो जाणून होता. आणि त्याला उत्सुकता होती, की सरकारला नेमकं काय हवंय, आणि त्याहीपेक्षा जास्त उत्सुकता होती, ती म्हणजे त्या बदल्यात सरकार काय देणार याची.

"मला तुम्हाला हेही सांगायचंय, की आम्हीच खरं तर तुम्हाला भेटायला क्योटोला आलो असतो; पण जगातली आणि जपानचीही आर्थिक परिस्थिती किती नाजूक आहे हे तुम्हालाही माहितेय. त्यामुळे मीडियाचे लोक सतत आमच्या मागावर असतात, त्यामुळे आपली भेट झाल्याची माहिती त्यांना समजण्याचा धोका आम्हाला पत्करायचा नव्हता. आताच्या आपल्या भेटीची माहितीसुद्धा बाहेर न समजणं अतिशय महत्त्वाचं आहे. सरकारला तुमची मदत हवीय. आपल्याकडे सीआयए किंवा एफबीआयांसारखी संघटना नाही, हे आपल्या दोघांनाही माहितेय."

चेहऱ्यावर फुटू पाहणारं बेरकी स्मित लपवणं हिसायुकीला जरा जडच गेलं. आपल्याला मदत करू शकेल असं कोणीतरी आपल्याकडेच मदत मागायला आलं, की त्याला फार आवडायचं. मोठ्या उत्सुकतेनं तो पुढे झुकून बसला. "म्हणजे मी असं समजायचं का, की सरकार माझ्याकडून– आणि पर्यायानं याकुझाकडून– मदतीची अपेक्षा करतंय?"

केनिचीही पुढे झुकला, "हो, अगदी तसंच."

इतका वेळ मोठ्या कष्टांनी दाबून धरलेलं ते हसू हिसायुकीच्या चेहऱ्यावर अखेर फुटलंच. "सॉरी, पण हा मोठाच विरोधाभास दिसतोय मला." पुन्हा स्वतःवर ताबा मिळवत त्यानं म्हटलं, "१९९२मध्ये याच सरकारनं संघटित गुन्हेगारीच्या विरोधात कायदे पास केले होते ना? मग आता अचानक हे 'घूमजाव' कसं काय?"

"याकुझाच्या बाबतीत सरकारचा दृष्टिकोन नेहमीच उदार राहिला आहे, हे तुम्हालाही माहितेय. आणि ते कायदे फक्त राजकीय उद्देशांनीच केले आहेत, त्यांची अंमलबजावणी करण्यासाठी नाही. त्याशिवाय, अमेरिकेच्या 'रिको' कायद्यासारखा एखादा कायदा जोपर्यंत पास केला जात नाही, तोपर्यंत संघटित गुन्हेगारीच्या विरोधातल्या कायद्यांची अंमलबजावणी खऱ्या अर्थानं करताच येणार नाही."

हिसायुकीनं थोडा विचार केला. हे बोलणं त्याला हव्या असलेल्याच दिशेनं चाललेलं होतं. "यातही विरोधभास आहे. तुमच्या संघटित गुन्हेगारीच्या विरोधातल्या कायद्यांचा परिणाम वाईट धंद्यांवर फारसा झालेला नाही, उलट तो आमच्या कायदेशीर धंद्यांवरच जास्त झालाय. मी जर तुम्हाला आणि सरकारला मदत करायची असेल, तर तुम्ही या बाबतीत जरा लक्ष घालायला काय हरकत आहे?"

"आम्ही नेमकं हेच करायचं ठरवलंय. तुमचा एखादा धंदा किंवा कंपनी जितकी वैध असेल, आणि ती याकुझाच्या नियंत्रणापासून जितकी जास्त मुक्त

असेल, तितकं आम्ही त्या बाबतीत जास्त करू शकू.''

''तुम्हाला काय मदत हवीय हे तुम्ही मला सांगण्यापूर्वी आणखी एक प्रश्न विचारतो. मलाच, किंवा आईझोकोतेत्सू-काईलाच का निवडलं तुम्ही? यामागुची-गुमी किंवा अगदी इनागावा काईच्या तुलनेत आम्ही कितीतरी लहान आहोत, म्हणून विचारतोय.''

''आम्ही तुमच्याकडेच आलो याचं कारण असं, की क्योटोमधली मोठी याकुझा या नात्यानं आईझुकोतेत्सू-काईचा संबंध या प्रकरणामध्ये आधीच आलाय.''

हिसायुकीच्या चेहऱ्यावर काहीसं आश्चर्य उमटलं. तो काहीसा गोंधळूनही गेलेला होता. ''आमचा संबंध आहे हे तुम्हाला कसं माहीत? आणि मुळात हे प्रकरण तरी नेमकं काय आहे?''

''तुमचा संबंध आहे हे आमच्या लक्षात आलं याचं कारण तुमच्या आरआरटीडब्ल्यू व्हेंचर्स या कंपनीनं, त्या मानानं नवीन असलेल्या 'आयपीएस पेटंट जपान' या कंपनीत एकदम केलेली मोठी गुंतवणूक. या गुंतवणुकीमुळेच सरकारप्रमाणे तुम्हालाही असं वाटतंय, की 'इंड्यूस्ड प्लुरिपोटंट सेल' तंत्रज्ञानाचं मोठं वर्चस्व जगभरातल्या जैवतंत्रज्ञान उद्योगावर पुढचं एक शतकभर राहणार आहे, असं आम्ही समजतो. आमच्यापैकी बहुतेक लोकांची अशी खात्री आहे, की पुढच्या दहा-एक वर्षांच्या काळात, आज असाध्य असलेल्या अनेक डिजनरेटिव्ह रोगांवर या आयपीएस सेल्सद्वारा नुसते उपचारच नव्हे, तर अत्यंत प्रभावी उपाय केले जातील. आणि या प्रकारामधून एक नवीनच, अत्यंत मोठ्या प्रमाणात नफा मिळवून देणारा उद्योग जन्माला येणार आहे, बरोबर ना?''

हिसायुकी काहीही उत्तर न देता निर्विकारपणे त्याच्याकडे बघत होता.

''तुम्ही काहीच बोलत नाही याचा अर्थ तुमचं उत्तर होय असंच आहे, असं मी समजतो. ज्याअर्थी तुम्ही एवढी मोठी गुंतवणूक केली, त्याअर्थी तुम्ही मानत असणार की क्योटो युनिव्हर्सिटी तिच्या स्टेम सेल लॅबमध्ये लागणाऱ्या नव्या शोधांची पेटंटची बाजू हाताळायला असमर्थ आहे, असंही मी गृहीत धरतोय. कारण आयपीएस पेटंट. जपान कंपनी नेमकं हेच काम हाताळणार होती.''

केनिची बोलयचं थांबला; पण हिसायुकीला मात्र त्याचं बोलणं इतकं तंतोतंत बरोबर असल्याचं प्रचंड आश्चर्य वाटत होतं. सुन्न होऊन तो तसाच पुतळ्यासारखा बसून होता. आयपीएस पेटंट जपान कंपनीत आपण केलेल्या मोठ्या गुंतवणुकीची माहिती सरकारला समजलीय, याची त्याला मुळीच कल्पना नव्हती. कारण ती कंपनी अजून प्रायव्हेटच होती.

हिसायुकी काहीच बोलत नाही हे बघून केनिचीनं पुढे बोलायला सुरुवात केली. ''आत्तापर्यंत जपानचं वर्चस्व असलेलं आयपीएस तंत्रज्ञानाच्या व्यापारीकरणाचं हे

क्षेत्र अमेरिकेच्या वर्चस्वाखाली जाण्याचा धोका आहे, याची आमच्या मंत्रालयाला नुसती जाणीवच नव्हे, तर फार काळजी वाटतेय. आणि या क्षेत्रातलं आपलं वर्चस्व ही एव्हाना जपानच्या जनतेसाठी मोठी अभिमानाची गोष्ट झालीय, त्यामुळे तर आमची काळजी आणखीच वाढलीय. त्यातच आम्हाला नुकतंच समजलंय, की क्योटो युनिव्हर्सिटीच्या स्टेम सेल लॅबमधला एक अत्यंत महत्त्वाचा शास्त्रज्ञ देशाबाहेर पळून गेलाय.''

आता मात्र हिसायुकी जणू एकदम जागा झाला. एकदम ताठ बसत त्यानं कसंबसं विचारलं, ''कुठे गेलाय तो?'' जुन्या वातावरणात वाढलेली याकुझा टोळी जपानमधल्या कडव्या उजव्या राजकीय पक्षांसारखीच प्रखर देशाभिमानी होती. त्यामुळे त्याच्या दृष्टीनं हा तर देशद्रोह होता.

''अमेरिकेत गेलाय, आणि म्हणूनच आम्हाला इतकी चिंता वाटतेय. आयपीएस यूएसए नावाच्या एका कंपनीनं त्याला पळून जाण्यास मदत केलीय, आणि ही कंपनी स्टेम सेलच्या क्षेत्रातल्या पेटंट्सच्या बाबतीतल्या अनागोंदी कारभाराचा फायदा घेण्याचं योजतेय. अजून जरी ही कंपनी बाल्यावस्थेत असली, तरी या अत्यंत महत्त्वाच्या क्षेत्रातल्या सगळ्याच बुद्धिमान लोकांना आकर्षित करून घेण्याचा तिचा इरादा आहे, असं दिसतंय.''

''म्हणजे तुमच्या म्हणण्याचा अर्थ असा दिसतोय, की या अब्जावधी डॉलरच्या उद्योगावर खरं तर जपानचं नियंत्रण हवं; पण त्याऐवजी ते त्या कंपनीच्या हातात जाणार आहे.''

''अगदी बरोबर बोललात.''

''या पळून गेलेल्या माणसापासून कितपत धोका आहे?''

''प्रचंड धोका आहे. या आयपीएस यूएसए कंपनीनं इथल्या टोकियोमधल्या यामागुची-गुमी टोळीतल्या माणसाबरोबर संधान बांधलं. त्यासाठी त्यांनी न्यू यॉर्कमधल्या माफियाची मदत घेतली. त्या कंपनीला या पळून गेलेल्या शास्त्रज्ञाच्या नोंदींच्या वह्या पळवून न्यायच्या होत्या. यामागुची-गुमी टोळीचा माणूस आणि या कंपनीतला माणूस अशा दोघांनी क्योटोमधल्या त्या प्रयोगशाळेत चोरून प्रवेश केला. त्या भानगडीत तिथला एक रक्षक मारला गेला. इतक्या महत्त्वाच्या वह्या त्या शास्त्रज्ञानं धड कुलूपही नसलेल्या कपाटात ठेवल्या होत्या. हे प्रकरण चांगलंच गुंतागुंतीचं बनलंय.''

ही घटना हिसायुकीच्या कानावर आलेली होती; पण त्यात त्यांच्या प्रतिस्पर्धी यामागुची-गुमी टोळीचा संबंध असल्याचं मात्र त्याला प्रथमच समजत होतं. किंबहुना, यामागुची-गुमी टोळीनं क्योटोमध्ये– म्हणजे आपल्या टोळीच्या हद्दीत– काहीतरी गडबड करण्याचा प्रयत्न केला, हेही त्याला माहीत होतं; पण या दोन

घटनांचा एकमेकींशी संबंध असल्याचं आता त्याच्या लक्षात आलं. जपानमध्ये वर्षानुवर्षं असलेल्या याकुझा टोळ्या काही अलिखित नियम पाळायच्या. एकमेकांच्या हद्दीत काहीही करायचं नाही, हा त्यातलाच एक नियम; पण त्या मानानं बरीच नव्यानं अस्तित्वात आलेली यामागुची-गुमी टोळी ही एका अमेरिकन कंपनीला आपल्या देशातल्या अत्यंत महत्त्वाच्या शास्त्रज्ञाला पळून जायला मदत करते, वर त्याच्या संशोधनाच्या वह्याही पळवून न्यायला मदत करते, ही गोष्ट मात्र कमालीची संतापजनक होती. आईझुकोतेत्सू काईचा बॉस म्हणून आयपीएस पेटंट जपान कंपनीतल्या गुंतवणीचं रक्षण करणं, हे हिसायुकीचं कर्तव्यच होतं.

"या पळून गेलेल्या, गद्दार शास्त्रज्ञाच्या कामाला इतकं महत्त्व का आहे?"

"त्यानं उघड केलेल्या कामापेक्षा त्यानं चोरून जे काम केलं, ते खरं महत्त्वाचं आहे. मला जे समजलंय ते असं, की तो त्याच्या वरिष्ठांनी सांगितल्यानुसार उंदरांच्या स्टेम सेल्सवर आणि उंदरांच्या आयपीएस सेल्सवर संशोधन करत होता; पण त्याचबरोबर तो चोरून मानवी सेल्सवरही संशोधन करत होता – किंबहुना, तो स्वतःच्याच हातांमधून बायोप्सी करून सेल्स काढायचा, आणि त्यांचा संशोधनात वापर करायचा. त्यामुळे झालं असं, की त्यानंच प्रथम मानवी आयपीएस सेल्स निर्माण केल्या– त्याच्या बॉस लोकांनी नव्हे, त्यांनी तर त्याच्या या संशोधनाचं क्रेडिट स्वतःकडे घेतलं. त्यानं ही गोष्ट बॉस लोकांच्या लक्षात आणून द्यायचा प्रयत्न केला, तेव्हा त्यांनी आधी त्याच्याकडे दुर्लक्ष केलं, मग त्याला हाकलून दिलं आणि शेवटी त्याला त्याच्या संशोधनाच्या वह्या घेऊन जायला लॅबमध्ये प्रवेशच नाकारला. त्या वह्यांबरोबर त्याच्या स्वतःच्या काही वस्तूही लॅबमध्ये होत्या. त्या वह्या– खरं म्हणजे त्यात त्यानं कॉम्प्युटरवरून छापलेले बरेच कागदही होते– म्हणजे त्यानं केलेलं संशोधन सिद्ध करणारे पुरावे होते. त्याला हाकलून दिल्यावर बॉस लोकांनी त्याच्या संशोधनाची माहितीही कॉम्प्युटरवरून काढून टाकली. फार वाईट वागणूक दिली त्याला. शिक्षण आणि संशोधन क्षेत्रातली स्पर्धा फार जीवघेणी झालीय आजकाल."

"आता काय होईल असं तुम्हाला वाटतं?"

"होईल नाही, व्हायला सुरुवातही झालीय." केनिचीनं जोरात म्हटलं, "मुळात ही सगळी भानगड आम्हाला जपानच्या पेटंट ऑफिसमधून समजली. आयपीएस यूएसएच्या मदतीनं या गद्दार संशोधकानं क्योटो युनिव्हर्सिटीविरुद्ध आणि त्यांच्या आयपीएस पेटंट्सच्या विरोधात दावा दाखल केलाय. त्यासाठी त्यानं टोकियोतलाच एक पेटंटच्या कायद्यात तज्ज्ञ असलेला वकील नेमलाय. त्याच्या कामाच्या मालकीबाबत त्याचा त्या युनिव्हर्सिटीशी कसलाच करार झालेला नव्हता. म्हणजेच त्याच्या संशोधनावर त्याचा स्वतःचाच हक्क आहे, युनिव्हर्सिटीचा नाही. आता त्यानं बऱ्याच काही अमेरिकन पेटंट्ससाठी अर्ज केलेत. ती पेटंट्स नक्कीच

जपानमधल्या डब्ल्यू.टी.ओ.च्या बैठकीत क्योटोच्या पेटंट्सना, आणि अमेरिकेत विस्कॉन्सिनमधल्या एका युनिव्हर्सिटीच्या पेटंट्सना आव्हान देणार. कारण अमेरिकेत संशोधनाची तारीख ग्राह्य धरली जाते, पेटंटसाठी अर्ज केल्याची नाही. जगात फक्त अमेरिकेतच ही पद्धत आहे.''

''माय गॉड. हे म्हणजे फारच वाईट झालं.'' हिसायुकीनं एकदम म्हटलं. मनातल्या मनात तो स्वतःला शिव्या हासडत होता– कशाला त्या आयपीएस पेटंट जपान कंपनीत एवढी प्रचंड गुंतवणूक केली आपण! आता हा मंत्री जे सांगतोय ते सगळं खरं झालं, तर आपल्या गुंतवणुकीची किंमत जवळजवळ शून्यावर येईल. त्यानं चिडून विचारलं, ''नाव काय या गद्दार माणसाचं?''

''सातोशी माचिता.''

''क्योटोमधला आहे हा?''

''हो. मूळचा क्योटोमधला आहे; पण आता तो, त्याची बायको, बहीण, आई-वडील आणि सासू-सासरे असे सगळे जण अमेरिकेत आहेत, आणि त्यांना तिथलं नागरिकत्व देण्याचे जोरदार प्रयत्न चालू आहेत. हे सगळं त्या यामागुची- गुमी आणि आयपीएसए यूएसए या दोघांमुळे झालं; पण त्यातही यामागुची-गुमीच त्याला जास्त जबाबदार होती. त्याच टोळीनं त्यांना इथून बाहेर काढून अमेरिकेत नेण्याची व्यवस्था केली. यामागुचीनं एवढं सगळं का केलं हे नेमकं सांगता येत नाही; पण त्यांचे त्या आयपीएस यूएसएशी पैशाचे व्यवहार असावेत, म्हणून असेल कदाचित.''

''हा सातोशी अमेरिकेत नेमका कुठे राहतो?''

''त्याची निश्चित अशी माहिती आमच्याकडे नाही. आमच्याकडे नेमका पत्ता नाही, तो बहुधा न्यू यॉर्कमध्ये असावा, कारण आयपीएस यूएसएचं ऑफिस तिथेच आहे. आणि तो त्यांच्या सायंटिफिक ॲडव्हायजरी बोर्डावर आहे.''

''त्याचे कोणी नातेवाईक अजून असतील ना क्योटोमध्ये?''

''नाही ना. यामागुची टोळीनं सगळ्यांनाच हलवलं तिकडे.''

''मला वाटतं, हे सांगायला तुम्हाला जरा उशीर झालाय. तुम्हाला नाही वाटत?''

''खरंय, पण आम्हालासुद्धा यातली बरीचशी माहिती नुकतीच समजलीय. क्योटो युनिव्हर्सिटीनंसुद्धा, आम्ही दमात घेऊन विचारलं, तेव्हा कुठे प्रयोगशाळेतून नेमकं काय गायब झालंय, हे सांगितलं.''

''हं. मग मला आता सांगा, आईझुकोतेत्सू-काईला त्यांनी काय करावं असा मी सल्ला देऊ– जर मी त्यांना सल्ला देऊ शकत असलोच तर?''

मंत्रिमहोदयांनी किंचित खाकरून घसा साफ केला. हा समोरचा माणूस असं

आडूनआडून बोलतोय याचं त्यांना काहीच आश्चर्य वाटलेलं नव्हतं. त्यांनीही तसंच उत्तर दिलं, "आईझुकोतोत्सू-काईनं त्यांचं काम कसं करावं हे मी कसं सांगणार? परिस्थिती नेमकी काय आहे हे कुणाच्यातरी कानावर घालावं असं मला वाटलं. बस्स, इतकंच काय ते."

"पण काहीतरी केलंच पाहिजे आणि तेही लवकरात लवकर!"

"अगदी बरोबर. हे आमच्या मंत्रिमहोदयांना, इतकंच काय, पंतप्रधानांनाही पटतंय; पण आमचे हात बांधलेले आहेत– त्याची कारणंही तुम्ही जाणत असाल. तुमचे हात मात्र बांधलेले नाहीत. न्यू यॉर्कमध्ये तुमची ब्रँच आहे, हो ना?"

"कसली ब्रँच म्हणताय, मंत्रिमहोदय?" हिसायुकीनं आपण त्या गावचेच नसल्यासारखा चेहरा करून विचारलं. खरं म्हणजे ही गोष्ट जनतेलासुद्धा माहीत होती; पण ती तो उघडपणे कबूल करणं शक्यच नव्हतं."

"इशी-सान," केनिची फुजिवारानं हळूच मान झुकवत म्हटलं, "ही लपवालपवी करत बसायची खरंच वेळ नाही. अमेरिकेत याकुझाच्या काय कारवाया चालतात हे सरकाराला पक्कं माहीतेय; तिकडच्या गुन्हेगारी टोळ्यांशी याकुझाचे कसे आणि काय संबंध आहेत, हेही माहितेय. आणि अगदी खरं सांगायचं, तर तुम्ही तिकडे जे क्रिस्टल मेथ पाठवता ना, ते आम्हाला उलट बरंच आहे. तेवढीच आमच्या डोक्याची इकडे कटकट कमी. तुम्ही इकडे शस्त्रास्त्रं चोरून आणता, गॅम्बलिंग चालवता, या गोष्टी आम्हाला फारशा आवडत नाहीत; पण आम्ही मुद्दामच तिकडे दुर्लक्ष करतो ते यासाठीच, की तुमचा कधी ना कधी फायदा करून घेता येईल. आणि आताची ही वेळ तशी आहे."

"कदाचित तुम्ही दिलेली ही माहिती मी कोणाच्यातरी कानावर घालू शकेन." हिसायुकीनं काही क्षण थांबून म्हटलं, "कदाचित ते असा काहीतरी विचार करू शकतील, की ज्यामुळे आपल्या दोघांचाही फायदा होईल."

"अगदी तेच तर हवंय आम्हाला– आणि यातून काही निष्पन्न झालं तर आम्हाला म्हणजे जपानच्या सरकारलाच फार आवडेल."

"पण मी नक्की मात्र काहीच सांगू शकणार नाही." हिसायुकीनं चटकन म्हटलं. तो वेगानं विचार करत होता. त्या सातोशी माचिताला लवकरात लवकर शोधून काढलं पाहिजे; पण ते फारसं कठीण जाऊ नये. त्या यामागुची-गुमी टोळीनं सगळे अलिखित नियम धाब्यावर बसवून आपल्या भागात– क्योटो शहरात– कारवाया सुरू केल्या आहेत. त्याबद्दल मात्र काहीतरी कठोर पावलं उचलली पाहिजेत. त्या टोळीच्या बॉसच्या अपरोक्ष त्यातल्या एखाद्या गँगनं हे उद्योग आरंभले असले, तर जरा त्रास कमी होईल इतकंच; पण काही ठोस कारवाई

करण्याआधी ही माहिती काढली पाहिजे. पण आपली आईझुकोतेत्सू-काईच्या आणि त्या यामागुची गँगच्या ताकदीची तुलना तरी होऊ शकते का? त्यांच्यापुढे आपली टोळी म्हणजे हत्तीपुढे मुंगी आहे!

''पण एक गोष्ट मला स्पष्ट सांगितली पाहिजे.'' मंत्रिमहोदयांनी म्हटलं, ''जे काही करायचं असेल– विशेषतः अमेरिकेत– ते अत्यंत सावधगिरीनं, गाजावाजा न होऊ देता करा. त्या गद्दाराला जे काही कराल, ते अगदी नैसर्गिकरीत्या झालं असं वाटलं पाहिजे. जपानच्या सरकारशी त्याचा कुठेही, दुरूनही संबंध दिसता कामा नये.''

''ते ओघानंच आलं.''

दोन दिवसांनंतर

मार्च २४, २०१०

बुधवार, दुपारी ४. १४

न्यू यॉर्क शहर, अमेरिका

सातोशी माचितानं आपल्या आयपीएस पेट्ंटसचे सगळे जागतिक हक्क आयपीएस यूएसए कंपनीला देऊन टाकणाऱ्या त्या कराराच्या सगळ्या प्रतींवर सह्या करून आपला शिक्का उमटवला.

चांगला भरपूर मोबदला मिळणार होता. भरपूर स्टॉक ऑप्शन्सही होते, ते पुढची वीस वर्षं कायम राहणार होते. आपलं पेन हातात उंचावत त्यानं तिथे असलेल्या लोकांच्या टाळ्यांचा, अभिनंदनाचा स्वीकार केला. या करारामुळे सातोशी, आणि आयपीएस यूएसए, दोघांच्याही आयुष्यातला एक नवा अध्याय सुरू होणार होता. आयपीएस यूएसए कंपनी आता इनड्यूस्ड प्लुरिपोटंट स्टेम सेल्सचा व्यापारी तत्त्वावर जगभरात विकास करायला सिद्ध झालेली होती. या इनड्यूस्ड प्लुरिपोटंट स्टेम सेल्समुळे माणसाच्या शारीरिक झिजेच्या रोगांवर निश्चितपणे उपाय मिळेल, यावर जवळजवळ सगळ्याच मॉलिक्युलर बायॉलॉजिस्ट मंडळींचं एकमत झालेलं होतं. औषधशास्त्राच्या विषयात प्रचंड मोठी क्रांती घडवून आणणारा हा शोध होता.

आयपीएस यूएसएचा प्रेसिडेंट आणि सीईओ या नात्यानं सगळ्यात आधी डॉ. बेंजामिन कोरीनं पुढे होऊन सातोशीचे दोन्ही हात हातात घेऊन त्याचं अभिनंदन केलं. टाळ्यांच्या गजरात भराभर फोटोचे फ्लॅशेस उडत होते. सहा फूट चार इंच उंचीच्या, सोनेरी केसांच्या बेंजामिन कोरीपुढे सातोशी माचिता अगदीच बुटका आणि

किरकोळ दिसत होता; पण तिकडे कुणी लक्षही देत नव्हतं. दोघांचंही महत्त्व आपापल्या क्षेत्रात सारखंच होतं.

पाठोपाठ सातोशीबरोबर शेकहँड करायला कंपनीचे इतर लोकही पुढे आले. डॉ. ब्रेड लिप्सन - सीओओ, कार्ल हॅरिस - सीएफओ, पॉलाईन हारग्रेव्ह - मुख्य सल्लागार; कंपनीसाठी सुरुवातीचं भांडवल उभारण्यात सिंहाचा वाटा असलेला मायकेल कॅलाब्रीस, आणि कंपनीच्या सायंटिफिक ॲडव्हायजरी बोर्डाचा चेअरमन मार्कस ग्रॅहॅम. आता सगळे जण लवकरच कित्येक पटींनी श्रीमंत होणार होते. त्यामुळे बेन कोरीच्या पर्सनल सेक्रेटरी जॅकलिन रोस्तोनं थंडगार उंची शँपेनच्या बाटल्या उघडण्याचा सपाटा लावला, आणि त्या आवाजांनी 'चीअर्स'च्या आवाजांमध्ये आणखीच भर पडली.

बेन आणि कार्लनं आपापल्या हातात शँपेनचा पूर्ण भरलेला एकेक ग्लास घेतला, आणि ते दोघं बेनच्या फिफ्थ ॲव्हेन्यूवरच्या ऑफिसच्या दर्शनी भागातल्या प्रचंड मोठ्या खिडक्यांपाशी येऊन मोठ्या समाधानाने बाहेर पाहू लागले. ऑफिसची बिल्डिंग फिफ्थ ॲव्हेन्यू आणि एटीसेव्हंथ स्ट्रीटच्या चौकात होती. बाहेर अगदी हलकासा पाऊस पडत होता. खाली रंगीबेरंगी छत्र्या उघडून पादचारी लोक घाईघाईनं गर्दीतून वाट काढत चालताना दिसत होते.

"आपण जेव्हा आयपीएस यूएसएबद्दल पहिल्यांदा बोलायला सुरुवात केली ना, तेव्हा मला कल्पनाही करणं शक्य होत नव्हतं, की आपण इतकी मोठी प्रगती करू आणि तीही इतक्या वेगानं." कार्लनं जणू स्वतःशीच बोलत असल्यासारखं म्हटलं.

"मलाही." बेननं मान डोलावली, "पण मिशेलला आपल्यात घेऊन त्याच्या त्या खास क्लाएंटसकडून एवढं मोठं भांडवल उभारण्याचं बरंचसं श्रेय मात्र तुलाच जातं. ग्रेट आहेस तू, दोस्ता. थँक्स."

कॉलेजमध्ये असताना त्यांची मैत्री होती; पण पुढे त्यांचे मार्ग वेगळे झाले होते. बेन मेडिकल स्कूलमध्ये गेला होता, तर कार्लनं अकाउंट्समधली पुढची डिग्री घेतली होती आणि आर्थिक क्षेत्रात प्रवेश केला होता. बेननं आयपीएस यूएसए स्थापन केल्यावर त्याला परत आणलं होतं.

"थँक्यू बेन."

"आणि आपल्याला सातोशीचं नाव, त्याच्या संशोधनाची माहिती, त्याला किती वाईट वागणूक मिळाली ती माहिती मिळाली नसती, तरी आजचं यश शक्य झालं नसतं."

"पण त्याबाबतीत खरी महत्त्वाची गोष्ट अशी झाली, की त्याच्या लॅबमधल्या संशोधनाच्या वह्या मिळवल्या आपण."

''बरोबर आहे; पण त्या प्रसंगाची सारखी आठवण करून देऊन नकोस मला.'' त्या आठवणीनंही बेनच्या अंगावर काटा उभा राहिला. त्याच्या त्या गुंड साथीदाराबरोबर तो पकडला गेला नव्हता, हाच एक मोठा चमत्कार होता.

''त्या भानगडीवरून जपानमध्ये पुढे काय झालं, काही समजलं का?'' कार्लनं विचारलं.

''नाही. निदान मला तरी काही कळलेलं नाही, आणि मायकेलच्या म्हणण्याप्रमाणे त्याच्या तिकडच्या लोकांनाही नाही. जपानी सरकारचे तिकडच्या याकुझा टोळ्यांशी काहीसे विचित्र; पण साथीदारासारखे संबंध आहेत. याच्या उलट आपलं सरकार म्हणजे कायम माफिया टोळ्यांच्या जिवावर उठलेलं असतं.''

''हो, माफियावरून आठवलं.'' कार्लनं कुजबुजत म्हटलं, ''माफियांचा सहभाग आपल्या कंपनीत आहे आणि तो पुढेही चालू राहील – निदान आणखी काही वर्षं तरी. तुला याची काळजी नाही वाटत?''

''ही गोष्ट मला फारशी पसंत नाही, हे खरंय.'' बेननं मान डोलावली, ''पण माफिया आणि जपानमधल्या याकुझानं आपल्या कंपनीत केलेली गुंतवणूक आणि सातोशी आणि त्याच्या कुटुंबाला इतक्या थोड्या काळात इकडे आणण्यात आणि त्याच्या संशोधनाच्या वह्या हस्तगत करण्यात त्यांनी प्रचंड महत्त्वाची भूमिका केली, या दोन गोष्टी नसत्या, तर आपण इतक्या थोड्या काळात प्रगतीचा एवढा मोठा पल्ला गाठणंच शक्य नव्हतं; पण तू म्हणतोस तेही बरोबर आहे. त्यांचा सहभाग फार काळ पुढे चालू देणं म्हणजे आगीशी खेळण्यासारखं आहे. ही परिस्थिती बदलायला हवीय. मी मायकेलशी या बाबतीत बोललोय, आणि उद्या सकाळी आम्ही दोघं पुन्हा त्याच्या ऑफिसात भेटणार आहोत. त्यालाही हे पटतंय. मी त्याला सांगितलंय, की त्याच्या क्लाएंटची भूमिका आजपासून फक्त एका गुंतवणूकदाराचीच असली पाहिजे. त्यांना यासाठी काहीतरी गाजर दाखवायला हवं. आपण हवं तर त्यांना स्टॉक ऑप्शन्स देऊ या.''

कार्लनं भुवया उंचावल्या. हे इतकं साधं आणि सरळ होईल याबद्दल त्याला शंका वाटत होती; पण तो गप्पच राहिला. तेवढ्यात त्यांचा निरोप घ्यायला सातोशी आला. ''मी आता जातो. घरी जाऊन सगळ्यांना ही चांगली बातमी सांगितली पाहिजे.'' त्यानं कमरेत झुकत त्या दोघांना म्हटलं.

''जरूर जा!'' बेननं बुटक्या, लाजऱ्या सातोशीबरोबर 'हाय फाईव्ह' करत म्हटलं. पहिल्यांदा त्यांची भेट झाली, तेव्हा तर बेनला सातोशी अगदी विशीतलाच वाटला होता. प्रत्यक्षात मात्र तो पस्तीस वर्षांचा होता. ''तू पॉलाईनला भेटून त्या विल आणि ट्रस्टच्या कागदपत्रांवर सह्या केल्यास की नाही?''

"हो, ते सगळं झालंय करून."

"झकास!" बेननं पुन्हा त्याच्याबरोबर 'हाय फाईव्ह' केलं. सातोशीनं त्याची डॉक्टरेट हार्वर्डमधून केली होती, त्यामुळे त्याला बहुतांश अमेरिकन रीतीरिवाज माहीत होते. पुन्हा एकदा त्यांच्याशी थोडं बोलून, शेकहँड करून सातोशी जाण्यासाठी वळला आणि थबकून परत बेनकडे वळला.

त्यानं थेट बेनच्या नजरेला नजर मिळवली. "एक गोष्ट विचारायची राहूनच गेली. माझ्यासाठी कुठेतरी लॅबची सोय करणार होतास ती झाली का?" आयपीएस यूएसए कंपनी अजून अगदीच बाल्यावस्थेत होती, त्यामुळे तिच्याकडे फक्त ही ऑफिसचीच जागा होती. तिची अजून स्वतःची स्वतंत्र अशी लॅब नव्हती. कदाचित पुढेही कधी नसणार होती. पेटंट्सच्या बाबतीतल्या एकूणच गोंधळाच्या परिस्थितीचा– त्यातही इंड्यूस्ड प्लुरिपोटंट स्टेम सेल्सच्या बाबतीतल्या – फायदा घेऊन भरपूर पैसा कमावणं, हाच तिचा एक कलमी बिझनेस प्लॅन होता. कंपनीच्या स्थापनेमागची मूळ कल्पना अशी होती : स्टेम सेल्सवरच्या संशोधनाशी संबंधित जगभरातली सगळी 'इंटेलेक्च्युअल प्रॉपर्टी' – म्हणजे शास्त्रज्ञ आणि त्यांचं संशोधन- भरपूर पैसा पेरून ताब्यात घेऊन पर्यायानं जगातल्या स्टेम सेल्सच्या बाजारपेठेवर कब्जा मिळवायचा आणि तेही कंपनी नेमकं काय करतेय हे इतरांच्या लक्षात यायच्या आत. हे म्हणजे एक प्रकारचं 'इंटेलेक्च्युअल ब्लिटझ्क्रीग' होतं.

"अजून नाही." बेननं म्हटलं. "पण कोलंबिया मेडिकल सेंटरच्या नवीन स्टेम सेल संशोधनाच्या बिल्डिंगमध्ये तुझी सोय करण्याचे माझे प्रयत्न चालू आहेत– भाड्यानं. त्यांच्याकडून काय ते एक-दोन दिवसांतच कळेल. तू असं कर, तू मला उद्या दुपारनंतर फोन कर. किंवा भेटून गेलास तरी चालेल."

"थँक्यू." सातोशीनं कमरेत झुकत म्हटलं.

"ओके. मग भेटू उद्या." बेननं त्याच्या खांद्यावर प्रेमानं थाप मारली.

"हाई, हाई" सातोशीनं हसून म्हटलं आणि तो निघून गेला.

"लॅबमध्ये सोय?" तो गेल्यावर कार्लनं विचारलं.

"हो, त्याला पुढे संशोधन चालू ठेवायचंय." बेननं अन्यमनस्कपणे म्हटलं. "त्याला त्या लॅबमध्ये तास न् तास घालवण्याची एवढी सवय लागलीय, की मला वाटतं बरेच दिवसांत लॅबमध्ये जायला न मिळाल्यामुळे त्याला पाण्यातून बाहेर काढलेल्या माशासारखं वाटत असेल."

"म्हणजे तू त्याला चांगलंच खिशात टाकलेलं दिसतंय."

बेन फक्त हलकेच हसला.

"पण तो लॅबमध्ये नेमकं काय करणार? आणि ते काम बऱ्यापैकी खर्चिकही

असेल ना?''

''तो आयपीएसच्या निर्मितीसाठी इलेक्ट्रोपोरेशनच्या तंत्रांवर संशोधन करायचं म्हणतोय.'' बेननं खांदे उडवले. ''म्हणजे काय हे मला नेमकं माहीत नाही. आणि मला त्याच्याशी फारसं देणंघेणंही नाही. मला एकच करायचंय, ते म्हणजे त्याला खूश ठेवायचंय; म्हणूनच तर आपण त्याला आणि त्याच्या कुटुंबाला लवकरात लवकर इकडे घेऊन आलो. खरा हाडाचा संशोधक आहे तो. कायदेशीर औपचारिकता म्हणजे वेळेचा अपव्यय मानतो तो. त्यामुळे पेटंटच्या दृष्टीनं सगळं काही पक्कं बंद करेपर्यंत त्याला दुसरीकडे जायची संधी देता कामा नये आपण. तो म्हणजे आपली सोन्याचं अंडं देणारी कोंबडी आहे. त्यामुळे तो खुराड्यात कसा राहील इकडे बघितलंच पाहिजे.''

''म्हणजे सध्यातरी तो इथं बेकायदा आलेला एक परदेशी नागरिक आहे. हो ना?''

''तसं म्हण हवं तर, पण ही परिस्थिती लवकरच बदलेल. व्यापार मंत्रालयाच्या खास प्रयत्नांमुळे टोकियोमधला अमेरिकन दूतावास त्या सगळ्यांना लवकरात लवकर ग्रीन कार्डस मिळवून देतोय.''

''ते लोक कुठे राहताहेत?'' कार्लनं विचारलं. कंपनीच्या दृष्टीनं सातोशीचं महत्त्व विचारात घेता, सातोशीचा ठावठिकाणा कायमच माहीत असण्याची त्याला गरज वाटत होती.

''मला माहीत नाही, आणि सरकारी अधिकाऱ्यांनी त्यांची चौकशी केली तर उगाच आपल्याकडून त्यांचा पत्ता त्यांना समजू नये, म्हणून आपल्याला ते माहीत नसलेलंच उलट बरं. मिशेललाही त्यांचा पत्ता माहीत असेलसं वाटत नाही; पण सातोशीचा सेलफोन नंबर मात्र माझ्याकडे आहे.''

कार्लला हसूच आलं. त्यात विनोदापेक्षा आश्चर्यच जास्त होतं.

''यात काय विनोद दिसला तुला?'' बेननं विचारलं.

''आपण जेव्हा पहिल्यांदा कोणालातरी फसवायचा विचार करतो, तेव्हा आपण केवढा गुंता निर्माण करायचा विचार करतो, नाही?''

''वा, वा! काय पण विनोद!'' बेननं तिरकसपणानं म्हटलं, ''म्हणजे सातोशीची सगळी माहिती आणि नाव गुप्तपणे शोधून काढल्यानंतर आपण त्याला इकडे आणायलाच नको होतं, असं म्हणायचंय का तुला?''

''तसं नाही. ल्युसिया गँगशी आपल्या कंपनीचे जे संबंध आहेत ना, त्याबद्दल मला काळजी वाटते. सातोशी आणि त्याच्या कुटुंबाचा ठावठिकाणा त्यांच्यापासून लपवण्यासाठीच तुला त्याचा पत्ता माहीत असायला नकोय, हे दिसतंय मला.''

''तेच म्हणतो मी. त्यांच्याबरोबरचे संबंध तोडून टाकायचं मी जे म्हणतोय,

त्याचं हेही एक मोठं कारण आहे. त्यासाठी माझ्या अंदाजापेक्षा थोडे जास्त स्टॉक ऑप्शन्स त्यांना द्यावे लागले तरी चालतील; पण तरीही आपण फायद्यातच असू. त्यासाठी त्यांच्याशी काय बोलणी करायची, ते मी तुझ्या आणि मायकेलच्या हाती सोपवतोय.''

''थँक्स अ लॉट!'' कार्लनंही तितक्याच तिरकसपणे म्हटलं. लगेच त्यानं विषय बदलला. ''आणि मघाशी ते ट्रस्टबद्दल काय बोलत होतात तुम्ही दोघं? कसला ट्रस्ट?''

''सातोशीला क्योटो युनिव्हर्सिटीबद्दल आणि त्याला आपण जे जपानमधून इकडे आणलं ना, त्याबद्दल जरा भीती वाटतेय, काळजी वाटतेय. आपलं जर काही बरंवाईट झालं, तर आपल्या कुटुंबाचं काय, अशी काळजी वाटतेय त्याला. आणि ते साहजिकच आहे. आपल्या कंपनीच्या दृष्टीनं आणखी थोडी सुरक्षा ठेवणं मलाही योग्य वाटलं. म्हणून मी पॉलाईनला त्याच्याशी बोलायला सांगितलं. आणि तिनं सातोशी आणि त्याच्या बायकोसाठी दोन विल्स बनवली. आणि त्याच्या मुलासाठी एक ट्रस्ट बनवला. त्यातच आम्ही आपलं लायसन्स ॲग्रिमेंट आणखी सुरक्षित करण्यासाठी आणखी दोन कलमं घातली.''

''हं. त्या ट्रस्टवर ट्रस्टी कोण आहे?''

''मीच.''

सातोशी माचिता स्वतःवर जाम खूश होता. एवढा खूश तो आयुष्यात पूर्वी कधीच नव्हता. बिल्डिंगमधल्या सुंदर सजावट केलेल्या लिफ्टमधून खाली येता येता तो मनात म्हणत होता, आपण अमेरिकेत कायमचे येऊ असं कधी स्वप्नातही वाटलं नव्हतं आपल्याला. आपण अमेरिकेत तर आलोच, सगळ्यांना बरोबर घेऊन आलो आणि आपल्याला इथे जॉर्ज वॉशिंग्टन ब्रिजच्या पलीकडे घरही मिळालंय. काही गोष्टी आपल्याला परत कधीच अनुभवता येणार नाहीत हे खरंय– आपल्या क्योटोमधल्या सुंदर मंदिरांजवळचे ते मनमोहक चेरी ब्लॉसम्स, माऊंट फुजीवरून दिसणारा सूर्योदयाचा नितांत सुंदर देखावा– पण इथली स्वातंत्र्याची जाणीव कुठाय तिकडे? हार्वर्डमध्ये इथे शिकत असताना आणि बोस्टनमध्ये राहत असताना आपण स्वातंत्र्याची खरी चव चाखली, ती जपानमध्ये इतक्या वर्षांमध्ये आपण कधीच अनुभवली नव्हती. तिथे आपल्याला होती, ती फक्त कर्तव्याची जाणीव. अगदी जिवाची घुसमट करणारी कर्तव्याची जाणीव. घरातल्या मोठ्या लोकांप्रतीची कर्तव्यं, आईबाप, गुरू, लॅबमधले वरिष्ठ लोक, समाज, आणि देशाप्रती कर्तव्यं आणि जबाबदाऱ्या. सुटकेचा निःश्वास कधी सोडूच शकलो नाही आपण.

बिल्डिंगमधल्या तळमजल्यावरच्या कॉरिडॉरच्या प्रवेशद्वाराशी तो काही वेळ

थांबला. प्रवेशद्वाराच्या दव जमलेल्या काचांमधून त्याला बाहेरच्या हलक्या पावसात घाईघाईनं वाट काढत चाललेले पादचारी दिसत होते. चौकात गाड्या, टॅक्सी, बसेसची रहदारी खोळंबलेली होती. पावसाबरोबर दाट धुकंही जमलेलं दिसत होतं. टॅक्सीला हात करावा असं त्याच्या मनात आलं; पण त्यानं विचार बदलला. त्यानं आत्ताच सही केलेल्या करारानुसार काही महिन्यांतच तो कोट्यधीश होणार होता; पण त्याची मूळची मध्यमवर्गीय वृत्ती बदलायला अजून वेळ होता. अजून त्याला मिळणारा पगार जेमतेमच होता, आणि शिवाय आठ माणसं त्याच्यावर अवलंबून होती. त्यामुळे उधळपट्टी करण्याएवढा पैसा त्याच्याकडे अजून आलेला नव्हता. जपानमधून आपण पळून येणार, त्याचा बदला घेतला जाईल अशी भीती कायमच त्याच्या मनात होती. त्यामुळे तो आपले दोन्हीकडचे आजी-आजोबा, अजून लग्न न झालेली बहीण, बायको आणि मुलगा, अशा सगळ्यांनाच इकडे घेऊन आलेला होता. कोलंबस सर्कलपर्यंत चालतच जाऊ आणि तिथून जॉर्ज वॉशिंग्टन ब्रिज बस टर्मिनलची मेट्रो ट्रेन पकडू, असं मनात ठरवून तो निघाला. तिथे उतरून ब्रिजपलीकडच्या फोर्ट ली, न्यू जर्सीपर्यंत बसचा छोटासा प्रवास होता. फोर्ट ली भागातच त्याची तात्पुरती राहण्याची सोय केलेली होती.

बिल्डिंगच्या दारातून बाहेर पडून सातोशीनं कराराचे कागद असलेली आपली छोटी बॅग डाव्या हातात घेतली. बिल्डिंगमधून त्यानं बघितलेलं धुकं बरंच जास्त दाट होतं. चांगलाच गारठाही होता. त्यामुळे त्यानं पुन्हा एकदा टॅक्सी करावी असा विचार केला; पण जवळपास कुठेच एखादी रिकामी टॅक्सी त्याला दिसेना.

चौकातला सिग्नल हिरवा होण्याची वाट बघत थांबलेला असताना अचानक सातोशीची नजर रस्त्यापलीकडे असलेल्या एका जपानी माणसावर गेली. सातोशीला दोन गोष्टी एकदमच दिसल्या. एक, त्या जपानी माणसाच्या हातात फोटोसारखा एक कागदाचा तुकडा दिसत होता, आणि तो त्या कागदाकडे आणि सातोशीच्या दिशेनं आळीपाळीनं बघत होता. दुसरी आणखी धक्कादायक गोष्ट अशी होती, की त्या माणसाच्या कपड्यांवरून तो याकुझा टोळीतला गुंड असणार, अशी सातोशीची जवळजवळ खात्रीच झाली. त्याच्या अंगावर तो खास ड्रेस होता– काळा शार्कस्किन सूट, स्पाईक केलेले केस, आणि काळा गॉगल– जवळजवळ अजिबातच सूर्यप्रकाश नसूनही घातलेला! सातोशीची नजर आपोआपच त्या माणसाच्या डाव्या– म्हणजे तो कागद धरलेल्या – हाताकडे गेली, आणि त्याची पक्की खात्री झाली. याकुझा टोळीतल्या गुंडाला बॉसशी आपली इमानदारी दाखवण्यासाठी डाव्या हाताच्या करंगळीचं सगळ्यात वरचं पेर कापून द्यावं लागतं, हे बहुतांश जपानी लोकांसारखं सातोशीलाही माहीत होतं – आणि

याही माणसाच्या डाव्या हाताची करंगळी लांडी होती.

पुढच्याच क्षणी सातोशीच्या लक्षात आलं, की त्या माणसाच्या बरोबर आणखी एक तसाच दिसणारा माणूस आहे. फोटो हातात धरलेला माणूस आता सातोशीकडे बोट दाखवत होता, आणि तो दुसरा माणूस 'समजलं' असं म्हणत असल्यासारखी मान डोलावत होता.

आता मात्र सातोशी खरोखर घाबरला. ते दोघं जण ताबडतोब रस्ता ओलांडून आपल्याकडे येणार हे लक्षात येऊन तो गर्रकन वळला, आणि उलट दिशेनं, गर्दीमधून वाट काढत वेगानं सेंट्रल पार्कच्या दिशेनं निघाला. खरं म्हणजे यामागुची-गुमी या याकुझा टोळीनंच बेन कोरीच्या आग्रहावरून त्याला जपानमधून बाहेर काढून इकडे आणलं होतं; पण त्यानं या दोघांना पूर्वी कधीच बघितलेलं नव्हतं आणि त्यानं अंदाज बांधला की हे दोघं दुसऱ्या एखाद्या याकुझा टोळीतले असावेत. दुसऱ्या याकुझा टोळीला आपल्यात का इंटरेस्ट असेल हे त्याला माहीत नव्हतं, आणि ते शोधून काढण्यातही त्याला स्वारस्य नव्हतं.

फिफ्टी एट्थ स्ट्रीटपाशी तो पोहोचला, आणि त्यानं पुढे न जाता तिथल्या चौकातच फिफ्थ ॲव्हेन्यू ओलांडला. चालता चालताच त्यानं डावीकडच्या बाजूला ती दोन माणसं कुठे दिसतात का, हे बघण्यासाठी कटाक्ष टाकला. ती दिसत नाहीत हे लक्षात आल्यावर त्याला जरा हायसं वाटलं. कदाचित हा आपल्या कल्पनेचाच खेळ असेल, त्यानं मनात म्हटलं. आपोआपच त्याचा वेग किंचित मंदावला. प्लाझा हॉटेलसमोरच्या छोट्याश्या बागेबाहेरच्या बुटक्या झाडाखालून वाकून चालत तो प्लाझा हॉटेलच्या कोपऱ्याशी आला.

आता फिफ्टी नाईन्थ स्ट्रीटवरून पुढे जावं म्हणून कोपऱ्यावर वळत असताना त्यानं पुन्हा एकदा हळूच मान वळवून मागे बघितलं, आणि तो चमकलाच. ती दोन माणसंही त्याच्याच दिशेनं येत होती. आणि हॉटेलशेजारून चुकीच्या बाजूनं हळूहळू चालत असलेल्या एका काळ्या एसयूव्ही मधल्या दोन माणसांशी चालता चालता काहीतरी बोलत होती. त्या दोघा जपानी माणसांना सातोशीनं आपल्याला बघितल्याचं लक्षात आल्याबरोबर त्यांनी बोलणं बंद करून जरा जास्त वेगानं धावायला सुरुवात केली.

सातोशीनंही धावायला सुरुवात केली. ते दोघं गुंड कंपनीबाहेर आपली वाट बघत थांबले असले पाहिजेत, हे त्याच्या लक्षात आलं. ते कोण, त्यांना आपल्याकडून काय हवंय हे त्याला अजिबातच माहीत नव्हतं; पण ते आपलाच पाठलाग करत असल्याची त्याची पक्की खात्री मात्र एव्हाना झालेली होती. त्याला इकडे आणण्याचे सोपस्कार बेननंच यामागुची गँगच्या मदतीनं पार

पाडले होते. सातोशीची प्रत्यक्ष गाठ त्यांच्याशी कधीच पडली नव्हती. आणि तरीही हे लोक आपल्या मागावर आहेत याचा संबंध आपल्या आयपीएस यूएसए कंपनीशी असलेल्या संबंधांशी आणि आपण जपानमधून चोरून इकडे येण्याशी असणार, हे त्यानं ताडलं.

आता मात्र सातोशीनं डाव्या हातात बॅग घट्ट धरून गर्दीतून वाट काढत धावायला सुरुवात केली. त्याला काय करावं हेच समजत नव्हतं. कोलंबस सर्कलचं मेट्रो स्टेशन कायमच गजबजलेलं असतं; पण ते थोडं दूर आहे. तिथे आपण या गुंडांना गुंगारा देऊ शकू; पण त्यांनी आपल्याला गाठायच्या आत तिथे पोहोचायचं कसं?

तेवढ्यात एक टॅक्सी अचानक त्याच्यापासून थोडंच पुढे येऊन कडेला थांबली, आणि आतला प्रवासी खाली उतरला. झपाट्यानं सातोशी तिकडे गेला आणि टॅक्सी ड्रायव्हरला काही कळायच्या आत मागच्या सीटवर त्यानं स्वतःला झोकून दिलं. "कोलंबस सर्कल!" त्यानं धापा टाकत म्हटलं.

इतक्या जवळचं गिऱ्हाईक मिळाल्यामुळे जरा चिडलेल्या त्या टॅक्सी ड्रायव्हरनं सरळ बेकायदा यू टर्न घेतला. सातोशी वेडावाकडा होत गाडीच्या दारावर आपटला; पण टॅक्सी सरळ झाल्याबरोबर लगेच सावरून नीट बसला. लगेच त्यानं वळून मागच्या काचेतून मागे बघितलं. ते दोघं जपानी गुंड गोंधळून थबकलेले त्याला दिसले. कदाचित त्यांनी आपल्याला टॅक्सीत शिरलेलं बघितलं नसेलही, त्यानं मनात म्हटलं.

कोलंबस सर्कल स्टेशनशी पोहोचेपर्यंत त्याला ते गुंड किंवा ती एसयूव्ही, काहीच दिसलं नाही. सुटकेचा मोठा निःश्वास टाकून तो वेगानं त्या गजबजलेल्या स्टेशनमध्ये खाली उतरला.

तिथल्या फिरत्या दाराच्या पलीकडच्या बाजूला सुरुवातीलाच त्याला दोन आडदांड पोलीस दिसले. पोलिसांचीही त्याला तितकीच भीती होती, कारण काही झालं, तरी या क्षणी तो अमेरिकेत बेकायदा राहत असलेला एक परदेशी माणूस होता. पटकन तोंड लपवून तो त्यांचा डोळा चुकवून आत शिरला. त्या बेननं एकदाची ती ग्रीन कार्ड्स आणून दिली म्हणजे सुटलो.

भराभरा चालत सातोशी शहराकडे जाणाऱ्या 'ए' एक्सप्रेसच्या प्लॅटफॉर्मवर येऊन प्लॅटफॉर्मच्या अगदी कडेपाशी आला, आणि गाडी येणार होती त्या दिशेनं पाहू लागला. आपण त्या दोघांना चुकवलंय याची त्याला जवळजवळ खात्री होती; पण अचानक ते दिसले तर काय करायचं, ही शंका त्याला भेडसावत होतीच.

प्लॅटफॉर्मच्या कडेपासून थोडा मागे होऊन तो सगळ्याच लोकांकडे संशयानं

बघू लागला. सगळेच जण त्याची नजर चुकवत होते. प्लॅटफॉर्मवरची गर्दी भराभर वाढत होती. कोणी पेपर वाचत होते, कोणी सेलफोनवर बोलत होते, तर कोणी गाडीची वाट पाहत अस्वस्थपणे येरझाऱ्या मारत होते. गर्दी वाढतच होती, दाटत चाललेली होती. गाड्या येत होत्या आणि जात होत्या; पण कायम दुसऱ्या प्लॅटफॉर्मवर.

एवढ्यात सातोशीला तो पहिला गुंड दिसला. जेमतेम पाच-सहा फुटांवरून तो त्याच्याकडे त्याच्या बारीक डोळ्यांच्या कोपऱ्यांमधून बघत होता. सातोशी गारठलाच. घाबरून तो त्याच्यापासून दूर जायचा प्रयत्न करू लागला; पण वाढत्या गर्दीमुळे त्याला ते फारसं जमेना.

थोडंच अंतर तो दूर जाऊ शकला, कारण त्याच्या अगदी समोर, पेपर वाचण्याचा बहाणा करत तो दुसरा गुंड उभा होता. आता मात्र तो पुरता अडकला होता. एका बाजूला रेल्वेचे रूळ होते, तर दुसऱ्या बाजूला एक टाईल्स लावलेली भिंत होती. आणि त्याच्यामागे आणि पुढे हे दोघं गुंड होते.

सातोशीची भीती प्रचंड वेगानं वाढत असतानाच त्यात आणखी भर टाकत ती 'ए' ट्रेन एकदम धडधडत आली. याच गोंधळात ते दोघंही लोकांमधून वाट काढत आपल्याकडे येत असल्याचं त्याला जाणवलं. ते आणखी जवळ आले तर ओरडाआरडा करायचा असं त्यानं ठरवलं; पण तसं काहीच झालं नाही. त्याला फक्त त्या गडबडीतूनही हवेचा एक 'सूं ऽऽऽ'असा आवाज आल्यासारखं वाटलं, आणि पुढच्याच क्षणाला त्याला डाव्या पायाच्या मागे, जिथे पाय आणि पार्श्वभाग एकत्र जुळतात, त्या ठिकाणी एक जाळत जाणारी वेदना जाणवली. लगेचच त्याच्या डोळ्यांपुढे काळाकुट्ट अंधार पसरला.

सुसुमू नोमुरा आणि योशियाकी इतो हे दोघं त्यांचा बॉस, आईझुकोतेत्सू-काई टोळीचा प्रमुख हिसायुकी इशीच्या खास आज्ञेवरून गेल्या पाच वर्षांपासून इथे अमेरिकेत टोळीसाठी काम करत होते. नोमुरा अत्यंत धाडसी होता, तर इतो अत्यंत सावधपणे, योजना आखून काम करायचा. त्यामुळे दोघं मिळून त्यांची कामं फार चांगली करायचे. त्यांना जेव्हा सातोशीचा काटा काढायची आज्ञा मिळाली होती, तेव्हा नोमुरा इतका खूश झाला होता, की त्याला हे काम लगेच करावं असं वाटलं होतं. कारण त्याला आईझुकोतेत्सू--काईचा न्यू यॉर्कमधला प्रमुख सल्लागार हिदेकी शिमोदा याला खूश करायचं होतं. त्यासाठी त्याला फिफ्थ ॲव्हेन्यूवरच, तेही दिवसाढवळ्या सातोशीला मारायचं होतं. याकुझा टोळीला आपली इमानदारी आणि धाडस दाखवून द्यायची ही उत्तम संधी आहे, असं त्याचं म्हणणं होतं.

पण योशियाकीनं त्यांना बजावून सांगितलं होतं, की सातोशीचा मृत्यू नैसर्गिकपणे झालाय असंच दिसलं पाहिजे, आणि त्यासाठी तुम्ही थोडे दिवस थांबून त्याच्या हत्येची योजना बनवा. एका अज्ञात व्यक्तीला आपोआप मृत्यू आला आहे, असंच वाटलं पाहिजे सगळ्यांना. पोलिसांची– आणि कदाचित एफबीआयची– चौकशी टाळलीच पाहिजे.

त्यांच्या योजनेनुसार त्यांनी सातोशीचा पाठलाग केला होता, तो काम झाल्यावर संध्याकाळी 'ए' ट्रेन पकडण्यासाठी कसा जातो हे पाहिलं होतं, आणि मगच त्याची बेमालूमपणे हत्या केली होती. हिदेकी शिमोदानं दिलेल्या छत्रीच्या दांड्यामागे लपवलेली एअरगन चालवून त्याला मारण्याआधी गाडी स्टेशनात येईपर्यंत नोमुरा मुद्दाम थांबला होता. तो खाली पडण्याच्या आत योशियाकीनं त्याला उभं धरून ठेवलं होतं. गाडी पकडण्याच्या घाईत असलेले प्रवासी काय होतंय इकडे लक्ष न देता गाडीत चढत होते, त्यामुळे नोमुरानं सातोशीच्या हातातली बॅग, पैशाचं पाकीट आणि सेलफोन चटकन काढून घेतल्याचं कोणाच्याही लक्षात आलं नव्हतं. मरण्यापूर्वी सातोशीला काही क्षण आकडी येईल असं त्यांना आधीच सांगितलेलं होतं, त्यामुळे तीही अडचण आली नव्हती. गाडीची दारं बंद व्हायच्या आत त्या दोघांनी सातोशीला हळूच खाली झोपवलं होतं, आणि ते शांतपणे चालत तिथून निघून गेले होते.

पाच मिनिटांनी ते दोघं आल्या मार्गानं स्टेशनमधून वर आले. आपल्या कामगिरीवर दोघंही जाम खूश होते. योशियाकीनं आपला सेलफोन काढून त्या काळ्या एसयूव्हीमधल्या गुंडांना फोन करून यायला सांगितलं. तोपर्यंत नोमुरानं सातोशीची बॅग उघडून आतले कराराचे कागद काढून घेतले. बॅगेत आणखी काही नाही याची खात्री करून त्यानं तो करार भराभर चाळून बघितला; पण त्याला काही समजलं नाही. त्याचं इंग्लिशचं ज्ञान यथातथाच होतं.

''त्याच्या वह्या नाहीत बॅगमध्ये?'' योशियाकीनं विचारलं, आणि नोमुराच्या हातातली बॅग घेऊन स्वतः आत पाहिलं, आत काहीच नव्हतं. तो जरा निराश झाला, कारण त्यांना सातोशीला मारून त्या वह्या घेऊन यायला सांगितलं होतं. त्याची कल्पना होती, की ज्या अर्थी सातोशी ती बॅग इतकी जपून रोज बरोबर आणतोय, त्या अर्थी त्या वह्या बॅगेत असतील.

''नाही. फक्त हे एवढेच कागद आहेत.'' नोमुरानं त्याला हातातला कागदांचा गठ्ठा दाखवला.

''हा तर कसलातरी करार दिसतोय.'' पाच वर्षं न्यू यॉर्कमध्ये राहिल्यावरही त्यांना इंग्लिश भाषा फारशी येत नव्हती.

''तो तरी महत्त्वाचा आहे का पण?'' नोमुरानं उत्सुकतेनं विचारलं. 'वह्या-

पुस्तकं नाही तर नाही, निदान हे कागदतरी त्याऐवजी देऊ शकू आपण...' त्यानं मनात म्हटलं.

तेवढ्यात ती काळी गाडी– ती एक जीएमसी डेनाली होती– येऊन उभी राहिली. ते दोघंही मागचं दार उघडून घाईघाईनं मागच्या सीटवर बसले, त्याबरोबर गाडी निघाली.

पुढच्या, ड्रायव्हरशेजारच्या सीटवर बसलेला टकल्या, दणकट अंगाचा माणूस अर्धवट मागे वळला. त्याचं नाव होतं कार्लो पापारो. त्याचे कान मोठे होते, तर नाक बुलडॉगसारखं बसकं होतं. त्यानं अंगात काळा टर्टलनेक, करड्या रंगाचं स्पोर्ट जॅकेट आणि काळी पँट घातलेली होती. "तुमचा तो शास्त्रज्ञ कुठाय? का गेला पळून?" त्यानं विचारलं, "खरं म्हणजे तुम्हाला एवढा काही प्रॉब्लेम यायला नकोय." वॅकारो फॅमिली आणि आईझुकोतेत्सू-काई यांच्यातले संबंध किती महत्त्वाचे आहेत, हे समजावून त्याला त्याच्या बॉस लोकांनी फक्त एवढंच सांगितलं होतं, की आईझुकोतेत्सू-काईच्या दोन माणसांची गाठ जपानमधून नुकत्याच पळून आलेल्या एका जपानी माणसाशी घालून देण्यात तू मदत करायची आहेस. मदत म्हणजे, त्यांना हवं तिथं गाडीनं घेऊन जाणं.

सुसुमू नोमुरा किंचित हसला आणि त्यानं त्यांचं बोलणं योशियाकीला जपानी भाषेमधून समजावून सांगितलं. योशियाकीही हसला. "तो पळून नाही गेला." नामुरोनं म्हटलं, "त्याला हार्ट ॲटॅक आला."

"हार्ट ॲटॅक?" कार्लोनं काहीशा आश्चर्यानं विचारलं.

"म्हणजे, तशी आमची कल्पना आहे." योशियाकीचं हसणं थांबवण्याचा प्रयत्न करत नोमुरानं म्हटलं, योशियाक क्षणात काय ते समजला, आणि त्यानं हसणं थांबवलं.

कार्लोनं दोघांकडे चिडून आळीपाळीनं बघितलं. "काय लावलं तुम्ही दोघांनी? माझी खेचताय?"

"खेचताय? म्हणजे?" योशियाकीनं हा शब्दप्रयोग पूर्वी कधी ऐकलेला नव्हता.

हातानं त्यांना गप्प करत कार्लो परत पुढे वळला, आणि त्यानं गाडी चालवत असलेल्या आपल्या साथीदाराकडे– ब्रेनन मोनागनकडे– एक कटाक्ष टाकला. दोघंही लुई बारबेराचे मदतनीस होते आणि बऱ्याचदा एकत्र काम करायचे. पॉली सेरिनो हा वॅकारो फॅमिलीचा खरा बॉस अजून रिकर्स आयलंडच्या तुरुंगात शिक्षा भोगत होता, आणि तोपर्यंत लुईबरोबरच फॅमिलीचं काम बघत होता. कार्लोला रहदारीत गाडी चालवायला अजिबात आवडत नसे, त्यामुळे त्याची गाडी ब्रेनन चालवत होता. कार्लो मुळात भयंकर चिडखोर होता, त्यामुळे गाडी चालवताना

कायम काही ना काही भानगड व्हायची. त्यामुळे तो गर्दीत गाडी चालवणं टाळायचा.

नोमुरा आणि योशियाकीला गाडीत घेतल्यानंतर ब्रेननं गाडी उजवीकडे सेंट्रल पार्क वेस्टवर घेतली होती. पार्कमधून आडवं जात ईस्ट साईडला जावं असा त्याचा विचार होता; पण याला भरपूर वेळ लागणार हे उघड होतं, कारण रहदारीच तशी होती.

"ओके." कार्लो पुन्हा मागे वळत म्हणाला. गाडी चालवत नसूनही तो चिडलेला होता. "तुमचं काय म्हणणं होतं ते झालं का?"

नोमुरानं हात वर केला, "आम्ही बोलतो जरा."

"ओ, फॉर गॉडस सेक!" कार्लो वैतागून पुन्हा पुढे वळला, "पण काय ते लवकर ठरवा. नाही तर मी तुम्हाला इथेच सोडून जाणार आहे. मग टॅक्सीनं जा, आणखी कुठे जायचं तिथे. मलाही कामं आहेत."

"फोर्ट ली, न्यू जर्सी कुठे आहे?" नोमुरानं विचारलं. त्याच्या हातात एक कार्ड होतं, आणि मांडीवर सातोशीचं पाकीट उघडून ठेवलेलं होतं.

"नदीच्या पलीकडे." एवढ्या रहदारीतून कार्लोसला फोर्ट लीला– तेही जॉर्ज वॉशिंग्टन ब्रिज ओलांडून– मुळीच जायची इच्छा नव्हती. वीस मिनिटांचंच अंतर होतं ते; पण या रहदारीमुळे एक तास सहज लागू शकणार होता – कदाचित दोन तासही.

नोमुरानं योशियाकीकडे बघत जपानी भाषेत म्हटलं, "आपल्याकडे त्याचा पत्ता आहे. त्यामुळे मला वाटतं, आपण तिकडे जाऊन त्या वह्या मिळतात का पाहू. त्या मिळाल्यावर तिथले सगळे पुरावे नष्ट करायचे."

यावर योशियाकांकडे काहीही उत्तर नव्हतं.

"पण त्या वह्या तिथे आहेत हे कशावरून?"

"पण त्या तिथे नाहीत हे तरी कशावरून?"

"ओके." नोमुरानं म्हटलं, "आपण फोर्ट लीला जायचंय."

मोठ्यानं निश्वास सोडून कार्लो परत समोर बघू लागला. समोर त्याला रस्त्याच्या दोन्ही बाजूंना थांबलेल्या गाड्यांची जणू एक नदी दिसत होती. काही अंतरावरचे सिग्नल हिरवे झालेले असूनही. "चला." त्यानं हताश होऊन म्हटलं.

कार्लोला वाटलं होत, तसंच झालं. फोर्ट लीपर्यंत जायलाच त्यांना दोन तास लागले, आणि हवा तो रस्ता मिळण्यासाठी आणखी वीस मिनिटं लागली. रस्ता कसला, ती छोटीशी गल्लीच होती. आणि तिच्या दोन्ही बाजूंना जुन्या पद्धतीच्या लाल विटांच्या एकमजली व्यापारी इमारती होत्या. त्यांच्या भिंतीवर बरीच काही ग्राफिटी रंगवलेली होती, आणि काही छोटी, जुनी एकमजली घरं होती. एव्हाना सूर्य जवळजवळ अस्ताला गेलेला होता, आणि ढगही असल्यामुळे

बऱ्यापैकी अंधारून आलेलं होतं. ब्रेनानला गाडीचे दिवे लावण्याशिवाय काही पर्यायच नव्हता. सातोशीच्या पाकिटात असलेला पत्ता असलेल्या घरातले दिवेही लागलेले होते. बाकीच्या घरांमध्ये बहुधा कोणी राहत नसावं. ती सगळीच अंधारात होती.

"सापडलं त्याचं घर!" ब्रेननं म्हटलं, "राजवाडासुद्धा झक मारेल याच्यापुढे. ओ.के. आता पुढे काय?" त्या घराभोवतीच्या आवारात भरपूर गवत वाढलेलं दिसत होतं. सगळीकडे भरपूर कचरा, आणि टाकून दिलेल्या वेगवेगळ्या वस्तू होत्या– त्यात एक गंजत पडलेली तीन चाकी सायकल, एक झोपाळा आणि बिअरचे बरेच कॅन्सही होते. "बोला, आता आमचं काय काम आहे?"

गाडीचं मागचं दार उघडून नोमुरा आणि योशियाकी खाली उतरले. नोमुरा ब्रेननपाशी आला. "आम्ही फार वेळ घेणार नाही; पण तुम्ही गाडीचे दिवे बंद केलेले बरे."

ब्रेननं गाडीचं इंजिन सुरूच ठेवलं, त्यानं दिवे बंद केल्याबरोबर गल्लीत अंधार झाला; पण त्यामुळे निदान सगळ्याच इमारतींच्या आवारात पडलेला कचरातरी दिसेनासा झाला. त्याचबरोबर गल्लीतली सगळी वाळून गेलेली झाडंही आधीच रडवेल्या दिसत असलेल्या आकाशाच्या पार्श्वभूमीवर आणखी ठळक- आणि काहीशी भीतिदायक दिसू लागली. "मला तर अंगावर काटा उभा राहिलाय इथे." ब्रेननं म्हटलं.

"खरंय, मलाही कधी एकदा इथून जाऊ असं झालंय." कार्लोनं मान डोलावली.

ते दोघं त्या अर्धवट दिसत असलेल्या जपानी जोडीकडे बघत होते. घरात ट्यूबलाईट लागलेली दिसत होती, त्यामुळे घराचं पुढचं, अर्ध्या भागात दुधी काच लावलेलं दार चमकत असल्यासारखं दिसत होतं. दाराबाहेर थबकलेल्या नोमुरा आणि योशियाकीची डोकी सावल्यांसारखी दिसत होती. आणि मग एकदमच त्या दोघांनी पिस्तुलं काढून हातात घेतली.

"ओ गॉड! काय डोक्याततरी काय आहे यांच्या?" ब्रेनन दबक्या आवाजात बोलला.

पुढच्याच क्षणी दोघांपैकी एकानं पिस्तुलाच्या दस्त्यानं दाराची काच फोडली, आणि आत हात घालून दार उघडलं. एका क्षणात ते आत दिसेनासे झाले. दार नुसतंच पुढे-मागे झुलत राहिलं. ब्रेनन कार्लोकडे वळला, "हे काही तरी भलतंच चाललंय. माझी कल्पना होती, की ते फार तर घरातल्या कुणाला तरी मारहाण करतील."

"खरं आहे तू म्हणतोस ते." कार्लोनं म्हटलं, "कशाला इथे आलो आपण? ते काही नाही. जास्तीत जास्त आणखी पाच मिनिटं थांबायचं आपण. तरीही ते आले नाहीत तर सरळ निघून जायचं."

दोघंही जण भयंकर अस्वस्थपणे त्या घराकडे बघत बसून होते. अजून घरातून काहीच आवाज आलेले नव्हते. पण थोड्याच वेळात पिस्तुलाच्या गोळीचा एक दबलेला आवाज त्यांना ऐकू आला. पाठोपाठ आणखी दोन दबके बार ऐकू आले. दोघंही दचकून उडाले. गोळीबार झाला, याचा अर्थ लगेचच त्यांच्या लक्षात आला घरात लोकांच्या निर्घृण हत्या होताहेत, आणि आपण दोघंही खुन्यांना मदत केल्याबद्दल अडकणार आहोत.

पुढच्या मिनिटाभरात आणखी तीन पिस्तुलाचे बार झाले. म्हणजे एकूण सहा! ब्रेनन आणि कार्लोला घामच फुटला. अडचण अशी होती, की आता काय करायचं – म्हणजे आपला बॉस लुई बारबेराला आपण नेमकं काय करावं असं वाटलं असतं – हेच त्यांना समजत नव्हतं. आपण काय केलं पाहिजे असं वाटलं असतं त्याला? इथे थांबून आपण पकडले जाण्याचा आणि अख्ख्या वॅकारो फॅमिलीला निष्कारण गोत्यात आणण्याचा धोका पत्करणं आवडलं असतं... का सरळ इथून पळून जाणं आवडलं असतं? याचं नेमकं उत्तर दोघांपाशीही नव्हतं, त्यामुळे ते दोघं प्रचंड अस्वस्थपणे गाडीतच बसून राहिले; पण तेवढ्यात कार्लोचं डोकं चाललं आणि त्याला चक्क लुई बारबेरालाच फोन करायची कल्पना सुचली.

गाडीत इतकं प्रचंड टेन्शन निर्माण झालेलं होतं, की कार्लोनं सेलफोन काढायला अचानक खिशात हात घातला, तेवढ्यानंही ब्रेनन दचकून उडाला, ‘‘ए! आता तू काय करतोयस आणखी?’’

‘‘सॉरी,’’ कार्लोनं म्हटलं, ‘‘पण मला लुईशी बोललंच पाहिजे. इथे काय चाललंय हे त्याला कळवायला हवं.’’ आणि तो नंबर डायल करू लागला. तेवढ्यात ब्रेननं त्याला खांद्याला धरून हलवलं.

‘‘ते येताहेत!’’ ब्रेननं आपल्या बाजूच्या खिडकीकडे बोट दाखवलं.

कार्लोनं तिकडे पाहिलं. नोमुरा आणि योशियाकी पायऱ्या उतरून गाडीकडे घाईघाईने येत होते. त्यांच्या खांद्यांवर काहीतरी वस्तू कोबंलेले उश्यांचे अभ्रे होते. दार उघडून ते आत येऊन बसले, तेवढ्यात कार्लोनं फोन बंद केला. कोणी एक शब्दही बोलायच्या आत ब्रेननं गाडी गिअरमध्ये घेतली, आणि ते निघाले. बरंच अंतर गेल्यानंतरच त्यानं गाडीचे दिवे सुरू केले.

जवळजवळ दहा मिनिटं ब्रेनन आणि कार्लो गप्प होते; पण मागे बसलेले नोमुरा आणि योशियाकी मात्र जपानी भाषेत जोरजोरात हातवारे करत बोलत होते. घरात जे काही घडलं, त्यावरून ते दोघंही खूश झालेले नाहीत, हे उघड दिसत होतं. गाडी जॉर्ज वॉशिंग्टन ब्रिजवर आली, तेव्हा कुठं कार्लोनं तोंड उघडलं.

‘‘काही गडबड झाली का?’’ त्यानं मुद्दामच निर्विकारपणे विचारलं.

“आम्हाला त्याच्या घरातून काही वह्या घ्यायच्या होत्या, पण त्या सापडल्या नाहीत.” नोमुरानं म्हटलं.

“ओ सॉरी.” कार्लोनं म्हटलं, “आम्हाला काही आवाज आले. ते गोळीबाराचे असल्यासारखे वाटले. तसं काही घडलं का?”

“हो. घरात सहा माणसं होती.”

कार्लो आणि ब्रेननं सचिंत नजरेनं एकमेकांकडे कटाक्ष टाकले. आता लुईला मोठा धक्का बसेल असं त्या दोघांनाही मनोमन वाटत होतं.

१

मार्च २५, २०१०

गुरुवार, पहाटे ५.२५

लॉरी माँटगोमेरीनं कुशीवर वळून गजराच्या घड्याळात पाहिलं. अजून पहाटेचे साडेपाचसुद्धा धड वाजलेले नव्हते. गजर व्हायला अजून अर्धा तास होता. इतर वेळी ती पुन्हा वळून आरामात परत झोपी गेली असती. जन्मभर तिला कधी रात्री लवकर झोप लागली नव्हती, आणि सकाळी उत्साहानं उठावं असं कधी वाटलेलं नव्हतं; पण आजचा दिवस नेहमीसारखा नव्हता. पुरत्या वीस महिन्यांच्या बाळंतपणाच्या रजेनंतर आज तिला कामावर हजर व्हायचं होतं. तिची ही बाळंतपणाची रजा अनपेक्षितपणे नको इतकी लांबली होती.

शेजारी गाढ झोपेत असलेल्या आपल्या पतीकडे– जॅक स्टेपल्टनकडे– एक कटाक्ष टाकून लॉरी उठून बसली, आणि तिनं खालच्या बर्फासारख्या थंडगार पडलेल्या लाकडी तक्तपोशीवर पाय टेकवले. परत एकदा मस्तपैकी थोडा वेळ झोपून राहावं असा एक विचार तिच्या मनात चमकून गेला; पण तो दाबून टाकून ती उठली आणि अंगात घातलेला पतीचा टी शर्ट सावरत सरळ बाथरूमकडे पळाली. अडचण अशी होती, की तिचं मन इतकं वेगानं धावत होतं, की आत्ता तिला झोप लागणं शक्य नव्हतं. कामावर रुजू होण्याच्या कल्पनेनं तिचं मन ढवळून निघत होतं. जेमतेम दीड वर्षाच्या आपल्या मुलाला– जॉन ज्युनियरला– दिवसातले कित्येक तास नॅनीच्या भरवशावर सोडून जाणं योग्य आहे का, ही सर्वांत मोठी चिंता तिला सतावत होती. इतक्या मोठ्या रजेनंतर आपण आपलं

मेडिकल एक्झमिनरचं काम पूर्वीसारखं व्यवस्थित करू शकू की नाही, ही आणखी एक मोठी शंका तिच्या मनात वारंवार येत होती.

जगातल्या नाही, तरी निदान अमेरिकेतल्या ओसीएमई या न्यू यॉर्कमधल्या अत्यंत प्रतिष्ठित मानल्या जाणाऱ्या सरकारी ऑफिसमध्ये लॉरी गेली जवळजवळ वीस वर्षं काम करीत होती. लहानपणापासूनच तिच्यामध्ये आत्मविश्वास जरा कमीच होता. ओसीएमईमध्ये– म्हणजे ऑफिस ऑफ द चीफ मेडिकल एक्झामिनर – नोकरीला लागल्यानंतर हे अत्यंत गुंतागुंतीचं आणि जबाबदारीचं काम करण्याची सवय तिच्याबरोबरच लागलेल्या बाकीच्या लोकांना हळूहळू झाली होती, त्यांचा आत्मविश्वासही उत्तम झाला होता. लॉरीच्या मनात मात्र स्वतःच्या क्षमतेबद्दलच्या शंका बऱ्याच प्रमाणात कायम राहिल्या होत्या. फॉरेन्सिक पॅथॉलॉजी हे क्षेत्रच असं आहे, की तिथे केवळ पुस्तकी ज्ञान पुरेसं नव्हतं– अर्थात, तसं ते कोणत्याच क्षेत्रात पुरेसं नसतं. या क्षेत्रात चांगल्या रीतीनं, कौशल्यानं काम करण्यासाठी गोष्टी जणू अंतर्ज्ञानानं, सहजपणे सुचत जाण्याला फार महत्त्व असतं. आणि असं अंतर्ज्ञान होत जाण्यासाठी सातत्यानं कामाचा अनुभव घ्यावा लागतो. एखाद्या कुशल फॉरेन्सिक पॅथॉलॉजिस्टच्यासमोर दररोज अशा गोष्टी येत असतात, की त्या त्यानं पूर्वी कधीही पाहिलेल्या नसतात.

लॉरीनं आरशात स्वतःच्या प्रतिबिंबाकडे पाहिलं आणि आपोआपच तिच्या तोंडून निराशेचा एक हुंकार बाहेर पडला. तिच्या डोळ्यांभोवती काळी वर्तुळं आलेली होती, आणि तिचा रंग इतका पांढुरका पडलेला होता, की तो फक्त तिच्या एखाद्या पेशंटलाच– म्हणजे प्रेताला! – शोभला असता. मातृत्वानं बाकीच्या बायका रसरसतात. तिच्या बाबतीत मात्र मातृत्वानं तिच्या कल्पनेपलीकडे फार थकवून टाकलेलं होतं– शारीरिक आणि मानसिक दोन्ही दृष्टींनी. याचं मोठं कारण असं होतं, की त्याच काळात तिला एका अत्यंत गंभीर, अनेकदा प्राणघातकच ठरणाऱ्या आजाराशी सामना करावा लागला होता; पण त्याचबरोबर तिला बऱ्याच बाबतीत त्याचा फायदाही झाला होता.

दारामागच्या हुकवर अडकवलेला रोब अंगात घालून लॉरीनं आपल्या सुंदर, गुलाबी सपाता पायात सरकवल्या आणि ती स्वतःशीच हसली. कोणे एके काळी अंगावर महागडी, उन्मादक अंतर्वस्त्रं घालून पायांमध्ये या सपाता घातल्या की तिला आपण एकदम सेक्सी दिसतो असं वाटायचं. आता आई झाल्यानंतर मात्र तिच्या स्वतःबद्दलच्या जाणिवा बऱ्याच बदललेल्या होत्या.

हॉलमध्ये येऊन ती आपल्या छोट्या मुलाच्या– जेजेच्या – रूममध्ये शिरली. दार मुद्दामच अर्धवट लोटलेलं होतं, आणि आतलं दिसण्याइतका उजेडही खोलीत होता. पहाट होत आली असल्यामुळे बाहेरचा प्रकाशही वाढलेला होता; पण

खोलीतही नेमक्या जागी छोटेछोटे दिवे लावलेले होते. तिच्या आईनं ही आपल्या नातवाची खोली सुंदर आकाशी वॉलपेपर, आणि आकाशी रंगाचेच, पांढऱ्या ढगांची आणि विमानांची चित्रं लावून सजवून दिलेली होती.

आतमध्ये एक झुलती खुर्ची होती, तिचा उपयोग लॉरी बाळाला अंगावर पाजण्यासाठी करायची. पाळण्यापाशी जाऊन तिनं आत शांत पहुडलेल्या गुलाबी गोबऱ्या जेजेकडे पाहिलं. आता तो कसा छान, निरोगी दिसत होता; पण अगदी लहानपणी? लॉरीच्या अंगावर त्या आठवणीनंच काटा उभा राहिला. केवळ दोन महिन्यांच्या कोवळ्या वयात लहानग्या जेजेला अत्यंत धोकादायक असा न्युरोब्लास्टोमा –अगदी बालपणी होणारा अत्यंत गंभीर, प्रसंगी प्राणघातक ठरणारा एक कॅन्सरचा प्रकार– झाला होता; पण केवळ सुदैवानं म्हणा किंवा देवाच्या कृपेनं – म्हणजे जे काही असेल ते – त्याचा कॅन्सर बरा झाला होता. आता हे जेरुसलेममधल्या त्या सिद्ध पुरुषाच्या दैवी चमत्कारामुळे झालं, का स्लोन केटरिंग हॉस्पिटलमधल्या डॉक्टरांच्या औषधोपचारांमुळे झालं, सांगणं कठीण होतं. आणि खरं सांगायचं, तर तिला त्याच्याशी काही देणं-घेणंही नव्हतं. महत्त्वाची गोष्ट अशी होती, की आज जेजे एकदम ठणठणीत, निरोगी झालेला होता. एवढी भयंकर केमोथेरपी आणि मोनोक्लोनल अँटिबॉडी थेरपी सहन केल्यानंतरही त्याचा विकास दीड वर्षाच्या कुठल्याही सामान्य मुलासारखा होत होता. त्यामुळेच तर लॉरी आज काम परत सुरू करण्याचा विचार करण्याच्या परिस्थितीत होती.

शांत झोपलेल्या आपल्या बाळाकडे बघताना लॉरीचं मातृहृदय ममतेनं भरून आलं. कामावर परत जाण्याची चिंता वाटत असतानासुद्धा, काल रात्रीच जॅकशी झालेलं बोलणं आठवून तिच्या चेहऱ्यावर एक स्मित पसरलं. काल रात्री झोपायला जाण्यापूर्वी जेजे नीट झोपलाय ना, हे बघण्यासाठी ती आणि जॅक जेजेच्या पाळण्यापाशी आले होते. त्या वेळी त्याच्याकडे बघत तिनं म्हटलं होतं, की आपला जेजे म्हणजे जगातलं सगळ्यात सुंदर, गोजिरवाणं बाळ आहे; पण मी जेव्हा त्याला घेऊन समोरच्या मैदानावर जाते, तेव्हा तिथे जमलेल्या, आपापल्या मुलांना खेळायला घेऊन आलेल्या बाकीच्या आया असं कधीच का म्हणत नाहीत? ''खरं म्हणजे हे कोणालाही सहज दिसेल.''

प्रत्येक बाबतीत विनोद शोधणारा जॅक तिच्या या बोलण्यावर इतक्या मोठ्यानं हसत सुटला होता, की जेजे जागा होऊ नये म्हणून तिनं चिडून जॅकला दटावून जेजेच्या खोलीबाहेर काढलं होतं.

''हसायला काय झालं तुला?'' हॉलमध्ये आल्यावर तिनं चिडक्या आवाजात विचारलं होतं. हा आपली थट्टा करतोय अशी तिची पक्की खात्रीच झाली होती.

''सॉरी.'' जॅकनं जरासं वरमून, पण हसू दाबत म्हटलं होतं, ''वाईट वाटून

घेऊ नकोस; पण अगं प्रत्येक आईला तिच्या बाळाबद्दल असंच वाटत नसेल का?''

लॉरीचा राग भराभर मावळला होता. खरंच की! हे लक्षातच नव्हतं आलं आपल्या.

''आईच्या मायेची उब आपल्या सगळ्यांच्या जीन्समध्ये कुठे ना कुठे असली पाहिजे.'' जॅक पुढे बोलला होता, ''नाहीतर मानवजात हिमयुगातून वाचली नसती.''

जेजेच्या पाळण्यापाशी आपण एकट्याच उभ्या नसल्याच्या जाणिवेनं ती परत वर्तमानात आली. तिनं मागे वळून पाहिलं, तर जॅक तिच्या पाठीमागेच उभा होता. त्याच्या अंगावर एकही कपडा नव्हता.

''अरे! लवकर उठलेली दिसतेस.'' त्यानं म्हटलं. तिला उशिरापर्यंत झोपायला आवडतं हे त्याला माहीत होतं. त्यामुळे त्यांचा नेहमीचा शिरस्ता असा होता, की जॅकनं आधी उठायचं, शॉवर घ्यायचा, आणि मग तिला हलवून जागं करायचं. ''बरं वाटतंय ना?''

''बरं? जाम नर्व्हस आहे मी!''

''का बरं? जेजेला दिवसभर लेटिशिया विल्सनच्या भरवशावर सोडून जावं लागेल म्हणून का?''

लेटिशिया विल्सन ही जॅकच्या बास्केटबॉलमधला मित्र वॉरन विल्सनची चुलत बहीण होती. एखादी नॅनी मिळाली तर जेजेला तिच्याकडे सोपवून लॉरीला परत नोकरीला जायला सुरुवात करता येईल, असं जेव्हा जॅकनं वॉरनला म्हटलं होतं, तेव्हा वॉरननं लेटिशियाचं नाव सुचवलं होतं.

''तेही एक कारण आहेच.''

''पण गेले दोन दिवस लेटिशिया येऊन त्याला व्यवस्थित सांभाळतेय, वेळच्या वेळी त्याला खायला-प्यायला देतेय, बाहेर घेऊन जातेय. सगळं तर व्यवस्थित चाललंय.''

हे खरंच होतं. आणि मुख्य म्हणजे जेजे आणि लेटिशियाची लगेच एकदम गट्टी जमली होती.

''खरंय,'' लॉरीनं म्हटलं, ''पण का कोण जाणे, मला फार अपराधी वाटतंय. काम करणाऱ्या सगळ्याच आयांना हा प्रॉब्लेम असतो, तसा तो मलाही जाणवतोय. मुलांचं संगोपन करताना काम न केल्याबद्दल अपराधी भावना, आणि काम करताना मुलांजवळ नसल्यामुळे अपराधी भावना. आज जेजे माझी आठवण काढून रडेल, आणि मी जेजेची. आता गेल्या वर्षभरात त्याला त्या कॅन्सरची लक्षणं दिसलेली नाहीत, तरीही मला एकसारखी काळजी वाटते, की तो कॅन्सर पुन्हा डोकं वर

काढेल.''

ती थोडं थांबली. मग ती पुन्हा म्हणाली, ''आणि तो कॅन्सरमधून बरा झाला ना, त्याच्यामागे माझी उपस्थिती हे एक कारण होतं, असं मला राहून राहून वाटतं. अंधश्रद्धा म्हण हवं तर, पण...''

''मला वाटतं तुझं हे सगळं म्हणणं समजण्यासारखं आहे.'' जॅकनं जरा विचार करत म्हटलं, ''पण तुला जे नर्व्हस वाटतंय त्याचं दुसरं कारण काय? त्याचा ओसीएमईशी काही संबंध असायचं कारण नाही, नाही का? कारण तिकडे तर सगळे लोक तू परत केव्हा येतेस याची वाट बघताहेत. अगदी पार बिंगहॅमपासून दारावरच्या गार्डपर्यंत. मला जे कोणी भेटतं ते फक्त एकच प्रश्न विचारतं : लॉरी कधी परत येणार?

''खरंच?'' लॉरीला आश्चर्यच वाटलं. तिला वाटलं हा अतिशयोक्तीच करतोय. विशेषतः बिंगहॅम. आपण काहीतरी केलं आणि तो आपल्यावर भडकला नाही, असा एकही दिवस जात नव्हता पूर्वी.

''खरंच.'' जॅकनं हसून म्हटलं,''म्हणजे तू ओसीएमईमध्ये सगळ्यांची किती आवडती आहेस, हे तुझ्या लक्षात आलं असेल आता. त्यामुळे तुझ्या नर्व्हसनेसचं कारण हे असू शकत नाही. ते काहीतरी वेगळंच असलं पाहिजे.''

''असेलही.'' तिनं म्हटलं. आपल्याला आपल्या क्षमतांबद्दल आणि कौशल्याबद्दल काळजी वाटते म्हणून आपण नर्व्हस आहोत, हे जर आत्ता बोललो, तर हा काय म्हणेल, याची तिला चांगली कल्पना होती; आणि ते ऐकायची तिची या क्षणीतरी तयारी नव्हती. शिवाय तो काहीही म्हणाला, तरी आपली काळजी कमी होणार नाही, हेही तिला माहीत होतं.

''हे बघ, आपण आपलं बोलणं चालू ठेवू या, पण या क्षणी माझ्या अंगावर किती कपडे आहेत हे तुला दिसतंच आहे. आणि मी पुरता गारठून गेलोय. आपण बाथरूममध्ये जाऊन बोलू या का? तिथे जरा उबदार तरी वाटेल मला.''

''चालेल.'' तिनं म्हटलं, ''मी तर हा रोब घातलेला असूनही गारठलेय.'' जेजच्या अंगावरचं ब्लँकेट सारखं करून ती जॅकमागोमाग पळाली. जॅकनं आधीच बाथरूममध्ये जाऊन गरम पाण्याचा नळ जोरात सोडलेला होता. सगळी बाथरूम उबदार वाफेच्या लोटांनी भरून गेलेली होती.

''मग तुला जे नर्व्हस वाटतंय, त्याचं दुसरं कारण कोणतं?'' त्यानं पाण्याचं टेंपरेचर जरा कमी करत मोठ्यानं विचारलं. ''आणि ते तुझ्या क्षमता वगैरेचं कारण पुन्हा सांगू नकोस. ते मला ऐकूनच घ्यायचं नाही.'' तो शॉवरखाली जाऊन उभा राहिला. ती बऱ्याच मोठ्या रजेनंतर परत नोकरीवर येतेय, त्यामुळे पुन्हा एकदा त्या जुन्या शंकांनी तिच्या मनात डोकं वर काढलं असेल, हे आधीच त्याच्या लक्षात

आलं होतं.''

''मग काय, मला काहीच सांगायचं नाही.'' लॉरीनं ओरडून उत्तर दिलं.

जॅकनं शॉवरखालून डोकं बाहेर काढून डोळ्यांवर येणार पाणी पुसलं. ''म्हणजे तुझा तो जुनाच प्रॉब्लेम! ओके, त्याबद्दल मी काहीच बोलणार नाही, कारण मी काहीही आणि कितीही बोललो, तरी तुझ्यात काहीच फरक पडणार नाही. पण एक मात्र खरं, की कदाचित तू अशी काळजी करतेस म्हणूनच तू इतकी चांगली मेडिकल एक्झॅमिनर आहेस. संपूर्ण ओसीएमईमध्ये तुझ्याइतकी कुशल फॉरेन्सिक एक्स्पर्ट नाही, कारण तू कायम शंका काढतेस आणि त्यांची उत्तरं मिळाल्याशिवाय राहत नाहीत.''

''तू म्हणतोयस इतकी काही मी चांगली मेडिकल एक्झॅमिनर नाही. तू बहुतेक मला बरं वाटावं म्हणून बोलतोयस; पण तो मुद्दा नाही. अरे, गेली जवळजवळ दोन वर्षं मी काहीच काम केलेलं नाही. एखादी ऑटोप्सी केलेली नाही, इतकंच काय मायक्रोस्कोपमधून एखादी स्लाईडही धड पाहिलेली नाही.''

''ते असू दे, पण तू फॉरेन्सिकसच्या क्षेत्रातली कित्येक पुस्तकं रात्री जागून वाचून काढलीयस त्याचं काय? त्या बाबतीत तर तू आमच्या कुणापेक्षाही कितीतरी पुढे आहेस. तू आज परीक्षेला बसलीस, तरी सहज पास होशील. आम्ही मात्र बहुतेक सगळे जण नापासच होऊ.'''

''थँक्यू, पण वाचणं आणि प्रत्यक्ष काम करणं यात केवढा तरी फरक आहे. म्हणूनच तर मला एवढी काळजी पडलीये; आज काय होणार याची. बहुतेक मी आज काहीतरी गोंधळ करून ठेवणार– कदाचित माझ्या पहिल्याच केसमध्येसुद्धा!''

''शक्यच नाही!'' जॅकनं ठामपणे म्हटलं, ''काही झालं, तरी जवळजवळ वीस वर्षांचा अनुभव आहे ना तुझ्याकडे. पण आपण असं करू, की आपण दोघं आपलं शवविच्छेदनाचं काम शेजार-शेजारच्या टेबलांवर करू. आणि आपण काय करतोय हे मोठ्यानं बोलत राहू. आणि मग प्रत्यक्ष शवविच्छेदनाच्या केसेस करून झाल्यावर एकत्र बसून त्यांचा जरा आढावा घेऊ, कसं?''

''हं! ही कल्पना आवडली मला.'' लॉरीनं मनोमन कबूल केलं. आता तिची काळजी जरी पूर्णपणे मिटली नसली, तरी ती कमी मात्र नक्कीच झालेली होती. ती उत्साहानं पुढच्या तयारीला लागली. लेटिशिया यायला एक तास अवकाश होता. आणि त्याच्या आत तिला बरीच कामं करायची होती.

२

मार्च २५, २०१०

गुरुवार, संध्याकाळी ६.५७

कोबे, जपान

हिसायुकी इशीचा ड्रायव्हर अकिरानं हॉटेल 'ओकुरा कोबे'च्या आवारात गाडी वळवून आणली आणि मुख्य प्रवेशद्वारासमोर उभी केली. त्याच्या गाडीच्या पुढे एक गाडी होती. आणि पाठीमागे आणखी एक गाडी होती. हा तीन गाड्यांचा ताफा हिसायुकी इशी आणि आईझुकोतेत्सू-काईचा प्रमुख सल्लागार तादामासा त्सुशी या दोघांना क्योटोहून इथे कोबेमध्ये घेऊन आलेला होता. पहिल्या गाडीतून सगळे अंगरक्षक उतरले– सगळ्यांचे हात आपापल्या कोटांमध्ये लपवलेल्या पिस्तुलांवर ठेवलेले होते. कोबे शहर हे त्यांच्या टोळीची कायमची प्रतिस्पर्धी गँग असलेल्या यामागुची-गुमीचं मुख्य ठिकाण होतं, त्यामुळे इथे येताना कायमच सगळे कमालीची सावधगिरी बाळगायचे. त्यातच ते सगळे यामागुची-गुमीच्या मुख्याबरोबर होणार असलेल्या– अचानक ठरलेल्या मीटिंगसाठी आले होते, त्यामुळे तर ते भलतेच सावध होते. मनात आणलं, तर यामागुची-गुमी त्यांच्यावर सहज अचानक हल्ला करू शकत होती.

गाडी थांबताक्षणीच अकिरा झपाट्यानं बाहेर आला आणि त्यानं दार उघडण्यासाठी पुढे झालेल्या हॉटेलच्या दरवानाला मागे सारलं. हिसायुकीची आज्ञाच होती, की

आपल्या गाडीचं दार आपल्या ड्रायव्हरनंच उघडलं पाहिजे. तेवढ्यात तिसरी गाडीही येऊन थांबली, आणि त्यातूनही अंगरक्षक झपाट्यानं बाहेर पडले.

अवघ्या काही सेकंदांमध्ये सगळे जण हॉटेलमध्ये दिसेनासेही झालेले होते. आत हॉटेलच्या जनरल मॅनेजरनं हिसायुकीचं औपचारिक स्वागत केलं आणि हिसायुकी, त्सुशी आणि त्याच्या दोन विश्वासू माणसांना घेऊन तो खासगी लिफ्टनं पेंटहाऊसच्या मजल्यावर आला. तिथे असलेल्या एका राखीव डायनिंग रूममध्ये ते आले. यामागुची-गुमीचा बॉस हिरोशी फुकाझावांहिसायुकीचं स्वागत केलं. त्याच्याबरोबर त्याच्या गँगचा मुख्य सल्लागार तोकुतारो कुदो होता. किरकोळ अंगाच्या, चष्मा लावलेल्या या माणसापुढे त्याचा बॉस म्हणजे भलताच प्रचंड वाटत होता.

हिरोशी अंगानं थोराड होता; पण प्रचंड वगैरे काही नव्हता; पण हियासुकी त्याच्या जेमतेम खांद्याला लागत होता. त्याचा चेहरा चांगला मोठा, गंभीर होता. हिसायुकीसारखा त्याच्याही अंगावर उत्कृष्ट युरोपीय सूट होता. दोघंही मोठ्या उद्योगपतींसारखे दिसत होते.

हे दोघं, अदबीनं उभे असलेले त्यांचे मुख्य सल्लागार आणि प्रत्येकी दोन-दोन अंगरक्षकांच्या व्यतिरिक्त डायनिंग रूममध्ये हॉटेलचा एक मॅनेजर, एक वेटर आणि एक शेफ होता. पांढरा स्वच्छ ड्रेस, डोक्यावर ती खास उंच टोपी घातलेला शेफ एका 'यू' आकाराच्या डायनिंग टेबलच्या पाठीमागे शांतपणे उभा होता. डायनिंग टेबल त्या लांबलचक दालनाच्या एका टोकाला, खिडकीपाशी होतं. खिडकीतून बाहेर ओसाका बे चा विहंगम देखावा दिसत होता. अलीकडे कोबेचं बंदर होतं.

नेहमीप्रमाणे एकमेकांचं आगतस्वागत, व्हिजिटिंग कार्डांची देवाणघेवाण वगैरे सोपस्कार पार पाडल्यानं तर हिरोशीनं आपल्या दोघा पाहुण्यांना खोलीच्या दाराजवळच्या सिटिंग एरियामध्ये चलण्याची खूण केली. तिथे बसताबसता हिसायुकीच्या लक्षात आलं, की आपण हिरोशीपेक्षा वयानं मोठे असल्याचं स्पष्ट दिसत असूनही हिरोशी आपल्यापुढे आपल्यापेक्षा जास्त खाली झुकलेला नाही. खरं म्हणजे रिवाजानुसार हिरोशीनं जास्त खाली झुकणं अपेक्षित होतं. हा असं चुकून वागला असेल, की मुद्दाम? जर मुद्दाम वागला असेल, तर हा नेमका काय संदेश देतोय आपल्याला? मोठ्या व्यक्तींचा आदर आपण करत नाही असा संदेश, की याकुझाचे रीतिरिवाज आपण जुमानत नाही, असा संदेश?

चौघंही जण आपापल्या जागी बसून त्यांनी आपापल्या आवडत्या ब्रँडची स्कॉच व्हिस्की मागवल्यावर हिरोशीनं म्हटलं, "अचानक येऊन तुम्ही आश्चर्याचा मोठा गोड धक्का दिलाय, इशी सान." त्यांचे चारही अंगरक्षक खोलीच्या विरुद्ध बाजूंना

जाऊन चूपचाप उभे होते. दोघांचे अंगरक्षक एकमेकांकडे खुनशी नजरेनं बघत होते.

"आम्ही येत असल्याची सूचना इतकी थोडा वेळ आधी देऊनही आम्हाला भेटल्याबद्दल थँक्स, फुकाझावा-सान." किंचित मान झुकवून हिसायुकीनं म्हटलं.

"तुमची तब्येत एकदम छान दिसतेय. बरं वाटलं मला. फार दिवसांनी भेटतोय आपण."

"हो, एक वर्ष तर नक्कीच झालंय आपण भेटून. खरं म्हणजे आपण आणखी वेळा भेटायला हवं. कोबे आणि आमचं क्योटो एकमेकांपासून जवळच तर आहेत."

वेटरनं स्कॉच व्हिस्की आणून देईपर्यंत या वरवरच्या गप्पा अशाच चालू राहिल्या. तो गेल्यानंतर मात्र वातावरण जाणवण्याइतकं बदललं. "बोला, इशी सान. आईझुकोतेत्सू-काईच्या बॉससाठी आम्ही काय करू शकतो?" हिरोशीनं म्हटलं. पण आता त्याच्या बोलण्याला एक धार आलेली होती.

हिसायुकीनं एक घुटका घेऊन घसा खाकरला. "काही दिवसांपूर्वी– नेमकं सांगायचं तर तीन दिवसांपूर्वी मला उपमंत्री कोनिची फुजिवारा साननं टोकियोमध्ये बोलावलं होतं. एका मीटिंगसाठी."

"असं?" हिरोशीनं त्याला वाटलेलं आश्चर्य लपवत म्हटलं आणि आपल्या सल्लागाराकडे एक कटाक्ष टाकला. कुदोनंही उत्तरादाखल फक्त हळूच खांदे उडवले – मलाही तुमच्यासारखंच आश्चर्य वाटतंय. याकुझा फॅमिलीतल्या एका गँगच्या बॉसबरोबर केंद्रीय मंत्र्याची मीटिंग? अशा गोष्टी फारच क्वचित घडत असत.

"हो. अर्थ, व्यापार आणि उद्योग खात्याचा वरिष्ठ उपमंत्री फुजिवारा." पुढे झुकून बसत हिसायुकीनं हिरोशीच्या नजरेशी थेट नजर मिळवली. "मंत्रिमहोदयांनी मला काही आश्चर्यजनक; पण तितक्याच अस्वस्थ करून सोडणाऱ्या गोष्टी सांगितल्या. त्याबद्दलच आपल्याला चर्चा करायचीय. पहिली गोष्ट त्यांनी सांगितली ती अशी, की क्योटो युनिव्हर्सिटीच्या लॅबोरेटरीत चोरी झाली, त्यात एका माणसाच्या मृत्यूही झाला. या चोरीमागे यामागुची-गुमी गँग होती. ते तुम्हाला समजलंच असेल. त्या वेळी लॅबोरेटरीमधून काही महत्त्वाच्या वह्या चोरीला गेल्या– हे कदाचित तुम्हाला समजलं नसेल, कारण ही गोष्ट मीडियाला सांगण्यात आली नव्हती. सरकारला या वह्यांची काळजी लागलीय, कारण त्यामुळे क्योटो युनिव्हर्सिटीची आयपीएस तंत्रज्ञानाच्या बाबतीतली पेटंट्स धोक्यात आली आहेत."

मागे रेलून बसत हिरोशीनं एक घुटका घेतला. त्याची नजर हिसायुकीच्या नजरेला भिडलेलीच होती. हिसायुकीच्या स्पष्ट बोलण्याचं– आणि तो जे सांगत होता त्याचंही– त्याला मोठं आश्चर्य वाटलेलं होतं. कोणत्याही बातम्यांमध्ये यामागुची-गुमी गँगच्या स्पष्ट उल्लेख आलेला नव्हता, तर फक्त त्या घटनेमध्ये

एका याकुझा गँगचा हात होता, एवढंच फक्त दिलेलं होतं.

"मला शंका आहे ती अशी, की तुम्हाला व्यक्तिशः या गोष्टीची माहिती आहे की नाही. का याच्यामध्ये यामागुचीच्या एखाद्या फुटीर गँगचा हात आहे? आम्हाला सगळ्यांनाच माहीतंय, की यामागुची गँगचा झपाट्यानं विस्तार होतोय. याचा अर्थ, आम्हा लोकांच्या गँग्जमध्ये आतपर्यंत जो एकसंधपणा आहे, तो यामागुचीमध्ये असेलच असं नाही." हिसायुकी खरं म्हणजे हिरोशीला मुद्दामच एक सबब पुरवत होता; पण त्याचा प्रयत्न फुकट गेला. हिरोशी जरा चिडल्यासारखा दिसला.

"हे बघा, बाकीच्यांसारखीच परिस्थिती आमच्या गँगमध्येही आहे." हिरोशीनं थोडं जोरात म्हटलं, "माझ्या गँगमधल्या लोकांनीही माझ्याशी– म्हणजे गँगच्या म्होरक्याशा– एकनिष्ठ राहण्याची शपथ घेतलेली आहे. त्यामुळे आमचे लोक काय करतात याची खडा न् खडा माहिती मला कायम असते."

"गैरसमज करून घेऊन नका. आम्ही सगळेच जण यामागुची-गुमी गँगचा पूर्ण आदर करतो. –उलट तुम्ही अलीकडच्या काळात जे यश मिळवलंय, त्याबद्दल आम्हाला तुमचा थोडा हेवासुद्धा वाटतो; पण तुम्ही जे बोललात त्याचा अर्थ मी असा लावतोय, की त्या प्रयोगशाळेत जी चोरी झाली, तिची तुम्हाला स्वतःला माहिती होती. असं असेल तर माझी तक्रार अशी आहे, की तुम्ही काय करता आहात याची माहिती तुम्ही मला दिली नाही. किंवा आमची मदतही मागितली नाही. एकमेकांच्या प्रदेशात कारवाया करण्यावरून आपल्या गँग्जमध्ये भांडणं होऊ नयेत, म्हणून आपण सगळ्या याकुझा गँग्जनी एकमेकांशी सहकार्य करण्याचं धोरण ठेवलंय. त्यामुळे निदान पुढे तरी तुम्हाला क्योटो भागात कशाची गरज भासली, तर तुम्ही मला विचाराल असं आश्वासन मला तुमच्याकडून हवंय. हे नुकतंच जे घडलं, ती काही विशेष गंभीर गोष्ट नव्हती; पण आपल्याला सगळ्यांनाच गँग्जमधले हे शिष्टाचार पाळले पाहिजेत. आणि अजूनपर्यंत सगळ्या गँग्जमध्ये ते पाळलेही गेले आहेत."

"आपल्या सगळ्याच याकुझा गँग्जना आईझुकोतेत्सू-काई गँगबद्दल पूर्ण आदर आहे." हे बोलतानाही हिरोशीचा चेहरा पहिल्यासारखा काहीसा चिडखोर होता.

हा माणूस प्रश्नाला थेट न भिडता त्याला बगल देतोय हे हिसायुकीला उमगत होतं. हिरोशीच्या बोलण्यात कुठेही माफी मागण्याचा सूर नव्हता, तरीपण त्यानं मनात म्हटलं, की निदान यामुळे या प्रश्नावर तोडगा निघण्याचा मार्ग तरी सुकर होतोय, हेही पुरेसं आहे. आपलं म्हणणं आपण त्याच्यापर्यंत पोहोचवलंय, निदान या घटकेला तरी एवढं पुरेसं आहे.

तो पुढच्या प्रश्नाकडे वळला– म्हणजे यामागुची-गुमीच्या कारवाईमुळे आईझुकोतेत्सू-काईच्या गुंतवणुकीला निर्माण झालेला गंभीर धोका. "तुम्ही यामागुची-

गुमी गँगचे मुख्य आहात म्हणून तुम्हांला एक प्रश्न विचारतो. तुम्हाला त्या क्योटो युनिव्हर्सिटीतल्या लॅबोरेटरीमधल्या वह्या कशाला हव्या होत्या? त्या ज्याच्या होत्या, त्या माणसाला आणि त्याच्या घरच्या लोकांना तुम्ही अमेरिकेत पळून जायला का मदत केली? ही गोष्ट आपल्या जपानी सरकारला, जनतेला, आणि विशेषतः ज्यांनी आयपीएस पेटंट जपान या कंपनीत पैसे गुंतवले आहेत, त्यांच्यासाठी नुकसानकारक होईल, हे तुमच्या लक्षात आलं नाही का?''

''तुम्ही जे म्हणताय ते एक वेळ मी जपानी जनतेच्या बाबतीत मान्य करेन; पण आपल्या स्वार्थी सरकारच्या बाबतीत कधीच मान्य करणार नाही. मी याकुझामधला एक धंदेवाला माणूस आहे. पैसा आणि श्रम अशाच ठिकाणी गुंतवावेत, की जिथे त्यापासून जास्तीत जास्त फायदा होईल– सरकार सांगेल तिथे नाही. आपलं सरकार काहीही म्हणू दे. १९९५ मध्ये कोबेमध्ये तो भयंकर भूकंप झाला, तेव्हा काय झालं? आठवा जरा. भूकंपानंतरच्या पहिल्या काही दिवसांमध्ये अडकलेल्या लोकांची सुटका कोणी केली? बेशिस्त कोणी माजू दिली नाही? सरकारनं? मुळीच नाही. ते काम आम्ही केलं. आता आपण काम केलं नाही, तर आपला प्रचारच होणार नाही, लोकप्रियता नाहीशी होईल हे जेव्हा सरकारच्या लक्षात आलं, तेव्हा कुठे सरकार कामाला लागलं.

''आता तुमच्या प्रश्नाकडे वळू या. मी त्या सातोशीला मदत करण्याच्या सूचना माझ्या लोकांना दिल्या याचं कारण असं, की आमच्या न्यू यॉर्कमधल्या सल्लागारानं आम्हाला तशी खास विनंती केली. म्हणजे साबोरू फुकुदा. कदाचित तुम्ही ओळखत असाल त्याला. मूळचा तो क्योटोमधला होता; पण नंतर इथे क्योटोमध्ये गोदी कामगार म्हणून काम करायला आला, आणि पुढे आमच्या गँगमध्ये आला. त्याच्यातले गुण आम्हाला लवकर लक्षात आले. फार हुशार आहे तो.''

''मी नाही ओळखत त्याला.'' मान हलवत हिसायुकीनं उत्तर दिलं. आपण याकुझामधले एक व्यावसायिक आहोत; पण देशाबद्दल आपल्याला जराही प्रेम नाही, या हिरोशीच्या उत्तरामुळे त्याला धक्का बसलेला होता. देशाच्या हितसंबंधांमध्ये बाधा कधीही आणायची नाही, हा जपानी सरकार आणि याकुझा टोळ्यांमधल्या अलिखित कराराचा एक महत्त्वाचा भाग होता. त्या दृष्टीनं पाहिलं, तर सगळ्याच याकुझा टोळ्यांचं देशावर नेहमीच प्रेम होतं.

''फुकुदानं न्यू यॉर्कमधलं आमचं जुगाराच्या खेळांमधलं उत्पन्न तिप्पट तर केलंच आहे, शिवाय तो हा पैसा न्यू यॉर्कमधल्या एका एजंटला हाताशी धरून मोठ्या हुशारीनं गुंतवून काळ्याचा पांढरा करतोय. आणि हा एजंटही अतिशय हुशार आहे. आपण गुंतवत असलेला पैसा काळा आहे की पांढरा, याची काळजी

तो करत नाही. हा पैसा तो मेडिकल आणि बायॉलॉजिकल क्षेत्रातल्या स्टार्ट-अप कंपन्यांमध्ये गुंतवतो– तेच त्याचं गुंतवणुकीचं खास क्षेत्र आहे. काळा पैसा पांढरा करायला खरं म्हणजे बराच खर्च येतो; पण इथे तसं काहीच नाही. उलट पैशाचं मूल्य जवळजवळ चाळीस टक्क्यांनी वाढतं. त्यामुळे फुकुदा इकडे पाठवत असलेला पैसा आधीच पांढरा झालेला असतो. त्यामुळेच मी त्याला सगळ्या प्रकारची मदत करायला एका पायावर तयार असतो. तो जे काही मागेल ते मी त्याला बिनधास्तपणे, कसलेही प्रश्न न विचारता देत असतो. आता आपल्या दोघांच्याही गँग्ज याकुझाच्याच आहेत. त्यामुळे हवं तर मी तुमचीही त्याच्याशी ओळख करून देईन. तुमचाही भरपूर फायदा होईल.''

''मी मघाशी म्हटलं, तसं मी त्याला ओळखत नाही.'' हिसायुकीनं अन्यमनस्कपणे म्हटलं.

''जशी तुमची इच्छा. नुकसान तुमचंच आहे.'' हिरोशीनं खांदे उडवले. ''पाच वर्षांपूर्वी मी त्याला नेमलं. तेव्हापासून न्यू यॉर्कमधली आमची ब्रँच ही परदेशातील सगळ्यात जास्त फायदा मिळवून देणारी ब्रँच आहे. तुमच्या न्यू यॉर्कमधल्या ब्रँचचं कसं चाललंय?''

''बरं चाललंय.'' हिसायुकीनं उत्तर दिलं. आपली न्यू यॉर्कमध्ये एक ब्रँच आहे, हेसुद्धा त्यानं खरं म्हणजे मान्य केलं नसतं; पण तो हिरोशीला असेच, खासगी म्हणता येतील असे प्रश्न विचारत होता, आणि हिरोशी त्याला उत्तरंही देत होता. त्याला हिरोशीला बोलतं ठेवायचं होतं, कारण सातोशीला मदत करावी असं फुकुदा काका म्हणत होता, याचं उत्तर त्याला हिरोशीकडून हवं होतं. पण हिरोशीला पुढचा प्रश्न विचारण्याचा विचार करत असतानाच त्याला आपोआपच त्याच्या प्रश्नाचं उत्तर मिळालं– अरे, उघड उत्तर आहे. फुकुदा आयपीएस यूएसए कंपनीतच पैसा गुंतवत असणार, म्हणूनच हिरोशीनं सातोशीला मदत करावी अशी मागणी तो करत असणार. काय हे, आपल्या आधीच का लक्षात आलं नाही? त्या मंत्र्यांच्या बोलण्यात याच कंपनीचं नाव आलं होतं.

हिसायुकीच्या डोक्यात काय चाललंय याची हिरोशीला अर्थातच कल्पना नव्हती. तो बोलतच होता. ''जर तुमच्या न्यू यॉर्कच्या ब्रँचचं काम फक्त 'बरं'च चाललेलं असेल, तर आपण आपल्या दोघांच्याही न्यू यॉर्कमधल्या ब्रँचेस एकत्र करायला काय हरकत आहे? सध्याच्या अडचणीच्या काळात याकुझाच्या सगळ्या गँग्जमध्ये खरं तर सहकार्य आणखी वाढायल हवं– परदेशातच नव्हे, तर इथे जपानमध्येही.''

हिसायुकीनं आपल्या सल्लागाराकडे हळूच एक कटाक्ष टाकला. यालाही असंच वाटत असेल का? त्यानं परत हिरोशीकडे बघितलं. हिरोशी अजून दोन्ही

गॅंगजनी सहकार्य करण्याबद्दलच बोलत होता. तो मनात विचार करू लागला, याला सरळ तोंडावरच विचारावं का, की तुमच्या गॅंगची आयपीएस यूएसएमध्ये काही गुंतवणूक आहे का? पण समजा त्यामुळे यालाही जर अशी शंका आली, की आपल्या गॅंगची आयपीएस पेटंट जपानमध्ये काहीतरी मोठी गुंतवणूक दिसतेय तर? म्हणजे याचा अर्थ असा होईल, की आपल्या दोन्ही याकुझा गॅंग्ज असूनही दोन्ही गॅंगजचे आर्थिक हितसंबंध एकमेकांच्या विरोधात आहेत. अर्थात, दोघांच्याही गुंतवणुकीचं प्रमाण सारखं असणं शक्यच नाही. पण त्यानं काही फारसा फरकही पडणार नाही. एकूण परिस्थिती त्रासदायकच दिसतेय. दोन्ही कंपन्या एकमेकांच्या स्पर्धक आहेत, त्यामुळे त्या एकमेकींच्या विरोधात काम करत असणार, हे उघड आहे. म्हणजेच एका कंपनीचं मूल्य वाढलं, तर दुसरीचं कमी होणं अपरिहार्य आहे. आधीच यापेक्षा साध्या कारणांवरूनही याकुझा टोळ्यांमध्ये आपसात हाणामाऱ्या झालेल्या आहेत. मग इथे तर आपल्या दोन टोळ्यांमध्ये नक्कीच युद्ध होऊ शकेल. आपण आयपीएस पेटंट जपान कंपनीत केलेली गुंतवणूक गमावणं आपल्याला परवडणारच नाही. आणि आपण ती काढूनही घेऊ शकत नाही, कारण त्या कंपनीकडे सध्या पैसेच नाहीत. म्हणजे युद्ध अटळ आहे. आता नुकसान कसं कमीत कमी होईल हे बघायला हवं– किंबहुना ही सगळी घाण न्यू यॉर्ककडे सोपवण्याचा विचारही काही अगदीच वाईट नाही.

"मग, तुमचं काय मत आहे?" हिरोशीनं विचारलं. तो यामागुची-गुमी आणि आईझुकोतेत्सू-काई या दोन्ही गॅंगजमध्ये कसलीशी भागीदारी करण्याबद्दल एवढा वेळ बोलत होता. ती कल्पना हिसायुकीनं लगेचच मनातल्या मनात झटकून टाकली. कारण त्याला माहीत होतं की असं काही झालं, तर हिरोशीची गॅंग आपल्या गॅंगला गिळंकृत करेल. अशा भागीदाऱ्या करून नंतर पार्टनरला गिळून टाकणं, ही तर यामागुची-गुमी गॅंगची आपलं काम विस्तारण्याची हातखंडा पद्धत होती. हिसायुकी काहीच बोलत नाही असं बघून हिरोशीच बोलू लागला. "तुम्हाला खरं सांगू का, हिसायुकी-सान, आपल्या भोवतीचं जग झपाट्यानं बदललंय ही गोष्ट आपण स्वीकारली पाहिजे. आणि आपल्या याकुझा गॅंगजनीही काळानुसार बदललं पाहिजे. आता सरकारही आपल्याकडे पूर्वीसारखा काणाडोळा पुढे करणार नाही. १९९२ मध्ये पास केलेले संघटित गुन्हेगारीविरोधी कायदे हेच दाखवतात. आता परिस्थिती आणखी कठीण होत जाणार आहे."

"मी जेव्हा त्या मंत्र्याला भेटलो होतो, तेव्हा हा मुद्दा पुढे आलाच होता."

"मग तो काय बोलला?"

"त्याचं म्हणणं असं होतं, की ते कायदे फक्त राजकीय हेतूंनी, जनतेच्या डोळ्यांत धूळ फेकण्यासाठीच पास केले होते; पण त्यांची प्रत्यक्ष अंमलबजावणी

करण्याचा सरकारचा जराही विचार नाही.''

''आणि तुमचा विश्वास बसला त्याच्यावर?''

''तो म्हणाला, की जर प्रत्यक्ष अंमलबजावणी करण्याबाबत सरकार गंभीर असेल, तर सरकारला अमेरिकेतल्या 'रिको' कायद्यासारखा कडक कायदा करावा लागेल. आता आठ वर्षांनीसुद्धा सरकारनं असा काही कायदा पास केलेला नाही. त्यामुळे माझा त्याच्या बोलण्यावर विश्वास बसला.''

''हिसायुकी सान, तुम्ही माझ्यापेक्षा मोठे आहात; पण तुमच्याबद्दल पूर्ण आदर राखूनही मला वाटतं, की तुम्ही जरा भोळेपणानं त्याच्यावर विश्वास ठेवलात.'' आणि हिरोशीनं जपान सरकार आणि याकुझामधले संबंध भविष्यात कसे असू शकतील याबद्दल एक लांबलचक भाषणच सुरू केलं. ''सध्या जपान सरकार आपल्याकडे जी डोळेझाक करतंय, तशी परिस्थिती पुढे राहणार नाही. सरकारला संघटित गुन्हेगारीविरुद्ध– याकुझाविरुद्ध– ठोस पावलं भविष्यात उचलावीच लागतील. याची सुरुवात अर्थातच हळूहळू होईल. आणि हे सरकारच्या दृष्टीनं पटण्यासारखंही आहे. आपल्या याकुझा टोळ्या देशाच्या अर्थव्यवस्थेमधून ज्या प्रमाणात पैसा शोषून घेताहेत– सरकारच्या दृष्टिकोनातून– तेवढा टॅक्स त्या नक्कीच भरत नाहीत. त्यामुळे आतासुद्धा सरकारला आपला हेवा वाटतोय.''

हिरोशी बोलतच होता, आणि हिसायुकीची अस्वस्थता मात्र वाढत चाललेली होती. हळूहळू त्याच्या लक्षात यायला लागलं होतं, की भविष्यकाळात हा उद्योग लाखो करोडो डॉलरचा होणार हे नक्की. त्यामुळे आपली आणि या हिरोशीच्या गँगची याच उद्योगात झालेली गुंतवणूक परस्परविरोधी आहे, हे हिरोशीच्या कधीही लक्षात येऊ शकतं, आणि तसं झालं, तर त्याची यामागुची-गुमी गँग आपल्या गँगचा फार सहज ताबा घेऊ शकेल.

हिरोशी बोलतच होता, आणि हिसायुकी फक्त त्याला मधूनच तोंडदेखला प्रतिसाद देत होता. कधी मान हलवून, तर कधी स्मित करून, आणि मनातल्या मनात आशा करत होता, की याला याच विषयावर बोलत राहू दे, म्हणजे याच्या डोक्यात परस्परविरोधी गुंतवणुकीचा विषयच येणार नाही.

''आपल्या याकुझा गँगजनी एकत्र यायलाच हवं.'' हिरोशीचं बोलणं काही थांबायचं नाव घेत नव्हतं. हिसायुकी मात्र मनातल्या मनात देवाचे आभार मानत होता, की आज सकाळीच आपल्याला आपल्या न्यू यॉर्कमधल्या सल्लागाराकडून –हिदेकी शिमोदाकडून– समजलेली हकिगत याला भेटीच्या सुरुवातीलाच सांगण्याची बुद्धी देवानं आपल्याला दिली नाही. आज सकाळी हिसायुकीला शिमोदाचा कॉल आला होता, आणि शिमोदानं कळवलं होतं, की सातोशी आणि त्याच्या परिवाराचा काटा आम्ही काढलाय, त्यामुळे क्योटो युनिव्हर्सिटीच्या आयपीएस पेटंट्सना

असलेला धोका खूपच कमी झाला आहे. सातोशीला ठार मारण्याची योजना बिनबोभाट पार पडलीय, कारण त्याच्या मृत्यूची नोंद 'अनोळखी व्यक्तीचा नैसर्गिक कारणांमुळे मृत्यू' अशीच होईल, अशी आम्हाला खात्री आहे. त्यानं असंही कळवलं होतं की एकच अडचण आहे, ती म्हणजे सातोशीच्या त्या वह्या मात्र अजून मिळालेल्या नाहीत.

हिसायुकीनं नकळतच एक सुटकेचा निःश्वास सोडला– बरं झालं, आपण याला हे सगळं सांगितलं नाही. नाहीतर त्याचा उलटाच परिणाम झाला असता– कारण यात हिरोशीची गुंतवणूक आहे, हेच आधी आपल्याला माहीत नव्हतं.

अचानक हिरोशी बोलता बोलता मध्येच थांबला. त्यानं हिसायुकीनं सोडलेला सुस्कारा पाहिला होता, आणि त्याचा वेगळाच अर्थ काढला होता. "काय हे, मी नुसता बोलतच राहिलोय! सॉरी." उठून उभा राहून कमरेत किंचित वाकत त्यानं म्हटलं, "तुम्हाला भूक लागली असेल, तुमची सगळ्यांची व्हिस्की संपलेली दिसतेय. चलो, डिनर करू. थोडी गंमत करू." त्यानं टेबलाकडे हात केला, "चला, या."

हिसायुकीला आणखीनच सुटल्यासारखं वाटलं. आता इथं दारू, बिअर, वाईन आली. डिनर सुरू झालं, की पुढे कामासंबंधी बोलणंच होणार नाही.

जवळजवळ एका तासानंतर हिसायुकी आणि तादामासानं हिरोशीचा निरोप घ्यायचं ठरवलं – "आता आम्हाला निघायला हवं, अजून क्योटोला परतीचा दीड तासाचा प्रवास करायचाय." हिरोशी त्यांना हॉटेलातच रात्रभर मुक्काम करायचा आग्रह करत होता; पण त्यांनी नम्रपणे नकार दिला, आणि ते तिथून बाहेर पडले.

निघतानासुद्धा काही दगाफटका होईल की काय अशी त्यांना थोडी धाकधूक वाटत होती; पण तसं काही झालं नाही. थोड्याच वेळात त्यांच्या गाड्या परतीच्या प्रवासाला लागल्या. बराच वेळ हिसायुकी गप्पच होता. तो हिरोशीच्या बोलण्यावर विचार करत होता. त्यामुळे तादामासासुद्धा न बोलता बसून राहिला.

"मग?" हिसायुकीनं अचानक विचारलं, "काय मत झालं तुझं या एकंदर मीटिंगबद्दल?"

"मीटिंग तशी चांगली झाली; पण पुढे काय होणार याबद्दल मात्र मी आता जरा काळजीत पडलोय."

"अगदी माझ्या मनातलं बोललास." हिसायुकीनं गाडीच्या खिडकीतून बाहेर बघत म्हटलं. बाहेर फक्त शेतकऱ्यांच्या घरांच्या खिडक्यांमध्येच उजेड दिसत होता. "तुला असं वाटतंय का, की यामागुची-गुमीनं आयपीएस यूएसए कंपनीत गुंतवणूक केलीय?"

“हो, प्रश्नच नाही! मी ते तुमच्या लक्षात कसं आणून द्यायचं असा विचार करत होतो; पण मग मी विचार केला, की तुम्ही ते ताडलंच असेल. हिरोशी फुकाझावा त्याच्या न्यू यॉर्कमधल्या सल्लागारानं शोधलेल्या त्या एजंटबद्दल जे भरभरून बोलत होता, त्यावरून मला असं वाटलं, की या लोकांनी त्या कंपनीत बरीच मोठी गुंतवणूक केली असली पाहिजे.”

“उद्या तू एक काम कर. या लोकांनी आयपीएस यूएसए कंपनीत किती प्रमाणात गुंतवणूक केलीय, हे आपल्या आरआरटीडब्ल्यू ऑफिसमधल्या लोकांना शोधून काढायला सांग.”

“अडचण अशी आहे, की आयपीएस यूएसए आणि आयपीएस पेटंट जपान, या दोन्ही कंपन्यांची मार्केट व्हॅल्यू एकमेकांशी व्यस्त प्रमाणात जोडली गेलीय.”

“खरंय.” हिसायुकीनं सचिंत आवाजात म्हटलं. “यावरून त्रासदायक परिस्थिती निर्माण होणार आहे.”

“तेही लक्षात आलंय माझ्या. आपल्याला त्यासाठी तयारी करण्यासाठी वेळ हवा. जपानच्या आयपीएस पेटंटसची स्थिती कायद्याच्या दृष्टीनं मजबूत करेपर्यंत आपण हिरोशीला या गोष्टीचा सुगावा शक्यतो लागू द्यायचा नाही. सातोशीचा काटा काढणं ठीक आहे; पण ती वह्या-पुस्तकं मिळाली पाहिजेत आपल्याला.”

“हो, पण प्रश्न असा आहे, की त्या वह्या नेमक्या आहेत तरी कुठे? त्या सातोशीच्या हातात नव्हत्या. आणि त्याच्या घरातही मिळाल्या नाहीत. याचाच अर्थ त्या आयपीएस यूएसएच्या ताब्यात असल्या पाहिजेत.”

“तू हिदेकीला कॉल करून सांग, की त्या वह्या मिळवण्याचा जास्तीत जास्त प्रयत्न कर; पण त्याला असंही सांग, की जर काही गडबड झाली तर त्यात आईझुकोतेत्सू-काईचा संबंध असल्याचं लक्षात येता कामा नये.”

तादामासानं लगेच सेलफोन काढून कॉल करायला सुरुवात केली.

याच कॉलमध्ये हिदेकीला आणखी काय सांगता येईल, असा विचार हिसायुकी करू लागला. सकाळी हिदेकीनं सांगितलं होतं, की सातोशीची हत्या अगदी बिनबोभाट पार पडलीय आणि ती ‘अज्ञात व्यक्तीचा नैसर्गिक कारणांनी मृत्यू’ अशी समजली जाण्याची जवळजवळ खात्री आहे. हे खरं असेल अशीच आशा करू या. हिसायुकीनं मनात म्हटलं. कारण ही हत्या म्हणजे खून आहे अशी शंका कोणाला आली, आणि त्यात आपल्या गँगचा हात आहे असं जर यामागुची-गुमी गँगला समजलं, तर दोन्ही गँग्जमध्ये उघड-उघड टोळीयुद्ध भडकण्याची फार मोठी शक्यता आहे!

३

मार्च २५, २०१०

गुरुवार, सकाळी ७.४४

न्यू यॉर्क शहर

ओसीएमईच्या त्या पन्नासेक वर्षांच्या जुन्या बिल्डिंगपाशी टॅक्सी थांबली, आणि टॅक्सीचं दार उघडून आधी लॉरी बाहेर आली. बिल्डिंग जेव्हा नवी होती, तेव्हाही ती मुळीच सुंदर वगैरे दिसत नव्हती, आणि आताही ती तितकीच अनाकर्षक दिसत होती. लॉरीला मात्र बऱ्याच दिवसांनी आपलं घर बघितल्यासारखं वाटू लागल. पण तिच्या मनावर घरून निघताना जे दडपण होतं, ते मात्र आता आणखी थोडं वाढलं.

लॉरीनं मागे टॅक्सीकडे वळून बघितलं. टॅक्सीचे पैसे देऊन जॅकही बाहेर आलेला होता. नेहमी आपल्या आवडत्या, नव्या 'कॅननडेल' सायकलवरून कामाला येणारा जॅक आज खास लॉरीसाठी तिच्याबरोबर टॅक्सीनं आला होता. नुकतीच त्याची आधीची 'ट्रेक' सायकल एका सिटी बसच्या खाली येऊन तिचा चक्काचूर झाला होता. अर्थात, त्या वेळी जॅक सायकल चालवत नव्हता. ती उभी करून तो काहीतरी कामाला गेला होता, तेवढ्यात त्या सिटी बसनं तिला धडक मारली होती.

"चला, कामाला लागू या." मनगटावरच्या घड्याळात बघत जॅकनं म्हटलं. नेहमी तो सकाळी साडेसातला ऑटोप्सी सुरू करता येईल अशा बेतानं थोडा आधी हजर व्हायचा. आज त्या मानानं थोडा उशीरच झालेला होता. जॅक सोडून बाकीचं कोणीच बरोबर साडेसातला ऑटोप्सीचं काम सुरू करत नसे. हा साडेसातला काम

सुरू करण्याचा नियम प्रमुख असलेल्या डॉ. हॅरॉल्ड बिंगहॅमनं घालून दिला होता; पण आता त्याचं वय झालेलं होतं, त्यामुळे बाकीच्यांना आपला नियम काटेकोरपणे पाळायला लावायचा त्याचा आग्रह आता कमी झाला होता. त्यामुळे बहुतांश लोक हवं तेव्हा, कधीकधी आठनंतरही काम सुरू करायचे. जॅक मात्र जुन्या नियमालाच चिकटून राहिला होता. कारण त्यामुळे त्याला हव्या त्या ऑटोप्सीच्या केसेस निवडता यायच्या. नाहीतर मग केसेस वाटून देण्याची जबाबदारी असलेला ऑन कॉल मेडिकल एक्झॅमिनर देईल त्या केसेस कराव्या लागायच्या. ऑन कॉल मेडिकल एक्झॅमिनरचं एक काम असं होतं, की रात्रभरात आलेल्या मृत्यूच्या केसेसपैकी कोणत्या केसेसना शवविच्छेदन– ऑटोप्सी–करण्याची गरज आहे हे ठरवायचं, आणि ते काम कोणी करायचं, हेही ठरवून त्याप्रमाणे केसेस वाटून द्यायच्या. त्यासाठी ऑन कॉल मेडिकल एक्झॅमिनरला वेळेच्या बरंच आधी यायला लागायचं. ऑन कॉल मेडिकल एक्झॅमिनरची जबाबदारी शवविच्छेदन करणाऱ्या प्रत्येक डॉक्टरला आळीपाळीनं दिली जायची. वर्षातून तीन-चार आठवडे जॅकलाही ही जबाबदारी सांभाळावी लागत असे. ऑन कॉल मेडिकल एक्झॅमिनरची आणखी एक जबाबदारी असायची, ती म्हणजे संध्याकाळच्या किंवा रात्रीच्या पाळीत काम करणाऱ्या डॉक्टरांना जर एखाद्या कठीण केसमध्ये फॉरेन्सिक पॅथॉलॉजिस्टच्या मदतीची गरज लागली, तर त्यासाठी उपलब्ध राहायचं.

"सॉरी, माझ्यामुळेच आपल्याला उशीर झाला." जॅक घड्याळात वेळ बघत असल्याचं पाहून लॉरीनं म्हटलं, "आता पुढे असं होणार नाही याची काळजी घेईन मी." त्यांना जरा उशीर होण्याचं कारण असं होतं, की छोट्या जेजेची जबाबदारी लेटिशियावर सोपवताना अपेक्षेपेक्षा जरा जास्त वेळ गेला होता. घरातून निघताना जॅक पुढच्या दाराशी जाऊन तिची वाट बघत थांबला होता. ती मात्र लेटिशियाला काहीतरी सांगायची, जिना उतरू लागायची, आणि आणखी काहीतरी सांगायचं आठवल्यावर परत जिना चढून लेटिशियाकडे जायची. असं तीन-चारदा झालं होतं आणि त्यामुळे त्यांना निघायला थोडासा उशीर झाला होता.

"नो प्रॉब्लेम." जॅकनं म्हटलं, "तू कशी आहेस?"

"बरी आहे असंच म्हणायचं."

"काळजी करू नकोस. सगळं काही ठीक होईल."

'बघू या काय होतंय ते,' असं मनात म्हणत ती त्याच्यापाठोपाठ पायऱ्या चढून दारातून आत शिरली. पहिल्या दृष्टिक्षेपातही तिला आतमध्ये काहीही फरक जाणवला नाही. सगळं काही अगदी पहिल्यासारखंच होतं. ते कॉफीचं टेबल.. त्यावर जुन्या मासिकांचा तोच तो पसारा... तीच ती आयडेंटिफिकेशन रूमकडे आणि चीफ मेडिकल एक्झॅमिनर आणि चीफ ऑफ स्टाफच्या ऑफिसकडे जाणारी

दारं... आणि तेच ते रिसेप्शन काऊंटर आणि त्याच्यामागे बसलेली तीच ती हसतमुख, सुंदर अंगकांतीची, वयापेक्षा बरीच तरुण दिसणारी आफ्रिकन-अमेरिकन रिसेप्शनिस्ट मार्लीन विल्सन.

"डॉ. मॉंटगोमेरी!" लॉरीला बघून अत्यंत आनंदानं ओरडून मार्लीन काऊंटरला वळसा घालून घाईघाईनं पुढे आली, आणि तिनं जणू एखादी बालमैत्रीण फार वर्षांनी भेटावी, अशी तिला मिठी मारली. लॉरीला क्षणभर आश्चर्य वाटलं; पण तिला लगेचच मार्लीनला झालेला खराखुरा आनंद जाणवला, आणि तिनंही तिला मिठी मारली. त्या दिवशी लॉरीला भेटणारा जवळजवळ प्रत्येक जण तिचं स्वागत असंच करणार होता.

ती आयडी रूममध्ये शिरली. या खोलीत नेहमी मृत व्यक्तीच्या प्रेताची ओळख पटवणाऱ्या नातेवाइकांची गर्दी असे. अर्थात, अजून तिथे गर्दी नव्हती; पण तिथल्या त्याच त्या जुनाट, पोचे पडलेल्या लोखंडी टेबलाशी बसून डॉ. आर्नोल्ड बेसरमन नव्यानं आलेल्या केसेसच्या फायली चाळत होता. गेली कमीत कमी तीस वर्षं डॉ. बेसरमन ओसीएमईमध्ये नोकरी करत होता. आज ऑन-कॉल मेडिकल एक्झॅमिनर म्हणून तो काम बघत होता. त्याच्या पुढ्यातला फायलींचा छोटासाच गठ्ठा बघून लॉरीनं ताडलं, की काल रात्रीत काही फारशा केसेस आलेल्या नसाव्यात. लॉरीला बघताक्षणीच त्यानंही उठून लॉरीला आलिंगन देऊन तिचं स्वागत केलं.

खोलीत जॅकचा आवडता सहायक विनी अमेन्डोला हाही होता. तो कायमच इतरांपेक्षा अर्धा तास आधी कामावर यायचा. सगळ्या मंडळींसाठी कॉफी बनवण्याचं कामही त्याच्याकडे होतं. जॅक आणि तो एकमेकांचे खास दोस्त होते; पण त्यांच्या त्या शाब्दिक चकमकी झडायच्या, त्या ऐकताना तिऱ्हाईत माणसाला यांचं भांडण आहे की काय, असा संशय यायचा. त्यानंही उत्साहानं लॉरीला मिठी मारून तिचं स्वागत केलं. आणि पुन्हा तिथल्या जुन्या लेदरच्या खुर्चीवर बसून आजच्या 'डेली न्यूज' मध्ये तोंड घातलं.

"चला, आज काय काम आहे?" आर्नोल्डच्या पाठीमागे त्याच्या टेबलाकडे जाताजाता जॅकनं विचारलं.

"काही खास नाही." आर्नोल्ड पुटपुटला. जॅक नेहमी केसेस निवडून घेतो हे त्याला चांगलंच माहीत होतं, आणि या गोष्टीची त्याला कायम चीड यायची. बाकीचे लोक ऑन-कॉल मेडिकल एक्झॅमिनरचं काम करताना, जॅकनं केसेस निवडून घेतल्याबद्दल त्याच्यावर चिडायचे नाहीत. कारण सगळ्यात जास्त केसेस नेहमी तोच करतो, हे त्यांना माहीत होतं. आर्नोल्ड मात्र त्याच्यावर चिडायचा. कारण आर्नोल्ड एक नंबरचा आळशी माणूस आहे, तो फक्त रिटायर होण्याची वाट बघत दिवस काढतोय, असं जॅकचं स्पष्ट मत होतं.

आर्नोल्ड आपल्याकडे चिडून बघतोय हे जाणवत असूनही जॅकनं एकेक फाईल घेऊन भराभर चाळायला सुरुवात केली. त्याला फक्त गोळीबाराच्या जखमा असलेल्या, अपघाती मृत्यूच्या किंवा कोणत्याही प्रकारे संशयास्पद मृत्यू असलेल्या केसेस हव्या असायच्या.

कमरेवर हात ठेवून आर्नोल्ड फक्त शीळ घालत फायली चाळत उभ्या असलेल्या जॅककडे चिडून बघत उभा राहिला. त्यानं त्याला उघड विरोध करण्याचे किंवा मदत करण्याचेही कष्ट घेतले नाहीत.

फायली चाळण्यात गर्क असलेल्या जॅकच्या लक्षात आलं, की खोलीत आणखी एक व्यक्ती आहे. रेडिएटरच्या समोरच्या एका साध्या खुर्चीवर हा माणूस वाकून पाठमोरा बसलेला होता. त्यामुळे त्याच्या डोक्यावरच्या हॅटचा वरचा भागच फक्त दिसत होता. आणि त्याच्या पायातले खराब झालेले शूज. ते त्यानं पाय रेडिएटरच्या कव्हरवर ठेवल्यामुळे दिसत होते. ही हॅट आणि ते शूज फक्त एकाच व्यक्तीचे असू शकतात असं म्हणत जॅक हातातल्या फायली टेबलावर टाकून त्या खुर्चीपाशी आला. तो त्याचा जुना दोस्त होता– लू सोल्डॅनो. त्याला नुकतंच प्रमोशन मिळालं होतं, आणि आता तो न्यू यॉर्क पोलीस विभागातला डिटेक्टिव्ह कॅप्टन झालेला होता. स्वारीला बसल्याबसल्या चक्क झोप लागली होती.

"ए, हे बघ इथे कोण झोपलंय." जॅकनं लॉरीला हाक मारली. लॉरी कॉफी बनवत होती.

ती लगेच कॉफीचा कप हातात घेऊन जॅकपाशी आली. हॅट चेहऱ्यावर घसरल्यामुळे लूचा चेहरा जवळजवळ दिसतच नव्हता, आणि त्यानं छातीवर आपल्या हातांची घडी घातलेली होती. हातांवर उघडून ठेवलेलं वर्तमानपत्र होतं. त्याच्या कोटाची बटनं सुटून तो जमिनीपर्यंत लोंबकळत होता. तो अगदी शांतपणे झोपलेला होता. तो घोरत नव्हता.

"दमलेला दिसतोय बिचारा." लॉरीनं खास एखाद्या आईच्या ममतेनं म्हटलं – तशीही आता ती खरोखरची आई झालेलीच होती.

"तो ना, तो कायमच दमलेला असतो." जॅकनं वाकून लूच्या चेहऱ्यावर उतरलेली हॅट थोडी मागे केली; पण लॉरीनं त्याचा हात धरून त्याला रोखलं.

"अरे, झोपू दे ना त्याला."

"का?"

"सांगितलं ना, तो दमलाय."

"हा काही उगाचच इथे आलेला नाही." जॅकनं आपला हात हळूच सोडवून घेऊन लूच्या चेहऱ्यावरून त्याची हॅट उचलली. "खरं म्हणजे यानं व्यवस्थित बेडवर झोपायला हवं."

लूचा चेहरा कमालीचा शांत दिसत होता; पण तो थकलेलाही दिसत होता. त्याच्या काहीशा खोल गेलेल्या डोळ्यांभोवती काळी वर्तुळं दिसत होतं. दिसायला तसा तो चांगला पुरुषी, देखणा दिसत होता. खास इटालियन ठेवणीचा चेहरा होता त्याचा. त्याचा युनिफॉर्म चांगलाच चुरगाळलेला दिसत होता. जणू तो त्याच्या अंगावर बरेच दिवस असल्यासारखा. आणि त्यानं गेल्या काही दिवसांत दाढीही केलेली दिसत नव्हती.

''मी इथे जितकी वर्षं आहे, तितकी वर्षं तोही इथे येतोय.'' आर्नोल्डनं आपल्या जागेवरून म्हटलं.

''ए, बिग बॉय!'' लूच्या खांद्याला धरून हलकेच हलवत जॅकनं म्हटलं, ''घरी जाऊन नीट झोप ना.''

लूनं जेमतेम चाळवाचाळव केली; पण तो जागा मात्र झाला नाही.

''झोपू दे ना बिचाऱ्याला.''

''ए, ऊठ ना.'' लॉरीचं बोलणं ऐकल्या न ऐकल्यासारखं करत जॅकनं लूला आणखी जरा जोरात हलवलं.

आपले पाय दणकन जमिनीवर आपटून लू इतक्या जोरात उठून बसला, की सगळेच जण दचकले. त्याचे डोळेही क्षणार्धात सताड उघडले. आणि त्याची नजर आधी लॉरीवर गेली. ''अरे, लॉरी! एवढ्यात कशी आलीस? मला वाटलं होतं, की तू पुढच्या आठवड्यात येणार!'' आणि उठून त्यानं तिला अत्यंत प्रेमानं मिठी मारली, ''तुझा पोरगा काय म्हणतोय?''

लॉरी आधी क्षणभर चमकली; पण मग तिनंही त्याच्या तोंडाला येत असलेल्या सिगारेटच्या वासाकडे दुर्लक्ष करत दृढ अलिंगन दिलं. त्या दोघांची ओळख खूपच जुनी होती. नव्वदच्या दशकाच्या सुरुवातीला ती इथे नोकरीवर आली होती, तेव्हापासून ती त्याला ओळखत होती. काही काळ त्यांनी डेटिंगही केलं होतं; पण मग त्यांच्याच लक्षात आलं होतं, की आपण लग्न करण्यापेक्षा एकमेकांचे चांगले दोस्त असलेलंच बरं. जॅक आणि लॉरीच्या घरी नेहमीच लू जात असे. त्यामुळे त्याला जेजेच्या जन्माच्या वेळच्या संकटांची संपूर्ण हकिगत अगदी जवळून माहीत होती.

थोड्या गप्पा झाल्यावर जॅकनं त्याला विचारलं, की आज तू इथे – ओसीएमईमध्ये येण्याचं काय कारण? लूच्या लेखी मात्र ओसीएमई म्हणजे फक्त 'मॉर्ग'च होतं. म्हणजे शवागार. शवागार हा ओसीएमईचा फक्त एक छोटा भाग आहे, हे मात्र त्याला अर्थातच पक्कं माहीत होतं. असं असूनही तो त्याला फक्त 'मॉर्ग' असंच म्हणत असे. जॅकनं त्याला हे समजावून सांगण्याचा पुष्कळ प्रयत्न केला होता; पण लू बदलत नाही हे लक्षात आल्यावर त्यानं तो नाद सोडून दिला होता.

''एक केस आहे. आणि ती तू कर, खास माझ्यासाठी.'' लू नं म्हटलं ,''ही

घटना क्वीन्समध्ये झाली; पण मी भांडून तो मृतदेह क्वीन्सच्या ऑफिसऐवजी इथे आणायला लावला. तुझी काही हरकत नसेल तरच; मात्र!''

''हरकत? माझी?'' जॅकनं हसून म्हटलं, ''मुळीच नाही. बिंगहॅम सारखा नियमांवर बोट ठेवतो, त्यामुळे तो आरडाओरडा करेल आणि क्वीन्सच्या ऑफिसातला आमचा माणूसही जरा दुखावला जाऊ शकेल; पण तो जाईल विसरून, हळूहळू.''

''म्हणजे काही फार गडबड होईल का?''

''मला नाही वाटत तसं, आणि डिक कॅट्झेनबर्ग असताना तर नाहीच.''

''कॅट्झेनबर्गला काहीच वाटणार नाही.'' लॉरीनं मध्येच म्हटलं. तिनं क्वीन्सच्या ऑफिसबरोबर खूप वेळा काम केलं होतं. डिक कॅट्झेनबर्ग हा क्वीन्सच्या ऑफिसचा प्रमुख होता. न्यू यॉर्कच्या ओसीएमईची एकूण चार विभागीय ऑफिसं होती. हे फर्स्ट अॅव्हेन्यूवरचं मुख्य ऑफिस होतं, त्याच्या अखत्यारीत मॅनहटन आणि ब्रॉन्क्स हे भाग होते. बाकी क्वीन्स, ब्रुकलिन आणि स्टेटन आयलंड भागांसाठी वेगळी ऑफिसं होती.

''गोळीबाराची केस आहे ही.''लूनं म्हटलं.

''ए, आर्नोल्ड!'' जॅकनं विचारलं, ''मी करू का ही केस? शेवटी आर्नोल्डच ऑनकॉल मेडिकल एक्झॅमिनर होता. आणि कोणती केस कोणाला द्यायची हा त्याचाच अधिकार होता. काही लोकांना काही विशिष्ट प्रकारच्या शवविच्छेदनाच्या केसेस करायला आवडायच्या, तर काहींना विशिष्ट प्रकारच्या केसेस आवडत नसत. सडलेल्या, कुजलेल्या प्रेतांचं शवविच्छेदन करायला कोणीच राजी नसे. अशा केसेस मात्र आळीपाळीनं प्रत्येकाला दिल्या जायच्या.

''कर की. माझं काय जातंय?'' आर्नोल्डनं नापसंतीनं म्हटलं आणि त्या केसची फाईल एखाद्या फ्रिस्बी डिस्कसारखी जॅककडे फेकली. त्यामुळे अर्थातच काही कागद फाईलमधून बाहेर उडाले. ते जॅकनं वाकून गोळा केले. ''सॉरी.'' आर्नोल्डनं तोंडदेखलं म्हटलं.

''बिनडोक कुठला.'' खाली पडलेलं एक अर्धवट भरलेलं मृत्यूचं सर्टिफिकेट, प्रेताची ओळख पटवणारा कागद आणि एचआयव्ही अँटिबॉडी अॅनॅलिसिसचा कागद उचलत जॅकनं चरफडत तोंडातल्या तोंडात शिवी हासडली. आणि तो उठून लॉरी आणि लू उभे होते, तिथे आला. त्यानं दिलेली शिवी लॉरीनं ऐकलेली होती. तिनं हळूच तोंडावर हात ठेवत हसू दाबलं,

''आता मला सांग, नेमकं काय झालं?''जॅकनं फाईलमधून मेडिकल लीगल इन्व्हेस्टिगेटरचा रिपोर्ट काढत विचारलं. खाली जेनिस येगरचं नाव बघून त्याला बरं वाटलं. ती अत्यंत बारकाईनं, व्यवस्थित काम करायची. तिनं कागदावर घटनेचा नेमक्या दिशा, अंतरं दाखवणारा नकाशासुद्धा काढलेला होता.

''या घटनेत डॉन आणि ग्लोरिया मोरॅनो नावाचे दोन पोलीस ऑफिसर होते. दोघंही त्या वेळी कामावर नव्हते. नवरा-बायको आहेत. चांगले हुशार आहेत दोघंही. दोघांनाही नोकरीवर लागून जेमतेम दोन वर्षं झालीयेत, त्यामुळे ते तसे अनुभवी वगैरे नाहीत. आज पहाटे साधारण तीन वाजता ते दोघं घरात झोपलेले असताना त्यांना काचा फुटल्याचा आवाज ऐकू आला, आणि ते जागे झाले. तो काचा फुटल्याचा आवाज आपल्या नव्या कोऱ्या होंडा गाडीचा आहे, हे त्यांनी लगेच ओळखलं. ते ताबडतोब बाहेर पडले. जाताजाता ग्लोरियानं तिचं पिस्तूल घेतलं. ते धावत बाहेर आले, तेव्हा त्यांना त्यांच्या गाडीशेजारी उभ्या राहिलेल्या एका व्हॅनमधून दोन पोरं बाहेर येताना दिसली. या पोरांनी त्यांच्या होंडा कारच्या पुढच्या कप्प्यातून एक गार्मिन जीपीएस चोरला होता, हे त्यांना नंतर समजलं. सगळ्या गोष्टी फार झपाट्यानं घडत होत्या. व्हॅनच्या ड्रायव्हरनं व्हॅन थेट समोर, ड्राईव्ह वे मध्ये उभ्या असलेल्या या मन्रो दांपत्याच्या अंगावर आणली. त्या वेळी डॉन थेट व्हॅनच्या मार्गात उभा होता, तर ग्लोरिया त्याच्या किंचित डावीकडे, घराजवळ हिरवळीत उभी होती. येतंय का लक्षात?''

''हो, हो. तू बोल पुढे.'' जॅकनं म्हटलं.

''तो व्हॅनचा ड्रायव्हर गाडी डॉनच्या अंगावर घालण्यासाठीच येत होता का?'' लॉरीनं विचारलं.

''कोण जाणे!''लूनं म्हटलं, ''एक तर तसं असेल, किंवा त्यानं घाबरून व्हॅन रिव्हर्स करण्याऐवजी चुकून पहिल्या गिअरमध्ये घेतली असेल; पण हे आता कधीच समजणार नाही. व्हॅन थेट डॉनच्या अंगावर येत असल्याचं बघून ग्लोरियानं व्हॅनच्या काचेतून ड्रायव्हरवर एकच गोळी मारली, ती थेट त्याच्या छातीत घुसली; पण तो लगेच मेला नाही. तो थांबला, त्यानं व्हॅन थोडी मागे, बाहेर रस्त्यात नेली, आणि मग थोडं पुढे जाऊन तो मेला.''

''ओके. मग आता अडचण काय आहे?'' जॅकनं कपाळाला आठ्या घालत विचारलं.

''प्रॉब्लेम आहे, तो म्हणजे ती दोन किशोरवयीन पोरं. ती पुन्हापुन्हा सांगताहेत, की व्हॅन कधीच पुढे आली नाही. त्यांचं म्हणणं असं, की ते दोघं व्हॅनचं दार उघडून उतरत होते, त्यामुळे ड्रायव्हरचं लक्ष पाठीमागे, त्यांच्याकडे होतं. ते तर म्हणतात, की त्या वेळी ड्रायव्हरचा हातसुद्धा शेजारच्या सीटच्या पाठीवर ठेवलेला होता.''

''ओके. आलं लक्षात.'' जॅकनं म्हटलं, ''जर हा मेलेला ड्रायव्हर गाडी पाठीमागेच घेत असेल, तर तुझ्या या मोरॅनो जोडगोळीची वाट लागणार, कारण त्यांनी विनाकारण गोळीबार केला; पण तो जर गाडी पुढे आणत असेल, तर निदान त्यांनी स्वतःच्या रक्षणासाठी गोळीबार केला, असं तरी म्हणता येईल.''

"अगदी बरोबर, आणखी गंमत पुढेच आहे. त्या गोळीचं कोअर जॅकेट पुढच्या सीटवर पडलेलं होतं, आणि त्या ड्रायव्हरच्या हाताला एक जखम झालीय."

"अरे वा! मग तर आणखीच मजा आहे."जॅकनं हसत म्हटलं, "चल, विनी, कामाला लागू या." मग तो लॉरीकडे वळला. "तू एक केस घेऊन खाली ये. मी माझ्या शेजारचं टेबल धरून ठेवतो तुझ्यासाठी- आपण ठरवलं होतं तसं."

"ग्रेट." लॉरीनं म्हटलं. जॅक, लू आणि विनी निघून गेले, आणि ती आर्नोल्डपाशी आली. "माझ्यासाठी काही केस आहे का? फक्त, आज बऱ्याच दिवसांनी मी काम करणार आहे, त्यामुळे एखादी साधीच केस दिलीस, तर बरं होईल. म्हणजे उगाच कुठे माझ्याकडून गडबड व्हायला नको."

"नाही, लॉरी. आज तुला एकही केस द्यायची नाही असं बिंगहॅमनं बजावून ठेवलंय मला. त्यानं सांगितलंय, की आज फारच काम आलं, तरच तुला एखादी केस द्यायला हरकत नाही. नाही, तर तुला परत एकदा इथल्या वातावरणाशी जुळवून घेण्यासाठी आजचा दिवस द्यायचाय. इतक्या मोठ्या सुट्टीनंतर आलीयस तू, त्याची गरजच आहे तुला."

लॉरीनं एक निःश्वास सोडला. आता हसावं की रडावं हेच तिला कळेना. एका दृष्टीनं झालं हे बरंच होतं, कारण तिला आता तिच्या ऑफिसमध्ये सगळी व्यवस्था पुन्हा लावता येणार होती; पण तिला तिचं मुख्य काम– म्हणजे शवविच्छेदन – पुन्हा सुरू करण्याबद्दल जी एक भीती वाटत होती, आव्हान वाटत होतं, ते आणखी एक दिवसानं लांबणीवर पडणार होतं. तिनं विचारलं, "नक्की असंच सांगितलंय त्यानं; की मला कोणतीही केस द्यायची नाही?"

"डॉ. बिंगहॅमला ओळखतेस तू. तो कसा स्पष्ट, निःसंदिग्ध शब्दांत बोलतो हे तुला माहितेय. हो, आणखी एका निरोप दिलाय त्यानं. तुला त्यानं त्याच्या ऑफिसात बोलावलंय – तुझं स्वागत करण्यासाठी."

"ओके." तिनं नाइलाजानं म्हटलं आणि ती जॅक, लू आणि विनी गेले होते, त्यांच्यापाठोपाठ जाऊ लागली. खाली जाऊन जॅकला सांगू या, की आज आता आपण दिवसभर खाली येणार नाही. तिनं मनात म्हटलं; पण लिफ्टपाशी आल्यावर तिनं विचार बदलला. जॅकला आता हवी तशी इंटरेस्टिंग केस मिळालीय, आणि तो त्या कामात एकदम बुडून जातो, तेव्हा त्याला आपण नंतर भेटू. सध्या आधी बिंगहॅम आलाय का, ते बघू. जाता जाता तिनं सेलफोन काढून घरी लेटिशियाला कॉल करायला सुरुवात केली. जेजे कसा आहे? त्रास देतोय का? काही खाल्लं की नाही त्यानं? झोपलाय का? वगैरे.

४

मार्च २५, २०१०

गुरुवार, सकाळी ९.०५

बेन कोरी आपल्या एंगलवुड क्लिफ्स, न्यू जर्सीमधल्या घरातून जवळजवळ रोजच आपल्या आवडत्या नव्या कोऱ्या 'रेंज रोव्हर ऑटोबायग्राफी' गाडीतून शहरात येत असे. प्रचंड रहदारी असूनही त्याला हा प्रवास फार आवडायचा. त्यातल्या त्यात जॉर्ज वॉशिंग्टन ब्रिज ओलांडतानाचा प्रवास. तो मुद्दाम पुलाच्या सगळ्यात वरच्या बाजूला, सगळ्यात उजवीकडच्या लेनमधून जायचा, आणि जाताना मॅनहटन भागाची क्षितिजरेषा आणि खालच्या हडसन नदीच्या पाणपसाऱ्याचं विहंगम दृश्य न्याहाळायचा. रहदारी वाटेत खोळंबलेली असली, तर त्याला उलट आणखी मजा यायची, कारण मग हे दृश्य तो आणखी जास्त वेळ बघू शकत असे. त्याच वेळी तो गाडीतल्या सीडी प्लेअरवर शास्त्रीय संगीत लावायचा, आणि सेलफोन बंद करून एकटेपणाचा आनंद घ्यायचा. दिवसातला हा एवढाच वेळ तो एकटेपणा अनुभवू शकायचा.

आजही त्यानं या सगळ्या प्रवासाचा, संगीताचा आणि एकटेपणाचा आनंद घेतलेला होता. गाडी पार्क करण्यासाठी तो गॅरेजपाशी आला, तेव्हा तो अत्यंत मजेत होता– आणि काल संध्याकाळी जे घडलं होतं, त्याची काहीच कल्पना नसल्यामुळे त्याच्या मूडवर थंडगार पाणी पडण्याचं काही कारणच नव्हतं.

गाडी पार्क करू बेन थोडंसं अंतर चालून फिफ्थ ॲव्हेन्यूवरच्या आयपीएस यूएसएच्या ऑफिस बिल्डिंगपाशी आला. स्वच्छ सूर्यप्रकाश पडलेला होता, हवा

मस्तपैकी उबदार होती- इतकी, की कालच संध्याकाळी इतकं धुकं, पाऊस, थंडी होती याचा एखाद्याला विसरच पडावा.

रिसेप्शनपाशी येतायेता बेननं आपला कोट काढला, आणि क्लेअर बोर्स या आपल्या नवीन रिसेप्शनिस्टला 'गुड मॉर्निंग' म्हटलं.

ऑफिसात येऊन त्यानं आपला कोट अडकवला आणि तो आपल्या खुर्चीवर जाऊन बसला. टेबलावर अगदी त्याच्या पुढ्यातच सातोशीनं सह्या केलेला तो करार होता, आणि त्याच्याशेजारी सातोशी आणि त्याच्या पत्नीचं मृत्युपत्र, आणि सातोशीनं सह्या केलेले ट्रस्टचे कागदपत्र होते. त्यावर एका पिवळ्या 'पोस्ट इट' चिठ्ठीवर 'सातोशीच्या पत्नीच्या सह्या घेणे,' असं लिहिलेलं होतं. 'हे सारे कागदपत्र तू स्वतःच्या ताब्यात ठेवणार, का ते कंपनीच्या जे. पी. मॉर्गन चेसमधल्या लॉकरमध्ये ठेवायचे, का कंपनीच्या ऑफिसातल्या तिजोरीत ठेवायचे' असं सातोशीला विचारावं, असं स्मरण बेनला करून देणारी एक चिठ्ठीही त्यावर होती. टेबलावर 'रिप्रोग्रॅमिंग टेक्नॉलॉजिज' नावाच्या एका मासिकाचा ताजा अंकही होता. त्यावर जॅकलीननं आणखी एक पिवळी 'पोस्ट इट' चिठ्ठी चिकटवून त्यावर लिहिलं होतं, 'पान ३०वरील लेख वाच. मला वाटतं आपण याबद्दल लवकर काहीतरी केलं पाहिजे.'

बेननं सातोशीची कागदपत्रं टेबलाच्या एका कोपऱ्यात ठेवली. 'तो आला की त्याला देऊन टाकू- तासाभरात येईलच बहुतेक तो,'... त्यानं मनात म्हटलं. सातोशी नेहमी साडेनऊच्या आसपास यायचा. आता तो येणार नाही, हे बेनला माहीत असण्याचं काहीच कारण नव्हतं.

"तो लेख वाचलास?" जॅकलीननं दारातून विचारलं.

"आत्ताच सुरुवात करतोय."

"मग तो लवकर वाच– शक्यतो आपण 'रॅपिड थेरॅप्युटिक्स' बरोबरच्या करारावर सही करण्याच्या आत वाच."

"असं?" बेनच्या मनात शंकेची पाल चुकचुकली.

तो आणि कार्ल हॅरिस 'रॅपिड थेरॅप्युटिक्स' शी इन्ड्यूस्ड प्लुरिपोटंट स्टेम सेल्स निर्माण करण्याची क्षमता वाढवण्याच्या त्यांच्या पेटंटचं लायसन्स मिळवण्यासाठी गेले बरेच महिने बोलणी करत होते. शेवटी आता करार होणार होता, त्यामुळे दुसरा काही जास्त चांगला पर्याय असेल, तर वेळ वाया घालवणं परवडण्यासारखं नव्हतं.

टेबलाच्या कोपऱ्यावर दोन्ही पाय ठेवून बेन तो लेख वाचू लागला. जॅकलीन म्हणते ते बरोबर आहे, हे लगेचच त्याच्या लक्षात आलं. हा लेख कॅलिफोर्निया मधल्या एका नवीन, छोट्या स्टार्ट-अप कंपनीवर होता. कंपनीचं नाव होतं

'आयपीएस रॅपिड'. या कंपनीनं नुकतंच एका नवीन प्रणालीचं लायसन्स घेतलं होतं, आणि या प्रणालीमुळे मानवी इंड्यूस्ड प्लुरिपोटंट स्टेम सेल्सचं उत्पादन करण्याची क्षमता शेकडो पटींनी वाढत होती. या पेशींची निर्मिती फार मंद गतीनं होते, हीच त्यांच्या वापरातली मुख्य अडचण होती. या नवीन तंत्रज्ञानात 'स्मॉल मॉलिक्यूल्स'चा वापर होत होता.

बेनला धक्काच बसला- हा नवीन शोध इतका धक्कादायक असल्याचा धक्का आणि त्याहीपेक्षा जास्त धक्का या गोष्टीचा, की या तंत्रज्ञानाचं लायसन्स मिळेपर्यंत गोष्टी पुढे जातात, आणि तरीही हा शोध लागल्याची साधी कुणकुणसुद्धा कोणाला लागत नाही. खरं म्हणजे या शोधाची माहिती 'नेचर' किंवा 'सायन्स' मध्ये यायला हवी होती, कारण स्टेम सेल्सच्या व्यापारीकरणाच्या दृष्टीनं त्याचं महत्त्वच तेवढं होतं; पण त्याऐवजी हा शोध हा फारशा प्रसिद्ध नसलेल्या मासिकात आला आणि तोसुद्धा आधीच लायसन्स झालेल्या, पेटंट झालेल्या प्रक्रियेच्या स्वरूपात! याचा अर्थ एकच होता, की आयपीएस यूएसए कंपनीला ही माहिती समजायला फार उशीर झाल्यामुळे त्यासाठी शेकडो पटींना जादा पैसा मोजावा लागणार होता. बेनला बदलत्या काळाची, बदलत्या परिस्थितीची आणखी प्रकर्षानं जाणीव झाली. आता विद्यापीठांची स्वतःची पेटंटसाठीच्या कायदेशीर गोष्टी पाहण्याची ऑफिसं असतात, आणि विद्यापीठांमध्ये प्रत्यक्ष संशोधनापेक्षा किती तरी जास्त महत्त्व त्या संशोधनाची पेटंट करण्याला दिलं जातं. यामुळे शास्त्राच्या प्रगतीचा वेग मंदावतो ते वेगळंच. पेटंट घेण्याचं हे वेड फैलावण्यापूर्वी, आपलं संशोधन सगळ्यात आधी आणि सगळ्यात जास्त प्रमाणात कोण प्रसिद्ध करतो, याची चढाओढ लागायची. या भानगडीत भर घालणारी आणखी एक समस्या होती ती अशी, की अमेरिका आणि युरोपमधली सगळ्याच देशांमधली पेटंट नोंदवणारी ऑफिसेस, कायदा धाब्यावर बसवून 'लाईफ प्रोसेसेस' मध्येही पेटंट बहाल करत होती. या बाबतीत अमेरिकेपेक्षा युरोप आघाडीवर होता. अमेरिकेच्या पेटंट ऑफिसमधून बाहेर येणारी काहीकाही पेटंट्स बघून तर खुद्द बेनही चक्रावून जायचा. लक्षावधी वर्षांच्या कालावधीत प्रगत होत आलेल्या जीवन प्रक्रियांची पेटंट्सही घेतल्याचं समर्थन कोण कसं करू शकतो, हे त्याच्या समजण्याच्या पलीकडचं होतं. या हल्लीच्या पेटंट घेण्याच्या वेडामुळे विज्ञानाची प्रगती नुसती मंदावेल असंच नव्हे, तर ती थांबूनही जाऊ शकेल, असं त्याचं स्वतःचं मत होतं. कोणीच दुसऱ्या एखाद्याच्या पेटंटचा भंग केल्याशिवाय काही करू शकणार नाही, आणि त्याची परिणती फक्त एकमेकांविरुद्ध खटले उभे करण्यात होईल. हे म्हणजे वैद्यकीय संशोधनाच्या प्रगतीत खोडा घालण्यापैकी आहे, असं तो म्हणत असे, आणि निदान इंड्यूस्ड प्लुरिपोटंट स्टेम सेल्सच्या क्षेत्रात तरी हे टाळण्याचा प्रयत्न त्याची आयपीएस यूएसए कंपनी करत होती.

"या आयपीएस रॅपिड कंपनीला फोन लाव!" शेजारच्या ऑफिसात बसलेल्या जॅकलीनला बेननं मोठ्यानं म्हटलं, "तो लेख मी वाचला, आणि तू म्हणतेस ते बरोबर आहे. त्या कंपनीच्या सीईओला फोन लाव."

"ही कंपनी सॅन दिएगोमध्ये आहे हे तुझ्या लक्षात आलेलं दिसत नाही." जॅकलीननं म्हटलं.

"आत्ता तिथे जेमतेम सकाळचे सहा वाजून गेले असतील."

बेनच्या हे लक्षातच आलं नव्हतं. "ओके. मग कार्लला बोलाव.' आणि आज माझ्या काय काय अपॉइंटमेटस आहेत?" तो सगळेच कार्यक्रम रद्द करून आपयीएस रॅपिडच्या मागे लागायचा विचार करत होता.

"तुझ्या आपल्याच लोकांबरोबर मीटिंग्ज आहेत; पण त्याशिवाय तुला पावणे अकराला मायकेल कॅलाब्रिजला भेटायला जायचंय त्याच्या ऑफिसात, विसरलास?"

"खरंच विसरलो होतो." त्यानं कबूल करून टाकलं. शेवटी किती झालं, तरी त्याची आयपीएस यूएसएसुद्धा बाल्यावस्थेतच होती; पण नित्याचे व्यवहार सांभाळण्यापेक्षा जास्त महत्त्वाचं आहे. ते मायकेलकरवी माफिया-याकुझा गँग्जबरोबरचे संबंध शक्य तितक्या लवकर तोडणं, हेही त्याला समजत होतं, कारण हे संबंध जितका जास्त काळ चालतील, तितके ते तोडणं अवघड होणार, हे त्याला माहीत होतं. हे संबंध जर बाहेर उघड झाले, तर आपल्याला राजीनामाच द्यावा लागेल, किंवा निदान नजीकच्या काळात एखादा आयपीओ काढण्याची संधी तरी नक्कीच सोडून द्यावी लागेल. हेही एक वेळ चालेल; पण जर का आपल्याला या आरोपांखाली पकडलं तर? हा विचार मात्र तो कधी डोक्यातही येऊ देत नसे.

बेन पुन्हा तो लेख वाचू लागला. वाचतावाचता तो विचार करत होता. काय प्रकारचे असतील हे 'स्मॉल मॉलिक्यूल्स?' बहुधा ग्रोथ फॅक्टर इनहिबिटर्सच्या सप्रेशनचा संबंध असावा यात; पण हे तर उघडच आहे. बाकी, जैववैद्यकीय क्षेत्रात काय भराभर नवनवीन शोध लागताहेत हल्ली! आणि अशा शोधांमुळे सतत नवनवीन संधी निर्माण होताहेत, शक्यता पुढे येताहेत. आणि यातूनच आणखी शोध लागत जातील. एकूणच ही सगळीच प्रक्रिया अधिकाधिक गतिमान होत जाईल. हा आता नव्यानंच लागलेला शोधही बऱ्यापैकी मोठा आणि महत्त्वाचा आहे- निदान आयपीएस सेल्सच्या व्यापारी उपयोगाच्या दृष्टीनं तरी नक्कीच.

"तू बोलवलंस मला?" दारातून एक आवाज आला, आणि बेन भानावर आला.

दारात कार्ल उभा होता- टाय सैल केलेला, कॉलरचं शर्टाचं बटन सोडलेलं आणि शर्टाच्या बाह्या कोपरांच्या वर सरकवलेल्या. तो कंपनीचा सीएफओ होता; पण या क्षणी तो एखाद्या अकाउंटंटसारखाच जास्त दिसत होता. कुठलंच काम

करण्यात त्याला कमीपणा वाटत नसे. त्यामुळेच तर बेन त्याच्यावर डोळे झाकून विश्वास ठेवत असे.

"ये, बस. आणि हे वाच जरा." बेननं तो लेख त्याला वाचायला दिला.

कार्ल तो लेख वाचत असताना बेन त्याच्या चेहऱ्याकडे बघत होता. हळूहळू कार्लच्या कपाळावर आठ्यांचं जाळं पसरलं आणि लेख वाचून झाल्यावर त्यानं ते मासिक त्राग्यानं टेबलावर आपटलं. आणि त्यानं मान वर करून बेनकडे बघितलं, "आता मात्र तुला सांगावंच लागेल. झालेली चूक कबूल करावीच लागेल मला."

"काय बोलतोयस तू?" बेननं विचारलं. "कसली चूक?" सगळं काही छान चाललेलं असताना काही पैशाचा प्रॉब्लेम आलाय की काय?

"हे मी एक-दोन वर्षांपूर्वीच कबूल करायला हवं होतं." कार्लनं अशा स्वरात म्हटलं, की बेनची चिंता अणखीच वाढली. आता काय सांगतोय हा? बेननं काहीही वाईट बातमी ऐकण्यासाठी मन घट्ट केलं. कंपनीत कोणीतरी अफरातफर केल्यामुळे कंपनीकडे अजिबात पैसे उरलेले नाहीत, असं काही सांगणार आहे की काय हा?

"मला आता हे कबूल करणं भागच आहे, की मला या स्टेम सेल्समधलं फारसं काही कळत नाही." कार्लनं अपराधी स्वरात म्हाटलं, "मला त्यातलं फक्त एका विशिष्ट मर्यादेपर्यंतच कळतं; पण तू या लेखासारखं काही तरी टेक्निकल दिलंस, की ते पार माझ्या डोक्यावरून जातं. सॉरी, कंपनीचा सीएफओ या नात्यानं मला आणखी बरीच माहिती असायला हवी यातली; पण मला आपल्या कंपनीच्या वैज्ञानिक बाजूपेक्षा आर्थिक बाजूच जास्त चांगली समजते आणि हाताळता येते. तू मला माझ्या आर्थिक ज्ञानासाठी कंपनीत घेतलंयस, माझ्या बायोटेकमधल्या ज्ञानासाठी नव्हे, हे लक्षात ठेव."

बेनला आश्चर्याचा मोठा धक्का बसला; पण तितकंच सुटल्यासारखंही वाटलं. सूक्ष्मजीवशास्त्रातला एक शास्त्रज्ञ म्हणून त्याला त्या क्षेत्रातलं इतकं ज्ञान होतं, की आपल्यासारखं ज्ञान बाकीच्यांना असेलच असं नाही, हे अनेकदा त्याच्या लक्षातच येत नसे. तो मोठ्यानं हसू लागला. आता गोंधळून जाण्याची पाळी कार्लची होती. "एवढं हसायला काय झालं तुला?" त्यानं विचारलं. बेन आपल्यावर चिडेल अशी त्याची कल्पना होती; पण तो तर मोठ्यानं हसत होता.

"हसू नको तर काय करू? आपलं नेहमी जे बोलणं होतं, त्यावरून माझी कल्पना अशी होती, की तुला यातली बरीच माहिती आहे. बऱ्याच बाबतीत मी तुला सल्लाही विचारला आहे, आणि तुझा सल्ला नेहमी योग्यच असतो असा माझा अनुभव आहे. मग तुला जर बायोटेकमधली फारशी माहिती नाही असं तू म्हणतोयस, तर हे कसं काय?"

"बहुतेक वेळा मी तुला आर्थिक बाबतीत सल्ला दिलाय. आणि कंपनी स्टेम

सेल्समध्ये काम करत असो की नट बोल्टस बनवत असो की संत्री-मोसंबी पिकवत असो, आर्थिक बाबतीत फारसा फरक पडत नाही. आणि जर तू मला आर्थिक सोडून इतर बाबतीत काही विचारलंस, तर मी तुला ब्रॅडला, किंवा मार्क्सला किंवा लेस्लीला विचार असं सांगितलंय. आता माझा हाही सल्ला बरोबरच होता. खरं तर मी शक्य तेवढी माहिती घ्यायचा प्रयत्नही करतोय– कितीतरी गोष्टी आहेत शिकण्यासारख्या.''

''ओके. मग तुला अगदी थोडक्यात माहिती सांगतो कसं?''

''जरूर सांग.''

''ओके.'' बेननं विचार करत म्हटलं, ''याची सुरुवात साठच्या दशकात सुरुवातीला झाली. दोघा कॅनेडियन शास्त्रज्ञांना पहिल्या स्टेम सेल्स पांढऱ्या उंदरांच्या रक्तात सापडल्या. या पेशी जरा प्राथमिक अवस्थेतल्या होत्या. त्यांचं विभाजन होत होतं, त्यांपैकी निम्म्या पेशींचं रूपांतर रक्तातल्या वेगवेगळ्या पेशींमध्ये व्हायचं, तर बाकीच्या पेशी फक्त आपोआप 'सेल्फ रीन्यू' व्हायच्या. त्यानंतर जवळजवळ पस्तीस वर्षं या क्षेत्रात काहीच घडलं नाही. नंतर विस्कॉन्सिनमधल्या एका शास्त्रज्ञाला नुकत्याच जन्माला आलेल्या मानवी भ्रूणामधून अशाच प्रकारच्या स्टेम सेल्स वेगळ्या करून त्या मानवी शरीराच्या बाहेर वाढवण्यात यश आलं. यासाठी त्यानं 'इन व्हिट्रो' नावाची एक पद्धत वापरली. या पद्धतीनं तो शास्त्रज्ञ या स्टेम सेल्स काचेच्या डिशमध्ये वाढवू शकला. त्याच सुमाराला इतर शास्त्रज्ञ या स्टेम सेल्सचं रूपांतर शरीरातल्या हृदयाच्या पेशी, मूत्रपिंडाच्या पेशी, अशा वेगवेगळ्या पेशीमध्ये करायला शिकले. या संशोधनामुळे वेगवेगळया मानवी पेशी आणि खराब झालेले मानवी शरीरातले वेगवेगळे अवयव बदलता येतील, आणि त्यामुळे शरीराच्या झिजेमुळे होणारे वेगवेगळे रोग बरे करता येतील, अशी फार मोठी शक्यता निर्माण झाली.

''नंतर मात्र एक मोठंच संकट उभं राहिलं. या स्टेम सेल्स मिळवण्यासाठी मुळात 'इन व्हिट्रो' फर्टिलायझेशन उद्योगात निर्माण केलेले भ्रूण वापरण्यावरून मोठं वादळ निर्माण झालं. आधीच गर्भपाताला धार्मिक लोकांचा मोठा विरोध होता, तो बरीच वर्षं चालू होता– अजूनही आहे. त्यातच मानवी भ्रूणांमधून स्टेम सेल्स मिळवण्याच्या कल्पनेची भर पडली. शेवटी अमेरिकेचे राष्ट्राध्यक्ष दुसरे जॉर्ज बुश, यांना स्टेम सेल्सच्या संशोधनासाठी पैशाचा पुरवठा जवळजवळ बंद करणं भाग पडलं.''

''हे सगळं मला आठवतंय.'' कार्लनं मध्येच म्हटलं. ''पण या इंड्यूस्ड प्लुरिपोटंट स्टेम सेल्स काय असतात? भ्रूणामधून मिळवलेल्या स्टेम सेल्स आणि या स्टेमसेल्स एकच असतात का?''

''त्या एकाच प्रकारचं काम करतात हे खरं आहे, आणि विज्ञानात ज्याला

आपण 'विकास' म्हणतो, त्या पद्धतीनं त्यांची निर्मिती होत नाही. कित्येक वर्षं शास्त्रज्ञांचं असं म्हणणं होतं, की एखाद्या पेशीचा प्राथमिक अवस्थेपासून परिपक्व अवस्थेपर्यंतचा विकास हा एकमार्गी असतो. पण तसं नसतं, असं आता दिसतंय. विकासाच्या प्रक्रियेचा अभ्यास करताना असं लक्षात आलं, की या प्रक्रियेत साधारण तीस जीन्स वेगवेगळ्या वेळी आणि वेगवेगळ्या प्रमाणात सहभागी असतात. हे जीन्स वेगवेगळ्या प्रमाणात आणि वेगवेगळ्या मिश्रणांमध्ये एकत्र करून त्यांना एका पूर्ण विकसित झालेल्या पेशीमध्ये विषाणूंच्या मदतीनं घातलं, तेव्हा या पेशीच्या विकासाचं जणू रीप्रोग्रॅमिंग झालं. त्या पूर्ण विकसित झालेल्या पेशीचं रूपांतर एका भ्रूणामधून मिळवलेल्या अविकसित स्टेम सेलमध्ये झालं– निदान वरकरणी तरी तसं दिसलं.''

''अस्सं. म्हणूनच या स्टेम सेल्सना 'इंड्यूस्ड' असं म्हणतात का?'' कार्लनं विचारलं.

''अगदी बरोबर. आणि म्हणूनच त्यांना 'प्लुरिपोटंट' असंही म्हणतात– म्हणजे, भ्रूणामधून मिळवलेल्या स्टेम सेल्सप्रमाणेच या स्टेम सेल्ससुद्धा मानवी शरीरात ज्या तीनशे प्रकारच्या पेशी असतात, त्यापैकी कोणत्याही प्रकारात रूपांतरित होऊ शकतात.''

''आश्चर्य आहे.'' कार्ल मोठ्यानं म्हणाला.

''नुसतं आश्चर्यजनक नाही, तर ते धक्कादायक आहे असं म्हणणं जास्त योग्य होईल.'' बेननं म्हटलं. ''या इंड्यूस्ड प्लुरिपोटंट स्टेम सेल्सचं विज्ञान प्रचंड वेगानं प्रगती करतंय. चार वर्षांपूर्वीपर्यंत हे पेशीच्या विकासाशी संबंधित जीन्स विषाणूंच्या मदतीनं विकसित झालेल्या पेशीत घातले जायचे आणि त्यापैकी काही जीन्स कॅन्सर निर्माण करू शकत होते. या विषाणूंमुळेही क्वचित प्रसंगी कॅन्सर होण्याची शक्यता होती. त्यामुळे या इंड्यूस्ड प्लुरिपोटंट स्टेम सेल्सचा वापर रोग्यांवर कधीच करता आला नाही, कारण त्यात कॅन्सरचा मोठा धोका होता; पण चार वर्षांपूर्वीपासून मात्र पेशींमध्ये जीन्स घातले जातात, या जीन्समधल्या प्रोटीन्समुळे या पेशींचं आणखी प्राथमिक अवस्थेत रूपांतर होण्यासाठी प्रोग्रॅमिंग होतं. शिवाय आता पूर्वीसारखे धोकादायक ठरू शकणारे विषाणूसुद्धा पेशींमध्ये जीन्स घालण्यासाठी वापरले जात नाहीत. त्याऐवजी एक विद्युत प्रवाह वापरला जातो– त्याला इलेक्ट्रोपोरेशन म्हणतात. आता अलीकडे तर इलेक्ट्रोपोरेशनच्या जागी काही रसायनं वापरली जातात. ही रसायनं विकासाशी संबंधित प्रोटीन्सना पेशीत खेचून घेतात– तेसुद्धा पेशीवरच्या पडद्याचं कोणतंही नुकसान न करता.''

''मग बरोबर आहे तुझं म्हणणं.'' कार्लनं मान डोलावत म्हटलं, ''हे सगळं 'आश्चर्यजनक' पेक्षा 'धक्कादायक'च आहे.''

“ते जाऊ दे. पण आता तुझं या क्षेत्रातलं ज्ञान वाढलं का– निदान तुला गरज आहे तेवढं तरी?”

“हो, नक्कीच.”

“गुड. तुला काहीही माहिती हवी असेल तर कधीही, न लाजता विचार.”

“हो.” कार्लनं तो लेख टेबलावर ठेवला. “मग आता या लेखाचा विषय मला बरोबर समजलाय की नाही, हे सांग. हा लेख एक अशा प्रक्रियेबद्दल आहे, की ज्यामुळे इंड्यूस्ड प्लुरिपोटंट सेल्सच्या उत्पादनाचा वेग मोठ्या प्रमाणावर वाढतो, आणि ती प्रक्रिया आपल्या नियंत्रणाखाली येणं फार आवश्यक आहे. बरोबर आहे का माझं?”

“हो, अगदी बरोबर आहे. आणि या लेखावरून माझं असं मत झालंय, की आयपीएस रॅपिड कंपनीचे लोक ही कंपनी विकू बघताहेत. ती प्रत्यक्ष बाजारात विक्रीला जाण्यापूर्वीच तिला ताब्यात घेतलं तर फारच उत्तम होईल. आपल्या हातात थोडी बऱ्यापैकी इक्विटी आहे का?”

“बहुतेक नाही; पण आपण काल सह्या केलेल्या त्या सातोशीबरोबरच्या करारामुळे आपली मार्केट व्हॅल्यू मात्र चांगली झालीय. आणि नजीकच्या काळात आपण किती पैसा उभा करू शकतो, याचा अंदाज काढायला फारसा वेळ लागणार नाही.”

“ओके. मग लगेच कामाला लाग.”

“ओके.” आणि कार्ल खुर्चीवरून उठून निघून गेला.

बेन उठला. आणि त्यानं जॅकलीनच्या ऑफिसचं दार उघडून आत डोकावून बघितलं “तुला सातोशी दिसलाय का कुठे?” त्यानं विचारलं.

पण त्या वेळी ती फोनवर बोलत होती, त्यामुळे तिनं खुणेनंच ‘नाही’म्हणून सांगितलं.

‘हा सातोशी म्हणजे जणू एक शाळकरी पोरगा आहे आणि आपण त्याचे बाप आहोत असं वाटतंय,’ बेननं टेबलाकडे परत जाताना मनाशी म्हटलं, आणि तो स्वतःशीच हसला. तो काय करत असेल अशी सारखी काळजी लागलेली असते. दहा वाजत आले होते, आणि सातोशीचा अजून कुठे पत्ता नव्हता, की काही फोनही नव्हता. खरं म्हणजे सातोशीला काही विशेष काम नव्हतं; पण तो दिसेपर्यंत आपल्याला त्याची सतत चिंता का लागून राहिलेली असते, हेच बेनला कळत नव्हतं. येणार नसशील तर निदान फोन कर, असं तीन-तीनदा सांगितलेलं असूनही सातोशी कधीच फोन करत नसे. एकदा तर तो एक आख्खा आठवडाभर आला नव्हता आणि तरीही त्यानं कधीही फोन करण्याचे कष्ट घेतले नव्हते. आणि आल्यावर त्यानं सांगितलं होतं, की आम्ही सगळे नायगाराचा धबधबा पाहायला

गेलो होतो. आता निदान लायसन्सिंगच्या करारावर तरी त्यानं सह्या केलेल्या होत्या, तरी पण तो जर हातातून निसटला, तर ते फार कटकटीचं होणार होतं.

सातोशीचा विचार करताकरता बेनला आठवलं, की आपण कोलंबियाला फोन करून प्रयोगशाळेतल्या जागेचं काय झालं हे बघणार होतो. एकदाची ती जागा मिळाली, की निदान त्याला सारखं सातोशीला शोधत बसावं लागणार नव्हतं. कारण सातोशी कायम प्रयोगशाळेतच पडीक असणार, हे नक्की होतं.

कोलंबियाला त्यानं फोन केला, आणि त्याला फारच छान प्रतिसाद मिळाला. प्रयोगशाळेत जागा आहे, आणि सातोशीनं आपल्याला काय साहित्य लागेल हे सांगितलं, की आम्ही ते मागवून ठेवू. भाडं जरा जास्त होतं; पण ठीक होतं.

बेननं एक रिमाइंडर कार्ड घेऊन त्यावर ही सगळी माहिती लिहून ठेवली, आणि ते कार्ड सातोशीला देण्याच्या कागपदत्रांच्या गठ्ठ्यावर ठेवून दिलं.

नंतर त्यानं सातोशीच्या सेलफोन नंबरवर फोन केला.

पलीकडून फोन उचलला जात नव्हता. ऐकू येणाऱ्या प्रत्येक रिंगबरोबर बेनची अस्वस्थता वाढत होती. त्याला का कोण जाणे, काहीतरी गडबड आहे की काय, अशी आतूनच शंका येऊ लागली. शेवटी रिंगचे आवाज बंद होऊन 'प्लीज लीव्ह अ व्हॉइस मेसेज' अशी प्रीरेकॉर्डेड सूचना ऐकू आली, तेव्हा बेननं सातोशीसाठी निरोप ठेवला. मला लवकरात लवकर परत कॉल कर. एक चांगली बातमी सांगायचीय.

हे झाल्यावर त्यानं उठून कोट घातला, आणि तो मायकेलबरोबरच्या मीटिंगसाठी निघून गेला.

५

मार्च २५, २०१०

गुरुवार, सकाळी १०.१८

अनेकदा प्रयत्न करूनही लॉरीचं हातातल्या पुस्तकात लक्ष लागत नव्हतं. काहीच काम नसल्यामुळे तिनं जनरल फॉरेन्सिक्सचं एक पुस्तक घेऊन वाचायला सुरुवात केली होती. खाली जॅक एका गोळीबाराच्या जखमा असलेल्या प्रेताचं पोस्टमॉर्टेम करत होता, त्यामुळे तिनं त्या पुस्तकातलं 'जीएसडब्ल्यू'चं – गोळीबाराच्या जखमांचं – प्रकरण काढून वाचायला सुरुवात केली होती; पण तिचं वाचण्यात लक्षच लागत नव्हतं. तिनं सकाळपासून घरी लेटिशियाला इतक्या वेळा फोन केलेला होता, की लेटिशियाच्या आवाजात शेवटी चीड जाणवायला लागलेली होती. शेवटच्या फोनच्या वेळी तर लेटिशियानं शक्य तितक्या नम्रपणे असंही म्हटलं होतं, की बाईसाहेब, मला जर काही अडचण आली तर मीच तुम्हाला फोन करेन.

ओसीएमईमध्ये लॉरीचं जे स्वागत झालं होतं, त्या बाबतीत जॅकचं म्हणणं खरं ठरलं होतं. अगदी सफाई कर्मचाऱ्यांपासून पार प्रमुख अधिकाऱ्यापर्यंत प्रत्येकानं तिचं अत्यंत मनापासून स्वागत केलं होतं; पण एवढं सगळं होऊनही तिच्या मनातली चिंता जराही कमी झाली नव्हती. उलट काहीच काम नसल्यामुळे ती चिंता वाढलीच होती. बिंगहॅमनं तिला आजचा दिवस कोणतंही काम करण्यातून सूट दिली होती, त्याचाही तिनं उलटा अर्थ लावला होता- नक्की बिंगहॅमला आपण इतक्या मोठ्या रजेवरून परत आल्यावर इतक्या व्यवस्थित काम करू शकू की नाही, याबद्दल शंका वाटत असणार. त्यामुळे मिळालेल्या मोकळ्या वेळाचा उलटाच परिणाम

होत होता– तिच्या मनातल्या शंका आणि चिंता वाढतच होत्या.

तिची नजर नकळतच आपल्या ऑफिसमधून फिरत होती. कुठलाही केसच्या फायलींच्या गठ्ठा तिची वाट बघत नव्हता. कुठेही एखादी निरोपाची चिठ्ठी, 'पोस्ट इट'चा कागद, काही नव्हतं. संपूर्ण ऑफिस कसं स्वच्छ आणि चकचकीत दिसत होतं. बिचारा झाकून ठेवलेला मायक्रोस्कोपही तिच्याइतकाच एकटा, दीनवाणा दिसत होता.

शेवटी ती ते पुस्तक मिटवून ठेवून खाली जॅक काम करत होता, त्याच्या तिथे जाऊन निदान नुसतं उभं राहावं, त्या दोघांशी जरा बोलावं, असा विचार करत होती; पण तेवढ्यात तिच्या टेबलावरचा फोन वाजायला सुरुवात झाली. दचकून तिनं तो पटकन उचलला. नशीब, निदान कोणाला तरी आपल्याशी बोलावंसं तरी वाटतंय.

"लॉरी, एक थोडा प्रॉब्लेम झालाय." पलीकडून एक पुरुषी आवाज बोलला. हा आवाज डॉ. आर्नोल्ड बेसरमनचा आहे हे तिच्या लक्षात यायला जरा वेळच लागला.

"काय झालं?" लॉरीनं मोठ्या आशेनं विचारलं. एखादी नवी केस आली असावी, बहुधा.

"केव्हिनला जरा बरं वाटत नाहीये. तो घरी चाललाय." आर्नोल्डनं म्हटलं. केव्हिन म्हणजे डॉ. केव्हिन साऊथगेट, आर्नोल्डचा एक आवडता सहकारी डॉक्टर. दोघांचीही छान मैत्री होती, तरीही दोघांचे प्रत्येक बाबतीत वाद व्हायचे- मग ते राजकारण, देशातली परिस्थिती, धर्म कोणत्याही विषयावर बोलत असोत. "मी त्याला फक्त एकच केस दिली होती– आणि तीही बहुतेक अगदी साधी, सोपी असावी. हा माणूस 'ए' ट्रेनच्या फिफ्टी नाइन्थ स्ट्रीटच्या प्लॅटफॉर्मवर अचानक कोसळून मेला– आणि त्याच्या मृत्यूचं कारण वरकरणी तरी नैसर्गिकच दिसतंय; पण केव्हिनला बरं वाटत नाहीसं दिसतंय आणि तो घरी निघालाय. बरं, तू बिंगहॅमला भेटलीस की नाही अजून? भेटली असलीस, तर ही केस करशील का, प्लीज? मला माहीतंय की तुला आज काहीही काम द्यायचं नाही असं चीफनं सांगितलंय; पण मी खरोखरच अडचणीत आहे. आणि दुसरं कोणी ही केस करायला मोकळंही नाही."

लॉरी स्वतःशीच हसली. नैसर्गिक मृत्यूची केस का असेना, काहीतरी काम तरी करता येईल. शिवाय केस सोपी, साधी आहे. त्यामुळे इतक्या महिन्यांनंतर काम करण्याचा सरावही होईल; पण तिचं हसण्यामागचं कारण वेगळंच होतं, आर्नोल्डनं तो स्वतः मोकळा आहे की नाही, हे कुठं सांगितलंय? तो ऑन-कॉल मेडिकल एक्झॅमिनर असतो, तेव्हा तो स्वतःसाठी कधीच केस घेत नाही.

"आणि मला या केसमध्ये मदत कोण करणार आहे?" तिनं विचारलं.

"मार्विन. म्हणूनच मला वाटलं की तू ही केस करायला तयार होशील."

आर्नोल्डचं म्हणणं बरोबर होतं. मार्विन फ्लेचर हा तिचा आवडता सहायक होता.

"ओके. मी करेन ही केस. आलेच मी."

आणि लॉरी खरंच फोन ठेवून लगेच जायच्या तयारीला लागली. तिनं तिचा टायव्हेक सूट चढवला, ग्लोव्हज घातले आणि तोंडावर लावायचा प्लॅस्टिकचा मास्क घेतला. लगेच ती ऑटोप्सी रूममध्ये आली आणि तिनं इकडेतिकडे बघितलं. रूममधल्या आठही टेबलांवर शवविच्छेदनाचं काम चालू होतं. चौथ्या टेबलाशी उभ्या असलेल्या मार्विननं तिला हात केला. गंमत अशी, की शेजारच्या पाच नंबरच्या टेबलाशी जॅक आणि लू होते. त्यांची केस संपत आलेली दिसत होती. लू ते प्रेत टाके घालून शिवत होता. तो इथे इतक्या वेळा यायचा, की तो काही गोष्टी बघून शिकला होता. आणि तो आपण होऊन कामात मदत करायचा.

लॉरी त्यांच्या टेबलाशी आली.

"अरे, आलीस का तू?" जॅकन म्हटलं, "पण तुला तर आज काहीही काम द्यायचं नाही असं ठरलं होतं ना? मग तू इथे कशी?"

पलीकडे तिची वाट बघत थांबलेल्या मार्विनला लॉरीनं मानेनंच 'जरा थांब' अशी खूण केली. ते जॅकनं बघितलं. "आलं लक्षात. म्हणजे तुला एखादी केस दिलेली दिसतेय. त्या आर्नोल्डला स्वतः खाली येऊन काम करायला अर्थातच वेळ नसणार."

"हं." लॉरीनं स्मित केलं. "पण बरं झालं त्यानं मला केस दिली ते. मलाही एखादी केस– त्यातही एखादी साधी, सोपी केस– हवीच होती." आर्नोल्डचा कामचुकारपणा हा जॅकचा आवडता विषय होता. आताच हा विषय नको, म्हणून तिनं विषय बदलला, "तुमची केस कशी झाली?"

"व्यवस्थित झाली. निदान मी तरी असं म्हणेन."

"अगदी बरोबर बोलतोय तो." लूनं मध्येच म्हटलं, "ड्रायव्हरच्या छातीत जी गोळी घुसली, ती निश्चितपणे उजवीकडून मारलेली होती, म्हणजेच त्याला जेव्हा गोळी मारली, तेव्हा त्याचं शरीर आणि चेहरा समोरच्या बाजूला होता. तो जर त्याच्या सीटमध्ये वळलेला असता– आणि गाडी मागे घेताना तुम्हाला मागे बघण्यासाठी उजवीकडे वळूनच बसावं लागत– तर ती गोळी त्याच्या छातीत अगदी समोरून घुसली असती. आणि ती गोळी समोरच्या काचेतून आत येताना तिच्या जॅकेटचे तुकडे झाले, त्यांनी त्याच्या हातावर बऱ्याच छोट्याछोट्या जखमा केल्या. गाडी मागे घेताना त्याचा उजवा हात आपोआपच शेजारच्या सीटच्या पाठीमागे गेला असता, त्यामुळे या जखमाही झाल्या नसत्या. त्यामुळे आम्ही पकडलेल्या दोषी लोकांचं हे म्हणणं चुकीचंच आहे, हे लक्षात आलंच आमच्या.

''वा! काँग्रॅटस!'' लॉरीनं मनापासून म्हटलं. फॉरेन्सिक्सची ताकद काय असते, हेच दिसतंय या केसवरून.

लॉरी पुढच्या टेबलाशी गेली. तिथे मार्विन होता. त्याच्याकडे बघून तिनं हसून ''हाय!' म्हटलं. त्यानंही तिचं तितक्याच उत्साहानं स्वागत केलं. इतक्या महिन्यांनी आज प्रथमच त्यांची गाठ पडत होती. मग थोडा वेळ त्यांचं बोलणं झालं– लहान मुलांना वाढवणं कसं जिकिरीचं असतं, वगैरे. कारण लॉरी नुकतीच आई झालेली होती, तर मार्विन तीन मुलांचा बाप होता.

''चला, आता कामाचं बोलू या.'' मग तिनं म्हटलं, आणि टेबलावर ठेवलेल्या प्रेताकडे मानेनं खूण केली.

प्रेतावर आधीच तो खास 'वाय' आकाराचा छेद करून ठेवल्यामुळे बरीचशी आतली इंद्रियं दिसत होती. मार्विननं माहिती द्यायला सुरुवात केली, ''हे प्रेत एका आशियाई वंशाच्या पुरुषाचं आहे. डॉ. साऊथगेटच्या म्हणण्याप्रमाणे याचं वय साधारण तीस ते पस्तीस असावं. वजन एकशे बेचाळीस पौंड. हा माणूस सब वेच्या प्लॅटफॉर्मवर अचानक कोसळून पडला आणि त्याचा जीव गेला. त्याचा कोणताही वैद्यकीय इतिहास नाही, आणि त्याच्या अंगावर कोणतीही औषधं किंवा अमली पदार्थ सापडलेले नाहीत.''

मार्विनचं बोलणं ऐकत लॉरीनं केसची फाईल उचलून ती चाळायला सुरुवात केली. पहिलाच एमएलआयचा रिपोर्ट चेरिल मायर्सनं लिहिलेला होता. तो वाचतानाच तिच्या लक्षात आलं, की या माणसाजवळ त्याची ओळख सांगणारी कोणतीही कागदपत्रं सापडलेली नाहीत.

''हा कोणीतरी अज्ञात माणूस दिसतोय. हो ना?'' तिनं मध्येच विचारलं.

''हो.''

तिनं फाईलमधला 'नोटीस-ऑफ-डेथ' फॉर्म, आणि प्रेताच्या ओळखीची माहिती देणारा 'आयडेंटिफिकेशन-ऑफ-बॉडी' फॉर्म काढला, तो तर पूर्णपणे रिकामा होता. 'नोटीस- ऑफ-डेथ' फॉर्मवरही फारच थोडा मजकूर भरलेला होता; पण निदान प्रेत कसं सापडलं याची माहिती तरी होती. '९११'चा कॉल आल्यामुळे कर्मचारी सब-वेच्या प्लॅटफॉर्मवर पोहोचले होते. त्यांना हा माणूस कशालाच प्रत्युत्तर देत नाही हे दिसलं होतं, त्याचा रक्तदाब शून्य होता, नाडीचे ठोके पडत नव्हते, आणि श्वासही चालू नव्हता. त्याला घेऊन ते लोक हार्लेम हॉस्पिटल सेंटरच्या इमर्जन्सी रूमला आले होते. येताना वाटेतही त्यांनी ॲम्ब्युलन्समध्ये सगळे कृत्रिम उपचार चालू ठेवले होते. हॉस्पिटलमध्ये पोहोचल्यावर मात्र डॉक्टरांनी तो माणूस मृत असल्याचं सांगितलं होतं.

लॉरीनं मान वर करून मार्विनकडे बघितलं. नाही म्हटलं तरी ती काहीशी

निराश झालेली होती. इतक्या मोठ्या कालावधीनंतर आपण ही पहिलीच केस करतोय, आणि ती नेमकी एका अज्ञात व्यक्तीच्या प्रेताची. या माणसाची निश्चित माहिती असती तर बरं झालं असतं. आता आपण जे निष्कर्ष काढू, ते निदान त्याच्या वैद्यकीय इतिहासाशी ताडून तरी बघता आले असते. असो, तिनं खांदे उडवले.

"त्याच्या बाह्य तपासणीत काही खास आढळलं का?" तिनं विचारलं.

मार्विननं नकारार्थी मान हलवली. "कुठे नक्की जखमांच्या खुणा, काही गोंदवलेलं वगैरे काहीच सापडलं नाही."

"त्याच्या अंगावर काही चेन किंवा अंगठी वगैरे?"

"हो, त्याच्या बोटात लग्न झाल्याची अंगठी मात्र होती."

लॉरीला जरा बरं वाटलं. अंगठी आहे म्हणजे बायको असणार याला. शिवाय त्याच्याकडे बघितल्यावर लगेच लक्षात येत होतं, की हा चांगल्या घरातला असावा. बेघर, भणंग, भटक्या, व्यसनी वगैरे नसावा. "त्याचे कपडे कसे होते?"

"एकदम व्यवस्थित. शर्ट, टाय, कोट आणि वरून एक ओव्हरकोट घातलेला होता यानं. तो तिथे प्लॅटफॉर्मवर पडल्यामुळे ओव्हरकोट बराच मळलेला होता; पण नवीन वाटत होता."

"गुड." लॉरीला जरा सुटल्यासारखं वाटलं. हा जरी अज्ञात, बेवारशी असला, तरी याच्या बायकोनं लगेच याला शोधायला सुरुवात केली असायला हरकत नाही. खरोखर भटक्या, बेघर माणसांच्या बाबतीत त्यांची ओळख पटवणं फार जिकिरीचं काम असतं, कारण त्यांना शोधायलाच फारसं कोणी येत नाही.

"ओके. या माणसाच्या मृत्यूच्या कारणाबद्दल डॉ. साऊथगेटला काही शंका होत्या का?" तिनं विचारलं.

"तसं त्यांनी स्पष्ट बोलून दाखवलं नाही; पण त्यांना एखादा स्ट्रोक, हार्ट ॲटॅक, मेंदूतला रक्तस्राव अशा एखाद्या अचानक मृत्यूच्या कारणामुळे याला मरण आलं असावं, असं वाटत होतं. एका साक्षीदारानं– खरं तर याच माणसानं पोलिसांना कॉल केला होता– सांगितलं, की या माणसाला एका छोटासा आकडीसारखा झटका आल्यासारखं आपल्याला वाटलं."

लॉरीनं चेरिल मायर्सच्या रिपोर्टकडे एक कटाक्ष टाकला. चेरिलनंही या छोट्याशा झटक्याचा उल्लेख केला होता; पण हे तिला हार्लेम हॉस्पिटल सेंटरच्या लोकांनी कळवलं होतं, त्या साक्षीदारानं नव्हे. "बरं एक्स-रे मध्ये काही दिसलं होतं?"

"नाही. ते निगेटिव्ह आलेत. ते बघ, अजून ते त्या व्ह्यू-बॉक्सवरच लावलेत. हवं तर तू बघ परत."

मान डोलावून लॉरी त्या एक्स-रे जवळ गेली. तिनं डोक्यापासून सुरुवात केली. आणि मग क्रमानं छाती, पोट आणि शेवटी हातापायांचे एक्स-रे निरखून बघितले. तिला कुठेच काही सापडलं नाही.

"ओके. चला, आता आपण प्रत्यक्ष उत्तरीय तपासणी करू या."

लॉरी आणि मार्विन अनेकदा एकत्र काम करायचे, त्यामुळे प्रत्यक्ष शवविच्छेदनाचं काम भराभर पार पाडलं. दोन्ही फुप्फुसं आणि हृदय त्या प्रेताच्या छातीतून एकत्रितपणे बाहेर काढण्यात जरा वेळ गेला, कारण हृदयविकाराचा झटका किंवा हृदयाचं काम अचानक बंद पडणं हे अचानक मृत्यूचं एक मोठं कारण असतं; पण हृदयातही काही दोष नव्हता, आणि रक्तवाहिन्याही एकदम व्यवस्थित होत्या. नंतर मार्विननं डोक्याचा वरचा भाग उघडला. आता डोक्यात एकदम रक्तस्राव झाला असेल अशी त्यांची अपेक्षा होती; पण डोक्यात, मेंदूच्या आवरणात किंवा प्रत्यक्ष मेंदूतही तशा काहीच खुणा त्यांना दिसल्या नाहीत.

"ठीक आहे." लॉरीनं प्रेताला टाके घालून ते शिवायला सुरुवात केली. "आत कसल्याच खुणा दिसत नाहीत. अत्यंत नॉर्मल ऑटोप्सी होती ही. सामान्यतः काही ना काही पॅथॉलॉजी मिळतेच, की ज्यामुळे त्या व्यक्तीला मरण आलेलं असतं; पण हा बिचारा तर पूर्णपणे निरोगी दिसतोय."

"हं. पण मग तुझं म्हणणं तरी काय आहे? काही अंदाज?" मार्विननं विचारलं.

"या क्षणी तरी मी एवढंच म्हणू शकते, की याला जरी एखादा झटका आला असण्याची शक्यता असली, तरी हृदयाच्या विद्युतकार्यात काहीतरी गडबड झाल्यामुळे याला मरण आलं असावं." तिनं काहीशा हताशपणे मान हलवली. "याचं हृदय आणि मोठ्या रक्तवाहिन्या नॉर्मल आहेत असं दिसल्यावर आपण मेंदू तपासत असताना तिथेही काही गाठ वगैरे दिसली नाही. त्यामुळे मला वाटतं, आता हिस्टॉलॉजीतच काहीतरी समजू शकेल. 'एका अज्ञात व्यक्तीचा अज्ञात कारणामुळे मृत्यू' असा रिपोर्ट द्यायची माझी तयारी नाही. निदान एवढ्या मोठ्या रजेनंतरच्या पहिल्याच केसमध्ये तरी नाहीच.'

"त्याच्या जठरात आणि लहान आतड्याच्या सुरुवातीच्या भागात आपल्याला थोडं जास्तीचं द्रव सापडलं, त्याचं काय?" मार्विननं विचारलं, "त्या वेळी तुला आश्चर्य वाटलेलं दिसलं होतं मला."

"ते मला फारसं महत्त्वाचं वाटत नाही, माझ्या माहितीप्रमाणे त्याचा मृत्यूच्या कोणत्याही नैसर्गिक कारणाशी काहीही संबंध नाही. या माणसानं मृत्यूच्या थोडा वेळ आधी खाल्लं-प्यायलेलं असलं पाहिजे. त्याच्या रक्तात अल्कोहोलचं प्रमाण किती होतं ते बघितलं पाहिजे."

“हं, आणि मृत्यूच्या अनैसर्गिक कारणांचं काय?”

लॉरी चमकली. माणसानं आपलं मन आणि बुद्धी नेहमी खुली ठेवली पाहिजे, याची आठवण मार्विननं तिला आत्ताच, उघड काही न बोलता करून दिलेली होती. एखादी हत्या म्हणजे आत्महत्या किंवा अपघात असल्याचा भास निर्माण करून सहज फसगत करता येते; पण ही केस अशा प्रकारची असण्याची शक्यता फार कमी वाटते. शेवटी हा माणूस प्लॅटफॉर्मवर अचानक कोसळून पडलाय आणि त्याला मृत्यू आलाय. तरी पण कुठे दुर्लक्ष झालेलं असू नये म्हणून तिनं टॉक्सिकॉलॉजी आणि रक्तातल्या अल्कोहोलचं प्रमाण, या दोन तपासण्या करून घ्यायचं ठरवलं. त्यासाठी आवश्यक ते नमुने तिनं काढून घेतले. ओसीएमईमधल्या टॉक्सिकॉलॉजीच्या तपासणीत चांगली दोन-तीनशे औषधांची आणि विषारी द्रव्यांची चाचणी व्हायची. त्यामुळे या माणसाच्या शरीरात जरी काही असलं द्रव्य असलंच, तर ते या तपासणीत सापडायला हरकत नाही, तिनं मनात म्हटलं.

“माझी बऱ्यापैकी खात्री आहे की एवढं सगळं केल्यानंतर या माणसाला नैसर्गिक कारणानंच मृत्यू आला असं दिसेल.” तिनं म्हटलं. “हिस्टॉलॉजी आणि टॉक्सिकॉलॉजीमध्ये काय सापडतं याची वाट बघत थांबावं लागेल आपल्याला.”

“ओके. दुसरी काही केस आहे का तुझ्याकडे?”

“नाही. अरे, खरं म्हणजे हीसुद्धा नव्हती मुळात.”

लॉरीनं हिस्टॉलॉजी आणि टॉक्सिकॉलॉजीच्या नमुन्यांच्या बाटल्या दोन वेगवेगळ्या ब्राऊन पेपरच्या पिशव्यांमध्ये भरल्या. “या बाटल्या मीच वर लॅबमध्ये नेऊन देते. आणि तिथल्या लोकांना खास विनंती करते, की काय ते रिझल्ट्स लवकरात लवकर द्या, प्लीज.”

जाताजाता लॉरी जॅकच्या टेबलाशी थांबली. त्यानं एव्हाना दुसरी केस सुरू केलेली होती. लू केव्हाच घरी निघून गेलेला होता.

“काय, काय म्हणते तुझी केस?” त्यानं तिला विचारलं, “काय सापडलं?”

“काहीच नाही.” लॉरीनं निराशेनं म्हटलं, “आणि त्यात भर म्हणून की काय या प्रेताची ओळखच पटलेली नाही.”

“पण त्यानं तू का निराश झालीयेस?”

“काही विचारू नकोस. मला त्या माणसात काहीच सापडलं नाही. कसलीच पॅथॉलॉजी नाही. आणि त्याची मेडिकल हिस्ट्रीही नाही. त्यामुळे काहीतरी नजरेतून सुटायची शक्यताही एकदम खूप वाढलीय.”

“मग?” जॅकनं म्हटलं. “होतं असं कधी कधी. नेहमी नाही; पण कधीकधी होतं.”

“हो, पण ते एवढ्या मोठ्या रजेनंतर पहिल्याच केसमध्ये व्हावं, असं वाटलं नव्हतं मला.”

“ते मात्र खरंय.”

“पण मी केस अशी सोडून देणार नाही. वाटेल ते झालं, तरी मृत्यूचं कारण मी शोधून काढेनच. आणि मला तसा वेळही आहे. ही एकच केस तर आहे माझ्याकडे.”

जॅकनं स्वतःशीच मान हलवली. तो गंभीर झाला. “हे बघ, एका केसमध्ये काहीच सापडलं नाही, यावरून तू तुझ्या कामातलं कौशल्य गमावून बसलीयस असा गैरसमज करून घेऊन नकोस उगाच. तसं करत असलीस, तर मी फक्त एवढंच म्हणेन की तू–” क्षणभर थांबून त्यानं योग्य शब्द शोधला. “मूर्ख आहेस.”

थोडा वेळ कुणीच काही बोललं नाही.

“असो,” लॉरीनं विषय बदलायचा प्रयत्न करत म्हटलं, “तुझी ही दुसरी केस काय म्हणते?” तिनं खाली टेबलावर ठेवलेल्या एका तरुणीच्या प्रेताकडे बघितलं. ती पोरगी एकदम निरोगी वाटत होती. वरवर बघितलं, तर तिच्यात कसलेच दोष किंवा अपघात वगैरे काही झाल्याच्या स्पष्ट खुणा दिसत नव्हत्या. टेबलाच्या दुसऱ्या बाजूला अस्वस्थपणे चुळबुळ करत विनी उभा होता– काम सुरू करायची घाई असल्यासारखा.

“हीसुद्धा बहुतेक तुझ्या केससारखीच अचानक मृत्यूची केस असावी. या पोरीच्या बॉयफ्रेंडनं हिला तू बघतेयस तशाच, संपूर्ण विवस्त्र अवस्थेत बाथरूममधून चालत येताना बघितलं. त्याच्या म्हणण्याप्रमाणे त्या वेळी ही आश्चर्याचा धक्का बसल्यासारखी, किंवा प्रचंड गोंधळून गेल्यासारखी दिसत होती. ती बाहेर आली, आणि एकदम कोसळून खाली पडली. आणि मेली.”

“तिला काही होत होतं का? काही तब्येतीच्या तक्रारी होत्या?”

“नाही ना. ही डेल्टा एअरलाईन्समध्ये केबिन अटेंडंट होती. संपूर्णपणे निरोगी होती. नुकतीच ती इस्तंबूलची फ्लाईट संपवून घरी परत आलेली होती.”

“हं. तू म्हणतोस ते खरं आहे. हीसुद्धा केस माझ्या केससारखीच दिसतेय.”

“नाही, आणखी एक गोष्ट आहे.” जॅकनं मान हलवली. “या बॉयफ्रेंडला तिला भेटायची बंदी केली होती तरीही तो तिच्या घरात होता. मागे एका महिन्यापूर्वी त्यानं तिला ठार मारायचा प्रयत्न केला होता– का तर त्या वेळी हिचं कंपनीतल्या एका पायलटबरोबर डेटिंग चाललेलं होतं म्हणून.”

“असं होय!”

“हं.”

“ओके. काय सापडतंय ते सांग मला नंतर.” लॉरीनं म्हटलं. ही केस

खरोखरच आपल्या केससारखी दिसतेय, तिनं स्वतःशी म्हटलं. फरक इतकाच, की हिची निदान ओळख पटलीय. आपल्या त्या आशियाई माणसाचं नाव, गाव, पत्ता, नातेवाईक कशाचाच पत्ता नाही.

ऑटोप्सी रूममधून बाहेर पडून ती हातातल्या ब्राऊन पेपरच्या पिशव्या सांभाळत चौथ्या मजल्यावर हिस्टॉलॉजी लॅबमध्ये यायला निघाली. लिफ्टकडे जाण्याआधी तिनं लॉकर रूममध्ये जाऊन अंगावरचा खास सूट आणि मास्क वगैरे उतरवून आपल्या लॉकरमध्ये व्यवस्थित ठेवला, आणि मग ती लिफ्टनं चौथ्या मजल्यावर आली.

"ओ हो! हे बघा कोण आलंय!" तिच्या हातातून हिस्टॉलॉजीच्या नमुन्यांची पिशवी घेत लॅब सुपरवायझर मॉरीन ओ'कॉनरनं आपल्या जबरदस्त आवाजात गर्जना केली. मूळची आयरिश असलेल्या मॉरीनचं निम्मं आयुष्य आयर्लंडमध्ये डब्लिन शहरात गेलं होतं आणि मग ती अमेरिकेत, न्यू यॉर्कमध्ये स्थायिक झाली होती. प्रचंड बडबड्या स्वभाव, आणि तलवारीसारखी धारदार जीभ असलेल्या मॉरीनच्या तिरकस, विनोदी बोलण्यामधून अगदी ओसीएमईच्या प्रमुखापासून पार सफाई कामगारापर्यंत कोणीही सुटत नसे. लॉरीशी तिची खास दोस्ती होती, कारण लॉरी ही एकमेव मेडिकल एक्झॅमिनर तिथे नियमितपणे येत असे.

"या डॉक्टर लॉरी मॉंटगोमेरी!" मॉरीननं म्हटलं. आणि लॅब्जमधल्या सगळ्यांच्याच माना तिकडे वळल्या. "काय, कशी आहेस तू? ठीक आहेस ना? आणि तुझा पोरगा? बरा आहे ना आता?" जेजेला झालेला न्युरोब्लास्टोमा आणि त्यातून तो आश्चर्यजनक रीतीनं खडबडीत बरा होणं, ही सगळी हकिगत ओसीएमईमध्ये सगळ्यांनाच ठाऊक होती.

लॅबमधल्या सगळ्यांनीच लॉरीला 'हाय', 'हॅलो' केलं– कोणी जवळ येऊन, तर कोणी जागेवरूनच; पण सगळ्यांना झालेला आनंद तिला स्पष्टपणे जाणवला. आणि मग तिनं नेहमीप्रमाणे "मला प्लीज त्या नमुन्यांचे निष्कर्ष लवकर दे – शक्य तर उद्याच हवेत." असं मॉरीनला म्हटलं, "अगं, लॉरी, मला सांग, तुझा एक तरी पेशंट जिवंत असतो का? जिवंत असता तर कशाला आला असता इथं, मरायला? नाही ना? मग तुला घाई कशाची असते, एकसारखी?" असं मॉरीननं म्हटलं. हेही नेहमीचच होतं. तिच्या या तिरकस बोलण्यावर लॅबमध्ये हशा पिकला. हेही अगदी रिवाजाला धरूनच झालं.

तिथून निघून लॉरी खाली पहिल्या मजल्यावर आली, आणि न्यू यॉर्क पोलीसमधल्या सार्जंट मर्फीला भेटली. त्याचं छोटंसं केबिन ओसीएमईच्या मुख्य बिल्डिंगमध्ये कम्युनिकेशन्स रूमच्याजवळ होतं. केबिन इतकी लहान होती, की आत टेबलशिवाय दोन लोखंडी फोल्डिंगच्या खुर्च्या आणि एक उभं फाईल कॅबिनेट जेमतेम मावत

होतं. टेबलावर आणि कॅबिनेटवर जुनी वर्तमानपत्रं, कॉफीचे उष्टे कप आणि बर्गर किंगच्या रॅपर्सचे बोळे जिकडे तिकडे पडलेले होते.

"काल ते जे त्या अनोळखी आशियाई माणसाचं प्रेत आलं होतं, त्याबद्दल आणखी काही समजलं, सार्जंट?" लॉरीनं विचारलं.

"समजलं ना." मर्फीनं मान डोलावली. "सब वे स्टेशनमधून आलेल्या त्या नाईन-वन-वन कॉलवरून डिस्ट्रिक्ट वनमधला जो माणूस तिकडे गेला होता, त्यानं मला तो 'मिसिंग पर्सन्स' रिपोर्ट कॉपी करून पाठवला. त्या आशियाई माणसाच्या अंगावर कपड्यांमध्ये पैशाचं पाकीट किंवा कसल्याच प्रकारचे ओळख सांगणारे दुसरे कागदपत्र नव्हते. खरं म्हणजे त्याच्या बोटात जी वेडिंग रिंग होती, ती सोडली तर दुसरं काहीच मिळालं नाही. एक साधं घड्याळसुद्धा नव्हतं त्याच्या हातात."

"ओके. पण त्याच्या अंगावर इतके छान कपडे होते, तो व्यवस्थित दिसत होता. त्यामुळे त्याच्या खिशात पैशाचं पाकीटही नव्हतं, हे पटत नाही. ते त्याच्याकडे होतं, पण कोणीतरी पळवलं, असं तर झालं नसेल? असं पाहिलेले कोणी साक्षीदार मिळाले का?"

"नाही. निदान मी तरी तसं काही ऐकलेलं नाही."

"मग आता या केसची स्थिती तरी काय आहे?"

"ती मिडटाऊन नॉर्थ विभागातल्या एका डिटेक्टिव्हला शोधासाठी दिलीय. 'हरवलेली व्यक्ती' म्हणून."

"त्या डिटेक्टिव्हचं नाव माहितेय का तुला?"

"हो, इथेच कुठंतरी आहे ते." मर्फीनं टेबलचा मधला ड्रॉवर उघडला. तो नीट उघडायलासुद्धा धड जागा नव्हती. ड्रॉवरमध्ये हात घालून त्यानं एक जरासा चुरगळलेला कागद बाहेर काढला. "त्याचं नाव आहे डिटेक्टिव्ह रॉन स्टेडमन." त्यानं तिथल्याच एका कागदाच्या कपट्यावर मिडटाऊन नॉर्थ विभागाचे फोन नंबर लिहिले.

"ओके. मी कॉल करते त्याला. पण तुला जर आणखी काही समजलं, तर लगेच मला कळव."

"हो, जरूर!" मर्फीनं हसून म्हटलं.

तिथून निघून लॉरी जिना चढून अँथ्रॉपॉलॉजी विभागात गेली– ९/११च्या हल्ल्यानंतर या विभागाचा खूपच मोठा विस्तार झालेला होता. कारण त्या वेळी प्रेतांची ओळख पटवणं हे एक अत्यंत जिकिरीचं काम होऊन बसलं होतं. पूर्वी हे ओळख पटवण्याचं काम एकटा सार्जंट मर्फी न्यू यॉर्क पोलिसांच्या मदतीनं करायचा; पण आता 'आयडेंफिकेशन' हा एक वेगळा विभाग झालेला होता. लॉरीनं या विभागाचा प्रमुख म्हणून काम बघत असलेल्या हँक मन्रोच्या केबिनच्या दारावर

टकटक केली.

"या!" आतून कोणीतरी मोठ्यानं म्हटलं.

"मी डॉ. लॉरी मॉंटगोमेरी." लॉरीनं स्वतःची ओळख करून देत म्हटलं. कारण मन्रो त्या मानानं नवीन होता. त्याची आणि लॉरीची भेट पूर्वी कधी झालेली नव्हती. थोड्या इकडच्या तिकडच्या गप्पा झाल्यावर लॉरीनं त्याला विचारलं, "काल आलेल्या त्या अनोळखी माणसाच्या केसबद्दल काही समजलंय का तुला?"

"अजून तरी नाही." हँकनं नकारार्थी मान हलवली. "खरं म्हणजे रात्रपाळीतला कोणीतरी माणूस तशी चिठ्ठी पाठवतो मला, पण या केसबद्दल मला अजून कोणी कळवलेलं नाही. कदाचित पाळी बदलण्याच्या वेळात ही केस आल्यामुळे असं झालं असेल. बरं, पण नेमकी केस तरी काय आहे?"

लॉरीनं मग सगळी हकिगत त्याला थोडक्यात समजावून सांगितली.

"म्हणजे फारशी काहीच माहिती नाही आपल्याकडे." हँकनं म्हटलं, "ती सांगत असताना त्यानं महत्त्वाचे मुद्दे लिहून घेतलेले होते. "कुठे काही जखमांच्या खुणा किंवा ओळखण्यासाठी दुसरी एखादी खूण, तीळ वगैरे होते का?"

"नाही."

"पोलिसांच्या 'मिसिंग पर्सन्स' कडून काही माहिती वगैरे?"

"नाही– अजून तरी नाही."

"मला वाटतं ही केस होऊन गेल्यावर अजून पुरेसा काळ गेलेला नाही. त्यामुळे असेल कदाचित. हे लक्षात येतंय ना तुझ्या?"

"हो, पण ही केस माझ्या स्वतःच्या काही खास कारणांमुळे माझ्यासाठी महत्त्वाची आहे."

हँक काहीसा गोंधळून तिच्याकडे पाहत राहिला – एका प्रेताची ओळख न पटणं ही गोष्ट एका मेडिकल एक्झॅमिनरसाठी व्यक्तिगत महत्त्वाची कशी काय असू शकते? पण हिनं जरा वास्तववादीपणे विचार करावा, असं मात्र त्याला मनापासून वाटत होतं.

"हे बघ, मी माझ्याकडून होईल ती सगळी मदत करेनच तुला; पण एखाद्या अनोळखी व्यक्तीचं प्रेत ओळखून ताब्यात घ्यायला त्याची बायको, मुलं, मित्र मैत्रिणी, सहकारी, दुसरे कोणी नातेवाईक वगैरे जर पुढे आले नाहीत, तर अशा केसेस सुटणं फार कठीण असतं. या दृष्टीनं पहिले चोवीस तास खरे महत्त्वाचे असतात. कोणीच जर आलं नाही, तर प्रेताची ओळख पटण्याची शक्यता त्यानंतर फार वेगानं कमी होत जाते. आताच्या या डीएनएच्या युगात बहुतांश लोकांच्या लक्षात ही गोष्ट येत नाही; पण हे सत्य आहे."

"तू तर माझ्या उत्साहावर थंडगार पाणीच ओततोयस." लॉरीनं किंचित हसून

म्हटलं.

''तसं नाही.'' मन्रोनंही स्मित केलं,''आपण शक्यतो सकारात्मक विचार करू. आणि तसंही, अजून हे प्रेत हातात येऊन पहिले चोवीस तास व्हायचेत.''

त्याचे आभार मानून लॉरी निराश मनःस्थितीत बाहेर पडली. आपला पहिला कामाचा दिवस आपल्याला असा निरुत्साही करूनच संपणार, हे ती समजून चुकली.

निराश मनःस्थितीच ती आपल्या टेबलाशी जाऊन बसली. काही खरं नाही, तिनं स्वतःशी मान हलवली. आता ही नोकरी सोडून देऊन घरी बसावं का? निदान जेजेचं संगोपन तरी व्यवस्थित करता येईल. तेसुद्धा दिवसभराचं, कष्टांचं काम आहे; पण हे जॅकला सांगितलं आपण, तर जॅक काय म्हणेल? आणि आपण तिघंही त्याच्या एकट्याच्या पगारावर जगू शकू का? आधीच किती ओढाताण होतेय, दोघांचे पगार असतानासुद्धा. एवढे पैसे खर्च करून आपण नवीन करून घेतलेलं घर विकावं लागेल आपल्याला...

अशा निराशाजनक विचारांमुळे ती निराशेच्या भोवऱ्यात आणखी खोलखोल ओढली जाऊ लागली. बाळंतपणानंतर बायकांना अनेकदा असे निराशाजनक विचार येतात, यात काही दोष वगैरे नसतो, असं कुठेतरी वाचल्याचं तिला आठवलं. असं असेलही, पण मग जेजेच्या जन्मानंतर इतके महिने उलटल्यावरही असे विचार का येताहेत आपल्या मनात? त्यातच जेजेला दुसऱ्या मुलीच्या हाती सोपवून कामाला आल्याची एक अपराधी भावनाही तिच्या नैराश्यपूर्ण मनःस्थितीत भर घालत होती; पण त्याच वेळी तिचं एक मन मात्र सांगत होतं, की अजून थोडा काळ जाऊ दे; इतक्यातच नोकरी वगैरे सोडायचा विचार करायचं कारण नाही.

लॉरीनं एक निःश्वास सोडून फोन उचलला, आणि डिटेक्टिव्ह रॉन स्टेडमनला फोन केला. कारण पोलिसांच्या 'मिसिंग पर्सन्स' विभागाच्या संपर्कात राहून या केसचा तपास करणं हे त्याचं काम असल्यामुळे, त्या आशियाई माणसाच्या प्रेताबद्दल नवीन माहिती त्याला सर्वांत आधी समजणार, हे उघड होतं.

पण पलीकडे दहा वेळा रिंग वाजूनही कोणी फोन उचलला नाही, तेव्हा तिच्या आधीच ओढून ताणून आणलेल्या उत्साहावर आणखी पाणी पडलं. कधीही, कसल्याही माहितीसाठी पोलिसांना फोन केला, की पलीकडून खूप वेळ कोणी फोनच उचलत नाही, हा अनुभव तिला पूर्वीही कायमच आलेला होता. त्यामुळे आणखी थोडा वेळ वाट बघावी, म्हणून तिनं शांतपणे फोन तसाच धरून ठेवला आणि आता जाऊ दे, म्हणून ती फोन ठेवणार, इतक्यात तो पलीकडून उचलला गेला आणि आश्चर्य म्हणजे खुद्द स्टेडमननंच तो उचलला.

त्यानं 'हॅलो' म्हटलं; पण त्याचा आवाजात इतका थकवा जाणवत होता, की

हा नुसता श्वास घेऊनच थकलाय की काय अशी शंका यावी. लॉरीनं मग आपण कोण, कशासाठी फोन करतोय, वगैरे त्याला समजावून सांगितलं; पण तिचं बोलणं संपल्यावर पलीकडे इतका वेळ शांतता होती, की मध्येच संपर्क तुटला की काय, अशी शंका येऊन तिनं पुन्हा जरा जोरात ''हॅलो?'' म्हटलं. याला झोप लागली काय?

''काय म्हणाला तुम्ही?'' रॉन स्टेडमननं पुन्हा त्याच कंटाळलेल्या, थकलेल्या आवाजात विचारलं.

पुन्हा एक मोठा थोरला निःश्वास सोडून लॉरीनं सगळी हकिगत आणखी सावकाश बोलत सांगितली.

''हो. ती केस आहे आमच्याकडे.'' पलीकडून निर्विकार आवाजात उत्तर आलं.

''गुड! मग त्याचं पुढे काय झालंय?''

''पुढे काय झालंय म्हणजे? मी एक कॉपी तुमच्या माणसाकडे पाठवलीय ना काय बरं त्याचं नाव?''

''सार्जंट मर्फी.''

''बरोबर. त्याच्याकडेच पाठवलीय. मी जेव्हा केस 'मिसिंग पर्सन्स' ला पाठवली, तेव्हा त्याची कॉपी मर्फीकडे पाठवलीय. प्रत्यक्ष घटनास्थळी गेलेल्या ऑफिसरनं केलेल्या वर्णनासकट पाठवलीय.''

''ओके, आणि 'मिसिंग पर्सन्स' विभागानं पुढे काय केलंय?''

''मला वाटतं फक्त यादीत ही केसही नोंदवून घेतली असेल. बाकी काही खास नसेल केलं.''

''यादीत म्हणजे हरवलेल्या व्यक्तींच्या यादीत, हो ना?'' लॉरीनं जरा तिरकसपणे विचारलं. हा माणूस इतका ढिम्म कसा हेच तिला समजत नव्हतं.

''नाही. टीव्हीवर पोलिसांच्या शोमध्ये पोलिसांचं काम करू इच्छिणाऱ्या एक्स्ट्रा नटनट्यांच्या यादीत. अहो, हे काय विचारणं झालं का? अर्थातच हरवलेल्या व्यक्तींच्या यादीत नोंदवून घेतली असेल ही केस.''

''आणि याच केसवर नेमलेले अधिकारी म्हणून तुम्ही काय केलंय, या अत्यंत महत्त्वाच्या चोवीस तासांच्या काळात?'' लॉरीनं आणखी तिरकसपणे विचारलं.

पलीकडे काही क्षण शांतता होती. ''हे बघा बाईसाहेब, तुम्ही मला का दोष देताय उगाच? जिथे केसची माहिती पाठवली पाहिजे तिथे ती पाठवायची आणि मग वाट बघत थांबायचं, हेच माझं काम आहे.''

''कशाची वाट बघत थांबायचं?''

''तुमच्याकडून प्रिंटस, फोटो, ऑटोप्सीमधून मिळालेली माहिती, डीएनएची माहिती मिळेपर्यंत वाट बघत थांबायचं, म्हणजे आम्ही आमच्याकडच्या वर्णनात

आणखी माहिती घालू शकतो. फोटो, ठसे वगैरे आम्ही शहरात पोलीस ठाण्यांना पाठवू, तिथे काही छडा लागला नाही, तर राज्याच्या किंवा देशाच्या पातळीवरही पाठवू. पण आधीच कल्पना देऊन ठेवतो, की अशा केसेसमध्ये असे फोटो वगैरे पाठवून फारशी काही माहिती मिळत नाही. याला सगळ्यात लवकर माहिती वगैरे मिळण्याचा मार्ग म्हणजे त्या माणसाच्या घरातल्या लोकांनी, किंवा मित्र-मैत्रिणीनं तुमच्याकडे किंवा आमच्याकडे येणं, हाच असतो. हो, पण यात काही खून-आत्महत्या-अपघात वगैरेच्या काही संबंध असला, तर मात्र केस वेगळ्या पद्धतीनं हाताळली जाते.''

''या केसमध्ये असला प्रकार झालेलाच नाही, असं कशावरून म्हणता तुम्ही?''

पलीकडे काही क्षण शांतता होती. ''म्हणजे खून-आत्महत्या-हत्या वगैरे काही प्रकार यात होता, असं आडून सुचवताय का तुम्ही? तुमच्या ऑटोप्सीत तसं दर्शवणारं काही सापडलंय का? जर असेल तर तसं स्पष्ट सांगा.''

''नाही, तसं काही सापडलेलं नाही.'' लॉरीनं कबूल करून टाकलं.

''झालं तर मग, पुढेही काही सापडलं, तर मला कळवा, मीही मला काही समजलं तर तुम्हाला कळवेन. तोपर्यंत ही केस माझ्याकडे बाकीच्या शंभर केसेसबरोबर अशीच पडून राहील.''

लॉरीनं काहीही न बोलता फोन ठेवून दिला. तिच्या केसची ओळख पटवण्याच्या बाबतीत निदान या टप्प्यात तरी हा माणूस आणखी काही करणार नाही, हे ती समजून चुकली होती. ती जरी निराश झालेली होती, तरी आणखी फारसं काही करण्यासारखंही नाही, हे तिलाही समजत होतं– त्या माणसाच्या परिचितांपैकी कोणी तरी पुढे येतील अशी आशा करण्याव्यतिरिक्त.

टेबलावरची टॉक्सिकॉलॉजीच्या नमुन्यांची पिशवी घेऊन लॉरी उठली. तिला मुख्य उत्सुकता होती, ती त्या माणसाच्या रक्तातलं अल्कोहोलचं प्रमाण दाखवणाऱ्या चाचणीची. का कोण जाणे, हे प्रमाण बरंच जास्त असावं असं तिला आतून वाटत होतं. रक्तातले बाकीचे अमली पदार्थ, औषधं वगैरेंच्या प्रमाणाच्या बाबतीत तिला असं वाटत होतं, की केवळ सगळ्या तपासण्या पूर्ण केल्याच्या खात्रीसाठीच या तपासण्या कराव्या लागतील. इलेक्ट्रोलाईटसच्या प्रमाणाच्या तपासणीच्या बाबतीतही तिच्या मते, त्या माणसाला चयापचयाशी संबंधित मधुमेहासारखा काही रोग होता का, हे समजण्यापुरतंच त्या तपासणीचं महत्त्व होतं.

टॉक्सिकॉलॉजी लॅबचा प्रमुख जॉन डीव्रीजशी पूर्वी लॉरीचे फारसे चांगले संबंध नव्हते. कारण त्याला पहिल्यापासूनच असा समज होता, की ओसीएमईचा प्रमुख आपल्या लॅबला कधीच पुरेसा पैसा उपलब्ध करून देत नाही, पण लॅब अत्यंत

उत्कृष्ट असली पाहिजे अशी अपेक्षा मात्र कायम करतो. त्यामुळे तो नेहमीच सगळ्या मेडिकल एक्झॅमिनर लोकांना कामाच्या बाबतीत त्रास द्यायचा, त्यांचे निष्कर्ष द्यायला उशीर लावायचा, वगैरे. खरं म्हणजे ओसीएमईचे प्रमुख आणि जॉन, दोघांचेही काही मुद्दे बरोबर होते, तर काही चुकीचे होते. लॉरीची अडचण अशी होती, की मॉरीनच्या हिस्टॉलॉजी लॅबप्रमाणेच जॉनच्या टॉक्सिकॉलॉजी लॅबकडूनही ती कायम तिच्या नमुन्यांच्या तपासण्यांचे निष्कर्ष ताबडतोब मागायची. आणि त्यामुळे जॉन कायम तिच्यावर भडकून असायचा. खरं म्हणजे तो इतका चांगला आणि इमानी माणूस होता, की अनेकदा तो आपल्या खिशातले पैसे खर्च करून लॅबसाठी लागणारं साहित्य आणायचा.

पण ९/११ नंतर परिस्थिती एकदम बदलली होती. ओसीएमईनं सगळ्याच विभागांसाठी बजेट भरपूर प्रमाणात वाढवलं होतं, शिवाय एक नवीन बिल्डिंग बांधल्यामुळे जुन्या बिल्डिंगमधली जागा खूपच वाढली होती. आता जॉनच्या टॉक्सिकॉलॉजी लॅबनं विस्तार करत जुन्या बिल्डिंगमधले दोन संपूर्ण मजले व्यापले होते, आणि जुनं, सतत नादुरुस्त होणारं साहित्य जाऊन त्या जागी उत्कृष्ट आधुनिक साहित्य आलं होतं. त्यामुळे जॉनचं व्यक्तिमत्त्वही आमूलाग्र बदललं होतं. त्याचा पूर्वीचा कडवटपणा, संतापी स्वभाव कुठल्या कुठे पळून गेला होता. आता जॉन कायम मदत करायला तत्पर होता, अतिशय शांत, मृदुभाषी झालेला होता. पूर्वी घाणेरडे, मळके लॅब कोट दिवसाचे दिवस अंगावर घालून वावरणारा जॉन आता दररोज लॅब कोट बदलायचा.

लॉरी जॉनला त्याच्या ऑफिसमध्ये जाऊन भेटली. तिथे त्याचा असिस्टंट सुपरवायझर पीटर लेटरमन हाही होता. ऑफिसच्या खिडक्यांच्या काचांवर धुळीचे थर होते, जाड कापडाचे अर्ध्या उंचीचे पडदेही होते, तरीही आत येणारा सूर्याचा प्रकाश स्वच्छ, डोळे दिपवणारा होता.

इथेही त्या दोघांनी, आणि लॅबमधल्या सगळ्या लोकांनी तिचं भरभरून उत्साहानं स्वागत केलं. ती रजेवर असताना नव्यानं भरती झालेल्या लोकांशी जॉननं तिची ओळख करून दिली. यात अर्धा तास कसा गेला ते कळलंही नाही.

सगळे जण जॉनच्या केबिनमधून परत कामाला गेल्यावर जॉननं तिला हसतुमखानं विचारलं, "बोल, काय काम काढलंस?" लॉरीनं त्या अनोळखी आशियाई माणसाच्या प्रेताची, त्याच्या ऑटोप्सीची सगळी हकिगत त्यांना सांगितलं. त्याची ओळख पटत नाही, त्याच्या मृत्यूचं कारण सांगता येत नाही, त्याला मृत्यू कसा आला हेही सांगितलं. या एकूणच प्रकारामुळे आपण मनातून अस्वस्थ झालो आहोत, असंही सांगितलं.

या तिच्या शेवटच्या वाक्यावर जॉन आणि पीटर, दोघांनीही भुवया उंचावून

एकमेकांकडे पाहिलं.

"ठीक आहे; पण त्यानं तू अस्वस्थ कशाला होतेयस?" जॉननं विचारलं.

"कारण..." लॉरीनं सुरुवात केली; पण तिला नेमकं कारण सांगताच येईना. खरंच, या केसचा माझ्यावर का परिणाम होत असेल?

"असू दे. त्यानं काही फरक पडत नाही." ती अडखळतेय असं बघून जॉननंच म्हटलं, "आता सांग, आम्ही काय करू शकतो तुझ्यासाठी?"

लॉरीला अचानक जाणवलं, की आता आपल्याला हुंदका येणार बहुतेक. कोणी तरी प्रेमानं काही बोललं की रडू फुटण्याची तिची लहानपणापासूनच प्रवृत्ती होती. हळूहळू तिचा आत्मविश्वास वाढत गेला होता, तसतशी ती बरीच कमी झाली होती; पण बाळंतपण जेजेचा न्यूरोब्लास्टोमा, तेव्हाचा प्रचंड मानसिक तणाव वगैरेमुळे आता ती प्रवृत्ती मधूनच अचानक डोकं वर काढत असे.

तिची ती अवस्था बघून जॉन आणि पीटरही गोंधळून गेले. काय करावं हेच त्यांना सुचेना.

लॉरीनं एक मोठा थोरला श्वास घेऊन कसाबसा स्वतःवर ताबा मिळवला, "आय ॲम सो सॉरी." तिनं हळूच म्हटलं.

"नो प्रॉब्लेम." दोघांनीही हळुवारपणे म्हटलं.

शेवटी जॉननंच पुढाकार घेतला. "मला वाटतं तू नमुने आणले असशील, हो ना?" त्यानं तिच्या हातातल्या कागदी पिशवीकडे बोट केलं.

"अं?" आपल्या हातातल्या पिशवीचा लॉरीला जणू विसरच पडलेला होता. "हो हो, मला टॉक्सिकॉलॉजी आणि ब्लड अल्कोहोल लेव्हल, अशा दोन्ही तपासण्या करून त्यांचे रिपोर्ट हवे आहेत." तिनं ती पिशवी जॉनकडे दिली.

"आणि याची तुला नेहमीप्रमाणेच घाई असेल?" वातावरणातला तणाव घालवण्याचा प्रयत्न करत जॉननं हसत म्हटलं.

"अं... हो, हो. लवकर– उद्या... दिलेस तर फारच बरं." आणि ती आपली अस्वस्थता लपवत लगेच तिथून बाहेर पडली.

६

मार्च २५, २०१०

गुरुवार, सकाळी ११.१०

मायकेल कॅलाब्रीसच्या बिल्डिंगसमोर बेन टॅक्सीमधून उतरला. ग्रॅनाईट आणि चमकदार काचा असलेली ही नवीन बिल्डिंग 'ग्राऊंड झिरो' पासून हाकेच्या अंतरावर होती. पहिल्या मजल्यावर येऊन त्यानं सुरक्षारक्षकांकडे नाव नोंदवलं, त्यांच्याकडून आपल्या नावाचा टॅग घेऊन कोटाच्या वरच्या खिशाला लावला आणि मग लिफ्टनं तो चोपन्नाव्या मजल्यावर आला.

या मजल्यावरची व्यवस्था वैशिष्ट्यपूर्ण होती. मायकेलसारखे इतरही अनेक आर्थिक सल्लागार इथे काम करायचे. प्रत्येक जण स्वतंत्रपणे, छोट्याछोट्या केबिन्समधून आपापला व्यवसाय करायचा, आणि आपल्याकडे असलेल्या जागेचं भाडं द्यायचा. ऑफिससाठी लागणारे कर्मचारी, साहित्य, इतर सामान, सेक्रेटरी, रिसेप्शनिस्ट, सफाई कामगार, आणि कॉन्फरन्स रूम वगैरेसाठी सगळे जण मिळून एक सामायिक फी द्यायचे. ही फी दर महिन्याला केलेल्या वापरानुसार आकारली जायची. त्यामुळे हे खर्च सगळ्यांनाच परवडण्यासारखे होते.

कोणीच सेक्रेटरी किंवा रिसेप्शनिस्ट जवळपास दिसत नव्हती, त्यामुळे बेन थेट मायकेलच्या ऑफिसपाशी गेला. दार उघडंच होतं. बेननं दारावर टकटक केलं आणि तो दारातच थांबला. मायकेल नेहमीप्रमाणे फोनवर बोलत होता– आरामात खुर्चीत मागे रेलून, दोन्ही पाय टेबलाच्या कोपऱ्यावर ठेवून. बेनला बघितल्याबरोबर त्यानं खुणेनंच त्याला आत येऊन आतल्या काळ्या लेदरच्या कोचावर बसायला सांगितलं.

बेन बसला, आणि त्यानं ऑफिसमधून एकदा नजर फिरवली. मायकेलचा व्यवसाय एकदम जोरात चाललेला असला पाहिजे, हे त्याला लगेचच जाणवलं. आतल्या महोगनी लाकडाच्या भिंती फ्रेंच पॉलिश लावलेलं असल्यामुळे छानपैकी चमकत होत्या. ब्राँझच्या अनेक छोट्या-मोठ्या शोभेच्या वस्तू सोन्यासारख्या चमकत होत्या– त्यात तीन पायांच्या स्टँडवर ठेवलेली एक दुर्बीणही होती. कॉफीच्या टेबलावर काळ्या वॉलनट लाकडाचा एक ह्युमिडर होता. त्यात उत्कृष्टपणे बसवलेला ह्युमिडिटी गेजही होता.

मायकेलचं ऑफिस बिल्डिंगच्या एका कोपऱ्यात होतं आणि त्याच्या बाहेरच्या बाजूच्या भिंती संपूर्णपणे काचेच्या होत्या. बाहेर हडसन नदीचं सुंदर विहंगम दृश्य दिसत होतं. डाव्या बाजूला अमेरिकेच्या स्वातंत्र्यदेवतेचा पुतळा त्या छोट्याशा बेटावर भक्कम उभा होता.

इतक्यात खळखळून हसण्याचा आवाज आला, त्यामुळे बेनचं लक्ष परत मायकेलकडे गेलं. खरं म्हणजे तो मायकेलचं फोनवरचं बोलणं ऐकू येत असूनही न ऐकण्याचा प्रयत्न करत होता; पण आता त्याच्या लक्षात आलं, की मायकेल कोणाशीतरी 'एंजल्स हेल्थकेअर' या कंपनीबद्दल बोलत होता. बेनला ही कंपनी चांगलीच माहीत होती. हॉस्पिटलच्या उद्योगामधून किती प्रचंड कमाई करता येते, हे या कंपनीनं दाखवून दिलं होतं. कार्डिओलॉजी, ऑर्थोपेडिक्स, प्लॅस्टिक सर्जरी अशा वेगवेगळ्या बाबतीतल्या शस्त्रक्रियांची खासीयत असलेल्या रुग्णालयांना अचानक तेजीचे दिवस आले होते, त्यात प्रवेश करणारी 'एंजल्स हेल्थकेअर' ही पहिल्या कंपन्यांपैकी एक होती. अशा रुग्णालयांमध्ये इर्मजन्सी रूम्सच नसायच्या आणि तिथे फक्त विमा असलेल्या किंवा स्वतः पैसा खर्च करू शकणाऱ्यांवरच इलाज केले जायचे. खरोखरच आजारी असणाऱ्या, गोरगरीब, 'मेडिकेड' धारक लोकांकडे दुर्लक्ष केलं जायचं. अशी रुग्णालयं म्हणजे जणू पैसे छापण्याच्या टाकसाळी होत्या. त्यामुळे 'एंजल्स हेल्थकेअर'च्या शेअरचा भाव प्रचंड तेजीत होता. या कंपनीच्या सुरुवातीच्या काळात भांडवल उभारणीमध्ये मायकेल कॅलाब्रीजची भूमिका फार महत्त्वाची होती, आणि त्याच वेळी बेननं त्याचं आणि 'कॅलाब्रीज अँड असोसिएट्स' या त्याच्या कंपनीचं नाव ऐकलं होतं.

सुरुवातीला बेनचं मायकेलबद्दलचं मत मुळीच चांगलं नव्हतं, कारण त्याला समजलं होतं की मायकेलचा काही 'पांढरपेशा' प्रकारच्या गुन्ह्यांमध्ये, आणि एका मारहाणीच्या प्रकरणातही संबंध आहे; पण नंतर त्याच्यावरचे आरोप कोर्टात सिद्ध होऊ शकले नव्हते, कारण तेवढे सबळ पुरावेच पोलिसांना मिळाले नव्हते.

मायकेलची निर्दोष सुटका झाल्यानंतर लगेचच बेननं 'आयपीएस यूएसए' बद्दल बोलणी करण्यासाठी त्याची भेट ठरवली होती. आणि पहिल्या भेटीतच

त्यांच्यामध्ये एक मैत्रीचं नातं निर्माण झालं होतं. मायकेलला बायोटेक क्षेत्राचं फारच प्रेम होतं आणि त्या क्षेत्रात स्टार्ट-अप कंपन्यांसाठी भांडवल उभारणं, हा त्याचा हातखंडा होता. तर बेनला या क्षेत्रातला प्रचंड अनुभव होता. इंड्यूस्ड प्लुरिपोटंट सेल्सच्या व्यापारीकरणाशी संबंधित जास्तीत जास्त 'बौद्धिक मालमत्ता' खेचून घेण्याची नामी कल्पना– आणि योजनाही– त्याचीच होती. दोघांच्या स्वभाववैशिष्ट्यांमध्येही अनेक बाबतींत साधर्म्य होतं. आपण कसे दिसतो आणि कसे यशस्वी होतो, या गोष्टीबाबत दोघंही कमालीचे जागरूक होते. काम आणि खेळ या दोन्ही बाबतींत दोघांचाही अत्यंत स्पर्धात्मक दृष्टिकोन होता. दोघांनाही व्यक्तिशः श्रीमंत होणं ही सगळ्यात मोठी प्रेरणादायी गोष्ट होती. आणि अति नैतिकतेनं वागलं, तर जीवनाच्या प्रवासात मोठे अडथळे येऊ शकतात, यावरही दोघांचं एकमत होतं.

फोन कॉल संपल्याबरोबर मायकेलनं टेबलावर ठेवलेले पाय खाली घेतले, आणि तो चटकन बेनकडे आला. दोघांनी शेकहँड केला. ''कसं काय चाललंय?'' एक खुर्ची ओढून घेऊन त्यानं बेनसमोर बसत विचारलं.

खरं म्हणजे त्यानं हा प्रश्न केवळ एक औपचारिकतेचा भाग म्हणून विचारलेला होता; पण बेननं उत्तर दिलं. ''काही खास नाही.'' पण लगेच त्यानं म्हटलं, ''खरं सांगायचं तर बरंच काही घडतंय.''

''म्हणजे?''

बेननं मग त्याला त्या जैवतंत्रज्ञानाच्या नियतकालिकाबद्दल, त्यातल्या आलेल्या त्या आयपीएस सेल्सची निर्मिती शंभर पटींनी वाढवण्याच्या नव्या पद्धतीवरच्या लेखाबद्दल सांगितलं.

''इतकी महत्त्वाची गोष्ट आहे का ही?''

''हो, फारच महत्त्वाची आहे. इतकी, की मी आता तुझ्याशी ज्या विषयावर बोलायचं ठरवून आलो होतो, त्याऐवजी याबद्दलच बोलायचा विचार करतोय.''

''म्हणजे ल्युसिया आणि यामागुचीच्या लोकांना बाहेर जायला सांगण्याबद्दलच ना?''

''अगदी बरोबर.'' बेननं मान डोलावली. ''आपल्याला ही कंपनी एक तर विकत घ्यायला हवी, किंवा निदान त्यांची ही नवी पद्धत भाड्यानं घ्यायला हवी, असं वाटलं मला. वूर्सेस्टर, मॅसाच्युसेट्समध्ये दुसरी एक कंपनी आहे, तिची नेमकी हीच गोष्ट करण्याची जी पद्धत आहे, तिच्याबद्दल त्या कंपनीशी आपली बोलणी चालू आहेत; पण या कंपनीची पद्धत एंजल्स हेल्थकेअरच्या पद्धतीच्या जवळपासही येऊ शकणार नाही.''

''म्हणजे साधारण किती पैशाबद्दल बोलतोय आपण?'' मायकेलनं विचारलं, ''आणि हा पैसा कसा उभारायचाय? स्टॉकच्या स्वरूपात की एखादं तात्पुरतं कर्ज

काढायचं म्हणतोस?''

''आपण ती कंपनी विकत घ्यायची असेल, तर स्टॉकच्या स्वरूपात, आणि ती पद्धत फक्त आपणच खास भाड्यानं घ्यायची असेल, तर तात्पुरतं कर्ज काढलेलंच बरं.''

''हो, पण साधारण रक्कम किती लागेल?''

''आपण ती पद्धत फक्त आपल्यासारखी भाड्यानं घ्यायची म्हटली, तर माझ्या मते साधारण पाच लाख डॉलर. आणि भाड्यानं घेणंच योग्य वाटतं मला. कारण आपल्या क्षेत्रात तंत्रज्ञान ज्या वेगानं बदलतंय, त्याचा विचार केला तर कंपनी खरेदी करण्यात जास्त धोका आहे, शिवाय बराच जास्त पैसाही लागेल त्यासाठी.''

''काल तू त्या शास्त्रज्ञाच्या सह्या त्या करारावर घेतल्यास,'' मायकेलनं म्हटलं, ''ते जर लक्षात घेतलं, तर माझ्या मते आपण ती कंपनी विकत घ्यायला काय, किंवा त्यांची पद्धत भाड्यानं घ्यायला काय, स्टॉकचाच वापर केलेला चांगला. आपल्या कंपनीचं बाजारमूल्य त्या करारामुळे कितीतरी वाढलंय, हे मी सहज पटवून देऊ शकेन.''

''म्हणजे आपल्याला पैसा पुरवणाऱ्या लोकांना हे पटेल, म्हणतोस?''

''नक्कीच पटेल. शिवाय मला पक्कं माहितेय, की त्यांचा धंदा– त्यातही जुगाराचा धंदा एकदम जोरात आहे. खोऱ्यानं पैसा ओढताहेत ती माणसं.''

''असं? मी हे त्यांना कधीच विचारलं नाही. पण त्यांच्यातली भागीदारी कशी चालते, हे एक मोठंच कुतूहल वाटत आलंय मला.''

''माफिया आणि याकुझामधली भागीदारी? खरंय, मलासुद्धा ते विचारावंच लागलं. त्यांनी कामाची अगदी सरळ वाटणी केलीय. ल्युसिया गँगचे लोक त्यांनीच अप्पर ईस्ट साईडच्या भागात चालवलेल्या श्रीमंत जुगार अड्ड्यांच्या आजूबाजूला वेगवेगळी रेस्टॉरंट सुरू करतात, आणि चालवतात. बायका, दारू वगैरेची सोयही तेच करतात. आणि याकुझाचे लोक गिऱ्हाइकं आणतात– ही गिऱ्हाइकं म्हणजे जपानमधून इकडे कामाच्या निमित्तानं आलेले धनाढ्य व्यापारी, मोठ्या कंपन्यांमधले किंवा सरकारी अधिकारी, आणि बाकीचे श्रीमंत लोक असतात. या लोकांना भरपूर मोठमोठ्या रकमांचे जुगार खेळायला फार आवडतं. ल्युसिया गँगचे लोक त्यांना गरज लागेल तेव्हा उधारीवर पैसाही पुरवतात– आणि या लोकांना सारखीच पैशाची गरज लागते, जुगार खेळायला. पुढच्या वेळी न्यू यॉर्कला आल्यावर ही उधारी चुकती करायच्या बोलीवर त्यांना पैसे पुरवले जातात. त्यामुळे त्यांनी इतर वेळी जितकी उधारी घेतली असती, त्यापेक्षा किती तरी जास्त उधार पैसे ते घेऊ शकतात, कारण त्यांच्या डोक्यात एव्हाना एक गैरसमज झालेला असतो, की आपण न्यू यॉर्कला परत कधीच आलो नाही, तर हे पैसे परत द्यायची गरजच नाही.

आणि इथे या दोन्ही गँगमधलं खरं सहकार्य काम करतं. भरपूर कर्जबाजारी झालेला हा माणूस परत जपानला जातो, आणि इथे माफियाचे हात पोहोचणंच शक्य नाही, अशा भ्रमात तो राहतो. पण आपला समज किती चुकीचा होता हे त्याला लवकरच कळतं. जपानमध्ये हे पैसे वसूल करण्यासाठी याकुझा गँग त्याच्या पाठीमागे लागते. आणि माफिया गँग पैशाच्या वसुलीसाठी सगळेच भलेबुरे मार्ग वापरते. त्यामुळे माफियापासून लपणं किंवा पळून जाणं कोणालाच शक्य नसतं. यातून जो काही जादा पैसा मिळतो, तो या दोन्ही गँग वाटून घेतात– पण याकुझा तिचा वाटा रोख पैशात घेत नाही, तर अमली पदार्थांच्या स्वरूपात घेते. या एकंदर व्यवहारात दोन्ही गँगचा प्रचंड फायदा होतो, आणि त्यामुळे त्या आपापल्या वाट्याची कामं अगदी बिनबोभाट पार पाडतात.''

म्हणजे केवळ मजेखातर जुगार खेळलेल्या त्या जपानी माणसाचं काय होत असेल, या कल्पनेनंच बेनच्या अंगावर काटा उभा राहिला.

''आता मला नीट सगळं सांग.'' मायकेलनं म्हटलं, ''तुझी इच्छा अशी आहे, की मी ल्युसिया गँगचा बॉस विनी डॉमिनिक आणि यामागुची-गुमीचा साबोरू फुकुदा या दोघांकडे जावं आणि त्यांना आयपीएस यूएसएमधली त्यांची पैशाची गुंतवणूक वाढवायला सांगावी– खरं म्हणजे त्यांना कंपनीतून हटवायचं असं तू नुकतंच म्हणाला होतास, तरीही. बरोबर आहे का माझं?''

''हो, पण तुझ्या नजरेसमोर त्यांच्याऐवजी गुंतवणूक करतील असे दुसरे कोणीच गुंतवणूकदार नसले, तरच.''

''असे एक-दोघं जण आहेत माझ्या माहितीत, पण मला वाटतं सध्या तरी आपण या लोकांना चिकटून राहिलेलंच बरं.''

''हा निर्णय तू घ्यायचा आहेस, मी नाही. माझा प्लेसमेंट एजंट तू आहेस.''

''खरं तर तू तुझा विचार बदललास, याचं उलट बरंच वाटतंय मला.''

''म्हणजे?''

''मला तर वाटलं होतं, की मी या दोन्ही माणसांकडे जाऊन त्यांना 'तुमची' गुंतवणूक आम्हाला आता नकोय असं सांगावं, हे सांगायलाच तू माझ्याकडे आलायस.'' मायकेलनं म्हटलं.

''कधी ना कधी ते करावंच लागेल; पण आता नको.'' बेननं म्हटलं. ''आपण भांडवल उभारण्यासाठी आयपीओ जाहीर करणार, त्या वेळी जो 'ड्यू डिलिजन्स' होईल, त्यात या गँग्जची गुंतवणूक बाहेर येण्याआधी तेच करावं लागेल आपल्याला.''

''फारच सरळ विचार करतोयस तू. असल्या गुंडांना 'तुम्ही हे करा' आणि 'तुम्ही ते करू नका' असं कोणीच सांगू शकत नाही.''

''पण ते कंपनीसाठी जी भूमिका करताहेत, त्याचं भरपूर बक्षीस मी जादा

स्टॉकच्या रूपानं देणार आहे, ना!''

''यानं फक्त इतकंच होईल, की ते लोक भयंकर चिडतील. आणि हे आपल्यासाठी मुळीच चांगलं नाही; पण आता आपण या विषयावर बोलायला नको, नाहीतर आपलं लक्ष फक्त तिकडेच राहील. आपण आयपीओ केव्हा करायचा त्याचा विचार करू, कारण आयपीओनंतरच आपल्याला आपला खरा मोबदला मिळणार आहे.''

''त्यांच्याशी कामापुरते संबंध ठेवणंसुद्धा जड जातंय मला.'' बेननं म्हटलं, ''त्यांची गरज संपली की लगेच त्यांना दूर करू आपण.''

''मी तुला आधीच आणि स्पष्ट सांगितलं होतं. हे लोक आपण सांगू तसं वागणं शक्य नाही.''

''हो, माहितेय मला.''

''आता मी असं करतो,'' मायकेलनं म्हटलं, ''की मी आपल्या या दोस्तांना कॉल करतो, आणि दुपारी त्यांना भेटता येतंय का, हे पाहतो. तू काल त्या शास्त्रज्ञाबरोबर केलेल्या कराराची बातमी देतो, ती त्यांना नक्कीच आवडेल. आणि मग त्यांना आणखी पैसे गुंतवण्याबद्दल विचारतो. तेही त्यांना आवडेल, आणि मग हळूच विषय काढतो, की आयपीओच्या वेळी त्यांना लपावं लागेल, नाही तर सगळा गोंधळ होईल. दोन चांगल्या गोष्टी ऐकल्यावर कदाचित ते होकार देतीलही. काय करता येतंय ते बघतो आणि तुला काय ते कळवतो.''

''चालेल, थँक्स, मायकेल.'' असं म्हणून बेन उठला.

थोड्या वेळानं लिफ्टमधून खाली जाताजाता त्यानं जॅकलीनला फोन करून आपण थोड्याच वेळात ऑफिसला येऊ असं सांगितलं. नंतर त्यानं तिला ऑफिसपासून थोडं पुढे असलेल्या 'सिप्रियानी' मध्ये लंचला येशील का, असं विचारलं. खरं म्हणजे त्याला विचारायचं होतं, की सातोशी येऊन गेला की नाही. पण त्याला विचारायचीच भीती वाटत होती– सातोशी खरंच आला नसेल तर? पण तीही त्याबद्दल काहीच बोलली नाही, तेव्हा मग त्यानंच तिला विचारलं. तिनं 'तो अजून आलेला नाही' असं उत्तर दिलं. बेनला जशी सातोशी आला का हे विचारायची एक अनामिक भीती वाटत होती, तशीच सातोशीच्या सेल फोनवर कॉल करायचीही भीती वाटत होती; पण सरतेशेवटी त्यानं सातोशीच्या सेलफोनचा नंबर डायल केलाच. सातोशीच्या फोनवर त्याला व्हॉईसमेल आवाज ऐकू आला; पण त्यानं काहीसं चिडून तिथे काहीच संदेश रेकॉर्ड केला नाही. आता मात्र बेन मनातून चिडला– झालंय तरी काय या सातोशीला? सद्या केल्यापासून असा काय वागतोय? ऑफिसमध्ये येणं जाऊ दे, साधा कॉल करायचंही सौजन्य नाही म्हणजे काय?

७

मार्च २५, २०१०

गुरुवार, सकाळी ११.३५

कार्लो पापारोनं एल्महर्स्ट अ‍ॅव्हेन्यूवर असलेल्या त्या मॉलच्या आवारात गाडी थांबवली. याच मॉलमध्ये 'व्हेनेशियन' रेस्टॉरंट होतं. रेस्टॉरंटच्या शेजारी 'जीन्स लिकर्स' होतं, तर दुसऱ्या बाजूला 'फ्रेड्स डीव्हीडी रेंटल' होतं. हे दुकान बऱ्याच वर्षांपासून बंद पडलेलं होतं, पण त्याचा जुनाट बोर्ड मात्र तिथेच होता.

पापारोच्या शेजारी ब्रेनन मोनागन हा त्याचा जोडीदार बसलेला होता. दर मंगळवारी आणि गुरुवारी ते दोघं त्यांच्या न्यू जर्सीमधल्या घरांमधून गाडीनं इकडे यायचे– त्यांचा बॉस लुई बारबेराशी एकेक पेनी लावून पत्ते खेळण्यासाठी.

काही वर्षांपूर्वी लुईला, वॅकारो फॅमिलीच्या डॉननं बोलावलं होतं, आणि पॉली सेरिनो तुरुंगात असेपर्यंत त्याच्या जागी क्वीन्स भागाचं काम बघायला सांगितलं होतं. त्याच्या आधी लुई हा टोळीच्या न्यू जर्सीमधल्या कारभाराचा मुख्य होता; पण क्वीन्सची फॅमिलीची शाखा त्यापेक्षा खूपच जास्त मोठी होती, आणि महत्त्वाचीही होती. सुरुवातीला टोळीच्या प्रमुख लोकांची कल्पना होती, की पाच वर्षांनी पॉली पॅरोलवर सुटेल; पण तसं काहीच झालं नव्हतं. ज्या ज्या वेळी पॉलीनं पॅरोलवर सोडायची विनंती केली होती, त्या प्रत्येक वेळी पॅरोल बोर्डानं ती फेटाळून लावली होती.

"ए, काल संध्याकाळी काय घडलं, आणि त्या याकुझा गँगच्या माणसांनी काय केलं, हे आपण लुईला कधी सांगायचं? लगेच सांगायचं, का लंचनंतर?"

गाडीतून उतरत ब्रेननने विचारलं. ''आणि तेही लुई जाम भडकणार आहे हे माहीत असताना.''

''हं, खरंय. काय करावं हा प्रश्नच आहे.'' कार्लोनं त्याच्या 'डेनाली' गाडीचं दार धाडकन बंद केलं. आणि ते दोघं 'व्हेनेशियन'च्या दाराकडे निघाले. ''पण मला वाटतं की आपण त्याला लगेच सगळं सांगून टाकावं. नाहीतर तो सगळ्यासाठी उगाचच आपल्याला जबाबदार धरेल, आणि सगळा राग आपल्यावर काढेल.''

''हो, पण त्यामुळे त्याच्या आजच्या खेळाची वाट लागणार आहे, आणि ते तर त्याला अजिबातच चालत नाही.''

''थोडक्यात काय, तर इकडे आड आणि तिकडे विहीर अशी परिस्थिती आहे आपली. मग काय करू या, टॉस करून बघायचा?''

''हं, ही आयडिया मस्त आहे.''

पार्किंग लॉटमध्ये चालताचालता ते दोघंही थांबले, आणि एखादं नाणं शोधण्यासाठी आपापले खिसे चाचपू लागले. शेवटी ब्रेननला एक क्वार्टरचं नाणं सापडलं. ''छाप पडला तर आपण त्याला लगेच सांगायचं. आणि काटा पडला तर पत्ते खेळून झाल्यावर सांगायचं.''

''राईट!'' कार्लोनं म्हटलं.

ब्रेननने अंगठ्यानं नाणं उडवलं, आणि हवेतच झेललं. आणि ते आपलं डावं मनगट पालथं करून त्यावर ठेवलं. दोघांनी पाहिलं, छाप पडलेला होता.

''म्हणजे हे ठरलं तर!'' ब्रेननने म्हटलं.

तेवढ्यात पाठीमागे गाडीचा हॉर्न मोठ्यानं वाजला, तसे ते दोघं दचकून उडी मारून बाजूला झाले. त्यांनी रागावून गाडीकडे पाहिलं, तर आर्थर मॅकइवान हा त्यांचाच एक जोडीदार 'कसं घाबरवलं' अशा आविर्भावात त्यांच्याकडे बघत मोठ्यानं हसत गाडी चालवत पुढे गेला. त्या गाडीपाठोपाठ आणखी एक जोडीदार टेड पोलोस्की हा एक 'शेव्हरले मॅलिबू' गाडी चालवत येत होता. दोन्ही गाड्या ठरलेल्या जागी लागल्या आणि मॅकइवान आणि पोलोस्की उतरून ब्रेनन आणि कार्लोसकडे आले.

''तुम्ही दोघं बिनडोक माणसं इथे या पार्किंग लॉटमध्ये वाटेत उभं राहून काय करताय?'' आर्थरनं चिरक्या आवाजात, हसत विचारलं. त्याचा आवाज जाम चीड आणणार होता.

''ए, मर तिकडे!'' कार्लोसनं म्हटलं.

''काल संध्याकाळी जे घडलं, ते लुईला कधी सांगायचं, हे ठरवत होतो आम्ही.'' ब्रेननने आर्थरकडे दुर्लक्ष करत उत्तर दिलं.

''काय झालं काल?'' आर्थरनं विचारलं.

''समजेल लवकरच.''

चौघंही चालत 'व्हेनेशियन' रेस्टॉरंटपाशी आले. रेस्टॉरंटच्या दर्शनी भागाला कृत्रिम दगडी दरडीसारखी बाहेरची सजावट होती. दरडीतल्या 'गुहे'चा दरवाजा उघडून ते आत गेले. दारालाच गडद हिरव्या रंगाचे जाडजूड पडदे लावलेले होते. ते दूर करून ते आत शिरले. बाहेरची थंडी बाहेरच ठेवून आतली उष्णता बाहेर न जाऊ देण्याचं काम हे पडदे करायचे. आतल्या भिंतींवर जिकडे तिकडे व्हेनिस शहराची, काळ्या वेलवेटवर काढलेली सुंदरसुंदर चित्रं लावलेली होती.

डाव्या बाजूला एक छोटासा बार होता, त्याच्या पुढ्यात पाच-सहा बास्टुलं ठेवलेली होती. उजव्या हाताच्या भिंतीलगत या टोकापासून त्या टोकापर्यंत, तांबड्या लाल वेलवेटचे गुबगुबीत कोच असलेली एक बूथची लांबलचक रांग होती. बूथमधल्या टेबलांवर मात्र, स्वच्छ पांढरे टेबलक्लॉथ घातलेले होते. संध्याकाळी डिनरपासून पार पहाटेपर्यंत इथे भरपूर गर्दी असायची. लंचसाठी मात्र हे रेस्टॉरंट फक्त दर मंगळवारी आणि गुरुवारी उघडं असायचं, आणि तेसुद्धा मालक लुई बारबेरा आणि त्याच्या या चौघा शिलेदारांसाठीच. दालनातल्या बाकीच्या टेबलांवर बाकीच्या सजावटीला सुंदरपणे जुळतील असे तांबड्या-पांढऱ्या चौकटींचे टेबलक्लॉथ आणि त्यावरचे ठेवलेले नॅपकिन्स होते, आणि मधोमध कृत्रिम स्ट्रॉच्या आईस-बकेटमध्ये कृत्रिम बर्फात खोचलेली एकेक 'चिआंती'ची बाटली होती, आणि तिच्या बुचावर मेणबत्ती लावायची सोय होती. बऱ्याचशा बाटल्यांवर वितळून खाली ओघळून थिजलेलं मेणही दिसत होतं. छताला टांगलेल्या झुंबरांमधून मंद प्रकाश सांडत होता.

''उशीर झालाय तुम्हाला.'' हातातल्या पेपरची घडी घालून ठेवत लुईनं जरा जरबेनं म्हटलं, ''मी जेव्हा दुपारी बारा असं म्हणतो, तेव्हा सगळ्यांनी बाराच्या ठोक्याला इथे हजर असलं पाहिजे, समजलं?'' पंचेचाळीस वर्षांचा लुई चांगला जाडजूड होता. कणकेच्या गोळ्यावर नाक-डोळे-तोंड बेमालूमपणे बसवावं तसा– आणि त्याच रंगाचा– त्याचा चेहरा होता. त्यानं पांढरट रंगाचाच कॉर्ड्युरॉयचा सूट घातलेला होता. त्यांचे डोळे मात्र अत्यंत तेजस्वी, भेदक होते. आणि त्याला फार उघडझाप न करता एकटक बघायची सवय असल्यामुळे तो एखाद्या जाडजूड, आळसट सरड्यासारखा दिसायचा.

चौघांपैकी कोणीच काही उत्तर दिलं नाही, कारण उत्तर काहीही असो, आपण नुसतं तोंड उघडलं की हा आपल्यावर झडप घालणार, हे प्रत्येकालाच माहीत होतं. अनुभवानं ते एक गोष्ट शिकलेले होते, की जेव्हा लुईचा मूड बिघडलेला असेल– आज हीच परिस्थिती होती– तेव्हा शक्य तितकं कमीच बोलायचं. लुई पहिल्याच बूथमध्ये बसलेला होता. हे चौघंही त्यांच्यासमोर बसले. सगळे गप्पच होते.

आपला राग काढण्यासाठी सावज शोधायला लुईनं चौघांकडे आळीपाळीनं बघितलं; पण कोणीच त्याच्या नजरेला नजर दिली नाही.

"बेनिटो!" शेवटी त्यानं किचनमध्ये ऐकू जाईल इतक्या मोठ्यानं हाक मारली. त्या आवाजानं सगळेच जण दचकले. या चौघांच्या वतीनं बोलायला यांच्यापैकी एकही जण तयार नाही, हे त्यानं हेरलं. "तुम्ही ना, अगदी भुक्कड आहात सगळे जण." त्यानं म्हटलं.

किचनचा स्प्रिंगचा दरवाजा जोरात उघडून बेनिटो तत्परतेनं बाहेर बूथपाशी येऊन थांबला. किरकोळ अंगाच्या या माणसाच्या ओठांवर बारीकशी मिश्यांची रेघ होती. आणि अंगावर एक थकलेला टक्सेडो होता. "यस मि. बारबेरा?" त्यानं खास इटालियन धाटणीचे उच्चार करत विचारलं.

"लंचसाठी काय आहे आज?"

"पास्ता कॉन कर्सिओफी विथ पॅन्सेटा"

लुईचे डोळे चमकले. "ग्रेट! त्याचबरोबर बारोलो आणि सान पेलेग्रिनो आणि सलाडही येऊ दे." त्यानं बाकीच्यांकडे बघितलं, "काय रे, चालेल ना?"

सगळ्यांनी मुकाट्यानं माना डोलावल्या. लुईनं बेनिटोला जायची खूण केली. "जर सगळं व्यवस्थित नसलं ना, तर फेकून देईन असं सांग त्या जॉन फ्रँकोला."

त्यानं मग थेट कार्लोकडे बघितलं, "पत्ते आणलेयस की नाही?"

कार्लोनं मघाशी जरी टॉस केला असला, तरी त्याच्या डोक्यात तो विषय अजूनही घोळत होता. काल संध्याकाळी जे घडलं तो विषय आता काढायचा की लंचनंतर? त्यानं पत्त्यांचं एक नवं कोरं खोकं काढून ते फोडलं आणि पत्त्यांचा डेक लुईसमोर ठेवला. लुई भडकणार हे त्याला पक्कं ठाऊक होतं, कारण गेली अनेक वर्षं लुई सगळ्यांना आवर्जून सांगत आलेला होता, की खून-मारामाऱ्या, हत्या शक्यतो टाळा– मग ते इथल्या कोणत्याही टोळीबरोबर का असेना. त्याच्या या भूमिकेचा सगळ्यांनाच प्रत्यक्ष-अप्रत्यक्ष फायदा होत होता. बाहेर इतकी प्रचंड आर्थिक मंदी असूनही सगळ्यांची भरभराट होत होती. त्याचं म्हणणं असं होतं, की हिंसाचार कमी केला, की पोलिसांचं आपल्यावरचं लक्ष कमी होईल, आणि ते आपल्या जुगार, अमली पदार्थ, आणि बाकीच्या धंद्यांकडे दुर्लक्ष करतील. आणि तसंच झालं होतं. पोलिसांचा ससेमिरा कमी झाल्यामुळे लुईनं पुढाकार घेऊन जपानमधल्या आईझुकोतेत्सू-काई या याकुझा टोळीशीसुद्धा संधान बांधलं होतं. या 'आंतरराष्ट्रीय सहकार्या'मुळे वॅकारो गँगचं उत्पन्न प्रचंड प्रमाणात वाढलं होतं. लुईला 'आईस'चा वाटेल तेवढा पुरवठा वाटेल तेव्हा मिळत होता, आणि मोठमोठ्या रकमांचे जुगार खेळणारी धनाढ्य जपानी गिऱ्हाइकंही मिळत होती. आता गँग बाकीच्यांशी समोरासमोर स्पर्धा करत होती. पूर्वी असं असतं, तर

नक्कीच टोळीयुद्धं भडकली असती; पण लुईनं हिंसाचारावर जणू काही बंदी घातलेली असल्यामुळे आता या दोन्ही गँग भरपूर कमाई करत होत्या. स्पर्धेकडे बघायचा त्याचा दृष्टिकोन सकारात्मक होता. स्पर्धा ही मागणीला उत्तेजन देते, असं तो मानायचा. 'आईस' हा अमली पदार्थ शहरात वाढत्या प्रमाणात लोकप्रिय होत होता, आणि ही गोष्ट तो ल्युसिया फॅमिलीच्या विनी डॉमिनिकला वारंवार पटवून देऊन सांगायचा, की या क्षेत्रामध्ये दोन्ही गँगना न भांडता हात-पाय पसरायला भरपूर वाव आहे.

लुई पत्ते वाटत असताना कार्लोच्या डोक्यात प्रश्न घोळत होता, की याला ती कालची भानगड आता लगेच सांगायला काय निमित्त शोधावं? ते जर आत्ताच सांगितलं, तर हा सगळा दोष आपल्या माथी मारू शकणार नाही. कारण त्या याकुझाच्या माणसांना यानंच आपल्याला मदत करायला सांगितलं होतं. याच्या उलट आपण जर आणखी थोडं थांबलो, तर याकुझाच्या माणसांनी केलेल्या त्या हत्यांचा दोष निदान काही प्रमाणात तरी हा आपल्याला देईल, अशी फार मोठी शक्यता आहे. आणि मग आधीच अडचणीत असलेलो आपण आणखीच जास्त अडचणीत येऊ. हा चिडलेला असताना याच्या आसपास असणं वाईट तर खरंच; पण हा खास आपल्यावर चिडलेला असताना तर.... नकोच ते. कार्लोनं मनाचा हिय्या करून बोलायला सुरुवात केली.

"काल तू आम्हाला त्या आईझुकोतेत्सू-काईच्या माणसांना मदत करायला सांगितलीस, आणि सगळ्याच गोष्टी...." आता हे जरा पचेल अशा चांगल्या शब्दात कसं सांगावं, असा विचार करत तो क्षणभर थांबला. पण त्याला तसे काही शब्दच सुचेनात. आणि मग अचानक त्याला ते सुचलं. "अनपेक्षितपणे घडल्या." अरे! हा शब्द कसा काय सुचला?

लुईनं पत्ते वाटणं थांबवलं, आणि कार्लोकडे रोखून बघितलं, "अनपेक्षितपणे घडल्या? म्हणजे काय म्हणायचंय तुला?"

"हो. अनपेक्षितपणे घडल्या."

"अरे, हो पण अनपेक्षितपणे चांगल्या घडल्या, की अनपेक्षिपणे बिघडल्या?"

"अं... बिघडल्या असंच म्हणावं लागेल."

लुईनं ब्रेननकडे बघितलं, पण ब्रेननन त्याच्या नजरेला नजर देण्याचंच टाळलं. शेवटी त्यानं हातातले उरलेले पत्ते बाजूला ठेवले, "ओके. आता मला नेमकं काय घडलं ते सांगा."

"त्यातल्या पहिल्या भागाबद्दल आम्हाला तितकीशी खात्री नाही; पण दुसऱ्या भागाबद्दल मात्र पूर्ण खात्री आहे."

"असं मोघमपणे बोलू नकोस. काय ते स्पष्ट सांग."

“ओके. सातोशी नावाचा एक जपानी माणूस इथल्या आयपीएस यूएसए नावाच्या कंपनीसाठी काम करत होता, त्याला जरा धमकावण्याचं काम त्या दोघा याकुझाच्या माणसांकडे होतं, आणि त्यांना त्यात मदत करायला तू आम्हाला सांगितलं होतंस.”

“हो, त्या हिदेकी शिमोदानं मला जे सांगितलं होतं, तेच मी तुम्हाला सांगितलं. माझी अशी समजूत होती, की या सातोशीच्या बाबतीत जपानमध्ये काहीतरी प्रॉब्लेम झाला असेल, त्यानं बहुधा जुगारासाठी एखादी मोठी रक्कम उधार घेतली असावी, कारण तो नुकताच जपानमधून इकडे पळून आला होता.”

“असेल; पण त्याला त्यांनी आमच्यासमोर तरी फारशी धमकी वगैरे दिली नाही. त्याचा पाठलाग करत ते कोलंबस सर्कलच्या सब-वे स्टेशनमध्ये खाली गेले. स्टेशनवर ते दहा-पंधरा मिनिटंच होते. ते परत आले, तेव्हा त्यांच्या हातात त्या माणसाची बॅग होती. त्या बॅगमधलं सामान तपासल्यावर ते मला निराश झालेले दिसले. मी जेव्हा त्यांना विचारलं की काय झालं, तेव्हा त्यांनी सांगितलं की सातोशीला खाली प्लॅटफॉर्मवर हार्ट अॅटॅक आला, आणि त्यावर त्यातला एक जण मोठमोठ्यानं हसत सुटला.”

“या तथाकथित हार्ट अॅटॅकबद्दल मला माहिती आहे.” लुईनं म्हटलं. “थोड्या वेळापूर्वी हिदेकी शिमोदानं मला कॉल करून काल त्याच्या माणसांना आपण जी मदत केली, त्यासाठी आपले आभार मानले. खरं म्हणजे त्यानं हे सांगण्यासाठी कॉल केला होता, की त्याला त्याच्या जपानमधल्या बॉसचा फोन आला होता. त्याला त्याच्या बॉसनं आज रात्री पुन्हा आपली मदत मागायला सांगितलंय. त्यामुळे विषय निघालाच होता, तेव्हा मी ‘काल रात्री सगळं नीट झालं का, तुम्हाला जे हवं होतं ते मिळालं का,’ असं विचारलं. तेव्हा त्यानं सांगितलं, की ती गोष्ट आम्हाला मिळाली नाही, त्यामुळेच आज पुन्हा तुमची मदत लागणार आहे. सातोशीला हार्ट अॅटॅक आल्याचं त्यानं सांगितलं; पण मग त्यानंच कबूल केलं, की तो हार्ट अॅटॅक नव्हता, तर त्याला ठार मारण्यात आलंय. त्या वेळी मी त्याच्यावर भडकलो, त्याला ठणकावून सांगितलं की आमची अमेरिकन माफियाची माणसं शक्यतो खून-मारामाऱ्या, हत्या वगैरे करायचं टाळतात आणि त्यामुळे आमच्यामागे पोलिसांचा ससेमिरा लागत नाही; पण त्यानंच मला उलट शांत व्हायला सांगितलं. तो म्हणाला,की त्या माणसाची हत्या अशा बेमालूम पद्धतीनं केलीय, त्याला हार्ट अॅटॅकनं किंवा निदान नैसर्गिक कारणामुळे मृत्यू आला असंच सगळ्यांना वाटावं.”

“मला वाटलंच होतं, की त्यांनी त्या माणसाला मारलंय!” कार्लोनं विजयी स्वरात म्हटलं, “कारण ते दोघं फारच थोड्या वेळात परत आले; पण त्यांनी आम्हाला मोकळेपणानं सगळं सांगितलं नाही, हे मात्र चीड आणणारं आहे. आम्ही

म्हणजे जणू त्यांचे टॅक्सी ड्रायव्हरच होतो, असं वागले ते आमच्याशी. आता पुन्हा त्यांना मदत करायची? मला फारसं आवडणार नाही ते.''

''मी समजू शकतो.'' लुईनं म्हटलं, ''पण परिस्थिती जरा गुंतागुंतीची आहे, त्यामुळे काही इलाजही नाही. बरं, तू ते दुसऱ्या भागाचं काय म्हणत होतास?''

''सुसुमु आणि योशियाकी जेव्हा स्टेशनमधून परत वर आले, तेव्हा त्यांच्या हातात सातोशीचं पैशाचं पाकीट आणि बॅग होती. त्या पाकिटातून त्यांना सातोशी त्याच्या कुटुंबाबरोबर न्यू जर्सीतल्या फोर्ट लीमध्ये नेमका कुठे राहत होता, हे समजलं. मग ते दोघं एकमेकांशी जपानी भाषेत काहीतरी बोलले, आणि मग त्यांनी आम्हाला गाडी फोर्ट लीला घ्यायला सांगितली.''

''मी तुम्हाला त्यांना न्यू जर्सीला घेऊन जायला नव्हतं सांगितलं. तिथे कशाला गेले होते ते?''

''हो, पण तू आम्हाला 'त्यांना न्यू जर्सीला घेऊन जाऊ नका.' असंही स्पष्ट सांगितलं नव्हतंस. तू आम्हाला सांगितलं होतंस, की त्यांना हवं तिकडे घेऊन जा.''

''बरं, पण न्यू जर्सीत काय झालं?'' लुईनं विचारलं खरं; पण आता काही तरी वाईट ऐकायला मिळणार असं त्याला आतूनच वाटून गेलं.

''आम्हाला सातोशीचं घर मिळालं. ते दोघं आत गेले; पण त्याआधी त्यांनी सिनेमात दाखवतात तशी पिस्तुलं काढून हातात घेतली.''

''पुढे बोल!'' लुईचा पारा एव्हाना वेगानं चढायला लागलेला होता. पुढे काय झालं असेल हे त्याच्या लक्षात आलेलं होतं.

''आम्ही गाडीत बसून राहिलो असताना आम्हाला सहा बार ऐकू आले. ठो, ठो, ठो, ठो, ठो, ठो! आता आम्ही काय करावं हे तुला विचारायला मी माझा सेल फोन काढला– कारण आता आम्ही नुसतेच त्यांच्याबरोबर गेलो नव्हतो, तर खुनातले त्यांचे साथीदार झालेलो होतो.''

''पण मला तुझा कॉलच आला नाहीये.''

''हो, कारण मला तशी संधीच मिळाली नाही, कारण लगेचच ते दोघं धावत बाहेर आले आणि उड्या मारून गाडीत शिरले. येताना त्यांनी उश्यांच्या आभ्रांमध्ये बऱ्याच वस्तू भरून आणल्या होत्या. त्या वेळी मला फक्त एकच गोष्ट करायची होता– तिथून ताबडतोब पळ काढायचा होता, आणि त्या दोघा मूर्खांपासून शक्य तितकं दूर पळून जायचं होतं. ते पिस्तुलं घेऊन आत जातील हे माहीत असतं, तर त्यांना मी तिकडे नेलंच नसतं.''

''ओ माय गॉड!'' लुई किंचाळला, ''आधी त्यांनी भर सब- वे प्लॅटफॉर्मवर त्या माणसाला मारलं, आणि नंतर त्याचं आख्खं कुटुंब नाहीसं केलं. हा संघटित

गुन्हेगारीतला गुन्हा असल्याची जणू मोठ्या अक्षरात जाहिरातच लावली त्या नालायकांनी! म्हणजे मी खून-मारामाऱ्या कमी करण्यासाठी एवढं सगळं केलं. त्यावर पाणीच पडलं की! एवढं काय आणलं त्यांनी त्या घरातून? ड्रग्ज?''

''त्यांनी काय आणलं हे आम्हाला माहीत नाही; पण त्यांनी काय आणलं नाही, हे मात्र आम्हाला माहितेय.''

''म्हणजे?''

''आम्ही परत येत असताना त्यांनी आम्हाला स्पष्टच सांगितलं, की त्यांना कसल्यातरी लॅबमधल्या वह्या-हव्या होत्या– म्हणजे नेमकं काय, कोण जाणे; पण त्या त्यांना मिळल्या नाहीत त्या घरात.''

''शिट्!'' लुई एवढ्या मोठ्यानं ओरडला, की बाकीचे सगळेच त्या आवाजानं दचकले. ''आज रात्री हिदेकीलासुद्धा नेमकी हीच वह्या-पुस्तके हस्तगत करायची आहेत. आणि या एवढ्याशा गोष्टीसाठी आपल्याला त्या माणसाच्या आणि त्याच्या कुटुंबाच्या खुनांच्या परिणामांना सामोरं जावं लागणार आहे.'' तो तावातावानं बोलत होता, आणि बाकीचे मुकाट्यानं ऐकत होते. ''आणि हा हार्ट अॅटॅक नसून मुद्दाम केलेली हत्या होती असं जर समजलं, तर आख्खी पोलिस यंत्रणा चवताळून उठून या प्रकरणाच्या मागे लागेल. गेली दोन वर्षं मी खून-मारामाऱ्या कमी करायचे एवढे प्रयत्न केले, त्या सगळ्यावर पाणी पडलं. मला तर वाटतंय की असंच उठावं, आणि त्या हिदेकी शिमोदाचा मुडदा पाडून समुद्रात फेकून द्यावा. आपल्याला 'क्रिस्टल मेथ' आणखी दुसरीकडूनही मिळत असतं ना, तर त्याला मी एका मिनिटातच खलास केला असता. आपण इकडे 'आईस'साठीची मागणी वाढवतोय, त्यामुळे ते पुरवणारी कोणीतरी खात्रीशीर माणसं असायला हवीत ना. त्यामुळे हिदेकीला उडवलं, तर आपल्याच पायावर दगड मारून घेतल्यासारखं होईल ते. कारण सध्याच्या वाईट परिस्थितीत 'आईस' हा आपल्याला भरपूर पैसा मिळवून देणारा एक महत्त्वाचा मार्ग ठरलाय. आणि ते बिनबोभाट आणि हव्या तितक्या प्रमाणात मिळण्याचं ठिकाण म्हणजे जपान, अशी परिस्थिती आहे.''

''म्हणजे सुसुमु आणि योशियाकीचं काम अजून संपलेलं दिसत नाही. आपली मदत त्यांनी पुन्हा मागितलीय, याचा अर्थ ते दोघं आज आणखी काहीतरी गोंधळ घालणार. या दोघांना पिस्तूल काढून एखाद्याला खलास करण्याचं काहीच वाटत नाही, असंच दिसतंय.'' कार्लोनं म्हटलं.

''बरोबर आहे तू म्हणतोयस हे.'' लुईनं पत्ते टेबलावर टाकून दिले. ''कसल्यातरी लॅबच्या वह्यांसाठी बिनदिक्कतपणे माणसांना मारायचं, हे म्हणजे फारच झालं. आणि हा हिदेकीसुद्धा कसला थापाड्या आहे बघ. आधी तो सातोशीला हार्ट अॅटॅक

आल्याची थाप मारतो, आणि शिवाय काल न्यू जर्सीत काय घडलं हे लपवून ठेवतो माझ्यापासून, आणि वर बेधडकपणे माझीच मदत मागतो. कमाल झाली आता!''

''ते काहीही असू दे.'' कार्लोनं हसून म्हटलं, ''मी तुला स्पष्टच सांगतोय, मला या माणसांशी काहीही देणं-घेणं नाही.''

''कुणी काय करायचं आणि काय नाही, हे मी ठरवणार!'' लुई खेकसला, थोडा वेळ कुणीच काही बोललं नाही. मग लुईनंच म्हटलं, ''हिदेकी शिमोदाला या आयपीएस यूएसएचं ऑफिस फोडायचा एकच प्रयत्न करण्यासाठी आपली मदत हवीय.''

''अरे, पण आयपीएस यूएसएचं ऑफिस कुठल्या गल्ली-बोळात नाही, तर ते फिफ्थ अॅव्हेन्यूवर आहे.'' कार्लोनं जोरात म्हटलं, ''हे काम करायचं, तर चांगली व्यवस्थित योजना आखूनच करावं लागेल.''

''तू म्हणतोस ते बरोबर आहे.'' लुईनं विचार करत म्हटलं, ''पण आपल्यासमोर 'क्रिस्टल मेथ' आपल्याला जे लोक पुरवतात, त्यांना खूश ठेवायचा प्रॉब्लेम आहे. मी फोनवर स्पष्ट उत्तर देण्याचं टाळतोय हे जेव्हा हिदेकीला लक्षात आलं, तेव्हा त्यानं लगेच म्हटलं, की ल्युसिया गँगचे लोक आम्हाला लगेच मदत करायला तयार आहेत. म्हणजे आपण जर त्याला त्या वह्या मिळवायला मदत केली नाही, तर तो आपल्याऐवजी ल्युसिया गँगशी, विनी डॉमिनिकशी दोस्ती करायला मागे-पुढे बघणार नाही. हा विनीसुद्धा लेकाचा कसा लकी आहे बघ. आधी तो त्या 'एंजल्स हेल्थकेअर'च्या भानगडीतून निर्दोष बाहेर पडला, आणि आता याकुझा आणि माफिया यांच्या भागीदारीचे सगळे प्रचंड पैसा मिळवून देणारे धंदे आयतेच त्याच्या हातात पडतील अशी शक्यता निर्माण झालीय. आणि तेसुद्धा कशामुळे? तर कसल्यातरी त्या फालतू वह्यांमुळे!''

''हिदेकी आपल्याला तशी भीती जरूर घालेल, पण तसं खरंच होईल असं मला तरी नाही वाटत.'' कार्लोनं म्हटलं, ''याकुझापैकी आईझुकोतेत्सू-काई आणि यामागुची-गुमी यांचे संबंध मुळीच चांगले नाहीत– निदान सुसुमु आणि योशियाकी तरी तसंच म्हणतात. एकमेकांना मदत करण्याचं सोड, या दोन्ही गँग एकमेकांचं तोंडसुद्धा बघायला तयार नसतात.

''आपण या सुसुमु आणि योशियाकीला जरा समजावून सांगायचा प्रयत्न करायचा का?'' कार्लो बोलतच होता. ''आयपीएस यूएसएचं ऑफिस फोडण्याच्या कामात केवढा धोका आहे, हे आपण त्यांना सांगू या. त्या दोघांपैकी योशियाकी जरा समजूतदार वाटला मला. तो आपलं म्हणणं ऐकेलसं वाटतं. सुसुमु मात्र फार अविचारी आहे. त्याचीच खरी धास्ती वाटते मला.''

''आपण एक गोष्ट विसरतोय.'' एवढ्या वेळानंतर ब्रेननं प्रथमच तोंड

उघडलं, “ती अशी, की कालची त्या माणसाला सब-वे स्टेशनवर मारण्याची घटना किंवा न्यू जर्सीत झालेल्या त्या हत्या, यांपैकी कोणतीच बातमी पेपरमध्ये आलेली नाही. माझ्या मते यावरून आपल्याला दोन गोष्टी समजतात. निदान अजूनतरी, सब-वे स्टेशनवरची ती हत्या हा नैसर्गिक मृत्यू आहे, असंच मानलं जात असलं पाहिजे. आणि त्या माणसाची ओळख पटवणारी सगळी कागदपत्रं सुसुमु आणि योशियाकीनं हस्तगत केली असली– आणि माझ्या मते ही खबरदारी त्यांनी पुरेपूर घेतलीय– तर त्या माणसाची हत्या म्हणजे अनोळखी व्यक्तीचा नैसर्गिक कारणांनी मृत्यू मानला जाईल. आणि अशा गोष्टींकडे कोणाचं फारसं लक्ष जात नाही. त्याच्या कुटुंबाची न्यू जर्सीत केलेली हत्या हा मात्र एकदम वेगळा मामला आहे. त्यांची बातमी पेपरमध्ये अजून न येण्याचं एकमेव कारण असं असावं, की त्या अजून उघडकीलाच आलेल्या नाहीत. ते ठिकाण जर तू पाहिलंस, तर तुलाही याचं आश्चर्य वाटणार नाही. ते घर आणि आजूबाजूची वस्ती अत्यंत घाणेरडी आहे, आणि आम्हाला तरी तिथे आसपास कुणीच राहत नसावं किंवा जात-येत नसावं, असंच वाटतं. जवळपासच्या एकाही घरात साधा एखादा दिवासुद्धा दिसला नाही आम्हाला.”

“खरंय हा म्हणतो ते.” कार्लोनंही दुजोरा दिला.

लुई काही क्षण ब्रेननकडे विचारी नजरेनं एकटक बघत राहिला. त्याच्या लक्षात आलं, की हे पोरगं आपल्याला वाटलं होतं त्यापेक्षा चांगलंच हुशार दिसतंय. हा म्हणतो ते बरोबर वाटतंय. कदाचित परिस्थिती आपल्याला वाटलं तितकी वाईट नसेलही.

“त्या कुटुंबातल्या प्रत्येकालाच जर मारलं असेल,” ब्रेनन बोलतच होता. “आणि त्या घरात कुणी गेलंच नाही, किंवा अजून काही दिवसांनी त्या सडलेल्या प्रेतांची दुर्गंधी कुणालाच आली नाही, तर कदाचित हे हत्याकांड कित्येक दिवसांपर्यंत – किंवा महिने किंवा वर्षसुद्धा– उघडकीला येणार नाही.”

थोडा वेळ सगळेच गप्प होते. शेवटी लुई बोलायला लागला. “हं, मला वाटतं तू बोललेलं सगळंच बरोबर आहे, आणि पटण्यासारखं आहे; पण आपण जर काहीच न करता बसून राहिलो, तर आपण ही दोन्ही प्रकरणं दैवावर सोडल्यासारखं होईल, म्हणजे ती सब-वे स्टेशनवरची हत्या हा त्या माणसाचा नैसर्गिक मृत्यू आहे असं पोलीस मानत राहणं, आणि त्या कुटुंबाच्या हत्या बराच काळ उघडकीला न येणं. मला वाटतं, की या बाबतीत आपल्याला स्वतःच काहीतरी हालचाल करायला हवी. कारण आपले हिदेकी आणि त्याच्या गँगबरोबरचे संबंध टिकून राहिलेच पाहिजेत.”

“मी अजूनही सांगतो, की तू आम्हाला त्या बिनडोक सुसुमु आणि योशियाकीबरोबर

पाठवून फिफ्थ ॲव्हेन्यूसारख्या भर हमरस्त्यावरचं ते ऑफिस फोडायला सांगू नकोस.'' कार्लोनं पुन्हा म्हटलं, ''ती म्हणजे उघड्या डोळ्यांनी केलेली आत्महत्या होईल. त्याहीपेक्षा वाईट म्हणजे पेटलेल्या वणव्यात आपणच जाऊन आपल्याच अंगावर पेट्रोल ओतल्यासारखं होईल ते.''

''आता काय करावं हे माझं मला कळेनासं झालंय.'' लुईनं कबूल करून टाकलं. ''पक्का निर्णय घेण्यापूर्वी मला वाटतं मी एखाद्या अनुभवी माणसाचा सल्ला घ्यावा.''

''कोणाला सल्ला विचारणार तू?'' कार्लोनं विचारलं. वॅकारो फॅमिलीचा डॉन व्हिक्टोरियो वॅकारोला भेटून लुई त्याचा सल्ला विचारेल अशी तो कल्पनाही करू शकत नव्हता. कारण व्हिक्टोरियो वॅकारोनं केव्हाच वयाची नव्वदी ओलांडलेली होती. तो काय सल्ला देणार? त्यामुळे वॅकारो फॅमिलीचा कारभार लुईच बघत होता.

''मी पॉली सेरिनोला भेटणार आहे, त्याच्या तुरुंगात जाऊन.'' लुईनं म्हटलं, आणि लगेच मोठ्यानं हाक मारली. ''बेनिटो! लंच घेऊन ये लगेच. आता काय पुन्हा सांगायला हवं का तुला?''

८

मार्च २५, २०१०

गुरुवार, दुपारी १२.४५

'निआपोलिटन रेस्टॉरंट' जवळच्या एका खास राखीव जागेत आपली नवी कोरी मर्सिडीज एसयूव्ही उभी करताकरता मायकेल कॅलाब्रीस स्वतःशी विचार करत होता, बाकी अवघ्या तीन वर्षांत एखाद्याचं आयुष्य कसं बदलून जाऊ शकतं, नाही? तीन वर्षांपूर्वी आपण असेच इथे येत होतो; पण तेव्हा परिस्थिती किती वेगळी होती. त्या वेळी आपल्याला आपल्या जिवाचीच भीती वाटत होती, आणि आपल्याला कोणीतरी मारणार, अशी आपली पक्की समजूत झालेली होती. इतकी, की आपण आता कुठेतरी दूर पळून जायचं का, असा विचार करत होतो.

याला कारणही तसंच जबरदस्त होतं. त्यावेळी मायकेल 'एंजल्स हेल्थकेअर एलएलसी' या कंपनीचा प्लेसमेंट एजंट म्हणून काम करत होता. आणि ही कंपनी आपण नादारीत गेलो असल्याची गोष्ट लपवून ठेवून शेअर्सची मोठ्या प्रमाणात खुल्या बाजारात विक्री करून 'प्रायव्हेट लिमिटेड'ची 'पब्लिक लिमिटेड' होणार होती. त्या दिवशी ही धक्कादायक गोष्ट विनी डॉमिनिकच्या कानावर घालण्यासाठी तो त्याला भेटणार होता. त्यातही एक प्रचंड मोठी अडचण अशी होती, की मायकेलनं 'मॉब'च्या पैशापैकी एक बरीच मोठी रक्कम– म्हणजे दीड कोटी डॉलर– या 'एंजल्स हेल्थकेअर' मध्ये गुंतवण्यासाठी विनी डॉमिनिकला राजी केलं होतं.

प्रत्यक्षात असं घडलं होतं, की 'एंजल्स हेल्थकेअर'चा आयपीओ प्रचंड

मोठ्या प्रमाणात यशस्वी झाला होता. त्यातून 'मॉब'ला गुंतवणुकीवर प्रचंड परतावा मिळाला होता. आणि खुद्द मायकेललाही लक्षावधी डॉलरची कमाई झाली होती. एवढं असूनही, तीन वर्षांपूर्वीच्या त्या परिस्थितीच्या नुसत्या आठवणींनंही मायकेलचा थरकाप उडाला.

आता 'एंजल्स हेल्थकेअर' एकदम जोरात सुरू होती. आणि झपाट्यानं प्रगती करत होती. इकडे मायकेलच्या नावावरचा 'आळशी, वाया गेलेला' असा शिक्का पुसला जाऊन तो ज्या क्वीन्स भागात लहानाचा मोठा झाला होता, तिथे तो आता एकदम हुशार आणि यशस्वी व्यावसायिक मानला जात होता. तो आणि विनी बरोबरच लहानाचे मोठे झालेले होते.

तो गाडीतून उतरला; पण करोना अॅव्हेन्यू ओलांडायला त्याला थांबावं लागलं. करोना अॅव्हेन्यू एक तर चार लेन असलेला भला रुंद रस्ता होता, शिवाय तो सतत गजबजलेल्या असायचा. रहदारीत थोडासा खंड पडताच मायकेलनं धावत रस्ता ओलांडला आणि तो सावकाश चालत निघाला. या वेळी मात्र त्याची सगळे जण आतुरतेनं वाट बघत असणार होते. सकाळी बेनची भेट झाल्यानंतर त्यानं विनी डॉमिनिकला कॉल केला होता आणि त्याला सांगितलं होतं, की तो स्वतः, विनी आणि साबोरू फुकुदा अशा तिघांनी बोलणी करण्यासाठी लंचला भेटावं. भेटीसाठी त्यानं असं सांगितलं होतं, की आपल्याला आयपीएस यूएसए कंपनीबद्दल काही चांगल्या गोष्टी समजल्या आहेत. आणि त्या दोघांशी त्याबद्दल बोलायचंय.

'निआपोलिटन रेस्टॉरंट' जरी नावावरून इटालियन वाटत असलं, तरी ते खरं म्हणजे अमेरिकन-इटालियन होतं. त्याची दर्शनी सजावट जरी विटांची वाटावी म्हणून बनवलेली असली, तरी ती फायबर ग्लासची होती, आणि त्यामुळे ती खऱ्या विटांची वाटण्याच्या जवळपासही येत नव्हती. खिडक्यांच्या खाली फुलं ठेवायला केलेल्या जागेतली फुलंसुद्धा प्लॅस्टिकची होती. गिऱ्हाईकांची वर्दळही अजिबात नव्हती, कारण रेस्टॉरंट लंचसाठी सगळ्या लोकांसाठी खुलं नव्हतं. इथे फक्त विनी, त्याचे साथीदार, आणि त्याच्या पाहुण्यांनाच दुपारचं जेवण मिळायचं; पण संध्याकाळी मात्र इतका धंदा व्हायचा, की मालकाच्या दृष्टीनं रेस्टॉरंट लोकांसाठी लंचसाठी खुलं न ठेवणं ही किंमत अगदीच किरकोळ होती. फार पूर्वीपासून या रेस्टॉरंटचं नाव 'अंडरवर्ल्ड'शी जोडलं गेलं असल्यामुळे त्याला एक गूढतेचं वलय आपोआपच लाभलेलं होतं.

रेस्टॉरंटमध्ये येऊन मायकेल दारावरचे पडदे सारून थोडा वेळ दारातच उभा राहिला. डाव्या बाजूला एक नव्यानंच बनवलेला अर्धगोलाकार बार होता. बारच्या काऊंटरच्या वरच्या बाजूला समांतर असा, ग्लासेस पालथे घालून ठेवता येतील असा एक लाकडी स्टँड होता. म्हणजे बार टेंडरनं नुसता हात वर केला की त्याच्या

हाताला ग्लासेस यायचे. त्याच्या बाजूला काही कॉकटेल टेबल्स लावलेली होती, आणि त्यांच्या शेजारी एक दिखाऊ फायरप्लेस होती. आत आगीच्या जागी पिवळ्या ॲल्युमिनिअम फॉईल्स लावलेल्या होत्या. खालचे लाकडी ओंडके काँक्रिटनं बनवलेले होते. त्यातल्याच एका ओंडक्याच्या पाठीमागे एक विजेचा लाल दिवा जणू आग पेटत असल्यासारखं दाखवत होता. फायरप्लेसच्या वरच्या बाजूला बाल येशूला कडेवर घेतलेल्या व्हर्जिन मेरीचं एक भलं मोठं चित्र होतं. चित्राची फ्रेम गिल्टची होती.

दालनाच्या उजव्या बाजूला बूथ्सची एक लांबलचक रांग पलीकडच्या टोकापर्यंत गेलेली दिसत होती. त्यातल्या पहिल्या बूथमध्ये विनीचे काही विश्वासू साथीदार होते. त्यांच्यापैकी काहींना मायकेल ओळखत होता. ते पूर्वी त्याच्याबरोबर शाळेत होते. त्यातला रिची हर्न्स हा आता फ्रँको पाँटीच्या जागी खंडणी वसुलीचं काम बघत होता, कारण फ्रँको आणि अँजेलो फॅसियोको हे दोघं सध्या गजाआड होते. या फ्रँको आणि अँजेलोची प्रचंड दहशत मायकेलला वाटत असे. कॅपुसो हाही तिथे होता. आणखी तीन बलदंड, राकट माणसं तिथं होती; पण त्यांना मात्र मायकेल ओळखत नव्हता.

दुसऱ्या बूथमध्ये स्वतः विनी डॉमिनिक बसलेला होता. त्यानं मायकेलला बघितल्याबरोबर हात वर करून बोलावलं. त्याच्या शेजारीच त्याची मैत्रीण कॅरोल सिरोन बसलेली होती. ती दररोज त्याच्याबरोबर लंचला इथे असायची, फक्त रविवार सोडून. कारण प्रत्येक रविवारी विनी फक्त त्याच्या बायको-मुलांसोबत घालवायचा. कॅरोलशेजारी सडसडीत बांध्याचा, उत्कृष्ट सूट घातलेला साबोरू फुकुदा बसलेला होता. मायकेलला वाटलं, हा याकुझाच्या यामागुची-गुमी गँगच्या इथल्या ब्रँचच्या मुख्यापेक्षा एखादा डॉक्टरच असल्यासारखा जास्त वाटतो.

मायकेल टेबलाशी आला, तसा विनी उठून उभा राहिला.

"हाय, ब्रदर." त्यानं मायकेलला प्रेमानं मिठी मारली. त्याच्या अंगावरही साबोरूसारखाच एक सुंदर सूट होता. फरक इतकाच होता, की साबोरूच्या सूटच्या वरच्या खिशातून एका गडद चॉकलेटी रुमालाची व्यवस्थित घातलेली घडी डोकावत होती, तर विनीच्या सूटच्या खिशातून एक आख्खा रंगीबेरंगी सिल्कच्या रुमालच बाहेर येऊ बघत होता.

मायकेलच्या खांद्याभोवतीचा हात तसाच ठेवून विनीनं साबोरूच्या खांद्याला हळूच थोपटलं, "ए, सायको! मायकेल आलाय, बघ." धंद्याच्या संदर्भात विनी आणि साबोरू बऱ्याच वेळा एकत्र भेटलेले होते. त्यामुळे त्यांच्यात एव्हाना एक प्रकारची दोस्ती निर्माण झालेली होती. आणि 'प्रमुख सल्लागार' या अर्थाचा साबोरूचा जो जपानी भाषेतला 'सैको-कोमेन' हा हुद्दा होता, त्याचा 'सायको' असा

विनोदानं वापर आता विनी करू लागलेला होता. आणि यातला विनोद साबोरूला समजावून सांगितल्यावर साबोरूही खिलाडू वृत्तीनं घ्यायला, आणि हसायला शिकलेला होता.

चटकन उठून उभा राहत साबोरू कमरेत वाकला, आणि त्यानं मायकेलला आपलं व्हिजिटिंग कार्ड दिलं. मायकेल अवघडल्यासारखं कमरेत वाकला, आणि त्यानंही साबोरूला आपलं व्हिजिटिंग कार्ड दिलं.

"बस रे, बस!" विनीनं मायकेलला म्हटलं; पण कॅरोलही तिथे आहे हे त्याच्या लक्षात आलं. "स्वीटी, आम्ही जरा कामाचं बोलतो, तोपर्यंत तू आपल्या माणसांबरोबर जाऊन बसतेस जरा?"

"नाही. मी तुमच्याबरोबरच बसणार." कॅरोलनं आडमुठ्या पण लाडिक आवजाता म्हटलं.

"कॅरोल, डिअर." विनीनं आवाज न चढवता, पण आवाज किंचित कडक करत म्हटलं, "मी आत्ताच काय म्हटलं ते ऐकलंस ना तू?"

त्याच्या नुसत्या आवाजानंच मायकेलच्या मानेवरचे केस उभे राहिले. विनी प्रचंड संतापी होता, आणि तो एकदम हातघाईवरच यायचा. आता इथे काहीतरी राडा होणार, त्यानं मनात म्हटलं. सगळ्यांचं बोलणं एका क्षणात थांबलं. थोडा वेळ विनी आणि कॅरोल एकमेकांकडे रोखून बघत होते; पण कॅरोलला वेळेवर शहाणपण सुचलं आणि ती हळूहळू जागेवरून सरकत उठली. विनीकडे आव्हानात्मक कटाक्ष टाकून ती त्यांच्या साथीदारांच्या टेबलावर जाऊन बसली. त्याबरोबर सगळ्यांच्या गप्पा पुन्हा सुरू झाल्या.

"या बसा." विनीनं मायकेल आणि साबोरूला म्हटलं. लगेचच कुठूनसा एक वेटर अवरतला, आणि त्यानं मायकेलला 'काय घेणार?' असं विचारत टेबलावरच्या दोन बाटल्यांकडे इशारा केला. एक होती विनीची आवडती 'सासिकाया'ची बाटली, ती उघडलेली होती. आणि दुसरी 'सान पेलिग्रिनो'ची बाटली आईस बकेटमध्ये ठेवलेली होती.

"बोल, आज काय विशेष बातमी?" मायकेलच्या पुढ्यात सान पेलिग्रिनोचा ग्लास आल्याबरोबर विनीनं विचारलं. कामाच्या बाबतीत त्याला वेळ घालवायला आवडत नसे. नुसत्या गप्पा मारायला त्याची ना नसे; पण ते कामानंतर.

विनीकडे थोडं झुकत मायकेलनं सावकाश त्याचं लक्ष आपल्या बोलण्याकडे राहील अशा आवाजात म्हटलं, "काल सातोशी माचिताबरोबर आयपीएस सेल्ससाठी कंपनीचा खास करार झाला."

क्षणभर टेबलावर शांतता पसरली. विनी आणि मायकेल फक्त एकमेकांकडे बघत राहिले. आवाज येत होते ते फक्त शेजारच्या टेबलावरून. तिकडे विनीच्या

साथीदारांमध्ये कॅरोलचं लक्ष आपल्याकडे वेधून घेण्याची अहमहमिका लागलेली होती. मागे जेव्हा मायकेलनं विनीला आयपीएस यूएसएबद्दल माहिती दिली होती, तेव्हा त्यानं स्टेम सेल्सच्या भानगडीत प्रचंड पैसा कसा दडला आहे, आणि हे नव्यानं उदयाला येत असलेलं शास्त्र आणि अत्यंत बाल्यावस्थेत असलेला स्टेम सेल्स उद्योग, आणि त्यातच गर्भपाताच्या अत्यंत संवेदनशील आणि कॅथॉलिक धर्माशी निगडित प्रश्नावरून कसा गदारोळ माजलाय, हे अगदी खुलासेवार, सविस्तर समजावून सांगितलं होतं, 'इंड्यूस्ड स्टेम सेल्स' या प्रश्नाला कशी बगल देतात, हेही त्यानं समजावून सांगितलं होतं. विनी गुंड असला तरी डोक्यानं तल्लख बुद्धीचा आहे हे त्याला आधीपासूनच माहीत होतं. त्यामुळे त्यानं स्टेम सेल्सशी संबंधित पेटंटच्या समस्या सांगितल्या होत्या. आणि मोठी पेटंटस आपल्या नियंत्रणात ठेवणं किती महत्त्वाचं आहे, हेही व्यवस्थित समजावून सांगितलं होतं.

सगळ्यात आधी विनीनं बोलायला सुरुवात केली. ''आणि हे आयपीएस सेल्सचं पेटंटच सगळ्यात महत्त्वाचं आहे, आणि त्यामुळेच याबाबतची पुढची सगळी पेटंट्स आपल्या खिशात राहतील, हो ना?''

''अगदी बरोबर; बेन कोरी स्वतःच असं म्हणतो. अत्यंत हुशार आणि डोकेबाज आहे तो. या स्टेम सेल्समुळे संपूर्ण री-जनरेटिव्ह मेडिसिनचं क्षेत्र आपल्या ताब्यात ठेवायची महत्त्वाकांक्षा आहे त्याची.''

''आणि त्यात आपण कायम त्याला साथ देणार आहोत.''

''एकदम बरोबर.'' मायकेलनं ठामपणे मान डोलावत म्हटलं.

विनीनं आपला ग्लास वर केला. ''कमाल आहे. हेल्थकेअर उद्योगात एवढा प्रचंड पैसा आहे, हे कोणी सांगूनही मला पटलं नसतं. आधी हॉस्पिटल्स, आणि आता हा बायोटेक उद्योग. वा! मजा आहे!'' त्याच्या चेहऱ्यावर लोणी मटकावलेल्या बोक्यासारखं बनेल हसू पसरलं.

बाकीच्यांनीही त्याच्या ग्लासला आपापले ग्लास भिडवले आणि तोंडाला लावले.

विनी साबोरूकडे वळला. ''हा माणूस खरंच ग्रेट आहे. हो की नाही?'' त्यानं मायकेलकडे मानेनं निर्देश करत म्हटलं.

''हो.'' साबोरूनं जोरजोरात मान डोलावत म्हटलं, ''थँक्यू थँक्यू!'' त्यानं आधी मायकेलकडे, आणि नंतर विनीकडे बघत मान झुकवली.

''आता मला एका दुसऱ्या विषयावर बोलायचंय.'' मायकेलनं ग्लास टेबलावर ठेवला. आणि जणू एखादं गुपित सांगणार असल्यासारखा तो थोडा पुढे झुकला. ''आत्ता थोड्याच वेळापूर्वी माझी डॉ. बेन कोरीशी भेट झाली. आता या नवीन करारावर सह्या झाल्या आहेत. त्यामुळे कंपनीची मार्केट व्हॅल्यू एकदम वर जाईल.

ती किती होईल, काहीही सांगता येत नाही. त्यातच भर म्हणून की काय, त्यानं मला एक गुप्त गोष्ट सांगितली ती अशी, की एका नवीनच कंपनीकडे एका अशा अगदी नवीन पद्धतीचं पेटंट आहे, की ती पद्धत वापरून इंड्यूस्ड स्टेम सेल्स बनवण्याचा वेग प्रचंड प्रमाणात वाढेल. त्याच्या मनात असं आहे, की शक्य तर ती कंपनीच विकत घ्यायची, किंवा ते नाहीच जमलं, तर निदान या नव्या पद्धतीचं खास लायसन्स तरी घ्यायचं. आता प्रश्न असा, की तुमच्यापैकी कोणाला आपल्या कंपनीच्या आयपीओ होण्याआधी आणखी शेअर्स घ्यायचेत का? घ्यायचे असतील, तर हीच वेळ आहे.''

विनी आणि साबोरू, दोघांनी मायकेलला बरेच प्रश्न विचारले, आणि मायकेलनं त्यांची व्यवस्थित उत्तरं दिली. त्याच वेळी त्यानं अतिशय हुशारीनं एवढी काळजी घेतली, की आणखी शेअर्स घेण्याची त्या दोघांची इच्छा नुसती कायम राहील असं नव्हे, तर वाढेल. हेतू हा, की जर बेनला ती कंपनी विकत घ्यायची असली किंवा ते खास लायसन्स घ्यायचं असलं, तर त्याला पुरेसा भांडवलाचा पुरवठा नक्की होऊ शकेल.

तेवढ्यात एक वेटर आला, आणि त्यांची लंचची ऑर्डर घेऊन परत गेला. आता मायकेल जे विषय बोलायचे म्हणून मनात ठरवून आला होता, त्यातला तिसरा शेवटचा आणि सगळ्यात नाजूक विषय त्यानं काढला. तो म्हणजे, बेन कोरीनं आयपीएस यूएसए कंपनीची या दोन्ही गुंडांच्या टोळ्यांपासून फारकत करण्याचा निर्णय. हे काम खरोखरच नाजूक, अवघड आणि जिकिरीचं होतं. मायकेलला मांजराच्या नव्हे, तर दोन नरभक्षक वाघांच्या गळ्यात घंटा बांधायची होती. त्यानं ही गोष्ट शक्य तितक्या खुबीनं; पण सहज समजेल अशा भाषेत सांगितली. बोलणं थांबवून तो जेव्हा शांत बसला, तेव्हा त्याला टेबलावरच्या वातावरणात झालेला बदल जाणवला. विनी आणि साबोरू, दोघांनाही हे आवडलं नसल्याचं स्पष्ट दिसत होतं; पण मुळात हा विषय काढलाच कसा जाऊ शकतो, याचा त्यांना जास्त धक्का बसलेला होता. ही गोष्ट दोघांनाही साफ अनपेक्षित होती.

प्रथम साबोरू बोलला. ''डॉ. कोरीला आमची मदत घेण्यात रस उरलेला नाही, ही गोष्ट त्याला फार उशिरा समजलीय.'' त्यानं गंभीरपणे म्हटलं. क्योटो युनिव्हर्सिटीमधून त्या वह्यांची चोरी करणं, सातोशीला त्याच्या परिवारासकट जपानमधून होनोलुलूमार्गे न्यू यॉर्कला आणणं, हे सारं त्यानंच घडवून आणलं होतं. याच मार्गानं तो अमली पदार्थांचा वापर, लहान मुलांशी केलेल्या संभोगाच्या 'पिवळ्या' फिल्मची आयात वगैरे करत असे.

''मलाही असंच वाटतं.'' विनीनं त्याच्या त्या खास शांत आवाजात म्हटलं – आता हा प्रचंड भडकणार हे मायकेलनं ताडलं.

"यात कुणाचा अवमान करायचा कोणताही हेतू नाही." त्यानं चटकन समजावणीच्या सुरात म्हटलं, "जर आणि जेव्हा कधी आयपीएस यूएसए कंपनी पब्लिक कंपनी होईल, तर आणि तेव्हा हीच गोष्ट कंपनीच्या हिताची असेल, एवढंच फक्त बेन कोरीचं म्हणणं आहे. कारण त्या वेळी कंपनीच्या कागदपत्राच्या तपासणीत जर कंपनीचे संबंध आपल्याशी आहेत असं उघडकीला आलं, तर पुढे होणारी एसईसीची तपासणी टाळण्यासाठी कंपनीला बहुधा आयपीओ रद्द करावा लागेल."

"पण ल्युसिया गँगचा सगळा पैसा आपण वेगवेगळ्या बनावट कंपन्यांमार्फत गुंतवलाय, हे त्याला माहीतंय ना?" विनीनं विचारलं.

"हो, अर्थातच माहीतंय." मायकेलनं तणाव नाहीसा करण्यासाठी पटकन म्हटलं, "आणि तुम्ही लोकांनी कंपनीसाठी जे काही केलंय, ते उपकार तो कधीही विसरणार नाही. उलट त्यानं तर स्वतः होऊनच असं म्हटलंय, की आपण त्याबद्दल तुम्हाला भरपूर मोठ्या प्रमाणात आणखी शेअर्स देणार आहोत."

नेमक्या त्याच वेळी एका पाठोपाठ एक वेटर्स येऊन टेबलावर लंचचे वेगवेगळे पदार्थ मांडू लागले. मायकेलनं मनोमन सुटकेचा निःश्वास सोडला, आणि तो मागे रेलून बसला. गुंडांच्या टोळ्यांशी व्यवहाराचे संबंध ठेवायचे म्हणजे कड्याच्या टोकावर उभं राहण्यासारखंच आहे. जरासा धक्का, की थेट दरीत, आणि तिथून थेट वर.

१

मार्च २५, २०१०

गुरुवार, दुपारी १.०५

रिकर्स आयलंडच्या तुरुंगात लुई बारबेरा पॉली सेरिनोला भेटायला आलेला होता. दहा वर्षांपूर्वी पॉलीला तुरुंगावासाची शिक्षा झाली, त्यामुळेच त्याच्या जागी लुईची नेमणूक झाली होती. गेल्या दहा वर्षांत लुई सहा-सात वेळा त्याला भेटायला इथे आलेला होता, तो मुख्यतः पॉलीला कामातल्या शंका विचारण्यासाठी. कारण धंदा वैध असो की अवैध, तो 'मागच्या पानावरून पुढे चालू' ठेवण्याला फार महत्त्व असतं.

हळूहळू लुईचा जसजसा कामात जम बसत गेला होता, तसतसं त्याच्या या भेटींमधलं अंतर वाढत गेलं होतं; पण या वेळी मात्र लुईला खरंच काय करावं ते समजत नव्हतं. हिदेकी शिमोदा, आणि विशेषतः विनी डॉमिनिक– हा तर पॉली सेरिनोचा जुना हाडवैरी होता– या दोघांच्या संबंधात जी परिस्थिती उद्‌भवलेली होती, त्या बाबतीत काय निर्णय घ्यायचा, हे त्याला समजत नव्हतं. हे म्हणजे खोलखोल दरीवरच्या मोडक्या, अरुंद, डगमगत्या पुलावरून पलीकडे जाण्यापैकी होतं. एक पाऊल चुकलं की खेळ खलास.

कैद्यांना भेटण्याच्या जागेतल्या एका बूथमध्ये लुई येऊन बसला. आधी त्यानं टिश्यू पेपरनं शेजारचा टेलिफोन स्वच्छ पुसून काढला. पलीकडे असलेल्या कैद्यानं बसायच्या जागेवर अजून पॉली आलेला नव्हता. लुईनं ठरवलेलं होतं, की इथे शक्य तितक्या कमी वेळ थांबायचं. पॉली आला, की त्याला सगळी माहिती

सांगायची, त्याचं उत्तर ऐकायचं, आणि ताबडतोब निघून जायचं. खरं म्हणजे रिकर्स आयलंड हा जगातला सगळ्यात मोठा तुरुंग होता; पण एकदम मोडकळीला आलेला होता. इथं एक रात्र काढण्याच्या नुसत्या कल्पनेनंसुद्धा लुईच्या अंगावर काटा उभा राहायचा, मग दहा वर्षं काढणं तर फार दूरची बात होती.

लुईनं उजवीकडे बघितलं. भेटायला येणाऱ्या लोकांसाठीची बूथची भली मोठी रांग पलीकडे दिसत होती. बहुतांश बूथ्समध्ये बायकाच दिसत होत्या– कैदेत असलेल्या आपल्या नवऱ्याला, मुलाला, भावाला भेटायला आलेल्या. बऱ्याचशा बायकांची परिस्थिती हलाखीची असल्यासारखी दिसत होती. कैदी बसायचे त्या बाजूला, दोन्हीकडे मख्ख, कंटाळलेल्या चेहऱ्याचे रक्षक उभे होते. लुईनं घड्याळात बघितलं. दोन वाजून गेले होते. आत्ताच त्याला कधी एकदा इथून बाहेर पडता, असं झालेलं होतं. आता परत कधीही यायचं नाही, त्यानं पुन्हा एकदा स्वतःला बजावलं.

त्याच क्षणी त्याला पॉली येताना दिसला आणि त्याला धक्काच बसला. मागच्या वेळी तो पॉलीला भेटला होता, तेव्हा तो जवळजवळ पहिल्यासारखाच जाडजूड होता, आणि कमालीचा अव्यवस्थित होता. शिवाय तुरुंगात जाण्याआधी साधारण एक वर्षापूर्वी एका बारमधल्या हाणामारीत त्याच्या चेहऱ्यावर कुणीतरी ॲसिड फेकलं होतं, त्यामुळे त्याचा चेहराही जरा विद्रूप झाला होता. आता मात्र तो बराच हडकलेला होता. तुरुंगातला कैद्यांचा ड्रेस त्याच्या अंगावर भलताच सैल दिसत होता- हँगरवर अडकवल्यासारखा.

लुईसमोर, काचेपलीकडच्या जागेवर पॉली येऊन बसला. चेहऱ्यावरच्या जखमांमधून त्याचे डोळे इतके भेसूर दिसत होते, की लुईला क्षणभर मान वळवून दुसरीकडे बघावं लागलं.

मन घट्ट करून लुईनं त्याच्याकडे बघितलं आणि फोन उचलला. थोडा वेळ इकडच्या तिकडच्या गप्पा झाल्यावर त्यानं म्हटलं, "पॉली, तू आता एकदम वेगळाच दिसायला लागलायस. बरंच वजनही उतरलेलं दिसतंय तुझं."

"वेगळा दिसतोय नाही. वेगळा झालोच आहे मी." पॉलीनं गंभीरपणे मान डोलावली, "मला देव भेटलाय."

बाप रे! लुईनं मनात म्हटलं. मला देव भेटलाय म्हणतोय हा, आणि मी मात्र इतक्या दूर याला गुन्हेगारीतल्या अडचणींबाबत सल्ला विचारायला आलोय. आता हा काय कपाळ सल्ला देणार मला? मुकाट्यानं इथून निघून जावं, अशा विचारात तो असतानाच पॉलीनं अचानक म्हटलं, "तू एवढ्या लांब मला भेटायला आलायस, याचा अर्थ तुला काहीतरी प्रॉब्लेम असणार, आणि त्याबद्दल माझा सल्ला विचारायला तू आलेला असणार, हे उघड आहे. पण त्याच्याआधी मीच तुला एक प्रश्न

विचारतो. तो हरामी विनी डॉमिनिक एवढ्या सगळ्या आरोपांमधून सहीसलामत कसा सुटला? मला तर खात्री होती की तो इथंच- या तुरुंगात येईल, भली मोठी शिक्षा होऊन. याबद्दल मला कुणीच काही बोललं नाही.''

लुईला आश्चर्यच वाटलं. 'चला, हरकत नाही; अगदीच 'वाया गेलेला' दिसत नाही हा,' त्यानं मनात म्हटलं. कदाचित हा अजूनही काही सल्ला देण्याच्या परिस्थितीत असेलही... कुणी सांगावं?

लुईनं क्षणभर विचार केला. ''विनी डॉमिनिक आणि त्याचे साथीदार पकडले जायला आणि निर्दोष सुटायलाही अप्रत्यक्षपणे मीच कारणीभूत ठरलो.'' त्यानं काहीशा अपराधी सुरात म्हटलं.

''ते कसं काय? मी नाही समजलो.''

''मला असं समजलं, की विनीकडे एक आलिशान यॅट होता, आणि त्याचा उपयोग तो असली बेकायदा कामं करण्यासाठी करायचा. म्हणून त्याला 'रंगे हाथ' पकडून देण्यासाठी मी माझ्या माणसांकरवी त्याच्या यॅटवर एक जीपीएस बसवला. आणि विनी त्याच्या साथीदारांबरोबर कामासाठी निघाल्यावर त्या जीपीएसचा पासवर्ड आणि यूजरनेम लू सोल्डॅनोला दिला. आणि लू सोल्डॅनोनं त्यांना पकडलंदेखील.''

''कोण? लू सोल्डॅनो! कसा आहे रे तो कावेबाज कोल्हा?''

''तो काय, पहिल्यासारखाच हरामी आहे. पण तू का विचारतोयस?''

''अरे, इतक्या वर्षांत आमची इतक्या वेळा टक्कर झालीय, की आमच्यात एक प्रकारची दोस्तीच झालीय म्हणेनास. तो अजूनही माझ्या बायकोला आणि पोरांना ख्रिसमसचं कार्ड पाठवतो. गंमत आहे की नाही?''

लुईच्या दृष्टीनं मात्र सोल्डॅनो शत्रूच होता. त्यामुळे त्याला काही पॉलीचं बोलणं फारसं आवडलं नाही. ''असू दे. तुला तो विनी कसा सुटला ऐकायचंय की नाही?''

''हो, हो, पुढे सांग.''

''डॉमिनिकनं न्यू यॉर्कमधले काही प्रसिद्ध वकील नेमले. डॉमिनिकच्या अटकेमध्ये त्या जीपीएसनं जे काम केलं, तोच मुद्दा त्यांनी उचलून धरला, आणि केससाठी नेमलेल्या न्यू यॉर्कमधल्या एका विकल्या गेलेल्या न्यायाधीशासमोर जेव्हा खटला उभा राहिला, तेव्हा याच मुद्द्यावरून त्या वकिलांनी जीपीएसमार्फत मिळवलेला सगळा पुरावा बेकायदा आहे, असा युक्तिवाद करत दोन मिनिटांत डॉमिनिकला निर्दोष मुक्त करून घेतलं. कारण असं, की त्या यॅटची तपासणी करण्यासाठी वॉरंटच जारी केलेलं नव्हतं. तुला सांगतो, कधीकधी मला असं वाटतं, की या देशातली न्याय व्यवस्था तिची स्वतःचीच एक नंबरची शत्रू आहे.''

“ओहो! असं आहे तर. दैव बलवत्तर आहे साल्याचं.” पॉलीनं म्हटलं. “बरं आता तुझं काम काय ते सांग. कारण तू काही माझा धार्मिक उपदेश ऐकायला आलेला नसणार इथे.”

“नको, नको. कसलाही धार्मिक उपदेश नकोय मला. फक्त एका बाबतीत तुझा सल्ला हवाय. गेल्या एक वर्षापेक्षाही जास्त काळ आपला धंदा एकदम व्यवस्थित चालला होता; पण आता अशी परिस्थिती निर्माण झालीय, की काही केलं तरी आपलं नुकसानच होणार आहे, शिवाय ही परिस्थिती अचानक भयंकर चिघळू शकते. प्रकरण जरा गुंतागुंतीचं आहे, त्यामुळे आधी तुला याकुझा गँगपैकी एका गँगबरोबर आपली जी एक पार्टनरशिप चाललीय, त्याबद्दल थोडं सांगतो.”

सगळी परिस्थिती पॉलीला समजावी, यासाठी लुईनं तो आणि आईझुकोतेत्सू-काई या याकुझामधल्या एका गँगचा मुख्य हिदेकी शिमोदा, यांच्यात कसे संबंध प्रस्थापित झाले, हे त्याला समजावून सांगितलं. “मी अप्पर ईस्ट साईड भागात बाहेरून रेस्टॉरंटसारखे दिसणारे जुगार अड्डे सुरू केले. तिथे मोठमोठ्या रकमांचेच फक्त जुगार खेळले जातात. हिदेकी आम्हाला जपानमधून कामासाठी इथे येणारे धनाढ्य व्यापारी, मोठमोठ्या कंपन्यांचे अधिकारी वगैरे गिऱ्हाइकं पुरवतो. या लोकांना जुगार खेळायची मोठी हौस असते. आधी आम्ही त्यांना जुगारासाठी वाटेल तेवढा पैसा कर्जाऊ देतो, शिवाय मजा करायला पोरीही पुरवतो. आणि मग ते लोक जपानला गेल्यावर हिदेकीच्या गँगची तिकडची माणसं त्यांच्याकडून या सगळ्या पैशाची वसुली करतात. हिदेकीची माणसं या गोळा केलेल्या पैशातून त्यांचा वाटा काढून घेतात, आणि आम्हाला आमचे पैसे परत करतात, किंवा तेवढ्या रकमेचं ‘क्रिस्टल मेथ’ पुरवतात. आम्हाला पैशापेक्षा ‘क्रिस्टल मेथ’च जास्त हवं असतं. आणि ते आम्हाला ते हव्या तेवढ्या प्रमाणात पुरवतात. ही सगळी व्यवस्था एकदम बिनबोभाट चालतेय. आमच्या उत्पन्नापैकी बराच मोठा भाग आम्हाला याच व्यवहारातून मिळतोय. किंबहुना हे प्रकरण इतकं प्रचंड फायदेशीर आहे, की त्या विनी डॉमिनिकनंसुद्धा यामागुची-गुमी नावाच्या दुसऱ्या एका याकुझा गँगबरोबर असाच व्यवहार चालू केलाय.”

“आम्ही कधीच कोणाबरोबर असली– किंवा कसलीच- भागीदारी कधी केली नाही.” पॉलीनं तिरस्कारानं म्हटलं.

“हो, कबूल. आणि मीसुद्धा हे करायला नको होतं की काय, असं वाटतंय.” लुईनं कबूल करून टाकलं. “पण डॉमिनिकचंही आता आमच्यासारखंच छान चाललंय, आणि याचा एक फायदा असा होतोय, की ‘क्रिस्टल मेथ’ ची मागणी चांगलीच वेगानं वाढतेय. मला तुझ्याशी ज्या भानगडीबद्दल बोलायचंय, ती अगदी अचानक उद्भवलीय. दोन दिवसांपूर्वी हिदेकीनं मला फोन केला, आणि एका

अगदी फालतू बाबतीत माझी मदत मागितली. कोणीतरी एका जपानी संशोधकाला थोडा धाकदपटशा दाखवून त्याच्याकडून त्याच्या वह्या लंपास करण्याच्या कामात त्याच्या माणसांना मदत करायला त्यानं मला सांगितलं. दुसऱ्याच्या भानगडीत भाग घेण्याची ही कल्पना मला फारशी आवडली नाही; पण हिदेकीनं फारच आग्रह केला त्यामुळे मी होकार दिला, कारण त्या माणसाला फक्त दमबाजी करायची, एवढाच प्रश्न होता; पण प्रत्यक्षात मात्र वेगळंच घडलं.'' आणि मग लुईनं त्याला आदल्या रात्री काय घडलं, हे खुलासेवार सांगितलं.

''म्हणजे? याकुझातली माणसं खून, मारामाऱ्या करतात याचं तुला आश्चर्य वाटलं? का?'' पॉलीनं स्वतःच आश्चर्यानं विचारलं.

''नाही. मला त्यांनी त्या माणसाचं आख्खं कुटुंब ज्या निर्दयपणानं मारलं, त्याचं आश्चर्य वाटलं. काल रात्रीपर्यंत हिदेकीची सगळी माणसं अतिशय सभ्यपणानं वागत होती. फारच गरज पडल्याशिवाय कोणाला मारत नव्हती. आता मी आणि विनीसुद्धा काही एकमेकांचे दोस्त आहोत असं नव्हे; पण गेल्या इतक्या वर्षांच्या अनुभवानं आम्ही हे शिकलो आहोत, की खून, मारामाऱ्या वगैरे गोष्टी धंद्याला मारक ठरतात. किंवा असं म्हणू या, की मी शिकलोय आणि विनी फक्त माझ्या पावलावर पाऊल ठेवून चालतोय. मी तर आता खून-मारामाऱ्या शक्यतो होऊच देत नाही.''

''ओके. मग आता काय?''

''पुढचं सांगतो ना. आज सकाळी हिदेकीनं मदतीसाठी माझे आभार मानायला मला फोन केला; पण काल रात्री काही गडबड झाल्याचं मात्र त्यानं कबूल केलं नाही. ते मला त्याच्याकडून वदवूनच घ्यावं लागलं. उलट त्यानं माझ्याकडून आज रात्री पुन्हा मदत मागितलीय– काल न मिळालेल्या त्या वह्या हस्तगत करण्यासाठी, आणि तेसुद्धा काल रात्री त्या कुटुंबाला निर्दयपणे ठार मारणाऱ्या त्याच्या त्या दोघा रक्तपिपासू माणसांबरोबरच काम करायला. आता त्यांनी फिफ्थ ॲव्हेन्यूवरचं एक ऑफिस फोडून आत शिरायचं ठरवलंय. या बिनडोकपणाच्या कल्पनेला मी विरोध करतोय, असं त्याला जाणवलं. त्याबरोबर त्यानं आमची भागीदारी बंद करायची धमकी दिली. त्यानं स्पष्टच सांगितलं, की विनी डॉमिनिकला त्याच्या यामागुची-गुमीबरोबरच्या धंद्याबरोबरच हा धंदा करण्याची ऑफर जर दिली, तर तो मदत करायला एका पायावर तयार होईल. आला ना लक्षात माझा प्रॉब्लेम? तो हिदेक तर मला पिळूनच काढतोय.''

''तुझा प्रॉब्लेम समजलाय मला; पण मुळात तू याकुझाच्या गुंडांबरोबर धंदा करायला कसा तयार झालास, हेच मला कळत नाहीये.''

''पण काल रात्रीपर्यंत तरी ती माणसं इतक्या सहज खून-मारामाऱ्या करायला तयार असतील, अशी मला खरोखरच शंका आली नव्हती; पण ते जाऊ दे. ते

होऊन गेलंय आता. त्यावर विचार करण्यापेक्षा आता या प्रॉब्लेमवर विचार करू आपण. शेवटी काही झालं तरी तुझ्या जागेवर काम बघतोय मी. तू सुटलास की लगेच तूच पुन्हा काम बघायला लागशील. तू कधी सुटणार असं वाटतंय तुला?''

''ते सगळं पॅरोल बोर्डाच्या हातात आहे. मला तर वाटतं, की मी केव्हाच पॅरोलवर सुटायला हवं होतं; पण माझा अर्ज इतक्या वेळा नाकारला गेलाय, की यामागे विनी डॉमिनिकचा हात आहे की काय, अशी मला शंका यायला लागलीय. पण ते जाऊ दे; आपण परत तुझ्या प्रॉब्लेमकडे येऊ. मला वाटतं, तू या हिदेकीचा काटा काढ. आपल्या धंद्याला कोणीतरी तुझी अशी पिळवणूक करणं फार घातक आहे. अजगराचं डोकं ठेच, म्हणजे त्याच्या विळख्यात सापडणार नाहीस.''

''ते शक्य नाही.'' लुईनं ठामपणे सांगून टाकलं. ''तो इतका मोठा आहे, की त्याला जर मारलं, तर आईझुकोतेत्सू-काईचे गुंड इथे येतील, आणि मग खरंखुरं गँगवॉर पेटेल. म्हणजे जी गोष्ट टाळण्यासाठी मी एवढा जिवाचा आटापिटा इतकी वर्षं करतोय, तीच नेमकी होईल. शिवाय आपल्या धंद्यावर, आपल्याला मिळणाऱ्या पैशावर फार वाईट परिणाम होईल, तो वेगळाच.''

''ओके. मग निदान त्याच्या त्या दोघा माणसांना तरी उडव.'' पॉलीनं म्हटलं, ''वाटेल तेव्हा, वाटेल त्या माणसांना ठार मारणारी माणसं नकोतच आपल्याला. शिवाय तुला हिदेकीला असा संदेश देणं भाग आहे, की असल्या टोकाच्या वागणुकीची गय केली जाणार नाही.''

''तू म्हणतोयस ते बरोबर आहे; पण त्यांना मारलं, तर शक्यतो हिंसाचार न करण्याचा मीच घालून दिलेला कडक नियम मीच मोडल्यासारखं होईल. या नियमाची फार कडक अंमलबजावणी करतोय मी. जुगारात हरलेल्यांकडून पैसे वसूल करतानासुद्धा त्यांना शक्यतो मारहाण करू नका, असं सांगतो मी माझ्या लोकांना. या बाबतीत माझी डॉमिनिकबरोबर भेटही झाली होती, आणि आम्ही दोघांनीही ही गोष्ट मान्य केलीय. त्यामुळेच हिंसाचाराच्या नाव घेण्यासारख्या घटना घडलेल्या नाहीत, आणि त्यामुळेच पोलीस आमच्याकडे फारसं लक्ष देत नाहीत. आणि त्यामुळेच आपला धंदा इतका जोरात चाललाय.''

''याला काय अर्थ आहे?'' पॉलीनं चिडून म्हटलं, ''एकाच वेळी दोन्ही गोष्टी कशा जमणार? तू सगळ्यांना शक्य तितका हिंसाचार कमी करायला सांगतोयस, त्याचे फायदेही होताहेत, हे सगळं ठीकच आहे; पण हा मामलाच वेगळा आहे. फार गंभीर गोष्ट आहे ही, आणि तीसुद्धा परदेशातली एक गँग इथे येऊन करतेय. तुला या बाबतीत काहीतरी ठाम पावलं उचललीच पाहिजेत, आणि तीसुद्धा आत्ताच!'' बोलताबोलता त्यानं हळूच डोळ्यानं खूण केली. एक रक्षक रेंगाळत चालत त्यांच्या दिशेनं येत होता. लगेच दोघांनी हवापाण्याच्या गप्पा मारायला

सुरुवात केली.

रक्षक पुढे निघून जाताक्षणीच लुईनं म्हटलं, "आपल्याला बोलणं लवकर आवरलं पाहिजे. मी इथे फार वेळ थांबू शकणार नाहीय. वेळ होत आलीय."

"तुला लवकर काहीतरी ठोस पावलं उचलली पाहिजेत, नाही तर तुझं नियंत्रण नाहीसं होईल," पॉलीनं म्हटलं, "तू असं कर, की या हिदेकीला सांग की तुला मदत करायची तयारी आहे. त्याला म्हणावं, आपली एक भेट व्हायला हवी, म्हणजे मला जास्त चांगल्या रीतीनं मदत करता येईल. फोनवरून बोलण्यापेक्षा समोरासमोर बोललेलं केव्हाही चांगलं. त्या वह्या जिथे आहेत त्या ऑफिसात घुसायची एक योजना तयार करून त्याला ती सांग, म्हणजे त्याचा विश्वास बसेल की तू खरोखरच मदत करायला तयार आहेस. त्याला अर्थातच तुझ्या ऑफिसातच भेटायला बोलव. प्रत्यक्ष बोलल्यावर तुला या भानगडीबद्दल जास्त माहिती समजेल."

लुईला हे पटलं. त्यानं मान डोलावली.

"तुझी योजना अगदी व्यवस्थितच असली पाहिजे असं नाही." पॉली बोलतच होता. "कारण मुळात हे काम तू करणारच नाहीयस. अशी योजना, की बाकीच्यांचं लक्ष दुसरीकडे वेधायला जवळपास कुठेतरी छोटीशी आग लावायची, किंवा एखादा स्फोट घडवून आणायचा. म्हणजे मग त्या गोंधळात तुझ्या माणसांना त्या ऑफिसात जाऊन त्या वह्या घेऊन पळून जाता येईल; पण हे फक्त त्याच्याशी बोलण्यापुरतंच, बरं का!"

लुई जाम खूश झाला. 'अरे! याला देव दिसला असो वा नसो, याची बुद्धी अजून तल्लख दिसतेय...' त्यानं मनात म्हटलं. मेंदूवर अजून गंज चढलेला दिसत नाहीये याच्या.

"त्याच्या या दोघा मूर्ख माणसांना शहरात एखाद्या गर्दीच्या ठिकाणी भेटायला बोलाव. एकदा तू त्यांना तुझ्या गाडीत घेतलंस, की तुझं निम्मं काम झालं. गाडीतच त्यांचा काटा काढ. त्यांच्या प्रेतांची व्यवस्थित वाट लावायची. आणि त्यानंतर तासा-दीड तासानं हिदेकीला फोन करायचा, आणि भयंकर संतापल्यासारखं उलट त्याच्यावरच डाफरायचं– कुठे गेली तुझी माणसं, एवढा वेळ वाट बघतोय त्यांची, माझा वेळ मात्र फुकट जातोय, वगैरे वगैरे."

"तो फसेल असं वाटतं तुला? त्याला संशय नाही येणार? कारण असं झालं, तर परिस्थिती आणखीच बिघडायची उगाच."

"मला तरी वाटतं की तो नक्की फसेल; पण खरा धोक्याचा भाग पुढे आहे. त्यावर मात्र नीट विचार करूनच पुढे पाऊल टाक. बोलताबोलता असं अगदी ओझरतं त्याला सांगायचं, की त्याच्या माणसांना त्यांच्या शत्रू गँगची धास्ती वाटते, असं तुला तुझ्या माणसांनी सांगितलं. काय नाव म्हणालास, त्या गँगचं?"

“यामागुची-गुमी.”

“बरोबर. पण अगदी ओझरतं बोल, बरं का. कारण या वेगवेगळ्या याकुझा टोळ्यांना एकमेकांबद्दल भयंकर संशय असतो, आणि पोलिसांपेक्षा त्याच एकमेकांचं जास्त नुकसान करतात. काय, पटतंय का माझं म्हणणं?”

“हो, चांगलंच पटतंय.”

“पण महत्त्वाची गोष्ट अशी, की त्या दोघांची डोक्यात एकेकच गोळी घातलेली प्रेतं कुणाला सापडता कामा नयेत. नाहीतर निष्कारण एखादं गँगवॉर छेडलं जाईल.”

“समजलं, ते बघतो मी.” लुईनं मान डोलावली.

“आता त्या हत्यांकडे वळू या.” पॉलीनं आवाज आणखी खाली आणला. “कोणा माणसाला सब-वे प्लॅटफॉर्मवर मारल्याचं, किंवा न्यू जर्सीत आख्ख्या कुटुंबाला ठार मारल्याचं मला इथं अजूनही समजलेलं नाही, हे कसं काय? नेमकं काय झालंय? आम्हाला इथे अशा घडामोडींची बातमी लगेच कळते– कधी कधी हत्या घडायच्या आधीसुद्धा.”

“त्या माणसाला मारल्याचं हिदेकीनं फोनवर सांगितल्यावर मी जेव्हा भडकलो, तेव्हा त्यानं मला असं सांगितलं, की तो नैसर्गिक मृत्यूच भासेल, आणि पोलिसांना तपासात मृत्यूचं कारण समजणार नाही. आणि त्या दोघा जपान्यांनी त्या मारलेल्या माणसाची सगळी ओळखपत्रं हस्तगत केलीयेत. त्यामुळे अजून ते प्रेत अनोळखी माणसाचंच असलं पाहिजे, पोलिसांच्या दृष्टीनं.”

“आणि त्या कुटुंबाच्या हत्येचं काय?”

“आत्तापर्यंत तरी याचं एकच कारण असू शकेल, की अजून या हत्या उघडकीला आलेल्या नसणार. सातोशी सोडला तर बाकीची ती सगळी माणसं घरातच होती, आणि सातोशीही जिवंत नाही, त्यामुळे या हत्या उघडकीला यायला वेळ लागेल, कारण तो भागही अगदी एकाकी आहे, बहुतेक सगळ्या बिल्डिंग्जमध्ये फारशी कोणाची ये-जा नसते, तिथे फारसं कोणी राहतही नाही. ही घटना संध्याकाळी म्हणजे भर गर्दीच्या वेळी घडली, आणि तरीही माझ्या माणसांना त्या भागात एकही माणूस दिसला नाही.”

“नशीब आपलं. मला वाटतं, असं असेल तर या हत्या अजून बरेच दिवस उघडकीला येणार नाहीत, आणि त्यांच्या या सातोशीच्या हत्येशी संबंध जोडणं तर फारच कठीण दिसतंय. आणि तिथे तुम्ही कोणीही जाऊन प्रेतांची वासलात लावायचा प्रयत्न करू नका.”

“ते तर आम्ही करणारच नाही.”

“ओके. आणि त्या सातोशीला कसं मारलं याबद्दल तो काहीच बोलला

नाही?''

''नाही, तो फक्त एवढंच म्हणाला की त्याच्या मृत्यूचं कारण कोणालाच समजणार नाही. त्याचा मृत्यू नैसर्गिकच भासेल सगळ्यांना.''

''याचा अर्थ असा, की त्याचा मृत्यू नैसर्गिकच राहणं महत्त्वाचं आहे.''

''हो, पण त्या बाबतीत आपण काहीच करू शकत नाही.''

''अगदी तसंच काही नाही.'' पॉलीनं गूढ स्मित केलं. ''मेडिकल एक्झॅमिनरच्या ऑफिसात काम करणारा एक माणूस मला माहितेय. विनी अमेन्डोला त्याचं नाव. आता चांगला चाळिशीत असेल तो; पण तो लहान असताना खूप वर्षांपूर्वी मी त्याच्या बापाचा जीव वाचवला होता. त्यामुळे माझे उपकार आहेत त्याच्यावर. त्याचा उपयोग आपण करू शकतो. काही वर्षांपूर्वी त्याचा उपयोग आम्ही एक प्रेत मेडिकल एक्झॅमिनरच्या ऑफिसातून बाहेर काढण्यासाठी केला होता. तो जरा अडचणीत आला त्या वेळी; पण आम्ही सगळं सावरून घेतलं. त्याची मदत घेता येईल तुला, या भानगडीत.''

''काय मदत करेल तो?'

''या प्रकरणात नेमकी परिस्थिती काय आहे, मृत्यूचं कारण नैसर्गिक आहे असंच निष्कर्ष काढलाय का, हे तो सांगू शकेल. विनीला त्याचं काम मनापासून आवडतं– का आवडतं, देव जाणे! आणि मेडिकल एक्झॅमिनरच्या ऑफिसात होणाऱ्या प्रत्येक गोष्टीची माहिती त्याला असते.''

लुईनं इकडे तिकडे बघत परिस्थितीचा अंदाज घेतला. आता कोणत्याही क्षणी आपल्याला जायला सांगतील, हे त्याला माहीत होतं, तरी पण त्याला पॉलीचं म्हणणं ऐकायचं होतं. त्याचा अंदाज खरा ठरलेला होता. अनुभवी, तल्लख बुद्धी असलेल्या पॉलीकडून त्याला खरोखरच उत्तम कल्पना मिळत होत्या. लुईला कोणीच बाहेर जायची खूण करत नव्हतं; किंबहुना त्याच्याकडे कोणाचं लक्षही नव्हतं. त्यानं पुन्हा पॉलीकडे बघितलं.

''काय झालं? कुणाची वाट बघतोयस का?'' पॉलीनं विचारलं.

''नाही, पण लवकरच मला इथून हाकलतील असं वाटतंय. जाऊ दे, तुला खरोखरच वाटतंय, की मी या विनी अमेन्डोलाची मदत घ्यावी?'

''हो, मला निश्चितपणे असं वाटतं.''

''पण काय मदत घेऊ हे सांगणार आहेस की नाही?'' लुईला शंका येत होती, की आपली वेळ संपत आल्यामुळे हा उगीचच टाळाटाळ करतोय.

''सगळ्यात महत्त्वाचं म्हणजे, या केसवर काम करणाऱ्या मेडिकल एक्झॅमिनरचं नाव तू विनीला विचार.''

लुईनं आश्चर्यानं भुवया उंचावल्या, ''कशाला? आणि कोणीही असला तरी

त्यानं काय फरक पडतो?''

''ही केस जर लॉरी मॉंटगोमेरी नावाच्या बाईच्या हातात असली, तर आपल्याला मोठा प्रॉब्लेम आहे.''

''आता ही कोण लॉरी मॉंटगोमेरी?''

''ती तिथली एक मेडिकल एक्झॅनिमर आहे.'' पॉलीनं म्हटलं ,''मी इथे तुरुंगात यायला सगळ्यात जास्त कारणीभूत असलेली एकमेव व्यक्ती कोण असं तू विचारलंस, तर ती म्हणजे ही लॉरी मॉंटगोमेरी असं मी म्हणेन. ती तिथली सगळ्यात जास्त हुशार, आणि कमालीचा पेशन्स असलेली डॉक्टर आहे. मी मारलेल्या माणसांच्या प्रेतांच्या पोस्ट मॉर्टेममधून तिनं अशी अतर्क्य माहिती मिळवली, की त्या धक्क्यांमधून मी अजूनही सावरलेलो नाही. आम्ही तिला ठार मारायचासुद्धा प्रयत्न केला; पण ते आम्हाला जमलं नाही. एकदा तर आम्ही तिला शवपेटीत घालून, खिळे मारून ती शवपेटीसुद्धा बंद केली; पण त्यातूनही ती बया सहीसलामत निसटली. एवढंच काय, विनी डॉमिनिकनंही तिला मारायचा प्रयत्न केला; पण त्यालाही ते जमलं नाही.''

''एवढा जळतोयस तिच्यावर?''

''नाही रे. मी तिला माफ करून टाकलंय, कारण तिच्यामुळेच तर मला देव भेटलाय.''

लुई गप्पच बसला. तो विचार करत होता. हा पॉली नेमका कसा आहे, हेच त्याला समजत नव्हतं. हा खरंच एवढा मनापासून धार्मिक झालाय का, पॅरोल बोर्डानं फसून याला लवकर बाहेर सोडावं म्हणून नाटक करतोय? पॉली मात्र शांत होता. त्याच्या त्या विद्रूप झालेल्या ओठांवर गूढ स्मित खेळत होतं.''

''मला म्हणायचंय ते इतकंच.''जरा वेळानं पॉलीनं म्हटलं, ''की जर या तुझ्या सातोशीच्या केसवर ही लॉरी मॉंटगोमेरी काम करत असली, तर तुला तिचा बंदोबस्त करायला पावलं उचललीच पाहिजेत. समजलं? उचललीच पाहिजेत. कारण कधी ना कधी तिच्या लक्षात येईल, की हा नैसर्गिक मृत्यू नव्हता, तर ही हत्या होती. त्याच्यानंतर तिच्या हेही लक्षात येईल, की या हत्येमागे याकुझाचा आणि तुम्हा लोकांचा हात होता. एकदा केस हातात घेतली, की तिचा पुरता छडा लावल्याखेरीज ही बाई स्वस्थ बसत नाही, लुई. तुला आधीच बजावून ठेवतोय मी.''

''म्हणजे मी काय करायचं? तिला मारून टाकायचं?''

''नाही. मुळीच नाही. मी प्रयत्न केला, विनी डॉमिनिकनं प्रयत्न केला. आम्हालाही जमलं नाही ते. आणि तू नुसता तिला मारायचा प्रयत्न केलास, तरी आतापर्यंत तू जे टाळायचा प्रयत्न केलायस ना, तेच नेमकं घडेल. पुढची दहा-पंधरा वर्षं पोलीस तुमच्यामागे हात धुवून लागतील. त्यांचा असा ससेमिरा लागेल

तुमच्यामागे, की तुम्ही आजपर्यंत बसवलेली सगळी घडी उद्ध्वस्त होईल. कारण पोलिसांमध्ये तिच्या फार वरपर्यंत ओळखी आहेत. पूर्वी लू सोल्डॅनो तिचा बॉयफ्रेंड होता. आणि पुढे त्यांचं डेटिंग करणं जरी बंद झालं, तरी त्यांची दोस्ती पहिल्यासारखीच घट्ट आहे.''

तेवढ्यात एक कर्णकर्कश शिट्टी वाजली. लुईनं तिकडे मान वळवली. दाराजवळच्या टेबलावरून एक रक्षक त्याला जायची खूण करत होता. त्यांची भेटीची वेळ संपलेली होती. लुईनं परत पॉलीकडे बघितलं. ''ती जर या केसवर काम करत असली, तर तिला तिथून हटवायचं कसं मी?''

''तो विचार मात्र तुलाच करावा लागेल. हवं तर विनी अमेन्डोलाला विचार. तो काहीतरी सुचवू शकेल कदाचित.''

आणखी एक शिट्टी झाली.

''चल, भेटू परत.'' लुई उठला.

''मला कुठे भेटायचं, तुला माहीतच आहे,'' पॉलीनं म्हटलं. आणि दोघांनी आपापले फोन ठेवले.

१०

मार्च २५, २०१०

गुरुवारी, दुपारी २.३०

लॉरीनं अंगातला कोट काढून ऑफिसच्या दारामागच्या हूकला अडकवला आणि दार बंद केलं. थोडा वेळ तरी तिची कोणाशीही बोलायची इच्छा नव्हती. खास तिचं पुनरागमन साजरं करण्यासाठी 'वॉटरफ्रंट एल हाऊस' नावाच्या जवळच्याच एका रेस्टॉरंटमध्ये सहकाऱ्यांनी आयोजित केलेलं लंच झाल्यावर ती नुकतीच परत आलेली होती. लंचमध्ये अर्थातच भरपूर हसणं-खिदळणं, गप्पा, विनोद वगैरे झाले होते. सध्याच्या मनःस्थितीत तिची जायचीच इच्छा नव्हती; पण मुळात लंच तिच्यासाठी आयोजित केलेलं असल्यामुळे तिला 'नाही' म्हणणंही शक्य झालं नव्हतं. आणि स्वतः जॅकनं सगळी व्यवस्था केली होती. जवळजवळ सगळेच सहकारी हजर राहिले होते; पण लॉरीला मात्र आपण आनंदात असल्याचा मुखवटा इतका वेळ धारण करणं त्रासदायक झालं होतं. कामाचा पहिला दिवसही तिला वाटलं होतं तितका चांगला चाललेला नव्हता. एकच केस तिच्याकडे आलेली होती. तीसुद्धा अज्ञात व्यक्तीच्या प्रेताची. बरं, सकृद्दर्शनी मृत्यूचं कारण, स्वरूप, काहीच समजत नव्हतं. दुसरीकडे जेजे काय करत असेल, लेटिशियाला काम जमत असेल का, ही काळजी मनात होतीच. सकाळपासून लॉरीनं इतके कॉल केले होते, की शेवटी वैतागून लेटिशियानं म्हटलं होतं, की तुम्ही पुन्हापुन्हा कॉल करून माझ्या कामात अडथळा आणू नका. ''मला थोडा जरी प्रॉब्लेम वाटला, तरी मी तुम्हाला लगेच कॉल करेन. आता कृपा करा आणि शांतपणे तुमचं काम करा.

जेजेची काळजी मुळीच करू नका.''

काही क्षण लॉरीनं विचार केला, आणि मग एकदम स्वतःशीच मोठ्यानं म्हटलं,''गेलं खड्ड्यात!'' आणि तिनं चिडून लेटिशियाला फोन लावला. ''मी माझ्या मुलाची चौकशी करावी का, किती वेळा करावी, हे मीच ठरवणार.''

पलीकडे फोन बराच वेळ वाजत राहिला; पण लेटिशियानं तो उचलला नाही, तेव्हा ती एकदम धास्तावली; पण तेवढ्यात फोन उचलला गेला पण लेटिशियानं धापा टाकत उत्तर दिलं, तेव्हा ती आणखीनच घाबरली. ''सॉरी,'' लेटिशियानं म्हटलं. ''मी जेजेची बाबागाडी चढावरून ढकलत होते, त्यामुळेच फोन उचलला नाही. मला तो चढ पूर्ण चढायचा होता.''

''ओहो. तुम्ही बागेत आहात वाटतं.'' लॉरीनं सुटकेचा निःश्वास टाकत म्हटलं.

''हो. त्यालाही खूप मजा वाटतेय. शिवाय आज हवाही एकदम छान आहे.''

''सॉरी, तुला उगाच त्रास देतेय मी.''

लेटिशिया काहीच बोलली नाही.

''सगळं काही ठीक ना?''

''हो, एकदम ठीक.''

''त्याला खायला दिलंस का?''

''नाही. उपाशीच ठेवलंय.'' लेटिशियानं म्हटलं आणि मग ती मोठ्यानं हसली. ''गंमत केली तुमची. त्यानं भरपूर खाल्लंय आणि आता तो बाबागाडीत छान झोपलाय. एकदम मजेत आहे तो. आणि आता तुमचं काम करा तुम्ही.''

''येस मॅडम.''लॉरीनं म्हटलं.

आणखी थोडं बोलून लॉरीनं फोन ठेवून दिला.

मग तिची नजर पुन्हा आपल्या टेबलाकडे गेली. टेबल एकदम साफ होतं. तिच्याकडे असलेल्या केसेसबद्दलचा एकही कागद नव्हता, निरोप नव्हते, रिमांइडर्स नव्हती. टेबलावर एकमेव फाईल होती, ती त्या अज्ञात माणसाच्या केसची. 'बिचारा खाली कूलरमध्ये एकटा पडलाय...' तिनं मनात म्हटलं. कुठे असेल याची बायको? घरी याची वाट बघत असेल का बिचारी? याची आणखी माहिती काढता येईल का? कशी काढता येईल?

अचानक तिनं ती फाईल उचलली आणि आतली सगळी कागदपत्रं टेबलावर विखरून टाकली. या केसचा ९११चा कॉल किती वाजता आला? असं मनात म्हणत तिनं त्या कागदपत्रांमधून शेरिलची चिठ्ठी शोधून काढली आणि ती वाचली. ९११चा तो कॉल संध्याकाळी ५.३७ ला आलेला होता. कॉम्प्यूटर सुरू करून तिनं त्या कॉल आलेल्या कॉल सेंटरचा ब्रुकलिनमधला पत्ता आणि फोन नंबर शोधून काढला, आणि तिथे काम करणाऱ्या सिंथिया बेलोज या तिच्या जुन्या मैत्रिणीला

कॉल केला.

सिंथिया बेलोजनं फोन उचलला नाही, तेव्हा तिची व्हॉईसमेल सुरू झाली. लॉरीनं त्या व्हाईसमेलवर निरोप ठेवला, आणि मग डिटेक्टिव्ह रॉन स्टेडमनला पुन्हा फोन केला. या माणसानं आताही त्रास दिला, तर सरळ लू सोल्डॅनोला फोन करायचं तिनं ठरवलं. लू नक्कीच या माणसाला चार खडे बोल सुनावून कामाला लावेल.

गंमत अशी, की त्यानं दोन-तीन वेळा रिंग वाजल्याबरोबर फोन उचलला – आणि आता त्याची बोलण्याची पद्धत बरीच बदललेली होती. म्हणजे, त्याच्या आवाजातला तुसडेपणा फारसा कमी झालेला नव्हता; पण झोपाळूपणा मात्र बराच नाहीसा झालेला होता. लॉरीनं पुन्हा त्याला आपली ओळख करून दिली, आणि विचारलं, की सकाळी मी कॉल केला होता आठवतंय का?

"अं, हो, अंधुकसं आठवतंय." रॉननं उत्तर दिलं, "कशाबद्दल बोलला होता तुम्ही?"

"फिफ्टी-नाईन्थ स्ट्रीटच्या सब-वे स्टेशनवरून काल संध्याकाळी एका अनोळखी आशियाई माणसाचं प्रेत आलं होतं, त्याबद्दल कॉल केला होता मी."

"हो, आठवलं. बरंच जोरात बोलला होतात तुम्ही. तुम्हाला अपेक्षा होती, की मी ताबडतोब एकट्यानं ती केस सोडवावी. काय झालंय? कोणी अचानक येऊन त्याला ओळखलं की काय?"

"छे!" लॉरीनं म्हटलं. "अजून ओळख पटलेली नाही त्याची. त्यामुळे मी विचार करत होते, की त्या प्लॅटफॉर्मवरच्या सीसीटीव्हीचं रेकॉर्डिंग बघावं."

रॉननं लगेच काहीच उत्तर दिलं नाही; पण थोड्याच वेळात त्यानं म्हटलं, "अहो, अजून पुरते चोवीस तासही उलटले नाहीत, एवढ्यातच तुम्ही रेकॉर्डिंग बघायच्या भानगडीत कशाला पडताय– विशेषतः त्याचा मृत्यू उघडउघड नैसर्गिक कारणांनी झाला असताना? अजून थोड्या वेळानं जर खरंच त्याच्या घरातल्या कोणी, किंवा एखाद्या ओळखीच्या माणसानं येऊन त्याची ओळख पटवली, तर तुम्ही ते प्रचंड रेकॉर्डिंग बघण्यासाठी केलेले श्रम, आणि तुमचा वेळ फुकट गेल्यासारखं नाही का होणार?"

" त्या रेकॉर्डिंगच्या कॉपीज कशा मिळतील मला?" लॉरी आपला हेका सोडायला तयार नव्हती. पलीकडे रॉननं एक मोठा थोरला श्वास घेतला.

"म्हणजे तुम्हाला खरंच ते रेकॉर्डिंग बघायचं आहे?"

"हो, नाईन-वन-वन ला ज्या माणसानं कॉल करून खबर दिली, त्यानं म्हटलं होतं, की त्या आशियाई माणसाला आकडी आलेली असू शकते; पण तसं खात्रीनं सांगता येत नाही. म्हणजे नेमकं काय घडलं हे बघणं फार महत्त्वाचं आहे. पण याचा अर्थ असा असू शकतो, की त्याच्या मृत्यूचं कारण मेंदूशी संबंधित असू

शकतं; हृदयाशी नव्हे. म्हणजेच मग जरी आतापर्यंतच्या पोस्टमॉर्टेममध्ये तसं काही दिसलेलं नसलं, तरी आम्हाला त्याच्या मेंदूची तपासणी जास्त बारकाईनं करावी लागू शकते.''

''देवा रे, अहो बाई...''

''माझं नाव लॉरी स्टेपल्टन आहे.'' लॉरीनं जरा रागानं म्हटलं.

''हे बघा, माझ्या टेबलावर इथे शंभराहून जास्त केसेस आहेत, आणि त्या सगळ्या न सुटलेल्याच आहेत. अजून या केसला पुरते चोवीस तासही झालेले नसताना मी त्यावर वेळ घालवणं चुकीचं आहे.''

''मी जे म्हणतेय, ते करण्यासाठी तुम्हाला किती काम करावं लागेल?'' तिनं विचारलं.

''मला ब्रुकलिनच्या स्पेशल इन्व्हेस्टिगेशन युनिटला कॉल करून मला काय हवंय ते सांगावं लागेल.''

''ओके. आणखी काही?''

''एवढंच, मला वाटतं.'' रॉन म्हणाला. क्षणभर त्यालासुद्धा वाटून गेलं, की हात्तिचा! एवढंच तर काम आहे. नाही म्हटलं तरी त्याला जरा शरमल्यासारखं झालं.

''ही माहिती तुम्हाला कशी मिळते?''

''ई-मेलच्या स्वरूपात. या माहितीच्या सीडी करेन मी, तुमच्यासाठी. कारण हा डेटा तसा प्रचंड असतो.''

''तुम्ही ती ई-मेललाच जोडून मला फॉरवर्ड नाही करू शकणार?''

''तुम्हाला हे थोडं विनोदी वाटेल; पण मला तसं करायची परवानगी नाही; पण तुम्हाला मी सीडी मात्र करून देऊ शकेन.''

''कधी देऊ शकाल?''

''मला नेमकी हवी असलेली, तीन माणसं भेटली तर आत्तासुद्धा. किती वाजल्यापासून किती वाजेपर्यंतच सीसीटीव्ही रेकॉर्डिंग हवंय तुम्हाला?''

''तो नाईन-वन-वनचा कॉल संध्याकाळी पाच सदतीसला आला होता. त्या वेळेच्या अलीकडे पंधरा मिनिटं आणि पलीकडे पंधरा मिनिटं असं अर्ध्या तासाचं रेकॉर्डिंग पुरे होईल. म्हणजे संध्याकाळी पाच वाजून दहा मिनिटांपासून पाच वाजून पंचावन्न मिनिटांपर्यंतचं रेकॉर्डिंग चालेल मला.''

''ओके.'' रॉन म्हणाला, ''सगळ्या, म्हणजे नऊच्या नऊ कॅमेऱ्यांचं रेकॉर्डिंग?''

''हो, कामच करायचं तर व्यवस्थित केलेलं केव्हाही बरं.''

''म्हणजे एकूण सहा तासांपेक्षा जास्त वेळाचं रेकॉर्डिंग बघावं लागेल. जमेल का तुम्हाला?''

''जमलंच पाहिजे. कारण सध्या भरपूर मोकळा वेळ आहे माझ्याकडे. किती

वेळात देऊ शकाल मला?''

''आता आधी मी ट्रान्झिट ब्यूरो स्पेशल इनव्हेस्टिगेशनला कॉल करतो. त्यांनी ते मला पाठवलं, की लगेच मी सीडी तयार करतो. कदाचित तासाभरातही होईल हे काम.''

''माय गॉड! वा!'' रॉनच्या सकाळच्या आणि आताच्या बोलण्यातला फरक लॉरीला मोठाच धक्कादायक होता. सरकारी कर्मचारी इतक्या सहजपणे तुमचं काम कधीच करत नाहीत, हा तिचा गेल्या अनेक वर्षांचा अनुभव होता.

''आणि सीडी झाल्या की लगेच मी तुम्हाला कॉल करेन. ओके?'' रॉननं म्हटलं.

''एकदम ओके.'' लॉरीला बोलल्याविना राहवेना. ''तुम्हाला एक विचारू का? तुमच्या आज सकाळच्या आणि आताच्या बोलण्यात इतका फरक कसा काय?''

''तुमचा कॉल आला तेव्हा मी नुकताच येऊन बसत होतो, आणि मी माझी सकाळची कॉफी आणि 'रेड बुल' घेतलेली नव्हती.'' रॉननं किंचित हसऱ्या आवाजात उत्तर दिलं.

लॉरीनं रिसिव्हर ठेवला; पण लगेच रिंग वाजू लागल्यामुळे तिनं तो परत उचलला. तिनं मघाशी व्हॉईसमेलवर जिला निरोप ठेवला होता, त्या सिंथिया बेलोजचा फोन होता. थोडा वेळ इकडच्या तिकडच्या गप्पा मारल्यावर लॉरीनं तिला त्या केसची माहिती सांगितली. आणि म्हणाली, की ज्या माणसानं तो ९११ चा कॉल केला होता, त्याच्याशी मला बोलायचंय.''

''तो कॉल किती वाजता आला होता, सांग मला.'' सिंथियानं म्हटलं.

''संध्याकाळी पाच सदतीसला.''

''ओके. दिसतोय मला स्क्रीनवर.'' सिंथियानं म्हटलं, ''इथे मला तीन कॉल्स आलेले दिसताहेत; पण तुला हवाय तो कॉल त्यातला सगळ्यात आधी आलेला आहे. बाकीच्या दोघा कॉल करणाऱ्यांना सांगितलेलं दिसतंय, की खबर आधीच मिळालीय आणि पोलीस आणि ॲम्ब्युलन्स नुकतीच तिकडे गेलीय.''

''हे जणू ठरवून केल्यासारखं वाटतंय मला.'' लॉरीनं म्हटलं आणि कागद पेन घ्यायला हात केला. तेवढ्यात तिला कॉल वेटिंगची क्लिक ऐकू आली. तिनं लगेच सिंथियाला कॉल होल्ड करायला सांगून तो कॉल घेतला. तिच्या अपेक्षेप्रमाणे रॉनच फोन करत होता.

''गुड न्यूज, माय फ्रेंड!'' त्यानं म्हटलं, ''मला लगेचच ती स्पेशल इन्व्हेस्टिगेशनमधली माणसं भेटली. एकंदरीत असं दिसतंय, की नव्या सिस्टिममध्ये जे नऊ कॅमेरे आहेत, त्यांच्याव्यतिरिक्त आणखी दोन कॅमेरे आहेत. जुन्या सिस्टिममध्ये आणखी दोन कॅमेरे असतात, ते गाडीच्या इंजिनिअरला आणि कंडक्टरला कोणत्याही

दरवाज्यापाशी प्लॅटफॉर्मवर गाडीशेजारी कोणी नाही ना, हे बघण्यासाठी असतात; पण त्यांचं रेकॉर्डिंग मात्र होत नाही. याखेरीज तिकिटाच्या बूथपाशी एक आणि सरकत्या जिन्यापाशी एक असे आणखी दोन कॅमेरे असतात, आणि यांचं मात्र रेकॉर्डिंग होतं.''

दुसऱ्या लाईनवर सिंथियाला आपण थांबवून ठेवलंय हे लक्षात येऊन लॉरीनं लगेच रॉनला म्हटलं, ''मी तुम्हाला थोड्याच वेळात परत कॉल करते.''

''नाही केलात तरी चालेल.'' रॉननं म्हटलं. ''मला तुम्हाला एवढंच सांगायचं होतं, की तुम्हाला आणखी दोन– म्हणजे एकूण अकरा कॅमेऱ्यांचं रेकॉर्डिंग तपासावं लागेल. थोड्याच वेळात ते मला मिळेल, आणि लगेच मी त्याच्या सीडी बनवून ठेवेन. तुम्हाला हवं तेव्हा तुम्ही या आणि त्या घेऊन जा.''

''वा! झकास!'' लॉरीनं म्हटलं, ''तुमचं ऑफिस वेस्ट फिफ्टी-फोर्थ स्ट्रीटवरच आहे ना?''

'''तीनशे सहा, वेस्ट फिफ्टी-फोर्थ स्ट्रीट. तुम्ही याल तेव्हा आपण भेटूच. मी इथे पाच वाजेपर्यंत आहे.''

त्याचे भरभरून आभार मानून लॉरीनं फोन ठेवला आणि परत सिंथियाचा कॉल सुरू केला. ''सॉरी, सिंथिया.' तिनं अपराधी स्वरात म्हटलं.

''नो प्रॉब्लेम.'' सिंथियानं हसून म्हटलं, ''लिहून घ्यायला कागद पेन आहे तुझ्याजवळ?''

''हो. तयार आहे.''

सिंथियानं तिला तो नाईन-वन-वनचा कॉल करणाऱ्या माणसाचं नाव सांगितलं. त्याचं नाव रॉबर्ट डीलाक्रो असं होतं. तिचे तोंड भरून आभार मानून लॉरीनं त्या माणसाला फोन केला. त्याचबरोबर तिनं एका चिठ्ठीवर त्याचं नाव आणि फोन नंबर लिहून चिठ्ठी केसच्या फाईलमध्ये ठेवून दिली. तो माणूस बाहेर असल्याचा निरोप फोनवर आल्यावर तिनं त्याच्या व्हॉईसमेलवर आपला सेलफोन नंबर सांगितला, आणि लवकरात लवकर आपल्याला फोन करा, असा संदेशही सांगितला. तिनं असंही सांगितलं की आपण ओसीएमईमध्ये मेडिकल एक्झॅमिनर आहोत, आणि आपला सेल फोन नंबर सांगत आहोत, कारण आपण पोलीस स्टेशनला जाण्यासाठी ऑफिसमधून बाहेर पडत आहोत.

हे करून झाल्यावर लॉरी लगेच बाहेर पडली, आणि टॅक्सीनं रॉनला भेटायला निघाली. गाडी निघाली, तसं लॉरीचं मन आपसूकच जेजे आणि लेटिशियाचा विचार करू लागलं. अचानक तिचा सेल फोन वाजू लागला. रॉबर्ट डीलाक्रो तिलाच फोन करत होता.

लॉरीनं त्याचे फोन केल्याबद्दल आभार मानले आणि एका जबाबदार नागरिकाचं कर्तव्य पार पाडल्याबद्दल खास, वेगळे आभार मानले. ''बरेचसे लोक अशा

संकटात असलेल्या व्यक्तीला तसेच सोडून निघून जातात.'' तिनं म्हटलं.

''खरं म्हणजे सुरुवातीला माझीही कल्पना अशीच होती, की कोणीतरी आधीच कॉल केलेला असेल. कारण प्लॅटफॉर्मवर त्या माणसाच्या आसपास भरपूर गर्दी होती; पण मग मी विचार केला की कोणीतरी कॉल केला असेल तर जास्तीत जास्त इतकंच होईल, की आपला कॉल वाया जाईल.''

''आणि कॉल करणारे तुम्ही पहिले होतात. ओके. मी तुम्हाला फोनवर सांगितलं होतं तशी मी ओसीएमईमध्ये मेडिकल एक्झॅमिनर आहे. प्रेतांची उत्तरीय तपासणी करण्याचे काम मी करते.''

''ओके. मला वाटतं तो माणूस मेला असेल, हो ना?''

''हो.''

''फार वाईट झालं. अगदीच तरुण दिसत होता तो.''

''तुम्ही नेमकं काय बघितलं, मला सांगता?''

''अं, फारसं काही दिसलं असं नाही म्हणता येणार मला. कारण ती सगळीच घटना भयंकर वेगानं घडली. गाडीला उशीर होता, त्यामुळेच प्लॅटफॉर्मवर भरपूर गर्दी होती. गाडीची दारं उघडल्याबरोबर सगळेच जण दाराशी जायचा प्रयत्न करू लागले, त्यामुळे गाडीतून उतरू बघणारे लोक आतच अडकल्यासारखे झाले.''

''म्हणजे थोडी फार ढकलाढकली झाली असणार.''

''थोडी फार नाही, प्रचंड ढकलाढकली झाली. तेवढ्यात मला माझ्यापासून अगदी तीन-चार फुटांवर हा आशियाई माणूस दिसला. तो पडायच्या बेतात होता. त्याचं डोकं मागे-पुढे होत होतं.''

''तुम्हाला वाटलं की त्याला कसलातरी झटका किंवा आकडी येतेय– फोनवर तुम्ही तसंच सांगितलं होतंत.''

''ऑपरेटरशी बोलताना मी असंच सांगितलं होतं. त्या वेळी माझ्या मनात विचार आला, अरे, एवढ्या भयंकर गर्दीमुळे आणि ढकलाढकलीमुळेच याला झटका येतोय आणि बिचारा खालीसुद्धा पडू शकत नाहीये. इतकी गर्दी होती तिथे, की अक्षरशः माणसाला माणूस चिकटलेला होता. आणि प्रत्येकाला असंच वाटत होतं, की ही गाडी काही आपल्याला मिळेलसं दिसत नाही.''

''आलं लक्षात.'' लॉरीनं म्हटलं, ''तुम्ही त्याला मदत करायचा प्रयत्न केला का?''

''नाही जमलं मला. तो माझ्या डाव्या बाजूला होता– आणि मी प्रयत्न केला असता, तरी मला नाही वाटत की मी त्याच्यापर्यंत पोहोचू शकलो असतो. कारण मागचे लोक मला सारखे पुढे ढकलत होते. आणि खरं सांगायचं, तर मला असं वाटत होतं, की त्याच्या आजूबाजूचे लोक त्याला मदत करायचा प्रयत्न करताहेत.

मी गाडीच्या दाराशी पोहोचल्यावर मागे त्याला बघायचा प्रयत्नही केला. आधी तो मला दिसलाच नाही, कारण तो तसा बुटका होता.''

''आपण पोहोचलो, मॅडम.'' तेवढ्यात टॅक्सी ड्रायव्हरनं म्हटलं.

''तुम्ही जरा होल्ड करता का?'' लॉरीनं रॉबर्टला म्हटलं. ''मी टॅक्सीत आहे, आणि मला उतरून पैसे द्यायचे आहेत.''

''हो, मी होल्ड करतो.''

लॉरीनं ड्रायव्हरला पैसे दिले आणि ती मिडटाऊन नॉर्थ प्रेसिंक्टच्या बिल्डिंगसमोर येऊन थांबली. बिल्डिंगच्या वर लावलेला ध्वज वाऱ्यावर फडकत होता, आणि बऱ्याच काही पोलिसांच्या गाड्या इतस्ततः लावलेल्या होत्या.

''हं, आता बोला.'' तिनं म्हटलं, ''तुम्ही म्हणत होतात –''

''मी सांगत होतो, की मी गाडीत चढताना मला प्लॅटफॉर्मवर पडलेला तो माणूस ओझरता दिसला. त्याच्याशेजारी आणखी दोन आशियाई माणसं उभी होती; पण ते मी फारच ओझरतं बघितलं, कारण प्लॅटफॉर्मवर गाडीत चढण्याच्या प्रयत्नांत असलेल्या गर्दीच्या मधून मला बघावं लागत होतं. आणि दुसरं म्हणजे, त्याच वेळी मी माझा सेलफोन खिशातून काढत होतो.''

''त्या वेळी तुम्हाला असं दिसलं का, की त्याला अजूनही झटके येताहेत?''

''ते सगळंच फार भराभर घडत होतं, मला नीटसं दिसतही नव्हतं; पण तुम्ही जर मला अंदाज करायला सांगितला, तर मी म्हणेन की त्याला झटके येत नव्हते. शिवाय त्याच वेळी मी ९११ला कॉल करत होतो, कारण दारं बंद झाल्यावर सिग्नल गेला असता.''

''हे बघा, तुम्ही माझ्याशी बोलल्याबद्दल थँक्यू. तुमच्याकडे माझा नंबर आहे. कधी आणखी काही आठवलं तर प्लीज मला कॉल कराल?''

''जरूर करेन.'' रॉबर्टनं म्हटलं, ''तुम्हाला हे सगळं सांगताना तो सगळा प्रसंग मी पुन्हा जगलो. त्यामुळे आता मला वाटतंय, की मी त्या वेळी गाडीत चढायला नको होतं. त्याला मदत करता येते का, हे नीट थांबून बघायला हवं होतं.''

''एवढा त्रास करून घेऊ नका. त्याला वैद्यकीय मदत मिळावी म्हणूनच तुम्ही ९११चा कॉल केलात, हो ना?''

''खरंय, तुमचं हे बोलणं ऐकून खूप बरं वाटलं मला.''

त्याचा निरोप घेऊन लॉरीनं कॉल बंद केला, आणि ती बिल्डिंगच्या पायऱ्या चढू लागली.

११

मार्च २५, २०१०

दुपारी २.४५

मोठ्या उत्साहानं चालत लुई आपल्या रेस्टॉरंटपाशी आला. पॉलीला भेटून येतानाच्या प्रवासातच त्यानं त्याचा सल्ला मानायचं ठरवलं होतं. हिंसाचार टाळण्याची एक वेळ असते, आणि एक वेळ अशी असते, की तिथे फक्त हिंसाचार हेच एकमेव उत्तर असतं, हे त्याला मनोमन पटलेलं होतं. आणि आत्ताची परिस्थिती नेमकं हेच सांगत होती. त्याच वेळी त्याची अशीही खात्री होती, की हिदेकीला न मारण्याचा आपला निर्णय बरोबरच होता. कारण तसं केलं असतं, तर एक तर जपानमधून येणारा उत्पन्नाचा पुरवठाही थांबला असताच, शिवाय क्रिस्टल मेथचा पुरवठाही थांबला असता. याउलट सुसुमु नोमुरा आणि योशियाकी इटो या दोघांचा काटा काढल्यामुळे मात्र हिदेकीसकट सगळ्यांपर्यंत नेमका योग्य तो संदेश पोहोचणार होता. त्यासाठीची त्याची योजना सोपी नक्कीच नव्हती; पण ती पार पडण्यासारखी मात्र नक्कीच होती. परतीच्या प्रवासात लुईनं हिदेकीला फोन करून सांगितलं होतं, की आपण दुपारी साडेतीनला 'व्हेनेशियन' मध्ये भेटू या आणि संध्याकाळी योजना पक्की करू या. हिदेकीनं मोठा उत्साहानं येण्याचं कबूल केलं होतं.

रेस्टॉरंटच्या मागच्या बाजूला ठरलेल्या जागी गाडी लावून लुई मागच्या दारानं रेस्टॉरंटमध्ये आला. त्याला माहीत होतं, की सगळी माणसं अजूनही आत असतील, कारण हिदेकीच्या फोननंतर लगेच त्यानं कार्लोला फोन केला होता

"पॉलीला भेटलास का?" कार्लोनं विचारलं होतं. "आणि आज रात्रीसाठी

काही योजना केलीयस का तू, त्या दोघा वेडपट जपान्यांसाठी?''

''दोन्ही प्रश्नांना हो असंच उत्तर आहे.'' लुई म्हणाला होता, ''योजना आहे; पण तिचे नियम वेगवेगळे आहेत.''

''म्हणजे काय?''

''मी आल्यावर तुला समजेलच.'' लुईनं जरा धारदार आवाजात म्हटलं होतं. ''मी येईपर्यंत तुम्ही लोक तिथेच थांबा, असं सांगायला मी हा फोन केलाय.''

''ओके. आम्ही वाट बघत थांबतो तुझी.''

आतला स्वच्छतागृह असलेला एक छोटासा कॉरिडॉर ओलांडून लुईनं थेट किचनची दारं ढकलून किचनमध्ये पाऊल टाकलं. आत काउंटरवर बसून शेफ जॉन फ्रँकोशी आरामात गप्पा मारत बसलेला बेनिटो त्याच्या अचानक येण्यामुळे चांगलाच दचकला. पटकन काऊंटरवरून खाली उडी मारून तो अपराधी चेहऱ्यानं उभा राहिला. त्याच्याकडे रागावून बघत लुई काही क्षण थांबला; पण याच्याकडे नंतर बघता येईल असा विचार करत त्यानं जोरात विचारलं, ''पोरांना खायला दिलंस की नाही?''

''हो हो. दिलं.'' बेनिटोनं तत्परतेनं उत्तर दिलं.

''काही पास्ता शिल्लक आहे का?''

''माझ्याकडे अजून सॉस आहे.'' जॉन फ्रँकोनंच उत्तर दिलं, ''दहा मिनिटांत ताजा पास्ता बनवतो तुमच्यासाठी.''

त्याला उत्तर न देता लुई तसाच निघाला, आणि किचनचं पलीकडचं दार ढकलून डायनिंग रूममध्ये आला. टेबलाशी कार्लो, ब्रेनन, आर्थर आणि टेड बसले होते. ते पोकर खेळत होते. टेबलावर मध्यभागी पोकर चिप्स आणि नोटांचा ढीग पडलेला होता. आणि कडेच्या भागात कॉफीचे सुकलेले कप ठेवलेले होते. लुईला त्याच्या ठरलेल्या जागी बसता यावं म्हणून कार्लो बूथमधून बाहेर आला.

''काय म्हणतो पॉली?'' लुई बसल्यावर कार्लोनं विचारलं.

''काहीतरीच दिसतोय तो.'' लुईनं म्हटलं, ''एक तर त्याचं वजन बरंच उतरलंय; पण त्याहीपेक्षा विचित्र म्हणजे, त्याला म्हणे देव भेटलाय.''

''काय? म्हणजे आता बायबल वगैरे वाचायला लागलाय की काय तो?''

''खरं म्हणजे मलाच नीट समजत नाहीय.'' लुईनं कबूल करून टाकलं, ''एकीकडे तो म्हणतो की त्याला देव भेटलाय. आणि दुसरीकडे मात्र तो पहिल्यासारखंच बोलतो. कारण हा देवा-धर्माचा उल्लेख आमच्या बोलण्यात एकदम शेवटी आला, आणि तोही अगदी ओझरताच आला. कदाचित तो पॅरोल बोर्डाला फसवण्यासाठी नाटकही करत असेल. मला वाटतं, पॅरोल बोर्ड अजूनही आपल्याला बाहेर सोडत नाही म्हणून तो आता अगतिक झालाय.''

“हं.” कार्लोनं म्हटलं, “ओके. आज रात्रीचं काय?”

लुईनं मग त्यांना पॉलीशी झालेलं सगळं बोलणं सविस्तर समजावून सांगितलं. आपण हिदेकीला मदत करण्याच्या बाबतीत एकदम गंभीर आहोत हे हिदेकीला पटावं, म्हणून बाकीच्यांचं लक्ष दुसरीकडे वेधण्यासाठी एक स्फोट करायची कल्पनाही त्यानं सांगितली. तेवढ्यात बेनिटो त्याचा गरम वाफाळता पास्ता घेऊन आल्यामुळे तो बोलायचा थांबला. बेनिटोनं पास्ता त्याच्यासमोर ठेवला आणि एका ग्लासमध्ये बारोलो आणि दुसऱ्या ग्लासमध्ये पाणी ओतून तो उभा राहिला. “आणखी काय हवंय तुम्हाला?”

हातानंच त्याला जायला सांगून लुईनं लगेच पुढे बोलायला सुरुवात केली. पॉलीबरोबरचं सगळं बोलणं त्यानं त्यांना सांगितलं. सुसुमु आणि योशियाकी या दोघांचा काटा काढण्याबद्दलचं बोलणं तर त्यानं अगदी खोलात जाऊन सांगितलं.

“म्हणजे आपल्याला इथे आक्रमक पवित्रा घ्यावा लागणार म्हणतोस?” कार्लोनं आपल्याला झालेला आनंद जराही लपवून न ठेवता विचारलं.

“हो, प्रश्नच नाही.” लुईनं ठासून सांगितलं, “आपल्या धंद्यात कधीकधी शांतता कायम राखण्यासाठी हिंसाचार करणं भागच पडतं. वाटेल त्याला आणि वाटेल तिथे मारणारी या दोघांसारखी माणसं असून आपल्याला चालणारच नाही. त्यानं सगळ्यांचंच नाव खराब होतं; पण त्याचबरोबर हिंसाचार अशा पद्धतीनं वापरला पाहिजे, की त्याचे वाईट परिणाम मर्यादितच राहतील. यामुळेच आपल्यासमोर प्रश्न येतोय तो ओसीएमईचा. तुम्हाला सगळ्यांना समजतंय ना हे?”

कोणीच काही बोललं नाही, तेव्हा लुईनं तोच प्रश्न पुन्हा विचारला.

“हो, मला वाटतं.” कार्लोनं म्हटलं. त्याच्या साथीदारांचा तोच मुख्य होता, त्यामुळे त्यानंच सगळ्यांच्या वतीनं बोलणं अपेक्षित होतं.

“त्या सातोशीचा मृत्यू हा नैसर्गिक कारणांनी झाला असाच समज कायम राहणं महत्त्वाचं आहे. ती हत्या होती, असं जर ठरलं, तर आपण त्या हत्येमध्ये मदत केली असं होईल, आणि ते आपल्याला नकोय.”

“अगदी बरोबर.” कार्लोनं मान डोलावली.

“या मेडिकल एक्झॅमिनरच्या म्हणजे लॉरी मॉंटगोमेरीच्या बाबतीतही पॉलीनं पुन्हापुन्हा बजावून सांगितलं, की ती या केसवर राहणार नाही हे आपल्याला बघावं लागेल. ती असली, तर ती या केसवरून दूर व्हावी यासाठी आपल्याला काहीतरी करावं लागेल.”

“म्हणजे समजा ती या केसवर असली तर आपण नेमकं काय करायचं?” कार्लोनं विचारलं.

“त्या बाबतीत पॉलीनं काहीच सुचवलं नाही. फक्त ती या केसवर असता

कामा नये, एवढंच त्यानं बजावून सांगितलं; पण ते आपण तशी वेळ आल्यावर ठरवू."

"ओके. आता सुसुमु आणि योशियाकीबद्दल बोलू जरा." कार्लोनं म्हटलं. "आयपीएसए यूएसएच्या ऑफिसमध्ये घुसण्याच्या कामात त्यांना मदत करण्याच्या आमिषानं आपण त्यांना उचलायचं, पण त्यांना मदत न करता आपण त्यांचा काटा काढायचा, बरोबर?"

"बरोबर." लुईनं म्हटलं, "आणि त्यांची प्रेतं कुणाला सापडता कामा नयेत. त्यांना गाडीतून ब्रुकलिनच्या अगदी टोकाला, व्हेराझानो नॅरोज पुलापाशी घेऊन जा, आणि खलास करा. त्यांची प्रेतं समुद्रात फेका, उपसागरात नाही."

कार्लोनं ब्रेननकडे कटाक्ष टाकून खांदे उडवले – याला आणखी काही शंका असल्या तर?

"त्यांना आम्ही कसं गाडीत घ्यायचंय?" ब्रेननंनं विचारलं, "काल रात्रीसारखं त्यांच्या लोअर ईस्ट साईडमधल्या फ्लॅटसमोरून का?"

"नाही." लुईनं म्हटलं ,"तुम्ही तिथे त्यांची वाट बघत थांबलात तर तिथे आसपास राहणारं कोणीतरी तुम्हाला पाहू शकेल. त्यांना एखादा गर्दीच्या ठिकाणावरून उचलण्याची व्यवस्था मला करायचीय. असं एखादं ठिकाण सुचतंय का कोणाला?"

कार्लो आणि ब्रेननंनं एकमेकांकडे कटाक्ष टाकले.

"चला, आवरा लवकर. तो हिदेकी इथे साडेतीनला येणार आहे. त्याच्या आत मला ही योजना पक्की करायची आहे."

"युनियन स्क्वेअरमधल्या बार्न्स अँड नोबलच्या पुस्तकांच्या दुकानासमोरची जागा कशी वाटते?" ब्रेननंनं विचारलं, "तिथे कायमच गर्दी असते."

"ओके. ठरलं तर." लुईनं पास्ताचा आणखी एक घास घेत म्हटलं, "त्यांना तिथे किती वाजता यायला सांगू या?"

"अं... आपण जर मिडटाऊन फिफ्थ ॲव्हेन्यूवरच्या ऑफिसात घुसायचं म्हणतोय, तर मग त्यांना जरा उशिराच बोलावलेलं बरं."

"किती वाजता बोलवायचं यानं काही फरक पडेलसं मला वाटत नाही." कार्लोनं म्हटलं, "आपण कुठे खरंच ते ऑफिस फोडणार आहोत?"

"मग पटकन एखादी वेळ ठरवा ना." लुईनं पटकन म्हटलं, "त्यांना कुठे मारणार तुम्ही?"

पुन्हा कार्लो आणि ब्रेननंनं एकमेकांकडे बघितलं – जणू तूच ठरव असं एकमेकांना सांगत असल्यासारखं.

लुईनं हताशपणे वर बघितलं, "अरे, हे काय रॅकेट सायन्स आहे का? त्या पुलाजवळच्या धक्क्यावर मारणार का?" पूर्वी वॅकारो गँगची एक फळं आयात

करणारी बनावट कंपनी होती, तिचं गोदाम आणि बोटीचा धक्का क्वीन्स मिडटाऊन बोगद्याच्या किंचित दक्षिणेला, ईस्ट नदीवर मॅस्पेथ इथे अजूनही अस्तित्वात होता; पण आता तो जवळजवळ पूर्णपणे दुर्लक्षित अवस्थेत होता. वॅकारो गँगला ते गोदाम आणि तो धक्का विकता आला नव्हता. गोदामाचा वापर ते वेगवेगळ्या वस्तू ठेवण्यासाठी अजूनही करत होते.

"काही हरकत नाही." कार्लोनं म्हटलं. ब्रेननं मान डोलावली. तो संपूर्ण भाग पूर्णपणे निर्मनुष्य होता. रात्री तर तिकडे कोणी फिरकतही नसे.

लुईनं मग इतका वेळ नुसतंच बसलेल्या आर्थर आणि टेडकडे पाहिलं, "तुम्हा दोघांना चालेल ना हे? ही सगळी योजना तुम्हा सगळ्यांना माहीत असली पाहिजे, म्हणजे काही गडबड होणार नाही. कारण ती जपानी जोडगोळी किती खतरनाक आहे हे तुम्हालाही माहितेय."

आर्थर आणि टेडनं माना डोलावल्या.

"ओके." लुईनं पुढे म्हटलं. "आपण त्यांना उचलायची जागा ठरवलीय, आणि मारण्याची जागा ठरवलीय. अजून आपण त्यांना उचलायची वेळ ठरवलेली नाही. रात्री अकराची वेळ कशी वाटते तुम्हाला?"

"चालेल." कार्लोनं म्हटलं आणि ब्रेननकडे बघितलं. ब्रेननंही मान डोलावली.

"ओ गॉड." लुईनं हताश होऊन म्हटलं, "मीही यायला हवंय का तुमच्याबरोबर? काय भुक्कड लोक आहात रे तुम्ही."

"आम्ही त्यांना धक्क्यापाशी यायला राजी कसं करायचं?" कार्लोनं विचारलं.

"आता काय, सगळं मीच सांगू का?" लुईनं निराशेनं मान हलवली. "त्यांना सांगा, ऑफिसात घुसायच्या वेळी लोकांचं लक्ष दुसरीकडे वेधलं जावं म्हणून जो स्फोट करायचाय, त्याची स्फोटकं त्या गोदामात आहेत. वाटेल ते सांगा. तुम्हीच काय ते ठरवा." क्षणभर थांबून त्यानं एक निःश्वास सोडला. "आता ठरलं का सगळं? त्यांना उचलण्याची जागा, वेळ, मारण्याची जागा आणि त्यांच्या प्रेतांची वाट कशी लावायची, हे सगळं ठरलंय. आणि अर्थातच त्यांना मारल्यानंतर तुम्ही त्यांची ओळख पटवणारे सगळ्या प्रकारचे कागदपत्र काढून घ्याल. हे गृहीतच आहे."

सगळ्यांनी माना डोलावल्या.

"ओके. आता आपण पुन्हा लॉरी मॉंटगोमेरीकडे वळू या. कार्लो, तू आणि ब्रेनन आता लगेच ओसीएमईमध्ये जा." लुईनं घड्याळात पाहिलं. जवळजवळ साडेतीन होत आले होते. "आत गेल्यावर विनी अमेन्डोलाला भेटायचंय असं सांगा– तुम्ही त्याचे भाऊ आहात असं सांगा. तो आल्यावर त्याला सांगा, की तुम्ही पॉलीकडे काम करताय, आणि पॉलीनं तुझ्या वडिलांसाठी काय केलं हे तुम्हाला माहितेय."

"काय केलं होतं पॉलीनं?"

"मला सगळंच नीटपणे माहीत नाही; पण विनीच्या वडिलांनी सरकारी पैशाची काही तरी अफरातफर केली होती– फार नाही, फक्त दोनशे डॉलरची. त्यासाठी, विनीच्या वडिलांनी जर ते पैसे आणि शिवाय पन्नास टक्के दंड भरला नाही, तर त्यांना अटक होणार होती. त्यांनी पॉलीचं काही तरी काम केलं होतं, त्यामुळे पॉलीनं त्यांना अडीचशे डॉलर उसने दिले, आणि त्यांना वाचवलं."

"आणि समजा त्यानं माझ्याशी बोलायलाच नकार दिला, तर?" कार्लोनं विचारलं.

लुई त्याच्याकडे अविश्वासानं बघतच राहिला. "कार्लो, अरे झालंय काय तुला? नेहमी मी सांगितलेलं काम बिनबोभाट पार पाडतोस तू! हा कसला बावळट प्रश्न विचारतोयस? त्याच्या कुत्र्याला मारून टाकायची धमकी दे. अजून कसली धमकी दे. एवढा अनुभवी आहेस तू! शिवाय त्याच्याकडून तुला फक्त सातोशीच्या केसची थोडी माहिती काढायचीय. अर्थात, सातोशी हे नाव न घेता. 'प्लॅटफॉर्मवरचं प्रेत' म्हण, हवं तर. आणि त्याला गेल्या गेल्या लगेच धमकावू नकोस. शांतपणे बोल. तुम्ही दोघं कोण आहात हे त्याला कळू देऊ नका. त्याला सांगा, की लॉरी माँटगोमेरी तिच्या कामात तरबेज आहे, असं तुम्ही ऐकलंय."

"ओके. आलं लक्षात."

"त्या केसवर तीच आहे, आणि अजून त्या केसवर काम करतेय असं समजलं, आणि विनी जर तुमच्याबद्दल त्याच्या बॉस लोकांकडे काही बोलणार नाही असं दिसलं, तर त्यालाच विचारा, की तिला त्या केसवरून कसं हटवायचं याच्याबद्दल तू काही सुचवू शकशील का. उघडपणे काही न बोलता असं दर्शवा, की त्याला आणि तिला या कामाबद्दल पैसे मिळू शकतील. तेही जमण्यासारखं नसेल, तर विनीमार्फत एखादी धमकी तिच्यापर्यंत पोहोचवा, समजलं?"

"हो."

"मग निघा लगेच."

कार्लो उठला. त्यानं त्या नोटांच्या चळतीमधून साधारणपणे आपल्या वाट्याची रक्कम उचलली, हातातले पत्ते टेबलावर टाकले. आणि ब्रेननला उठायची खूण केली. ते दोघं दारापाशी पोहोचायच्या आधीच हिदेकी आत शिरला. त्याच्याबरोबर सुसुमु आणि योशियाकीसुद्धा होते.

हिदेकी एखाद्या सुमो पैलवानासारखा होता. त्याचा चेहरासुद्धा चांगला फुगीर आणि गोल गरगरीत होता. तो पैलवानासारखाच डुलत डुलत चालत येत होता.

त्याच्याशी टक्कर टाळण्यासाठी कार्लो आणि ब्रेनन चटकन त्याच्या वाटेतून दूर झाले. सुसुमु आणि योशियाकी त्याच्या अवाढव्य देहाच्या दोन्ही बाजूंना, थोडेसे पाठीमागून चालत येत होते. तिघांच्याही चेहऱ्यांवर आणि देहबोलीतून काहीशी

मग्रुरी, बेपर्वाई आणि तुच्छतादर्शक भाव जाणवत होता. काल संध्याकाळी एवढा वेळ कार्लो आणि ब्रेननबरोबर घालवलेला असूनही, सुसुमु आणि योशियाकीनं त्या दोघांकडे बघितलंसुद्धा नाही.

लुई आणि त्याच्या साथीदारांमध्ये बऱ्यापैकी दोस्ती असल्याचं निदान दिसत तरी होतं. त्या तुलनेत हिदेकी आणि त्या जपानी जोडगोळीमधले संबंध भलतेच तुटक वाटत होते. त्यांच्या कपड्यांमध्येही असाच मोठा फरक होता. त्या जोडगोळीनं कालचेच कपडे घातलेले होते– म्हणजे शार्कस्किन सूट, पांढरे शर्ट, काळे टाय आणि डोळ्यांवर काळे गॉगल्स. याच्याउलट, कार्लो सोडला तर लुईसकट त्याच्या सगळ्या साथीदारांनी साधे स्वेटर आणि जीन्स घातलेल्या होत्या. कार्लोनं मात्र चटपटीत ड्रेस केलेला होता– करड्या रंगाचा सिल्कचा कोट, काळा सिल्कचा टर्टलनेक आणि काळी गॅबर्डीनची पँट.

लुई टेबलावरून उठत असतानाच हिदेकी एकदम थांबून किंचित कंबरेत वाकला. ‘‘हॅलो, बारबेरासान.’’

‘‘या, शिमोदा-सान’’ हिदेकीसारखाच कंबरेत वाकण्याचा केविलवाणा प्रयत्न करत लुईनं म्हटलं, आणि शेजारच्या एका व्यवस्थित, स्वच्छ बूथकडे अदबीनं हातानं निर्देश केला.

हिदेकी आणि लुई त्या बूथमध्ये जाऊन बसले. सुसुमु आणि योशियाकी मात्र बारपाशी जाऊन तिथल्या स्टुलांवर ताठ बसले– हाताची घडी घालून, एकही शब्द न बोलता. त्यांची नजर त्यांच्या बॉसवर खिळलेली होती.

‘‘हिदेकी-सान, माझ्या या छोट्याशा रेस्टॉरंटमध्ये आलात, थँक्यू.’’ लुईनं म्हटलं. मनात मात्र तो विचार करता होता, की या ××× हिदेकीला – किंवा तसं कशाला, या तिघांनाही– मारता आलं असतं तर फार बरं झालं असतं!

‘‘इट इज माय प्लेझर.’’ हिदेकीनं जेमतेम समजेल अशा इंग्लिशमध्ये म्हटलं, ‘‘आणि तुम्ही करणार असलेल्या मदतीसाठीही तुमचा मी आभारी आहे, विशेषतः आज रात्री. ते ऑफिस इतक्या मोठ्या, प्रसिद्ध रस्त्यावर आहे. त्यामुळे आम्हाला एकट्यानं तिथे घुसणं फार अवघड गेलं असतं.’’

‘‘तुम्हाला मदत करणं हे माझं काम आहे, आणि ते ऑफिस ज्या ठिकाणी आहे, त्यामुळे तिथे शिरकाव करणं जास्त अवघड आहे, हे तुमचं म्हणणंही बरोबर आहे. टोकियोमधल्या गिन्झा भागातल्या एखाद्या ऑफिसमध्ये घुसणं आम्हाला जसं अवघड गेलं असतं, तसंच आहे हे.’’

‘‘हं. बरोबर आहे.’’

‘‘एकच मिनिट हं, शिमोदा-सान.’’ लुईनं म्हटलं आणि कार्लो आणि ब्रेननला हाक मारली. ते दोघं बारच्या समोरच्या भिंतीपाशी जाऊन थांबलेले होते. आणि

सुसुमु आणि योशियाकी नजर ठेवत होते. "तुम्ही दोघं मी सांगितलेलं काम करायला जा, आणि ते झालं की लगेच मला फोन करा. काय?"

माना डोलावून ते चटकन तिथून बाहेर पडले.

"सॉरी, शिमोदा-सान, तुम्हाला थांबवून ठेवलं मी." लुई परत हिदेकीकडे वळला. "आमच्या इथलं प्रेतांची पोस्टमॉर्टेम करण्याचं जे ऑफिस आहे, तिथे मी या दोघांना पाठवलंय–तुम्ही काल मारलेल्या त्या माणसाबद्दल जे सांगितलं होतं, ते खरंच तसं आहे का, हे बघण्यासाठी. त्याचा मृत्यू हत्या नसून नैसर्गिक कारणांनी झालाय असंच मानलं जातंय ना, याची मला खात्री करायचीय."

"तिथेही तुमच्या ओळखीची माणसं आहेत?" हिदेकीनं आश्चर्यानं भुवया उंचावत विचारलं.

"एक माणूस आहे; पण त्याचा आम्ही फार क्वचित वापर करतो."

"त्यांना काय समजेल, ते मला कळलं तर बरं होईल."

"आता आपण आपल्या मुख्य विषयाकडे वळू या." लुईनं म्हटलं. "तुम्हाला सुरुवातीलाच स्पष्ट सांगतो, की आयपीएस यूएसएचं ऑफिस फोडण्याचं काम मुळीच सोपं नाही. ते करता येईल; पण चटकन करावं लागेल. सगळेच जण सुरक्षित राहावेत, म्हणून आपली माणसं अगदी काही मिनिटंच ऑफिसात राहतील. मी असं समजतोय, की आपल्याला त्या लॅबमधल्या वह्या हव्या आहेत. बरोबर आहे का माझं म्हणणं?"

"अगदी बरोबर आहे. त्या आम्हाला हातात मिळाल्याच पाहिजेत."

"लॅबमधल्या वह्या म्हणजे नेमक्या कसल्या आहेत त्या?"

"ते तुम्हा सांगायची मला परवानगी नाही."

लुईला धक्काच बसला. तो हिदेकीकडे बघतच राहिला. वाटेल ते करून, दबाव आणून त्या वह्या हस्तगत करण्यासाठी मला मदत करायला भाग पाडतोय हा; पण त्यांच्याबद्दल एक शब्दही बोलायला तयार नाही. चीड येण्यासारखंच आहे. त्यातही आणखी चीड आणणारी गोष्ट अशी, की पॉलीशी बोलल्यानंतर आपली पक्की खात्री झालीय, की या माणसाची आईझुकोतेत्सू-काई गँग डॉमिनिकशी कधीही हातमिळवणी करणं शक्य नाही, कारण त्यामुळे याच्या गँगनं त्यांचा कट्टर शत्रू असलेल्या यामागुची गँगशी संगनमत केल्यासारखं होईल, आणि हे केवळ अशक्य आहे. आणि तरीही हा डॉमिनिकशी हातमिळवणी करण्याची अप्रत्यक्ष धमकी देऊन माझ्यावर दबाव आणू बघतोय, आणि मला मदत करायला भाग पाडू बघतोय. लुईला राग येत होता; पण त्याचबरोबर त्याची उत्सुकताही ताणली गेलेली होती – असं काय आहे त्या वह्यांमध्ये की त्यामुळे त्यांना एवढं महत्त्व आलंय?

"त्या कशा दिसतात? मला असं म्हणायचंय, की आपली माणसं ऑफिसात घुसल्यावर त्यांच्याकडे फार वेळ नसेल. प्रत्येकालाच त्या शोधायचं काम करावं लागेल."

"मला सांगितलंय असं, की त्या गडद निळ्या कव्हरच्या आहेत, पण त्या चटकन ओळखण्याची खूण अशी, की त्यांच्या वरच्या कव्हरवर 'सातोशी माचिता' असं पिवळ्या अक्षरात लिहिलंय. लगेच ओळखता येतील त्या."

"आता हे काय आणखी?" लुईनं भुवया उंचावत विचारलं, "तुम्ही तर सांगितलं होतं की ती पळवलेली होती."

"ती पळवलेलीच होती. आयपीएस यूएसएच्या मालकानं पळवली होती ती."

लुईनं चेहऱ्यावरून जोरजोरात हात फिरवला. त्याला काहीच समजेनासं झालं होतं. त्याची हळूहळू खात्री पटत चाललेली होती, की हिदेकी आपली चेष्टा करतोय; पण का हे त्याला उमगत नव्हतं.

"मला वाटतं आपण त्या वह्यांबद्दलचं बोलणं बाजूला ठेवून आजची रात्रीची योजना पक्की करावी." हिदेकी म्हणाला.

"अगदी थोडे प्रश्न विचारतो तुम्हाला." लुईनं म्हटलं, "आपण नेमकं काय हस्तगत करायचा प्रयत्न करतोय, हे मला थोडं तरी समजायला हवं. शेवटी काही झालं, तरी आम्ही धोका पत्करतोय तुम्हा लोकांसाठी."

"मला त्या वह्या-पुस्तकांबद्दल बोलायची परवानगी नाही."

"हे बघा हिदेकी-सान!" लुईनं ठाम स्वरात म्हटलं, "मला विनाकारण चिडीला आणताय तुम्ही. ही वह्यांची भानगड होईपर्यंत आपले संबंध चांगले राहिले आहेत. आपल्यात कधी वादावादीसुद्धा झालेली नाही, आणि एकमेकांच्या मदतीनं आपण भरपूर पैसा कमावतोय. एक तर तुम्ही माझ्या प्रश्नांची उत्तरं द्या; नाहीतर आम्हाला हे लचांडच नकोय आमच्या गळ्यात. तुम्हीच जाऊन त्या वह्या घ्या, नाही तर आणखी काय वाटेल ते करा. अडचण अशी आहे, की सुरुवातीपासूनच तुम्ही मला सातोशीच्या बाबतीत सगळं खरं सांगितलं नाही. तुम्ही म्हणालात की त्याला फक्त धमकवायचंय, त्यामुळे मी समजलो की त्याच्याकडून जुगारासाठी उसने घेतलेल्या पैशाची वसुली करायची; पण ही भानगड त्यापेक्षा खूप जास्त गुंतागुंतीची आहे, आणि ती काय आहे हे मला समजलं पाहिजे."

"तुम्ही मला निष्कारण तुमच्या प्रतिस्पर्धी गँगकडे जायला लावताय." हिदेकीनं इशारा दिल्यासारख्या आवाजात म्हटलं.

"हॅं! बुलशिट!"

वातावरण अचानक बिघडल्याचं लक्षात येऊन सुसुमु आणि योशियाकी

पटकन उठले. त्याच क्षणाला आर्थर आणि टेडही उठून उभे राहिले. दोन्ही जोड्या एकमेकींकडे सावधपणे बघू लागल्या.

''तुम्ही डॉमिनिकच्या गँगकडे जाणं शक्यच नाही.'' लुईनं ठामपणे म्हटलं, ''तुमची आईझुकोतेत्सू-काई गँग आणि यामागुची-गुमी गँग एकमेकांना पाण्यात बघते.''

तणावाच्या त्या वातावरणात थोडा वेळ त्या रूममधल्या कोणीही थोडीसुद्धा हालचाल केली नाही. उन्हाळ्यात जेव्हा वादळ होतं, तेव्हा दूरवर विजांचा कडकडाट ऐकू येत असतो; पण नेमकं वादळ कधी येणार हे कोणालाच समजत नाही. नेमकी अशीच परिस्थिती त्या क्षणी होती. तेवढ्यात हिदेकीनं सगळ्यांना ऐकू जाईल इतक्या मोठ्यानं निःश्वास सोडला आणि म्हटलं, ''बरोबर आहे तुमचं.'' अचानक वातावरण निवळलं.

''काय बरोबर आहे माझं?'' लुईनं जरा जोरात विचारलं. हिदेकी आपल्याला मूर्ख समजून आपल्याशी खेळतोय, असा समज होऊन तो चिडत चाललेला होता.

''तुम्ही जे बोलतात ते सगळंच बरोबर आहे. मी तुमच्यापासून काही गोष्टी लपवून ठेवल्या होत्या. मला सातोशीला ठार मारायचं आणि त्या लॅबच्या वह्या ताब्यात घ्यायच्या, असा आदेश दिला होता. या दोन्ही गोष्टी आपण एकाच वेळी करू अशी माझी कल्पना होती; पण तसं घडलं नाही. मला स्वतःलासुद्धा त्या वह्यांची सगळी माहिती नाही, कारण त्यांचा संबंध आणखी एका गोष्टीशी आहे. 'इंड्यूस्ड प्लुरिपोटंट स्टेम सेल्स' नावाच्या स्टेम सेल्सच्या एका नवीन प्रकारच्या अत्यंत महत्त्वाच्या पेटंट्सची मालकी कोणाकडे असेल, याच्याशी त्या वह्यांचा संबंध आहे.''

''एक मिनिट. जरा नीट समजावून सांगा ही भानगड.''

''तुम्हाला स्टेम सेल्सची काय माहिती आहे?''

''काहीही नाही.'' लुईनं कबूल करून टाकलं.

''मीही त्यातला काही तज्ज्ञ आहे असं नाही; पण हा विषय जपानच्या मीडियामध्ये सारखा येत असतो.'' हिदेकीनं म्हटलं. ''आम्हाला पुन्हापुन्हा सांगितलं जातं, की जगातली पहिली प्लुरिपोटंट स्टेम सेल निर्माण करणारा माणूस म्हणजे शिगिओ ताकायामा नावाचा जपानी शास्त्रज्ञ होता. नंतर माझ्या तिकडच्या बॉसला असं समजलं, की आणखी एका जपानी संशोधकानं– सातोशी माचितान– ही स्टेम सेल ताकायामाच्याही आधी तयार केली होती, आणि ही गोष्ट त्याच्या त्या वह्यांवरून सिद्धही झाली. दिवसा तो ताकायामाच्या हाताखाली उंदरांवर प्रयोग करायचा; पण रात्री मात्र तो त्याच्या स्वतःच्याच पक्व झालेल्या फायब्रोब्लास्ट पेशींवर संशोधन करायचा, आणि त्या वेळी त्यानं

सगळ्यांपेक्षा आधी या मानवी आयपीएस सेल्स तयार केल्या.''

''म्हणजे काल तुम्ही ज्याला ठार मारलंत, तो माणूस या खास पेशींचा 'आजोबा' होता तर.''

''बरोबर.''

''म्हणजे मग या वह्यांना भलतंच महत्त्व आहे म्हणायचं.''

''हो. जपानमध्ये त्यांचा उपयोग क्योटो युनिव्हर्सिटीनं घेतलेल्या पेटंट्सना आव्हान देण्यासाठी केला जाणार आहे, तर इथे अमेरिकेत पेट्ंटस मिळवण्यासाठी त्या वापरल्या जाणार आहेत. युरोपचं पेटंट ऑफिस आणि डब्ल्यूटीओ यांच्याबाबतीतही असंच केलं जाणार आहे.''

लुईनं या सगळ्या नवीन माहितीवर थोडा वेळ विचार केला, यातून पैसे किती मिळू शकतील यावर विचार केला आणि ती माहिती डोक्यात ठेवून दिली. आयपीएस यूएसए कंपनीचं ऑफिस खरोखरच फोडण्याचा तो विचारही करणं शक्य नव्हतं. हिदेकीच्या पुढच्या वाक्यानं मात्र त्याला जबरदस्त धक्का बसला

''माझ्या बॉसला ही माहिती सरकारकडून समजली.''

''सरकारकडून?'' लुईनं आश्चर्यानं विचारलं, ''कोणतं सरकार?''

''जपानचं सरकार.''

''ओहो, यावर मात्र विश्वास ठेवणं फार कठीण आहे.''

''पण ते खरं आहे. जपानच्या सरकारमधल्या एका उपमंत्र्यानं माझ्या बॉसची भेट घेऊन त्याला हे सगळं सांगितलं. त्यानं हेही सांगितलं, की सातोशी यामागुची-गुमी गँगच्या मदतीनं देशाबाहेर बेकायदा पळून गेला. याच गँगनं क्योटो युनिव्हर्सिटीमधून त्या लॅबच्या वह्या पळवण्याची व्यवस्था केली. क्योटो युनिव्हर्सिटीकडे त्या वह्यांचा प्रत्यक्ष ताबा असला, तरी कायदेशीर ताबा नव्हता, कारण सातोशी तिथे नोकरी करत होता. त्या वह्या जपानी सरकारला हव्या आहेत.''

''माय गॉड!'' लुईनं म्हटलं. ''जपानच्या सरकारनं तुमच्या बॉसकडे मदत मागितली? विश्वास बसत नाही. त्याचं नाव काय म्हणालात– तुमच्या बॉसचं?''

''हिसायुकी इशी-सान.''

''आमचं सरकार माझ्याकडे कधीही मदत मागायला येणार नाही.'' लुई मोठ्यानं हसत म्हणाला.

''आमच्या देशात याकुझा आणि सरकारमध्ये नेहमीच सहकार्य चालतं, म्हणूनच तर आम्ही जपानमध्ये इतक्या उघडपणे काम करतो. जपानी सरकार अधूनमधून आमचा उपयोग करून घेतं आणि या बदल्यात सरकारी अधिकारी आम्हा याकुझा गँग्जकडे दुर्लक्ष करतात. जपानी जनतासुद्धा आमच्याकडे, जपानमधल्या कडक शिस्तीच्या समाजबंधनामधून मोकळा श्वास घेण्याचा एक मार्ग म्हणून

बघते.''

"हे जर खरं आहे, तर मग यामागुची-गुमी गँगनं सातोशीला देशाबाहेर पळून जायला मदत करून, आणि आयपीएस यूएसएला बहुधा त्या वह्या हस्तगत करण्याच्यां कामी मदत करून सरकारच्या विरोधात काम का केलं?''

"हे आम्हाला नक्की माहीत नाही.'' हिदेकीनं म्हटलं, "पण माझा बॉस असं समजतोय, की यामागुची-गुमी आणि आयपीएस यूएसए यांच्यामध्ये काही ना काही पैशाचे व्यवहार असले पाहिजेत– कदाचित आयपीएस यूएसएमुळे त्या गँगचा काळा पैसा पांढरा होत असेल.''

"अस्सं.''

"तुम्हाला हेही लक्षात घ्यायला हवं, की इतर याकुझा गँग्जच्या मानानं यामागुची-गुमी गँग नवीन आहे, त्यामुळे तिच्यावर परंपरेची बंधनं तेवढी कडक नाहीत. शिवाय ती गँग बरीच मोठी आहे.

"आता मी माझी सगळी माहिती तुमच्यापुढे उघड केलीय.'' हिदेकीनं म्हटलं, "तर आता तरी आज रात्रीच्या कामाबद्दल बोलू या का आपण?''

बोलायला सुरुवात करण्याआधी लुईनं काही क्षण मनात विचार करून बघितला, की आपल्याला त्या वह्या आणि हिदेकीनं सांगितलेल्या माहितीबद्दल आणखी काही माहिती हवीय का; पण तसं काही त्याला सुचलं नाही. हिदेकी इतकं स्पष्ट बोललाय, तेव्हा त्याला खलास करण्याची काही गरज वाटत नाही, फक्त त्या जोडगोळीला मारलं तरी पुरे, त्यानं मनात म्हटलं.

त्यानंतर लुईनं आज रात्रीसाठीची योजना हिदेकीला शक्य तितक्या थोडक्यात; पण नेमक्या शब्दांत समजावून सांगितली. त्याच्या दोघा माणसांना कुठे आणि केव्हा घेतलं जाईल, पोलिसांचं लक्ष दुसरीकडे वेधण्यासाठी फिफ्थ ॲव्हेन्यूवर आणखी थोडं पुढे, कदाचित न्यू यॉर्क पब्लिक लायब्ररीसमोर स्फोट कसा घडवून आणला जाईल, वगैरे सगळं काही त्यानं सांगितलं. आणि मग तो हिदेकीनं प्रश्न विचारण्याची वाट बघत थांबला. आपल्या योजनेत खोटं वाटावं असं कुठेही काही नाही, अशी त्याला पक्की खात्री होती.

"जर स्फोटानंतरही आयपीएस यूएसएच्या ऑफिसच्या बिल्डिंगच्या आसपास पोलीस किंवा लोकांची गर्दी असली तर?'' हिदेकीनं विचारलं.

अशी शंका काढल्याबद्दल हिदेकीचं मनातल्या मनात कौतुक करत लुई काही क्षण थांबला, आणि विचार करत त्यानं उत्तर दिलं. "बिल्डिंगच्या आसपास जर पोलीस किंवा लोकांची गर्दी असली, तर आपण ऑफिसमध्ये घुसायचं नाही. आपली योजना आपण थोडी पुढे ढकलायची. होता होईल तितकं आपण सामान्य लोक आपल्यामुळे मरणार किंवा जखमी होणार नाहीत, हे कटाक्षानं बघायचंय.

आपल्या ऑफिस फोडण्यामुळे इतरांची कोणतीही हानी होता कामा नये, कोणालाही मारहाण होता कामा नये– फक्त आत जर एखादा रक्षक असला, तर त्याचा बंदोबस्त मात्र आपल्याला करावा लागेल. तुमच्या माणसांना साधे, सहज लक्षात येणार नाहीत असे काळे कपडे घालायला सांगा. असले पांढरे शर्ट आणि गॉगल्स वगैरे नकोत.''

लुईनं हिदेकीकडे आणखी प्रश्नांच्या अपेक्षेनं बघितलं. हा ज्या अर्थी काही शंका विचारत नाही, त्या अर्थी याला अशा प्रकारच्या कामांचा अनुभव नसावा, त्यानं मनात म्हटलं. आपण ज्याला 'शुद्ध मूर्खपणाची योजना' म्हणू अशी ही योजना याला इतक्या सहज पटतेय, तर आपला अंदाज नक्कीच खरा असेल.

हिदेकीनं आणखी प्रश्न विचारले नाहीत. काही क्षण वाट बघून लुईनं म्हटलं, ''तुम्हाला आणखी काही शंका, प्रश्न नाहीत असं दिसतंय. पण मला एक प्रश्न आहे. आपण जेव्हा फोनवर बोललो, तेव्हा तुम्ही मला छातीठोकपणे सांगितलंत की सातोशीचा मृत्यू नैसर्गिक होता असंच भासेल. त्याला नेमकं कसं मारलं तुम्ही?''

''तुम्ही मला सांगितलंत म्हणून मी त्या लॅबच्या वह्यांची सगळी माहिती तुम्हाला उघड सांगितली. ''हिदेकी म्हणाला, पण या गोष्टीबद्दल मी एक शब्दही सांगू शकणार नाही, कारण माझ्या बॉसनं मला हे सांगायला स्पष्ट मनाई केलीय. ती पद्धत आम्ही फार क्वचित वापरतो; पण ती कायम यशस्वीच ठरलीय.''

''या वेळी तुम्ही ती का वापरलीत?''

''या सातोशीच्या बाबतीत, त्याची हत्या ही खरोखरच हत्या आहे हे आम्हाला भासू द्यायचं नव्हतं.''

''तुम्ही ती पद्धत वापरलीत हे बरंच झालंय. जर सातोशीच्या पोस्ट-मॉर्टेमच्या रिपोर्टमध्ये त्याचा मृत्यू नैसर्गिक होता असंच ठरलं आणि त्याची केस बंद झाली, तर पोलीस काही करणार नाहीत. ही गोष्ट माझ्यासाठी महत्त्वाची आहे हे खरंय, पण तुम्ही ही काळजी का घेतलीत?''

''याचं कारण असं, की या भानगडीत यामागुची-गुमी गँगचा मोठा सहभाग आहे. त्यांनी या सातोशीच्या वह्या हस्तगत करण्यात आयपीएस यूएसए कंपनीला मदत केल्यानंतर सातोशीला अमेरिकेत आणण्यासाठी बरेच कष्ट घेतले. त्याचा मृत्यू म्हणजे हत्या आहे असं जर दिसलं असतं, तर त्यामागे आमचा, म्हणजे आईझुकोतेत्सू-काई गँगचा हात असल्याचा त्यांना संशय येईल, अशी भीती आम्हाला होती. ती गँग आमची प्रतिस्पर्धी गँग आहे, आणि त्यांनी आमच्या क्योटो शहरातून त्या वह्या चोरल्या– आम्हाला पत्ताही लागू न देता. त्यामुळे आम्हा दोन्ही गँगच्या दरम्यान तणाव निर्माण झालाय. पूर्वीच्या काळात अशा परिस्थितीत खून-

मारामाऱ्या झाल्या असत्या. अडचण अशी आहे, की आमच्या मानानं ती गँग खूपच मोठी झालीय. खरंच खून, मारामाऱ्या वगैरे झाल्या, तर आमची पुरती वाट लावतील ते.''

''माय गॉड!'' लुईनं म्हटलं.

''काळ बदलतोय. याकुझा गँग्ज पूर्वी परंपरांचा आदर करायच्या, परंपरा पाळायच्या, त्या तुलनेत यामागुची-गुमी गँग बंडखोर आहे. निव्वळ आगंतुक आहे.''

रात्री अकरा वाजता सुसुमु आणि योशियाकी हे दोघं युनियन स्क्वेअरमध्ये बार्न्स अँड नोबलच्या बाहेर वाट बघत थांबतील, हे पक्कं ठरल्यानंतर हिदेकी आणि ती जोडगोळी निरोप घेऊन निघून गेली.

''विचित्र माणसं आहेत.'' दार बंद झाल्याचा आवाज आल्याबरोबर आर्थरनं म्हटलं.

''अरे, ही सगळी परिस्थितीच विचित्र आहे.'' लुईनं म्हटलं.

१२

मार्च २५, २०१०

गुरुवार, दुपारी ३.१०

"कसंतरीच वाटतंय मला." कार्लोनं म्हटलं, "एखाद्या शवागारात पहिल्यांदाच येतोय मी. आणि अशा वातावरणात लोक दररोज, वर्षांनुवर्षं येऊन काम कसे करू शकतात?"

"मला मात्र इथे वेगळं असं काही वाटत नाही. उलट इथे काहीतरी नवीन शिकायला मिळेलं असं वाटतंय." ब्रेननं म्हटलं. त्याला टीव्हीवरचे फॉरेन्सिक्सचे कार्यक्रम बघायला आवडायचे.

ते ओसीएमईपासून थोडं अलीकडे 'नो पार्किंग'मध्ये गाडी उभी करून बोलत होते. ओसीएमई पुढे दिसत होती.

"याच्यामुळे तुला त्रास होत नाही?" कार्लोनं अस्वस्थपणे विचारलं. तो गाडीत ड्रायव्हरच्या सीटवर बसलेला होता, आणि त्यानं नकळतच गाडीचं स्टिअरिंग व्हील दोन्ही हातात घट्ट धरून ठेवलेलं होतं.

ब्रेननं नकारार्थी मान हलवली. "त्रास होण्याचं काय कारण? बरं चल, एकदाचं हे काम उरकून टाकू. हवं तर आधी त्या विनी अमेन्डोलाला कॉल करू आणि विचारू, की त्याची बाहेर येऊन आपल्याला भेटायची तयारी आहे का? या भागात इतकी वर्षं काम केलंय त्यानं. त्याला जवळपासची एखादी जागा माहीत असेल की."

"पण लुईनं आपल्याला पुरेसं स्पष्ट शब्दांत सांगितलंय, की त्याच्याशी समोरासमोर, या ओसीएमईमध्येच बोललं पाहिजेस."

"त्यानं मीच बोललं पाहिजे असं नेमकं सांगितलेलं नाही." ब्रेननं म्हटलं, "त्यानं 'तुम्ही बोला' असं सांगितलं. म्हणजे आपण दोघांनीही; पण तूच काय ते ठरव. कारण तूच मुख्य आहेस." कधीकधी कार्लोला ब्रेननची चीड यायची, कारण तो नेहमी त्याला 'तूच मुख्य आहेस' अशी त्याला आठवण करून द्यायचा– विशेषतः ते दोघे आतासारखे कामगिरीवर असताना. ब्रेननला कार्लो हा तितकासा हुशार नाही, आपल्यासारखा हुशार नाही, आणि आपली हुशारी कार्लोच्या अनुभव आणि वयातल्या ज्येष्ठतेपेक्षा वरचढ असली पाहिजे, असं वाटायचं. एकदा त्यानं लुईसमोर हा विषय काढला होता, आणि लुईनं त्याला असं जबरदस्त फैलावर घेतलं होतं, की त्यानं त्या विषयाबद्दल परत कधी एक शब्दही उच्चारला नव्हता; पण तो त्याच्या डोक्यातून मात्र गेलेला नव्हता.

"बरोबर, मीच मुख्य आहे." कार्लोनं म्हटलं, "त्यामुळे आता मी सांगतो तसं आपण करायचं. तू तिथे आत जा, त्या माणसाला समोरासमोर भेट आणि त्याला सांग, की मी त्याच्याशी त्याला हवं तिथे भेटायला तयार आहे; पण मला आत्ताच बोलायचंय."

"आणि तोपर्यंत तू काय करणार?"

"मी गाडीत बसून राहणार. आपली गाडी नो पार्किंगमध्ये आहे आणि त्यासाठी मला पोलिसाकडून दंडाचं तिकीट घ्यायचं नाहीय. तू येशील तेव्हा मी इथे नसलो, तर मी या ब्लॉकभोवती गाडीनं हळूहळू चकरा मारत असेन."

ब्रेनन काही क्षण त्याच्याकडे बघत बसून राहिला. त्याला वाटलं की हा आपल्याला फक्त निरोप्या म्हणून वापरतोय. मग त्यानं खांदे उडवले. "ठीक आहे." आणि तो गाडीतून बाहेर पडला.

"मला एखादी बिअर घ्यावीशी वाटतेय, त्यामुळे त्याला एखाद्या बारमध्येच भेटू."

मान डोलावून ब्रेननं गाडीचं दार जरा जास्तच जोरात लावलं. त्याला माहीत होतं, की गाडीचं दार जोरात लावलेलं कार्लोला आवडत नाही. पण त्यानं त्याची पर्वा केली नाही, कारण त्याला माहीत होतं, की हा कामचुकार माणूस आपल्याला वापरून घेतोय; पण थर्टीएथ स्ट्रीट ओलांडेपर्यंत तो हे सगळं विसरलेला होता. तिथे आत गेल्यावर आपल्याला काय दिसेल याची उत्सुकता आता त्याच्या मनात जागी झालेली होती. ओसीएमईच्या आवारात शिरल्यावर मात्र त्याच्या लक्षात आलं, की आपल्याला फारसं काही दिसणार नाही. बिल्डिंगच्या अंतर्भागात जाणारे सगळे दरवाजे चांगले घट्ट बंद होते. तो आत 'यू' आकाराच्या रिसेप्शन काऊंटरपाशी आला. काऊंटरमागे उंच पाठीच्या फिरत्या खुर्चीवर एक हसऱ्या चेहऱ्याची मध्यमवयीन आफ्रिकन-अमेरिकन स्त्री बसलेली होती. तिच्या ड्रेसवर छातीवर तिच्या नावाची प्लेट लावलेली होती : मार्लीन विल्सन.

“कॅन आय हेल्प यू?” तिनं जणू एखाद्या सुंदर हॉटेलची रिसेप्शनिस्ट असल्यासारखं विचारलं.

“मला विनी अमेन्डोलाला भेटायचंय.” मार्लीनच्या हसऱ्या चेहऱ्यानं जरा गडबडलेल्या ब्रेननं म्हटलं. त्याची कल्पना होती की इथली सगळी माणसं गंभीर चेहऱ्याचीच असतील; पण इथे पहिल्याच बाईनं त्याला धक्का दिलेला होता.

मार्लीननं ओसीएमईच्या अंतर्गत टेलिफोन नंबरची डिरेक्टरी उघडून एका नंबरवर फोन केला, आणि रिसिव्हर ब्रेननच्या हातात दिला.

आपण योग्य त्याच माणसाशी बोलतोय याची खात्री करून घेतल्यावर ब्रेननं म्हटलं, की मी आत्ताच पॉली सेरिनोशी बोलून इथे आलोय, आणि त्याचा एक निरोप घेऊन आलोय.

“पॉली- पॉली सेरिनो? म्हणजे तोच पॉली सेरिनो?” विनीनं क्षणात अस्वस्थ होऊन विचारलं.

“हो. तोच क्वीन्समधला पॉली सेरिनो.” हे नाव पत्त्यात पैसे हरलेल्या, उधार पैसे घेऊन जुगारात हरलेल्या, रेस किंवा मॅचेसवर सट्टा लावून हरलेल्या लोकांच्या हृदयात धडकी भरवतं, हे ब्रेननला माहीत होतं.

“पॉली सुटून आलाय का तुरुंगातून?” विनीनं विचारलं. तो कधीच जुगार किंवा सट्टा खेळत नसला, तरी केवळ पॉलीचं नाव ऐकलं किंवा वाचलं तरी त्याला घाबरल्यासारखं वाटायचं.

“नाही, तो अजून तुरुंगातच आहे; पण लवकरच पॅरोलवर सुटणार आहे. म्हणूनच तर त्यानं मला पाठवलंय. तुम्ही इथे रिसेप्शनमध्ये येऊ शकता का? आपल्याला थोडं बोलायचंय.”

“कशाबद्दल बोलयचंय?” एकीकडे तो वेगानं विचार करत होता, की आता काय करायचं. ज्या अर्थी पॉलीच्या ओळखीचा आहे, त्याअर्थी याच्याशी दुरूनही संबंध असणं आपल्याला घातक आहे, हे त्याला पहिल्या क्षणालाच समजलेलं होतं.

“पॉलीला काही प्रश्न आहेत, ते त्यानं मला तुम्हाला विचारायला सांगितलेत.’

“तो स्वतःच नाही का कॉल करू शकणार मला?” विनीनं अडखळत विचारलं. “मी माझा सेलफोननंबर देतो तुम्हाला.”

“तुरुंगातून सहसा उगाचच फोन करता येत नाही कुणाला.”

“आय सी.”

“अगदी थोडे, साधे प्रश्न आहेत.” ब्रेननं म्हटलं.

“ओके. मी वर येतो.”

“तुम्ही विनीचे नातेवाईक आहात, की फक्त मित्र आहात?” मार्लीननं सहजच

विचारलं. ब्रेननच्या बोलण्यात तिनं तुरुंगाचा उल्लेख ऐकलेला होता, त्यामुळे तिला जरा उत्सुकता निर्माण झालेली होती.

"नातेवाईक." ब्रेननं म्हटलं, "दूरचा नातेवाईक आहे मी त्याचा."

विनी आला. आणि त्यानं मार्लीनला आपलं बोलणं ऐकू जाणार नाही इतक्या अंतरावर ब्रेननला नेलं. त्यानं आणि ब्रेननं एकमेकांना न्याहाळून बघितलं. साधारण वयातलं साधर्म्य सोडलं, तर त्यांच्या रूपात जराही साम्य नव्हतं. विनीचे केस काळे होते आणि रंग इटालियन माणसासारखा काळसर होता. उलट ब्रेनन गोरापान होता आणि त्याचे केस साधारण गाजरासारख्या रंगाचे होते.

दोघांनी एकमेकांना आपली ओळख करून दिल्यावर विनीनं म्हटलं, "मागच्या वेळी पॉलीनं मला भेटायला दोन माणसं पाठवली होती, तेव्हा मला त्यांनी एक बेकायदा काम करायला भाग पाडलं, आणि मला जवळजवळ माझी नोकरी घालवावी लागली होती. पॉलीकडून काहीही बातमी आली, की माझी पाचावर धारण बसते, हे मी तुम्हाला स्पष्टच सांगतो."

"आम्ही तुम्हाला काहीही करायला सांगण्यासाठी इथे आलेलो नाही." ब्रेननं त्याला समजावत म्हटलं, "आम्हाला फक्त काही साधे प्रश्न विचारायचेत तुम्हाला."

"तुम्ही 'आम्ही' म्हणताय. याचा अर्थ काय?"

"माझा पार्टनर बाहेर गाडीत थांबलाय. आम्ही म्हणत होतो की आपण तिघांनी इथे जवळपास कुठेतरी एखादी बिअर घ्यावी."

"ते आत्ता नाही जमणार– साडेचारला मी सुटेपर्यंत."

"अरेरे!" ब्रेननं मनापासून म्हटलं. कार्लोनं बिअरचं नाव काढल्यानंतर त्यालाही हळूहळू बिअर घ्यावीशी वाटायला लागली होती.

"ओके. मग मी निघतो आता."

"थांबा जरा!" ब्रेननं घाईघाईनं म्हटलं, "मी माझ्या पार्टनरला इथेच बोलावतो हवं तर. आपण इथेच कोचावर बसून बोलू."

विनीनं ब्रेननकडून मार्लीनकडे, तिथून कोचाकडे नजर टाकली. कोचावर बसून बोलायची कल्पना त्याला मुळीच आवडली नव्हती. किंबहुना, त्याला ब्रेननसारख्या माणसांशी बिल्डिंगच्या आवारात कुठेच बोलायची इच्छा नव्हती. त्याची जवळजवळ खात्री होती, की हा माणूस वॅकारो गँगमधलाच एखादा गुंड असला पाहिजे. तरुण असताना विनीला आणि त्याच्या दोस्त कंपनीला पॉली सेरिनोसारख्या माणसांची आदरयुक्त भीती वाटायची; पण पॉलीच्या एका माणसानं एका कँडी स्टोअरच्या बाहेर एका माणसाला गोळ्या घालून मारलं होतं, तेव्हा आदर नाहीसा झाला होता, आणि उरली होती ती फक्त भीती. कारण विनीनं आणि त्याच्या दोस्तांनी धावत जाऊन त्या माणसाचं रक्तबंबाळ झालेलं प्रेत बघितलं होतं. ते भयानक दृश्य

त्याच्या मेंदूवर एखाद्या तापलेल्या सळईनं कोरावं तसं कायमचं कोरलं गेलं होतं.

"इथे नको. ओसीएमईचे प्रमुख अचानक येतील आणि त्यांना आपण बोलताना दिसू, अशा कल्पनेनं भेदरलेल्या विनीनं पटकन म्हटलं. ब्रेननला आणि त्याच्या पार्टनरला बिल्डिंगमध्ये न्यायलाही त्याची तयारी नव्हती. त्यामुळे आता काय करावं हे त्याला समजत नव्हतं. "हं!" त्यानं अचानक एक कल्पना सुचून म्हटलं, "आपण थर्टीएथ स्ट्रीटवर भेटू या. असेच बाहेर जा आणि ओसीएमईमध्ये ज्या दारातून ॲम्ब्युलन्स आत येतात, त्या दारावरून थोडे पुढे जा. मी तिथे येऊन तुम्हाला भेटतो." त्यानं प्रवेशद्वाराकडे हात केला. "मी दोन मिनिटांनी तुम्हाला भेटेन."

उत्साहानं चालत ब्रेनन बाहेर गेला आणि कार्लोच्या गाडीपाशी पोहोचला. ड्रायव्हरशेजारचं दार उघडून त्यानं आत वाकून बघितलं.

"काय झालं?" कार्लोनं विचारलं.

"तो भयंकर भेदरलाय. पॉलीनं मागच्या वेळी माणसं पाठवली, तेव्हा काय झालं ती हकिगतही त्यानं सांगितली. आपली नोकरी त्या वेळी जवळजवळ गेलीच होती, असं म्हणाला तो."

"म्हणजे तो बोलायला तयार नाही का, आपल्याशी?"

"तो म्हणतो की कामावर असेपर्यंत आपण बोलू शकणार नाही; पण तो याच रस्त्यावर थोडं पुढे आपल्याला भेटायला तयार आहे." ब्रेनननं हातानं दाखवत म्हटलं.

"काय हे!" कार्लोनं हताशपणे म्हटलं. आणि तो गाडीतून बाहेर आला. गाडीचे 'हॅझार्ड लाईटस' त्यानं चालू ठेवले.

कोपऱ्यावर वळून ते थर्टीएथ स्ट्रीटवरून पुढे निघाले, तेवढ्यात त्यांना विनी येताना दिसला. "नशीब, निदान आपल्याला आत तरी जावं लागणार नाही." कार्लोनं म्हटलं.

चेहऱ्यावरून पुरता भेदरलेल्या विनीची ओळख ब्रेनननं कार्लोशी करून दिली. आपल्याकडे कोणाचं लक्ष जाईल अशा शंकेनं विनी एकसारखा मागे मान वळवून बघत होता.

विनीनं कार्लोच्या अंगावरचा काळा टर्टलनेक, करड्या रंगाचा सिल्क कोट आणि गळ्यातली जाडजूड चेन बघितल्याबरोबर त्याची खात्रीच पटली, की हा आणि तो ब्रेनन हे दोघं नक्कीच गुंड असले पाहिजेत.

"हे बघा!" त्यानं म्हटलं, "आपलं बोलणं पटकन आवरावं लागेल, कारण मी अजून कामावर आहे. काय हवंय तुम्हाला?"

"आम्ही पॉलीकडून आलो आहोत हे तुम्हाला माहीतच आहे." कार्लोनं म्हटलं.

“हो. तुमच्या या मित्रानं सांगितलं मला.”

“पॉलीनं तुमच्या वडिलांसाठी काय केलं, याची आठवण त्यानं तुम्हाला करून द्यायला सांगितलीय.”

“तुम्ही त्यांना सांगा, की त्यांनी माझ्या वडिलांसाठी जे केलं, ते मी कधीही विसरणं शक्य नाही; पण त्याचबरोबर मागच्या वेळी मी त्यांच्यासाठी जे केलं, त्याचीही त्यांना आठवण करून द्या. त्यांनी केलेल्या उपकाराची फेड आता झालीय.”

“मी त्याला तुमचा निरोप देईन.” विनीच्या थेट बोलण्यामुळे कार्लो किंचित चिडला. “पण देण्याची परतफेड झाली आहे की नाही, हे बॉस ठरवतो, देणेकरी नाही.”

स्वतःला ‘शांत हो’ असं बजावत विनीनं एक खोल श्वास घेतला. या माणसांशी वादावादी करण्याची त्याची बिलकूल इच्छा नव्हती. “असू दे. आता प्लीज तुम्हाला जे काही विचारायचंय ते विचारा.”

विनीला एक जोरदार थप्पड लगवायची कार्लोला अनावर इच्छा झाली; पण त्यानं स्वतःला आवरलं. आणि त्याच्याकडे डोळे वटारून बघितलं. “काल संध्याकाळी केव्हातरी इथे तुमच्या ओसीएमईमध्ये एक प्रेत आलंय. कोलंबस सर्कलच्या सब-वे प्लॅटफॉर्मवर काल संध्याकाळी एक जपानी माणूस कोसळून पडला, त्याचं प्रेत आहे ते.”

“हो, मला माहीतय.” विनीनं म्हटलं. इथे बरीच वर्षं काम करत असल्यामुळे आपल्याला इथली प्रत्येक गोष्ट समजते, असा त्याचा समज होता आणि तो बऱ्याच अंशी खराही होता. “त्या केसबद्दल काय माहिती पाहिजे तुम्हाला?”

“ती केस कोण हाताळतंय? त्या कॉरोनरचं नाव काय?”

“आमच्याकडे कॉरोनर वगैरे नसतात.” विनीनं मोठ्या आढ्यतेनं म्हटलं. “आमच्याकडे प्रशिक्षित मेडिकल एक्झॅमिनर असतात, ते खरे शिकलेले मेडिकल डॉक्टर असतात, साधे सरकारी नोकर नसतात.”

“तेच ते. जे कोणी असतील ते.” कार्लोनं चिडून फटकन म्हटलं. त्याला विनीच्या वागण्याचा आता वैताग यायला लागलेला होता; पण पुन्हा त्यानं तिकडे दुर्लक्ष केलं. “ती केस कोणाकडे दिलीय?”

“डॉक्टर साऊथगेटकडे दिलीय.” विनीनं बोलायला सुरुवात केली.

केस लॉरी मॉंटगोमेरीकडे नाही हे समजल्याबरोबर कार्लो शांत होऊ लागला. एखादी चांगली गोष्ट घडल्याचं बॉसला कळवायला त्याला फार आवडायचं– विशेषतः त्यामुळे त्याचं काम कमी होणार असेल तर फारच आवडायचं; पण विनीचं पुढचं वाक्य त्याला अपेक्षित नव्हतं. “पण डॉक्टर साऊथगेट आजारी

पडल्यामुळे ती केस डॉक्टर लॉरी मॉटगोमेरीनं स्वतःकडे घेतली.''

कार्लोला धक्काच बसला. ''काय म्हणालात?'' त्यानं विनीचं बोलणं ऐकलेलं होतं; पण ते त्याच्या डोक्यात शिरलेलं नव्हतं.

''डॉक्टर साऊथगेटनं केसवर काम सुरू केलं; पण ते आजारी पडले आणि ती केस डॉक्टर लॉरी मॉटगोमेरीनं– आता लग्नानंतर त्यांचं नाव डॉक्टर लॉरी मॉटगोमेरी-स्टेपल्टन झालंय- स्वतःकडे घेतली; पण हे तुम्ही का विचारताय?''

''हा बदल का झाला?'' विनीच्या प्रश्नाकडे दुर्लक्ष करत कार्लोनंच उलट प्रश्न विचारला.

''मी सांगितलं तुम्हाला आत्ताच. डॉक्टर साऊथगेटला बरं वाटेनासं झालं त्यामुळे ते लवकर घरी गेले.''

''शिट!'' कार्लोनं म्हटलं. अजून तो त्या धक्क्यातून सावरायचा प्रयत्न करत होता.

''पोस्टमॉर्टेमचा निष्कर्ष काय निघाला?'' ब्रेननं विचारलं. कार्लोच्या तोंडातून अजून नीट आवाज उमटत नव्हता.

''अजून तरी काहीच नाही.'' विनीनं म्हटलं. त्याला समजत नव्हतं, की या केसमध्ये पॉलीला एवढा इंटरेस्ट का?

''आणि मृत्यूचं स्वरूप?'' ब्रेननं टीव्हीवरच्या फोरेन्सिक्सबद्दलच्या मालिकेत ऐकलेला शब्द वापरत विचारलं.

''सध्यातरी नैसर्गिक मृत्यू असंच म्हणावं लागेल; पण त्यात बदल होऊ शकतो. डॉक्टर मॉटगोमेरी बाळंतपणाच्या मोठ्या रजेवरून परत आल्यानंतरची त्यांची ही पहिलीच केस आहे, आणि वाटेल ते झालं तरी यात मी काही ना काही पॅथॉलॉजी शोधून काढेनच, असं त्या बोलताना मी प्रत्यक्ष ऐकलंय. प्रेताच्या ऑटोप्सीमध्ये त्यांना काहीही मिळालं नाही, त्यामुळे त्या आणखी काळजीपूर्वक ही केस पाहणार आहेत.''

''म्हणजे तुमचं म्हणणं असं, की डॉक्टर मॉटगोमेरी या केसचा आणखी खोलात शिरून तपास करणार आहेत.''

''हो. असंच बोलल्या त्या.'' विनीनं मान डोलावली ''आणि त्या बाबतीत त्या अत्यंत चिवट आहेत.''

ब्रेननं आणि कार्लोनं एकमेकांकडे काळजीनं कटाक्ष टाकला आणि ब्रेननचा चेहरा पुन्हा उजळला. ''तुम्ही पक्कं लक्षात ठेवा, की आपण अत्यंत गुप्तपणे भेटतोय. आपलं बोलणं दुसऱ्या कुणाला सांगायचं तुमच्या जरी नुसतं मनात आलं, तरी पॉली प्रचंड भडकेल, हे लक्षात ठेवा. तुम्हाला हे पक्कं समजलंय ना?''

''हो.'' विनीनं मनापासून म्हटलं. माफिया गुंडांबद्दलच्या बहुतांशी दंतकथा

खऱ्याच असतात, हे त्याच्याइतकं जवळून कोणीच अनुभवलेलं नव्हतं. त्यांना डिवचलं तर ते भयंकर उत्पात करू शकतात, हे त्याला पक्कं ठाऊक होतं.

"म्हणजे असं, की तुम्हाला किंवा तुमच्या कुटुंबाला काहीतरी भयंकर संकटाला सामोरं जावं लागू शकेल."

आतापर्यंत झालेल्या बोलण्यामुळे विनीची भीती आणि काळजी थोडी फार कमी झाली होती, ती आता एकदम वाढली. त्यानं फक्त मान डोलावली. पॉलीचं नाव ऐकल्यापासून त्याला जी भीती वाटत होती, ती अशाच धमकावण्यांची होती.

"पॉलीला या केसमध्ये प्रचंड इंटरेस्ट आहे. तुमच्या माहितीसाठी स्पष्टच सांगतो, की आम्ही त्या माणसाला मारलेलं नाही; पण ही केस अशीच जिरून गेलेली बरी. त्यातच सगळ्यांचं हित आहे. 'अनोळखी व्यक्तीचा नैसर्गिक मृत्यू' असंच या केसचं निदान झालेलं पॉलीला हवंय. समजलं तुम्हाला?"

विनीनं मान डोलावली; पण त्याला समजत नव्हतं, की हे दोघं हे सगळं आपल्यालाच का सांगताहेत? त्या केसच्या बाबतीत करण्यासारखं असं आपल्या हातात तर काहीच नाही, तरीही...

"मोठ्यानं उत्तर द्या!" ब्रेननं दरडावून सांगितलं.

"हो!" विनी कसाबसा किंचाळला. त्याचं सगळं अवसान गळालेलं होतं.

"आम्हाला तुमच्या या लॉरी मॉंटगोमेरीमध्ये इंटरेस्ट आहे. त्या या केसची चिवटपणे आणखी खोलात तपासणी करतील, असं तुम्हाला खरोखरच वाटतं का?"

विनीनं लॉरीचं तेच वाक्य जसंच्या तसं पुन्हा उच्चारलं- हो, नाही तर पुन्हा आपण खोटं बोलतोय असा संशय यायचा यांना.

ब्रेननं कार्लोकडे पाहिलं, "पॉलीला चालणार नाही हे."

"खरंय. मीही तोच विचार करतोय. हे कोणालाच चालणार नाही."

"आता काय करायचं?" विनी जणू तिथे हजरच नसल्यासारखं ब्रेननं विचारलं.

कार्लो विनीकडे वळला. विनीची अवस्था दोन मांजरांच्या तावडीत सापडलेल्या एखाद्या उंदरासारखी झालेली होती. "तुम्हाला दुसरीच एक गोष्ट विचारतो. समजा, डॉक्टर मॉंटगोमेरीना काही हजार डॉलर दिले तर? तुम्हालाही एखादा हजार मिळतील."

विनी इतका भेदरलेला होता, की हा जो प्रश्न विचारतोय, त्याचा अर्थ आपल्याला नीट समजलाय ना, याची त्याला पुन्हा एकदा खात्री करून घ्यावीशी वाटली. "म्हणजे लाच द्यावी असं म्हणताय तुम्ही?"

"असल्या व्यवहाराचं तेही एक नाव आहे." कार्लोनं मान डोलावली.

“पैसे देऊ केले, तर मला वाटतं, त्यांना उलट आणखी संशय येईल, की यात काहीतरी काळंबेरं आहे. आत्ता त्यांना फक्त एवढंच माहितेय, की ऑटोप्सी केल्यानंतर काहीच पॅथॉलॉजी सापडत नाही, असं फार क्वचित घडतं. मी ज्या डॉक्टरांबरोबर नेहमी काम करतो– लॉरी मॉंटगोमेरीचा नवरा आहे तो– त्यांना नेहमी काही ना काही सापडतंच. त्यामुळे लाच दिली नाही, तर या केसमध्ये कुठेतरी पाणी मुरत असल्याचा त्यांना संशय तरी येणार नाही. त्या फक्त आणखी खोलात जाऊन तपास करतील, एवढंच. पण लाच दिली, तर मात्र त्या हा संशय मनात धरूनच तपासणी करतील, आणि मग मात्र त्यांना काहीतरी सापडण्याची शक्यता खूपच वाढेल.”

“अजून काही?” कार्लोनं ब्रेननला विचारलं. “अजून काही विचारायचं डोक्यात येतंय का तुझ्या?”

“नाही.” ब्रेननन जरा विचार करून म्हटलं.

कार्लो पुन्हा विनीकडे वळला. “आम्हाला कदाचित आणखी काही विचारावंसं वाटू शकेल. तुमचा सेलफोन नंबर द्या मला.”

लवकरात लवकर तिथून निघायची घाई झालेल्या विनीनं मोठ्या अनिच्छेनं त्याला आपला सेलफोन नंबर सांगितला. कार्लोनं तो लिहून घेतला.

“थँक्स, मित्रा.” कार्लोनं म्हटलं, “आता हा नंबर तुम्ही सांगण्यात आणि मी लिहून घेण्यात काही चूक झाली नाही ना, ते बघू या.” त्यानं भराभर तो नंबर आपल्या सेलफोनवर टाईप केला. लगेचच विनीचा सेलफोन वाजू लागला. “ओके.”

नंतर कार्लोनं विनीशी शेकहँड केला, आणि त्याचा हात सोडण्यापूर्वी जरा जोरात दाबला. “आपल्या या भेटीबद्दल कोणालाही न सांगण्याचं लक्षात ठेवा,काय?” विनीच्या काळ्याभोर डोळ्यांमध्ये रोखून बघत त्यानं म्हटलं, “आणि लॉरी मॉंटगोमेरीला या केसची पुन्हा तपासणी करण्यापासून रोखण्याचा जर काही मार्ग सुचला, तर लगेच मला कॉल करा. माझा नंबर तुमच्या फोनवर आलाच असेल.”

एवढं बोलून त्यानं विनीचा हात सोडला. “भेटू पुन्हा.” असं सहज म्हणून तो निघून जाऊ लागला. ब्रेननन एकवार विनीकडे रोखून बघितलं. आणि मग तोही कार्लोला गाठायला घाईघाईनं निघाला.

“आपण लुईला या केसबद्दल आणि लॉरी मॉंटगोमेरीबद्दल सांगितलं, की तो चिडणार आता.” ब्रेननन म्हटलं.

“खरंय.” कार्लोनं मान डोलावली.

अचानक ब्रेनन मध्येच थबकला, “एक मिनिट! लुईनं आपल्याला आणखी एक गोष्ट विनीला विचारायला सांगितली होती, ती आपण विसरूनच गेलो.”

“काय?”

ब्रेनन लगेच मागे वळला; पण तोपर्यंत विनी दिसेनासा झालेला होता.

“लॉरीला ती केस तशीच सोडून देऊन सरळ तो नैसर्गिक मृत्यूच होता म्हणून पुढे पाठवून द्यायला भाग पाडण्यासाठी काही मार्ग सुचताहेत का, हे आपण त्याला विचारायला विसरलो.”

“पण आपण लाच देण्याबद्दल विचारलं की.”

“हं. पण हा फक्त एक मार्ग झाला. अजून दुसरे काही मार्ग असतीलच की.”

ते काही न बोलता थोडं अंतर गेले. अचानक कार्लोनं ब्रेननचा हात धरून त्याला थांबवला, “बरोबर आहे तू म्हणतोस ते. आपण त्याला खरंच विचारायला हवं होतं.”

“त्याला कॉल करू या. तू त्याचा नंबर घेतलास ते बरं केलंस. लगेच कॉल कर त्याला.”

“ओके. गाडीत बसून कॉल करू त्याला.” गाडी अजून जागेवरच होती; पण तिच्या वायपर ब्लेडखाली ‘नो पार्किंग’ मध्ये गाडी उभी केल्याबद्दल दंडाचं तिकिट लावलेलं होतं, आणि एक पार्किंग मीटरवर लक्ष ठेवणारी सेविका गाडीपाशी उभी होती– गाडी ओढून नेणाऱ्या ट्रकची वाट बघत “शिट.”

“सॉरी, मॅम.” धावत गाडीपाशी येत कार्लोनं म्हटलं, “माझं इथे ओसीएमईमध्ये छोटंसं काम होतं.”

“मग तुम्ही तुमची गाडी ओसीएमईजवळ, जिथे त्यांच्या गाड्या उभ्या असतात, तिथे लावायला हवी होती, त्या गाड्यांना आम्ही कधीच दंड करत नाही.”

“प्लीज, मॅम. या वेळी जाऊ द्या ना.” कार्लोनं आवाजात अजिजी आणत म्हटलं.

“सॉरी. आता तो ट्रक यायच्या आत तुमची गाडी हलवा इथून.”

कार्लोनं पुटपुटत तिला दोन शिव्या हासडल्या; पण तो घाईघाईने ब्रेननबरोबर गाडीत जाऊन बसला. ड्रायव्हरच्या जागी बसल्यावर त्यानं आपला सेलफोन काढून ‘रिडायल’चं बटन दाबलं. पण पलीकडे फोन वाजायच्या आतच त्या सेविकेनं त्याच्यापाशी येऊन काचेवर टकटक केलं.

“ओके, ओके.” कार्लोनं म्हटलं आणि इंजिन सुरू केलं. तेवढ्यात पलीकडून विनीनं ‘हॅलो?’ म्हटलं.

“आता तुला गाडी चालवताना सेलफोनवर बोलल्याबद्दलही दंड होईल.” ब्रेनननं म्हटलं. त्याच्याकडे खुनशी नजरेनं कटाक्ष टाकून कार्लोनं सेलफोन बंद केला आणि फर्स्ट ॲव्हेन्यूवर थोडं पुढे जाऊन गाडी डावीकडे एका छोट्या रस्त्यावर नेली. लगेच गाडी उभी करून त्यानं विनीला पुन्हा फोन केला.

''एक मिनिट, जरा एखाद्या सुरक्षित जागी जाऊ दे मला. फोन होल्ड करा.'' विनीनं म्हटलं. काही क्षणानंतर त्यानं म्हटलं, ''आता बोला. काय झालं?''

''या परिस्थितीबद्दल तुमचं मत विचारायला विसरलो आम्ही.'' कार्लोनं म्हटलं. ''डॉक्टर मॉंटगोमेरीबद्दल तुम्ही काही सुचवू शकता का? तिला ही केस तशीच सोडून देऊन बाहेर पाठवायला कशी लावता येईल, याबद्दल तुम्ही काही सांगू शकाल का?''

''नाही. मुळीच नाही. मी त्यांना सांगायचा प्रयत्न केला, तर त्यांना लाच दिल्यावर जसं होईल, तसंच पुन्हा घडेल– त्यांचा निग्रह आणखी पक्का होईल. आणि त्या ही केस सोडवल्याशिवाय गप्प बसणार नाहीत. यात कुठेतरी गुन्हेगारीचा संबंध आहे अशी त्यांना नुसती शंका जरी आली, तरी त्या या केसचा पिच्छा सोडणार नाहीत. हे मला नक्की माहितेय, कारण अशा अनेक केसेस त्यांनी माझ्या डोळ्यांसमोर सोडवल्या आहेत. एखाद्या केसमध्ये समजा त्यांच्या मते मृत्यूचं कारण 'ए' असलं आणि बाकीच्यांच्या मत ते 'बी' असलं, तर आपलंच म्हणणं बरोबर आहे हे सिद्ध करण्यासाठी त्यांनी जंग जंग पछाडलेलं मी पाहिलेय. शिवाय दुसरं असं, की मला तुम्हा लोकांशी काही संबंधच ठेवायचे नाहीत. सॉरी, पण हे खरंच आहे. मी कोणालाच काहीच बोलणार नाही– आपण भेटलो होतो हेसुद्धा कोणालाच सांगणार नाही मी.''

शेजारच्या सीटवर बसलेल्या ब्रेननला त्या दोघांचंही बोलणं ऐकून येत होतं. त्यानं खूण करून कार्लोला फोन आपल्याकडे द्यायला सांगितलं. आता हा काय आणखी दिवे लावणार अशा आविर्भावात खांदे उडवून कार्लोनं त्याला फोन दिला.

''मी ब्रेनन, ऐका! तुम्ही तिला एक छोटी चिठ्ठी लिहायला काय हरकत आहे – की काही वाईट लोकांना ही केस 'नैसर्गिक मृत्यू' म्हणूनच पूर्ण झालेली हवीय, कारण यात त्या माणसाच्या परिवारासाठी इन्शुरन्सच्या पैशाचा प्रश्न आहे.''

''हॅं! त्या माणसाचं नावच जर माहीत नाही, तर इन्शुरन्सचा प्रश्न येतोच कुठे?''

''अगदी बरोबर मुद्दा काढलात.'' ब्रेननं म्हटलं, ''ओके. इन्शुरन्स वगैरे जाऊ द्या. फक्त अशी चिठ्ठी लिहा, की तिनं जर ही केस आहे अशीच पास केली नाही, तर तिला मोठ्या संकटांना सामोरं जावं लागेल. थोडक्यात, परिस्थिती अत्यंत वाईट आहे, ही गोष्ट तिच्यापर्यंत पोहोचवायची.''

''असं केलं तर त्या ती चिठ्ठी पोलिसांकडे देतील, आणि मग पोलिसांनाही संशय येईल. तुम्ही तुमचं काम कसं करावं हे माझी तुम्हाला शिकवायची इच्छा नाही; पण माझं म्हणणं असं आहे, की या केसकडे लक्ष वेधून घेईल अशी कोणतीही गोष्ट तुम्ही केली, तरी डॉक्टर मॉंटगोमेरी ही केस संशयानंच हाताळतील.''

“पण समजा, तुम्ही त्या चिठ्ठीत असंही लिहिलं, की जर त्यांनी पोलिसांशी संपर्क साधला, तर त्यांना भयंकर त्रास होईल, तर? माझ्या म्हणण्याचा अर्थ असा, की, मी जर लॉरी मॉंटगोमेरीच्या जागी असतो आणि मला अशी चिठ्ठी मिळाली असती, तर मी ती केस आहे अशीच, ‘नैसर्गिक मृत्यू’ म्हणूनच पास केली असती, मी असला नसता धोका मुळीच पत्करला नसता.”

“हाच तर फरक आहे तुम्ही आणि डॉक्टर लॉरी मॉंटगोमेरीमध्ये.”

“जरा फोन होल्ड करा.” ब्रेननन‌ं म्हटलं, आणि कार्लोकडे बघितलं. “काय सांगू मी? मला वाटतं, लुईनं आपल्याला इकडे पाठवलं, तेव्हा त्या डॉक्टर लॉरीपर्यंत एक धमकीची चिठ्ठी पोहोचवायची असंच त्याच्या मनात होतं. नाही, तर मग हा विनी तिच्यापर्यंत धमकी पोहोचवणार तरी कसा?”

“तू म्हणतोस ते बरोबर आहे.” कार्लोनं म्हटलं, “शिवाय ती नुकतीच बाळंतपणाच्या रजेवरून परत कामावर आलीये. विनीनं असंच सांगितलं होतं ना, की माझी ऐकण्यात काही चूक झाली?”

ब्रेननन‌ं फोनवर हा प्रश्न विनीला विचारला.

“हो.” विनीनं उत्तर दिलं. “आजच त्यांचा पहिला दिवस आहे, आणि ही त्यांची पहिलीच केस आहे. म्हणूनच मला वाटतं, त्यांना या केसमध्ये एवढा इंटरेस्ट आहे.”

“आई झाली ना, की बाई बदलते.” कार्लोनं म्हटलं, “मला माहितेय हे. माझ्या बायकोलाही दोन मुलं झालीयेत. बाईची आई झाली ना, की ती आपल्या मुलासाठी वाटेल ते करायला तयार असते.”

“तुम्हाला ऐकू आलं का हे?” ब्रेननन‌ं विनीला विचारलं.

“हो.” त्याला कधी एकदा हे बोलणं संपतंय असं झालं होतं.

“मग आता अशी चिठ्ठी लिहा, की तिनं जर ही केस आहे अशीच पास केली नाही, तर तिला आणि तिच्या कुटुंबाला भयंकर वाईट परिणाम भोगावे लागतील.” ‘कुटुंब’ शब्दावर जोर द्या. आणि असंही लिहा, की जर तिनं ही गोष्ट कोणालाही, विशेषतः पोलिसांना सांगितली, तरी तिला आणि तिच्या कुटुंबाला भयंकर परिणाम भोगावे लागतील. चिठ्ठी फार लांबलचक नसली तरी चालेल; पण ती जबरदस्त प्रभावी असली पाहिजे.”

“पण तुम्ही तर आधी म्हणाला होतात, की मला फक्त थोडे प्रश्न विचारायचे आहेत. आता या चिठ्ठीचं?”

“आम्हाला त्रास द्यायचा विचार नाही ना तुमचा?” ब्रेननन‌ं आवाज बराच खाली आणला. “तसं मनातही आणू नका, खरं म्हणजे आम्ही आत्ता इथून असेच तुमच्या घराकडे जायचा विचार करतोय. साधारण याच वेळी तुमच्या मुली शाळेतून घरी

येतात, हो ना?''

कार्लोनं प्रश्नार्थक मुद्रेनं त्याच्याकडे पाहिलं. ब्रेननन हातानंच त्याला गप्प राहायला सांगितलं.

''नको, नको.'' विनीनं गडबडून जाऊन म्हटलं.

''मग ठीक आहे. तुम्ही ती चिठ्ठी तयार करा, आणि फोन करून आम्हाला वाचून दाखवा. आम्ही मजकूर बरोबर आहे का, त्यात काही बदल हवाय का हे तुम्हाला सांगू.''

ब्रेननन फोन कार्लोला परत दिला. कार्लोनं लगेच तो डिस्कनेक्ट करून लुईला फोन केला. ''मला वाटतं ही वाईट बातमी आपण लुईला आता कळवलेलीच बरी.''

''चालेल, तेच बरं.'' ब्रेननन मान डोलावली, ''आपण त्याला आपल्या चिठ्ठीबद्दलही सांगू. कारण त्या चिठ्ठीमुळे जर या डॉक्टर मॉंटगोमेरीचा नुसता निग्रहच वाढणार असेल, तर चिठ्ठी पाठवण्यात खरं म्हणजे धोकाच जास्त आहे. त्यामुळे हे त्याच्या कानावर घातलेलं बरं.''

तेवढ्यात लुईनं पलीकडून ''हॅलो?'' म्हटलं. लगेच कार्लोनं बोलायला सुरुवात केली. ''लुई, कार्लो बोलतोय...''

१३

मार्च २५, २०१०

गुरुवार, दुपारी ४.४५

लॉरीनं टॅक्सी ड्रायव्हरला टॅक्सी थेट ओसीएमईसमोर घ्यायला सांगितली. आणि टॅक्सी थांबल्यावर ती उतरली. कारण त्या वेळी फर्स्ट अॅव्हेन्यूवर वाहनांची प्रचंड गर्दी होती. वाहतूक मुंगीच्या पावलांनी सुरू होती. मिडटाऊन नॉर्थच्या पोलीस स्टेशनपासून तिला यायला एका तासापेक्षाही जास्त वेळ लागलेला होता– सामान्यतः या प्रवासाला धड अर्धा तासही लागत नसे.

आत येता येता तिनं मार्लीनला हात केला, आणि ती तडक तिसऱ्या मजल्यावर आली. आपल्या ऑफिसात जायच्या आधी ती जॅकच्या ऑफिसच्या उघड्या असलेल्या दारातून आत डोलावली.

"होतीस कुठे तू?" जॅकनं उगाचच चिडल्याचं नाटक करत म्हटलं. "किती वेळा मी तुझ्या ऑफिसमध्ये बघितलं, ऑटोप्सी थिएटरमध्येही शोधलं; पण तू कुठेच नव्हतीस."

खोडकर स्मित करत लॉरीनं खांद्यावरच्या मोठ्या बॅगमधून दोन सीडी काढून जॅकसमोर धरल्या.

"हे काय आणलंयस?" खुर्चीवर रेलून बसत, हातपाय ताणून जॅकनं विचारलं. "त्याच्या टेबलावर केसच्या फाईल्स, मासिकं, मायक्रोस्कोपच्या स्लाईड, लॅबमधून आलेले रिपोर्ट वगैरे अनेक वस्तूंचा पसारा होता. त्यातच एक उघडून ठेवलेला हेअर ड्रायरही होता. त्याच्या हातांमध्ये रबरी ग्लोव्हज होते.

"दोन सुंदर सिनेमा आहेत हे." लॉरीनं म्हटलं.

जॅकनं नाटकीपणानं आश्चर्याचा प्रचंड धक्का बसल्यासारखा चेहरा केला.

"खरंच." लॉरीनं म्हटलं, "थ्रिलर्स आहेत."

"हॅ!" जॅकनं हात लांब करून एक सीडी उचलली. त्यावर 'एलवायपीडी' असं लिहिलेलं होतं. "आता हे काय आणखी?"

"हे कोलंबस सर्कलच्या सब-वे स्टेशनवर लावलेल्या सीसीटीव्ही कॅमेऱ्यांचं व्हिडिओ रेकॉर्डिंग आहे."

त्यानं हताश झाल्यासारखे खांदे पाडून एक मोठा थोरला निश्वास सोडला. "म्हणजे तू हे सगळं रेकॉर्डिंग बघणार? यात काय, आख्खे दहा तास सब-वे स्टेशनवरून जाणारे आणि येणारे लोक दिसणार तुला."

"दहा नाही. सात तास."

"आणि हे सगळंच्या सगळं तू पाहणार?"

"हो, गरज लागली तर सगळंसुद्धा पाहीन. या सिनेमात गोष्ट नाही, ठसठशीत अशी पात्रं नाहीत. आणि रेकॉर्डिंगसुद्धा अस्पष्ट, काळं-पांढरं आहे; पण मी तो संपूर्ण बघणार."

"लॉरी, तुझ्या उत्साहावर पाणी ओतायची माझी इच्छा नाही; पण तू तुझ्या हातात असलेल्या एकमेव केससाठी फार जास्त परिश्रम घेतेयस. एवढा प्रचंड त्रास कशाला घेतेयस? केवळ तुला त्या केसमध्ये काहीही पॅथॉलॉजी सापडली नाही म्हणून? उद्या परत आल्यावर तू त्या स्लाईड्स तपास – माझी खात्री आहे की तू डोक्यावर बसल्यामुळे मॉरीननं त्या बनवून तयार ठेवल्या असतील. टॉक्सिकॉलॉजी स्क्रीनही तपास – कारण माझी खात्री आहे, की तू जॉनच्याही डोक्यावर बसल्यामुळे त्यानंही तो तयार ठेवला असेल, आणि सरळ केस मिटवून पास करून टाक. त्यासाठी सात तासांचं व्हिडिओ रेकॉर्डिंग बघायची काय गरज आहे?"

"उद्या सकाळी मला या केससाठी वेळ मिळणार नाही, कारण उद्या मला नवीन केसेस मिळतील."

"मग तर फारच छान. दुपारी हिस्टॉलॉजी तपासायची, टॉक्सिकॉलॉजी तपासायाची – या दोन्हीत बहुतेक काही सापडणार नाहीच तुला – की केस संपली. नैसर्गिक मृत्यूचं डेथ सर्टिफिकेट करून त्यावर सही करायची. झालं."

"पण या रेकॉर्डिंगमध्ये काहीतरी सापडू शकेल ना मला."

"उदारहणार्थ?"

"उदाहरणार्थ, त्या माणसाला आकडी, झटका असं काही आलं होतं की नाही. नाईन -वन-वन वर खबर दिलेल्या त्या माणसाला नक्की सांगता आलं नाही. कारण गर्दीत गाडी पकडण्यासाठी होत असलेल्या ढकलाढकलीत त्याला ते

अगदी ओझरतं दिसलं.''

''हं.'' जॅकनं विचार करत म्हटलं, ''ही माहिती महत्त्वाची आहे खरी; पण हे काम पूर्णपणे लक्ष देऊन करण्याच्या तुझ्या वृत्तीला दाद दिली पाहिजे. सीसीटीव्हीचं रेकॉर्डिंग तपासण्याइतकं खोलात दुसरं कोणी गेलं नसतं. तू आत्ताच बाहेरून येतेयस, की तुझ्या ऑफिसमध्ये जाऊन मग इथे आलीयस?''

''नाही, आत्ताच येतेय बाहेरून.'' लॉरीनं म्हटलं, ''पण तू का विचारतोयस?''

''काही नाही, सहजच विचारलं.'' जॅकनं म्हटलं.

तिनं त्याच्याकडे प्रश्नार्थक मुद्रेनं पाहिलं. तिला भास झाला, की याच्या चेहऱ्यावर ते नेहमीचं खोडकर हसू दिसतंय.

''खरंच? मग तू मला मी ऑफिसमध्ये जाऊन आलेय का, असं का विचारलंस?''

''काही नाही.'' जॅकनं म्हटलं, ''थोड्या वेळापूर्वी मी तुझ्या ऑफिसात गेलो, तेव्हा मला जॉनची चिठ्ठी दिसली, की तुझ्या त्या माणसाची रक्तातल्या अल्कोहोलची पातळी नॉर्मल होती. म्हणून मी विचार करत होतो, की तू ती चिठ्ठी पाहिली असशील की नाही?''

''नाही, अजून नाही.'' लॉरी थोडीशी गोंधळलेली होती. 'कधीकधी जॅक विचित्र वागतो; तसा तो आताही वागतोय असं दिसतंय,' तिनं मनात म्हटलं. आणि जेव्हा तो असं वागतो, तेव्हा तो एकाच वेळी दहा गोष्टींचा विचार करत असतो. त्याच्या टेबलावरचा वेगवेगळ्या गोष्टींचा पसारा हेच सांगतोय, की तो आताही अनेक गोष्टींचा विचार करतोय. जाऊ दे, झालं.

''घरी केव्हा जायचा विचार आहे?'' तिनं विषय बदलला. तिला तर लगेच निघावंसं वाटत होतं. मोठ्या प्रयत्नांनी तिनं बराच वेळ लेटिशियाला फोन करण्याची ऊर्मी दाबलेली होती. आणि लेटिशियानंही फोन केला नसल्यामुळे ती नाही म्हटलं तरी जराशी चिंतेत होती. 'जॅकनं निघायची वेळ सांगितली, की ती सांगण्याच्या निमित्तानं तरी लेटिशियला फोन करता येईल,' तिनं मनात म्हटलं.

जॅकनं खांदे उडवले, ''मला इथे काय सापडलंय, हे लिहून झालं की जायला हरकत नाही. फारच इंटरेस्टिंग गोष्टी सापडल्या आहेत मला.''

''तू त्या हेअर ड्रायरबद्दल बोलतोयस का?''

''हो.'' त्यानं तो हेअर ड्रायर उचलला. ''तू जेव्हा तुझी केस संपवलीस, त्या वेळी मी एक केस नुकतीच सुरू करत होतो, ती आठवतेय?''

''हो. त्या डेल्टा केबिन अटेंडंटची ना? त्यात काय सापडलंय तुला?''

''तुला जे सापडलं तेच. म्हणजे काहीच नाही. त्या बाईच्या गर्भाशयात अगदी क्षुल्लक असे फायब्रॉइडस सापडले, तेवढेच. म्हणून मी बार्ट आर्नोल्डला कॉल

केला, आणि त्याच्या एका एमएलआयला तिच्या घरी पाठवून तिच्या बाथरूममध्ये जेवढी हातानं धरून वापरण्याची विजेवर चालणारी उपकरणं होती, ती सगळी घेऊन यायला सांगितली. त्याचा माणूस हा हेअर ड्रायर, आणि ते दातांसाठीचं उपकरण घेऊन आला. काय नाव त्याचं?''

''वॉटरपिक.''

''हं. वॉटरपिक. हे वॉटरपिक व्यवस्थित होतं; पण हा हेअर ड्रायर बघ जरा!'' जॅकनं तो हेअर ड्रायर घेतला आणि त्याच्या एका प्लगपिनला आणि बाकीच्या केसिंगला एक व्होल्टमीटर जोडला. लॉरीला व्होल्टमीटरचा काटा दिसावा म्हणून तो थोडा मागे झाला.

''हे काय? शून्य ओहम्स!'' लॉरीनं म्हटलं. फार पूर्वी, ओसीएमईमध्ये नोकरीला लागल्यानंतरच्या पहिल्याच वर्षांत आपण अशीच एक केस केलेली तिला आठवली. ''अत्यंत कमी व्होल्टेजचा विजेचा झटका बसून मृत्यू!''

''बरोबर. म्हणूनच ती बाथरूममधून स्वतः चालत बाहेर येऊन मग कोसळून पडल्याचं तिच्या बॉयफ्रेंडला दिसलं होतं.''

''पण हा हेअर ड्रायर तर अगदी नवा दिसतोय.''

''बरोबर, म्हणूनच ही केस आणखी इंटरेस्टिंग झालीय. हेअर ड्रायर जुना असता, तर हा अपघात होता असं आपण म्हणू शकलो असतो. आता आतमधली ही काळी वायर बघ जरा.'' जॅकनं हातातल्या स्क्रू ड्रायव्हरनं ती काळी वायर दाखवली.

''हे काय? ड्रायरच्या चॅसीच्या कडेवरून ती जात असताना तिच्यावरचं केसिंग काढून टाकलेलं दिसतंय.''

''मीही तेच म्हणतो. शॉवरमधून बाहेर आली असेल ती, कदाचित ओल्या फरशीवर उभी असेल. आणि मग तिनं हा ड्रायर घेऊन सुरू केला असेल. त्याच क्षणी तिला विजेचा झटका बसला असेल.''

''म्हणजे याचा अर्थ असा, की तिची हत्या झालीय.'' लॉरीनं म्हटलं, ''पण तिला कुठे भाजलं नाही, निदान पायांच्या तळव्यांना तरी?''

''नाही; पण यात विशेष असं काही नाही.'' जॅकनं म्हटलं, ''कमी दाबाच्या विजेचा झटका बसून मृत्यू झाल्याच्या केसेसपैकी साधारण एक तृतीयांश बाबतीत भाजलेलं नसतं.''

''हे कसं आठवलं तुला?''

''आठवलं नाही, आता तू यायच्या थोडंसं आधी वाचलं मी.''

''हे कृत्य त्या तिच्या बॉयफ्रेंडनं केलं असेल? कदाचित ती घरात नसताना?''

''तसा माझा अंदाज आहे; पण ते सिद्ध करणं कठीण जाऊ शकेल. त्याचा

एक मार्ग म्हणजे, या हेअर ड्रायरच्या आतल्या भागात त्याचे हाताचे ठसे आहेत का, हे बघणं. म्हणूनच मी हातात ग्लोव्हज घालून काम करतोय. आत ज्या कोणाचे हाताचे ठसे असतील, त्या व्यक्तीनं खून केला असं म्हणायला हरकत नाही.''

''शाब्बास,'' लॉरीनं काहीशा खिन्नपणे म्हटलं. ''अशीच एखादी केस मला आज मिळाली असती, तर बरं झालं असतं. अशी केस सोडवायला अनुभव, ज्ञान, आणि एक प्रकारची निर्मितिक्षमता लागते. यातून मिळतं काय, तर आत्मविश्वास, यशस्वी झाल्याची भावना, आणि बळी पडलेल्या व्यक्तीला न्याय मिळेल याची खात्री.''

''ओके. तुला तुझा हा रिपोर्ट लिहायला किती वेळ लागेल?''

''साधारण अर्धा तास.''

''ओके. तुझं झालं की माझ्या ऑफिसात ये. म्हणजे आपण बरोबर बाहेर पडू.''

''ओके. लेटिशिया आणि जेजे काय म्हणतात? ठीक ना?''

''जेजेची काळजी फक्त मीच एकटी घेऊ शकते असा माझा समज होता; पण तो गैरसमज आहे असं एकंदरीत दिसतंय, आणि तोही लेटिशियानं दूर केलाय. जेजे तर खूश आहेच; पण लेटिशियाही खूश आहे. तिनं तर मला सांगितलंसुद्धा, की सारखा सारखा मला फोन करत जाऊ नका.''

''इतक्या स्पष्ट शब्दांत?''

''इतक्या स्पष्ट शब्दांत.''

''मग काय, बोलणंच खुंटलं. भेटू अर्ध्या तासानं.''

तिसऱ्या मजल्यावरच्या कॉरिडॉरमधून आपल्या ऑफिसकडे जाता जाताच लॉरीनं सेलफोन काढला, आणि लेटिशियाला कॉल केला– आता तिला निमित्त मिळालं होतं. 'आम्ही अर्ध्या तासानं यायला निघतो' असं सांगण्याचं. पण ती ऑफिसपाशी आली तरी लेटिशियानं फोन घेतलेला नव्हता. आत शिरल्यावर तिनं फोनच्या रिंग्जचे आवाज मोजायला सुरुवात केली. हातातली बॅग आणि त्या सीडी टेबलावर ठेवेपर्यंत दहा रिंग मोजून झाल्या होत्या. कोट टांगेपर्यंत पंधरा रिंग झाल्या होत्या. शेवटी सतराव्या रिंगला पलीकडून फोन उचलला गेला. तोपर्यंत इकडे लॉरीच्या नाडीचा वेगच दीडशेपर्यंत पोहोचलेला होता.

''हॅलो?'' लेटिशियानं कंटाळलेल्या आवाजात म्हटलं. तिनं प्रयत्नपूर्वक आवाज शांत ठेवल्याचंही जाणवत होतं.

''सगळं काही ठीक ना?'' लॉरीनं आता उगाचच विचारलं, कारण लेटिशियाच्या आवाजावरूनच तिला जाणवलेलं होतं, की सगळं काही व्यवस्थित चालू आहे.

"हो."

"फोन उचलायला इतका वेळ का लागला?"

"त्याचं कारण असं, की आम्ही सध्या बाथ घेतोय. जेजेनं डायपर एकदम घाण करून टाकला, त्यामुळे त्याला अंघोळ घालणंच भाग होतं."

पुन्हा एकदा लॉरीला जरासं लाजल्यासारखं झालं. "तुला एवढंच सांगायला फोन केला, की आम्ही तासाभरात घरी येऊ."

"ठीक आहे. आम्ही इथेच असू."

"आणि डिनरचं काय?"

"आता पुढचा कार्यक्रम तोच आहे."

"जेजेला म्हणावं, आम्हाला तुझी आठवण येते."

"सांगेन त्याला." लेटिशियानं कोरडेपणानं म्हटलं.

लॉरीनं जरासं चिडून फोन बंद केला. लेटिशियाला आपण सारखे कॉल केल्यानं त्रास होत असेल हे मान्य आहे; पण आपलाही आजचा एवढ्या मोठ्या रजेनंतरचा पहिलाच दिवस आहे, हे तिनंही लक्षात नको का घ्यायला? पण तिचाही आजचा पहिलाच दिवस आहे. सारखे कॉल्सच घेत बसली, तर दीड वर्षाच्या जेजेकडे कसं लक्ष देणार ती?

एक निःश्वास सोडून ती टेबलाशी बसली, आणि तिनं जॅकनं सांगितलेली लॅबची चिठ्ठी उचलली. त्यात त्या अनोळखी आशियाई माणसाच्या रक्तातल्या अल्कोहोलचं प्रमाण ०.०३ टक्के असल्याचं दिलं होतं– म्हणजेच ते कायद्यानं घालून दिलेल्या मर्यादेपेक्षाही बरंच कमी होतं; पण ते शून्य नव्हतं. याचा अर्थ त्या माणसानं मृत्यूपूर्वी दोन-एक तासात एखाद दुसरं ड्रिंक घेतलेलं होतं. आता या गोष्टीचा त्याच्या मृत्यूशी सुतराम संबंध असणं शक्य नाही, तिनं मनात म्हटलं.

ती चिठ्ठी त्या केसच्या फाईलमध्ये घालत असतानाच लॉरीचं लक्ष की-बोर्डवर ठेवलेल्या एका साध्या पांढऱ्या कागदी पाकिटाकडे गेलं. त्यावर तिचं संपूर्ण नाव छापलेलं होतं : डॉ. लॉरी मॉंटगोमेरी -स्टेपल्टन. पाकिटाच्या पुढच्या भागावर मार्लीननं एक 'पोस्ट इट' नोट चिकटवून त्यावर लिहिलेलं दिसत होतं, की हे पाकीट तिला रिसेप्शनच्या प्रवेशद्वाराखाली सरकवून ठेवलेलं दिसलं होतं. लॉरीनं पाकीट उघडलं. आत एकच पांढरा कागद होता. तिनं ती कागदाची घडी उलगडून वाचायला सुरुवात केली. लिहिणाऱ्याचं नाव, सही, काहीच नव्हतं की वर कुठे तारीखही नव्हती.

"डॉक्टर,

मला तुमच्या कामात व्यत्यय आणल्याबद्दल माफ करा, पण ही चिठ्ठी लिहून तुमच्यापर्यंत पोहोचवली नाही, तर वाईट परिणाम होतील, अशी धमकी देण्यात आली होती. मला अशी माहिती देण्यात आली आहे, की काही अत्यंत वाईट

प्रवृत्तीच्या लोकांची इच्छा आहे, की ए-ट्रेनच्या सब-वे प्लॅटफॉर्मवर नैसर्गिक मृत्यू आलेल्या त्या अशियाई माणसाच्या केसचा शोध तुम्ही ताबडतोब थांबवावा. हे जर तुम्ही त्वरित केले नाही, तर तुम्हाला आणि तुमच्या कुटुंबाला भयंकर गंभीर परिणाम भोगावे लागतील. या इशाऱ्याबद्दल पोलिसांशी संपर्क साधल्यासही असेच भयंकर गंभीर परिणाम होतील. वेळीच शहाण्या व्हा. तुमचा किमती वेळ या केसवर वाया घालवू नका.''

चिठ्ठी पहिल्यांदा वाचल्यावर लॉरी मनातून चरकली; पण नंतर एक कल्पना डोक्यात येऊन तिच्या ओठांवर एक पुसटसं हसू उमटलं, आणि तिनं ती चिठ्ठी पुन्हा एकदा नीट वाचली. चिठ्ठी तिसऱ्यांदा वाचल्यावर तर तिला हसूच फुटलं. तिच्या लक्षात आलेलं होतं, की हा असला खोडसाळपणा जॅकनंच केलेला असणार. अशा खोड्या काढण्याची त्याला अधूनमधून ऊर्मी येत असे. शिवाय तिनं त्य केसचा इतका विचार करू नये, असंही त्याचं म्हणणं होतं. ती जसजसा विचार करत होती, तसतशी तिची खात्रीच पटत चालली, की हा उद्योग जॅकचाच असणार. तेवढ्यात तिला आठवलं, की आत्ताच तर त्यानं आपल्याला विचारलं होतं, की तू तुझ्या ऑफिसमध्ये जाऊन आलीस का. आता तो आपली वाटच बघत असेल, की ही चिठ्ठी वाचून आपली भीतीनं गाळण उडून आपण धावतधावत त्याच्याकडे जाऊ. तिनं आणखी एकदा ती चिठ्ठी वाचली आणि ती मोठ्यानं हसली. काय हा बालिशपणा! दुसऱ्या कोणाला जर आपण ही केस तशीच पास करावी असं वाटत असतं, तर त्यांनी मुद्दाम या केसचा चिठ्ठीत उल्लेख कशाला केला असता? त्यामुळे आपला निश्चय डळमळीत होण्याऐवजी उलट आणखी बळावणार नाही का?

ही चिठ्ठी जॅकनंच लिहिली असेल अशी खात्री पटल्यावर लॉरी विचार करू लागली, की आता पुढे काय करायचं. सरळ जॅकला जाऊन विचारावं का? पण नको, ते बरं दिसणार नाही, शिवाय त्याचा आपली खोडी काढण्याचा उद्देश निदान काही अंशी तरी सफल होईल. त्यापेक्षा गप्प राहावं, चिठ्ठीचा उल्लेखच टाळावा, आणि बघावं, की जॅकची प्रतिक्रिया काय होते. शिवाय आपण चिठ्ठी वाचलीय की नाही, हेही त्याला कळणार नाही. त्यानं आणखी मजा येईल. तिनं ती चिठ्ठी पाकिटात परत घालून टेबलाच्या मधल्या ड्रॉवरमध्ये ठेवून दिलं.

ती पुन्हा त्या केसच्या फाईलकडे वळली. फाईलमध्ये केसचे आतापर्यंतचे सगळे कागदपत्र होते. केसचं वर्कशीट, अर्धवट भरलेला मृत्यूचा दाखला, वैद्यकीय – कायदेविषयक कागदपत्रांची यादी, ऑटोप्सीनंतर तिनं भरलेली दोन पानी माहिती, मृत्यूची सूचना कशी मिळाली त्याचे कागदपत्र, आयडेंटिफिकेशन शीट, एमएलआयनं केलेल्या शोधकार्याचा रिपोर्ट, ऑटोप्सी रिपोर्ट, आणि मृतदेहाचे एक्स रे, बोटांचे

ठसे आणि फोटो घेण्यात आल्याची माहिती देणारा एक कागद. फाईलमध्ये फोटोही होते, ते लॉरीनं बाहेर काढले. एक फोटो समोरून घेतलेला पूर्ण मृतदेहाचा होता, एक पाठीमागून घेतलेला होता, आणि एक बाजूचा – प्रोफाईल फोटो होता. हे फोटो तिनं बॅगेत ठेवले, कारण घरी जाऊन ती त्या प्लॅटफॉर्मवरच्या सीसीटीव्हीचां थोडं तरी रेकॉर्डिंग बघणार होती, आणि त्या वेळी त्या रेकॉर्डिंगमधून त्या मृत आशियाई माणसाला ओळखण्यासाठी तिला या फोटोंची गरज भासणार होती. तेवढ्यात तिला एक कल्पना सुचली. आपल्याला जे सात-आठ तासांचं व्हिडिओ रेकॉर्डिंग बघावं लागणार आहे. ते थोडं कमी करता येतंय का, हे बघू या, तिनं मनात म्हटलं. फाईलमधून तिनं नाईन-वन-वन ला खबर देणाऱ्या त्या सजग नागरिकाचा– रॉबर्ट डीलाक्रोचा फोन नंबर शोधून काढला आणि त्याला फोन केला. नशीब म्हणजे, त्यानं लगेच तो उचलला. लॉरीनं आपलं नाव सांगितलं आणि त्याला पुन्हा त्रास देत असल्याबद्दल त्याची क्षमा मागितली.

"छे, छे. त्रास कसला त्यात?" रॉबर्टनं म्हटलं, "माझ्या मनातली अपराधी भावना कमी करण्यासाठी तुम्हाला हवी ती मदत करायला तयार आहे मी."

"तुम्ही मला हे सांगू शकता का, की जेव्हा तो आशियाई माणूस प्रॉब्लेममध्ये आला, तेव्हा तुम्ही प्लॅटफॉर्मवर नेमके कुठे होतात?"

"अरे बाप रे!" त्यानं प्रसंग आठवत म्हटलं. "प्लॅटफॉर्मवर इतकी गर्दी होती, की मला जिन्यापासून फारसं दूर जाताच आलं नाही."

"तुम्हाला दोन्ही बाजूंपैकी कुठल्याही बाजूचं प्लॅटफॉर्मचं शेवटचं टोक दिसू शकत होतं का?"

"नाही. बहुधा नाहीच."

"म्हणजे तुम्ही प्लॅटफॉर्मच्या मधल्या भागात कुठे तरी होतात, असंच ना? मला वाटतं हेच बरोबर असेल."

"हो, बहुतेक. तसं म्हणायला हरकत नाही."

त्याचे मनापासून आभार मानून लॉरीनं फोन बंद केला. आता मात्र ती घरी जाण्यासाठी अधीर झाली होती. तिनं विचार केला, आपण जॅकची वाट बघत इथेच बसण्यापेक्षा त्याच्या ऑफिसातच का जाऊ नये? निदान त्यामुळे तो त्याचा रिपोर्ट आणखी भराभर तरी पूर्ण करेल.

१४

मार्च २५, २०१०

गुरुवार, संध्याकाळी ५.३०

"कामात आहेस?" बेन कोरीच्या ऑफिसच्या उघड्या दारातून आत डोकावत कार्ल हॅरिसनं विचारलं.

टेबलावर एक बायोमेडिकल मासिक वाचत बसलेल्या बेननं मान वर करून बघितलं. अशा रोज येणाऱ्या मासिकांचा एक गठ्ठा त्याच्या टेबलावर होता. आयपीएस यूएसएसाठी स्टेम सेल्सच्या विज्ञानात होणाऱ्या सगळ्या घडामोडींची ताजी माहिती असणं फार महत्त्वाचं होतं. त्यामुळेच कंपनी 'बौद्धिक मालमत्ते'वर आपलं नियंत्रण कायम राखून आणखी वाढवू शकणार होती. अशी मासिकं वाचणं हेच एक पूर्ण वेळेचं काम होतं.

"तुझ्यासाठी नेहमीच मोकळा वेळ असतो माझ्याकडे. बोल, काय झालं?"

"तुझी आज सकाळची मायकेलबरोबरची मीटिंग कशी झाली, ते हवं होतं मला."

"अं... संमिश्र स्वरूपाची झाली असं म्हणेन मी."

"म्हणजे?"

"म्हणजे, आमची मीटिंग चांगली झाली; पण आमच्या मीटिंगमध्ये जे बोलणं झालं, त्यानुसार मायकेल विनी डॉमिनिक आणि यामागुची-गुमी गँगचा बॉस साबोरू फुकुदा, या दोघांशी बोलायला गेला. आता थोड्या वेळापूर्वीच मायकेलचा मला

फोन आला होता. त्यानं असं सांगितलं, की त्यांच्याशी आयपीएस रॅपिड कंपनीबद्दल बोलणं झालं आणि ती चर्चा चांगली झाली. त्यानं सांगितलं, की विशेषतः सातोशीबरोबरच्या आपल्या करारानंतर ते दोघं त्यांची इक्विटी वाढवण्यासाठी आणखी पैसे गुंतवण्यासाठी उत्सुक दिसले. त्यामुळे पैशाच्या दृष्टीनं सगळी परिस्थिती उत्तम दिसतेय. त्यामुळे आपल्याला आता एकच गोष्ट ठरवायचीय, की ती कंपनीच विकत घ्यायची, की त्यांचं लायसन्स घ्यायचं? त्या बाबतीत तुझी प्रगती काय म्हणते?''

''मी माझा तपास सुरू केलाय. ती कंपनी पुरेसं ट्रॅक रेकॉर्ड असण्याइतका मोठा काळ धंद्यात नाही, अजून ती तशी नवीनच आहे; पण या क्षणी तरी मी तुला लायसन्स घेण्यापेक्षा कंपनी विकत घेण्याचाच सल्ला देईन. त्यांनी ज्या पेटंटसाठी अर्ज केलाय ते जर त्यांना मिळालं, तर ते एक मोठंच काम असेल, आणि त्यामुळे आपल्याला खटला भरावा लागेल, की त्यांचं पेटंट आपल्या पेटंटवर अतिक्रमण करतंय. हे मी वकिलांनाही विचारलंय, आणि पॉलीन माझ्याशी सहमत आहे. आपले हे दोन 'एंजल्स' आपल्यामागे उभे आहेत हे एका अर्थी बरंच आहे, असं मला वाटतं.''

''मलाही तसंच वाटतंय.'' बेननं म्हटलं, ''पण आपल्याबरोबरच्या संबंधांमध्ये बदल करायला मात्र ते नाखूष आहेत.''

''पण आपल्याला जर त्यांच्याकडून आणखी गुंतवणूक हवी असेल, तर आपण त्यांच्याबरोबरचे संबंध इतक्यात बदलायचेच नाहीत.''

''बरोबर आहे; पण भविष्यकाळातसुद्धा त्यांना दूर करण्याचे परिणाम चांगले होणार नाहीत, असा माझा अंदाज आहे.''

''मला वाटतं, आपली आयपीओ काढण्याची तयारी होईपर्यंत आपण थांबायला हरकत नाही.''

''हं, हा तुझा मुद्दा एकदम चांगला आहे.''बेननं म्हटलं, ''त्या वेळी आपल्याकडे आपली अंदाजित आकडेवारी तयार असेल. त्यामुळे आयपीओमुळे त्यांना किती फायदा होऊ शकेल, हे आपण त्यांना दाखवून देऊ शकू. आणि ते जर आपल्यापासून दूर झाले नाहीत, तर आपण आयपीओ काढूच शकणार नाही, हे आपण त्यांना पटवून देऊ.''

''ही कल्पना मात्र छान आहे.'' कार्लनं उठत म्हटलं, ''बरं आणखी थांबणार आहेस का? साडेपाच वाजलेत, म्हणून विचातोय.''

बेननं मासिकांच्या त्या गठ्ठ्याकडे हात केला. ''मला वाटतं अजून तासभर थांबेन मी. यातली आणखी काही मासिकं वाचायला हवीत. शिवाय मी आता बाहेर पडलो, तर मी इतक्या प्रचंड रहदारीत सापडेन, की घरी जाण्यातच कितीतरी वेळ

फुकट जाईल.''

''ओके. मग उद्या सकाळी भेटू.'' कार्ल वळून दाराकडे निघाला.

''थांब, जरा!'' बेननं मोठ्यानं म्हटलं.

कार्ल थबकून पुन्हा मागे वळला.

''अरे, तुला आज सकाळपासून सातोशी दिसलाय का? मी त्याच्यासाठी कोलंबियात लॅबची सोय केलीय, शिवाय या कागदपत्रांवर त्याच्या सह्या हव्या आहेत मला; पण मला वाटतं आज तो आलेलाच नाही.''

कार्लनं नकारार्थी मान हलवली. ''मला तरी तो दिवसभरात दिसलेला नाही. तू फोन करून बघितलास का त्याला?''

''पाच-सहा वेळा फोन केला त्याला; पण मला वाटतं त्यानं तो बंद केलेला आहे, कारण कॉल थेट व्हॉईसमेलवर जाताहेत.''

''मागे तो मला ट्रिपला जाणार असल्याचं बोलला होता. कदाचित तसा ट्रिपला गेला असेल.''

''म्हणजे?''

''दोन दिवसांपूर्वी त्यानं मला विचारलं होतं, की वॉशिंग्टन डीसीला गेलं तर कुठे उतरायचं. कुटुंबालाही घेऊन जाणार असल्याचं बोलला होता तो.''

''शिट!'' बेननं स्वतःशीच मान हलवत म्हटलं.

''का? काय झालं?''

''मागेही एकदा असंच वागला होता तो. अख्ख्या कुटुंबासकट एक आठवडा गुल झाला होता. आल्यावर मला सांगितलं त्यानं, की आम्ही नायगारा बघायला गेलो होतो.''

''हं. तसा त्यालाही दोष देता येणार नाही. आयुष्यात पहिल्यांदा मुक्तता, स्वातंत्र्य अनुभवतोय तो.''

''ते सगळं ठीक आहे.'' बेननं तिरकसपणे म्हटलं, ''पण मला इथे एखाद्या नाठाळ पोराच्या बापासारखी त्याची काळजी करत बसावं लागतंय, त्याचं काय?''

''अरे, जरा पॉझिटिव्ह विचार करू या आपण. कदाचित तो उद्या सकाळी येईलही.''

''पॉझिटिव्ह थिंकिंग वगैरे सगळं ठीक आहे; पण मला मात्र आतूनच असं का वाटतंय, की तो उद्याही येणार नाही?''

१५

मार्च २५, २०१०

गुरुवार, संध्याकाळी ६.२२

अगदी नव्या कोऱ्या वाटणाऱ्या त्या टॅक्सीत मागच्या सीटवर जॅकच्या शेजारी बसलेली लॉरी घरी परतायला इतकी अधीर झालेली होती, की ती टॅक्सी पुढे जात असताना मागे पडणारे स्ट्रीट क्रमांक मोजत होती. म्युझियम ऑफ नॅचरल हिस्ट्री मागे पडलं, नंतर एटीसिक्स्थ स्ट्रीटही गेली. तिची आतुरता क्षणाक्षणाला वाढतच होती. शेजारी बसलेला जॅक तिला एका केसबद्दल सांगत होता; पण तिचं तिकडे लक्षच नव्हतं. कधी एकदा जेजेला कडेवर घेते, असं तिला झालेलं होतं. ती काहीच प्रतिसाद देत नव्हती, तरी जॅक बोलतच होता.

"तुम्ही तो घराचा नंबर काय सांगितला होतात?'' टॅक्सी ड्रायव्हरनं मध्येच विचारलं.

जॅकचं वाक्य मध्येच तोडून लॉरीनं घराचा नंबर सांगितला. तेव्हा कुठे जॅकची बोलण्याची तंद्री भंग पावली. "ऐकतेयस ना तू?'

लॉरी अधीरतेनं पुढे वाकून त्यांचं घर ज्या रस्त्यावर होतं, तो जवळ येताना बघत होती. टॅक्सी डावीकडे त्या रस्त्यावर वळली, तेव्हा ती पुन्हा मागे टेकून बसली.

"तू ऐकतेयस ना माझं?'' जॅकन पुन्हा विचारलं.

"नाही.'' लॉरी स्वतःशीच बोलल्यासारखं तोंडातल्या तोंडात पुटपुटली. रस्त्याच्या उजव्या बाजूला जॅकनं दहा वर्षांपूर्वी दुरुस्ती करून चांगलं केलेलं क्रीडांगण होतं. शेजारीच बास्केटबॉलचं क्रीडांगण होतं, तिथे त्यानं स्वतःच्या

खर्चानं दिवे बसवून घेतले होते. तिथे तरुण मुलं बास्केटबॉल खेळताना दिसत होती. त्यानं क्रीडांगणावर स्वतःच्या खर्चानं लहान मुलांना खेळण्यासाठी एक छोटेखानी, खास भागही केलेला होता. तिथे घसरगुंड्या, झोपाळे आणि एक मोठी सँडबॉक्सही बसवली होती.

"मी सांगतोय ते तू ऐकतेयस का, असं विचारलं मी तुला." जॅकनं तिसऱ्यांदा विचारलं.

"खोटं बोलू का खरं ते सांगू?"

"खोटं बोललीस तरी चालेल. त्यामुळे मी निदान दुखावला तरी जाणार नाही."

टॅक्सी त्यांच्या नूतनीकरण केलेल्या विटांच्या दुमजली घरासमोर पुरती थांबायच्या आधीच लॉरीनं टॅक्सीचं दार उघडलं आणि बॅग सावरत ती धावतच घरात शिरली. "तेवढे टॅक्सीचे पैसे दे, प्लीज." धावताधावता जेमतेम मागे वळत तिनं जॅकला म्हटलं. घरात शिरल्याबरोबर अंगातला कोटही न काढता ती वेगानं जिन्याच्या पायऱ्या चढत दुसऱ्या मजल्यावरच्या किचनकडे निघाली.

लेटिशियानं पुढचं दार उघडल्याचा आवाज ऐकलेला होता. जेजेला कडेवर घेऊन तीही लगबगीनं जिन्याकडे आली, तेवढ्यात लॉरी जिना चढून वर पोहोचलीसुद्धा होती. लेटिशिया ही आकर्षक, सडसडीत बांध्याची आफ्रिकन-अमेरिकन तरुणी होती. विशीतल्या लेटिशियाचे केस काळेभोर, भरघोस होते. आणि तिच्या चेहऱ्यावर कायम एक गोड स्मित विलसत असे. चांगली हुशार होती ती, आणि स्पष्टवक्ती होती. जॅकबरोबर कायम बास्केटबॉल खेळणाऱ्या वॉरन विल्सन या त्याच्या जिवलग दोस्ताची ती चुलत बहीण होती. सुंदर, बांधेसूद शरीराची ठेवण हे त्यांच्या घराण्याचं एक वैशिष्ट्य होतं, आणि हा गुण लेटिशिया विल्सनमध्ये पुरेपूर उतरलेला होता. आपलं यौवन सहज उठून दिसेल असेच तंग कपडे ती घालायची. कॉलेज शिक्षण पूर्ण झाल्यावर आता पुढे काय करायचंय, हे तिचं अजून नक्की ठरत नव्हतं. त्यामुळे ती घरीच असे. त्यामुळेच वॉरननं तिला लॉरी आणि जॅकच्या जेजेला सांभाळण्याचं काम करशील का, असं विचारलं होतं.

"हाय!" लॉरीनं अत्यंत प्रेमानं जेजेला लेटिशियाच्या कडेवरून घेण्यासाठी हात पुढे केले; पण जेजे मात्र या अचानक हल्ल्यानं गांगरला, आणि त्यानं लेटिशियाला घट्ट मिठी मारली. तिच्या अंगातल्या टॉपची त्याची बालमिठी सोडवण्याचा त्या दोघी प्रयत्न करू लागल्या; पण तो मात्र रडू लागला.

पुढच्याच क्षणी आईची ओळख पटल्याबरोबर त्यानं रडणं थांबवून लॉरीकडे झेप घेतली; पण वेळेपर्यंत व्हायचं ते नुकसान होऊन गेलेलं होतं. लॉरीला थोडा वेळ नाही म्हटलं तरी हिरमुसल्यासारखं झालं.

या प्रकारानं त्या दोघी मोठ्यानं हसू लागल्या, तेवढ्यात जॅकही पायऱ्या चढून वर आला. लॉरीनं एकापाठोपाठ केलेल्या कॉल्समुळे तिच्यावर चिडल्याबद्दल लेटिशियानं तिची माफी मागितली. "तुमच्या प्रत्येक कॉलची वेळ नेमकी अशी असायची, की जेजेनं काहीतरी केल्यामुळे कॉल घ्यायला मला वेळच नसायचा." तिनं म्हटलं, "आता शेवटी आलेल्या कॉलच्या वेळीसुद्धा मी त्याला अंघोळ घालत होते. त्याला पाण्यातच खेळायचं होतं. त्यामुळे तुमचा फोन आला, तो घेण्याआधी मला त्याला पाण्यातून बाहेर काढून टॉवेलमध्ये गुंडाळावं लागलं. तेव्हाच मी कॉल घेऊ शकले."

"उद्या मी तुला एवढा त्रास देणार नाही." लॉरीनं म्हटलं, "बरोबर आहे तुझं. मला त्याच्यापासून दूर राहावं लागण्याचा जेवढा त्रास होतो, तेवढा त्याला होत नाहीसं दिसतंय."

"खरंय तुम्ही म्हणता ते" लेटिशियानं मान डोलावली. "दिवसभर तो थोडासुद्धा रडला नाही. मस्त मजेत होता तो. पार्कमध्ये तर मजा केली आम्ही."

जॅकनं जेजेला लॉरीकडून घेण्याचा प्रयत्न केला; पण आता जेजे लॉरीला चिकटून बसला. त्या दोघी हे बघून मोठ्यानं हसल्या. शेवटी जॅकला प्रयत्न सोडून द्यावा लागला. त्यानंही हसत जेजेकडे बघत म्हटलं, "आता तू बस तुझ्या मम्मीला चिकटून. पण थोड्या वेळानं माझीही पाळी येईलच बघ." त्यानं लेटिशियाला 'बाय-बाय' केलं आणि आपण वॉरनबरोबर बास्केटबॉल खेळायला जात असल्याचं लॉरीला सांगून तो गेला.

"जवळजवळ रोजच रात्री खेळतात ते." लॉरीनं तक्रारीच्या सुरात म्हटलं.

थोडा वेळ आणखी गप्पा मारून उद्या सकाळी किती वाजता यायचं, ते विचारून लेटिशिया जायला निघाली. जेजेचा पापा घेऊन त्याला हात हलवून 'बाय-बाय' केल्यावर ती निघून गेली.

आता घरात फक्त लॉरी आणि जेजे होते. जवळजवळ तासभर त्याच्याशी खेळल्यावर तिनं त्याला त्याच्या छोट्याशा खुर्चीवर बसवलं, आणि नंतर स्वतः आणि जॅकसाठी रात्रीसाठी हलकं खाणं बनवलं– सॅलड, चीज आणि ब्रेड. नंतर तिनं जेजेला त्याच्या पाळण्यात झोपवलं, आणि त्याला हलकेहलके झोका देत बसली. आज जेजे नेहमीसारखा त्रास न देता लवकर झोपला. त्यामुळे तिलाही बरं वाटलं.

जेवण वगैरे आवरून जॅक आणि लॉरी त्यांच्या स्टडी रूममध्ये आले. जॅकला गोळीबाराच्या जखमांबाबतची काही फॉरेन्सिक्सची माहिती वाचायची होती. लॉरीनं कॉम्प्युटर सुरू करून सब-वे प्लॅटफॉर्मवरच्या सीसीटीव्ही रेकॉर्डिंगची एक सीडी घातली. यातून आपल्याला काय मिळणार याची तिला फारशी कल्पना नव्हती.

कॉम्प्युटरशेजारी तिनं त्या अनोळखी आशियाई माणसाचे तीन फोटो ठेवले.

"मला अजूनही वाटतं, की हे बघण्यात तू वेळ वाया घालवू नयेस." जॅकनं म्हटलं.

"वाटणारच तुला." लॉरीनं म्हटलं. तिला त्या धमकीच्या चिठ्ठीची आठवण झाली. "का बरं? यात काही धोका वगैरे असं वाटतंय का तुला?"

"धोका?" जॅकनं गोंधळून जाऊन विचारलं, "कसला धोका? मला एवढंच म्हणायचंय, की तुला या रेकॉर्डिंगमध्ये काहीही मिळालं तरी त्याचा तुझ्या केसच्या अंतिम निष्कर्षावर कसलाही परिणाम होणार नाही. त्याला आकडी आलेली असो वा नसो, तू त्याच्या मेंदूची काळजीपूर्वक तपासणी करणारच आहेस."

"असं?" लॉरीनं डीव्हीडी ड्राईव्ह सुरू केला.

"ठीक आहे. तुला हवं ते कर." जॅकनं म्हटलं. तिला वेळ वाया घालवायचाच असेल, तर घालवू दे.

लॉरीसमोर पहिला स्क्रीन आला, तो मेनूचा होता. एकापासून नऊपर्यंत क्रमांकांचे कॅमेरे क्रमवार लावलेले होते. तिनं एक नंबरच्या कॅमेऱ्यावर क्लिक करताच स्क्रीनवर दृश्य दिसू लागलं. व्हिडिओच्या चित्राचा दर्जा फारसा चांगला नव्हता, वाईड अँगलच्या दृश्यात तर चित्रातल्या प्रतिमा निश्चितपणे एकमेकीत मिसळत होत्या, आणि तिला जसं वाटलं होतं तसंच त्यांच्यामध्ये ठिपके दिसत होते. तिनं दृश्याचा वेग कमी केला, तेव्हा चित्रं जरा जास्त बरी दिसू लागली; पण ही सुधारणासुद्धा नक्कीच पुरेशी नव्हती. "मी शेजारच्या खोलीत जाते."लॉरीनं म्हटलं. "आणि निदान तिथल्या एचडी टीव्हीवर तरी हे चांगलं दिसतंय का ते बघते."

"गुड लक!" जॅकनं पुस्तकातून डोकंही वर न काढता म्हटलं.

लॉरीनं एचडीटीव्ही सुरू करून डीव्हीडी प्लेअरमध्ये ती डिस्क सरकवली. इथे मात्र दृश्यं बरीच जास्त चांगली दिसत होती. त्या अनोळखी प्रेताचे फोटो शेजारच्या कोचावर ठेवून तिनं पाय कॉफीच्या टेबलावर ठेवले, आणि पुढची वीस मिनिटं ती दृश्यं बघत बसली. एकेक ट्रेन येऊन थांबत होती, लोक चढत-उतरत होते, गर्दी वाढत होती. कधी थोडी कमीही होत होती. तिच्या अपेक्षेप्रमाणेच पुन्हापुन्हा होत असलेल्या या गोष्टी बघणं कंटाळवाणं होतं. इतक्यात एका दृश्यानं ती एकदम जागी झाली. अंगापेक्षा कितीतरी ढगळ कपडे घातलेला एक तेरा-चौदा वर्षांचा मुलगा तिला दिसला. मुद्दाम होऊन त्यानं एका पेपर वाचत उभा असलेल्या मध्यमवयीन गृहस्थाला धक्का दिला. त्याच क्षणी त्या माणसाच्या खिशातून त्याचं पैशाचं पाकीट इतक्या वेगानं बाहेर आलं, की लॉरीनं दृश्य थांबवलं, थोडं मागे नेलं आणि एक एक फ्रेम करत ती ते हळूहळू पुढे नेऊ लागली.

"माय गॉड." लॉरीनं आश्चर्यानं म्हटलं. आणि ते दृश्य बघयायला जॅकला हाक मारली. त्यानं ते पाहिलं, आणि त्यालाही तिच्यासारखाच आश्चर्याचा धक्का बसला.

"काय करू रे या पोराचं?" लॉरीनं विचारलं.

"अं– मला तुझ्या उत्साहावर थंड पाणी ओतायचं नाही; पण जरी तू ही चोरी पोलिसांना कळवलीस, तरी त्यातून काही निष्पन्न होईलसं वाटत नाही. पोलिसांपुढे याच्यापेक्षा कितीतरी जास्त गंभीर समस्यांचा भला मोठा पहाड उभा आहे."

तरीही लॉरीनं पडद्यावर दिसत असलेली वेळ आणि कॅमेऱ्याचा नंबर एका फोटोच्या पाठीमागे लिहून ठेवला. 'उद्या सकाळी हे मर्फीला देऊ आपण,' तिनं मनात म्हटलं. 'त्यालाच काय करायचं ते ठरवू दे.'

एक नंबरच्या कॅमेऱ्याचं व्हिडिओ शूटिंग तिनं संपवलं आणि मनात जरा विचार केला. हे कॅमेरे एक, दोन, तीन अशा क्रमानंच प्लॅटफॉर्मवर ठेवले असायला हरकत नाही. म्हणजे चार नंबरचा कॅमेरा बहुधा प्लॅटफॉर्मच्या मध्यावर असावा. आणि रॉबर्ट डीलाक्रोनंही असंच सांगितलं होतं, की त्यानं जेव्हा त्या अनोळखी माणसाला पाहिलं होतं, तेव्हा तो प्लॅटफॉर्मच्या मध्यावरच होता.

तिनं चार नंबरच्या कॅमेऱ्यानं टिपलेली दृश्यं बघायला सुरुवात केली. थोड्याच वेळात जॅक खोलीच्या दाराशी आला. "मी आता बेडमध्ये पडून वाचणार आहे."

"ओके." लॉरीनं व्हिडिओ थांबवत म्हटलं. तिला पक्कं ठाऊक होतं, की जॅक बेडवर पडून वाचणार म्हणजे काय करणार, तर दोन मिनिटांत झोपी जाणार. "उद्या सकाळी भेटू." तिनं म्हटलं.

आपण काय करणार हे तिला समजल्याचं जॅकच्या लक्षात आलं, आणि त्यालाही हसू आलं. आत येऊन त्यानं वाकून तिचं हलकंसं चुंबन घेतलं, "हे बघत रात्रभर जागू नकोस, बरं का." त्यानं हलकेच दटावलं. "नाहीतर सकाळी मी तुला उठवूच शकणार नाही."

"नाही. आणखी थोडाच वेळ बघते."

चार नंबरच्या कॅमेऱ्याने टिपलेली दृश्यं संपवून तिनं पाचवा कॅमेरा सुरू केला. काही मिनिटं ती दृश्यं बघितल्यावर एका क्षणी ती खडबडून जागी झाली, तेव्हा कुठे तिला कळलं, की आपल्याला डुलकी लागली होती. दृश्यं बघताना कसलेही आवाज येत नव्हते, आणि पुन्हापुन्हा तीच दृश्यं बघणं तसंही गुंगी आणणारंच होतं. आपल्याला केव्हा डुलकी लागली हे तिला समजलेलं नव्हतं, त्यामुळे आपलं कुठे बघायचं राहून गेलं असं व्हायला नको, म्हणून तिनं पुन्हा व्हिडीओ सुरुवातीच्या ठिकाणी आणला आणि पाचव्या कॅमेऱ्याचं रेकॉर्डिंग पहिल्यापासून बघायला सुरुवात केली.

निदान हा कॅमेरा तरी संपेपर्यंत बघू या, असा विचार करून ती मोठ्या कष्टांनी डोळे उघडे ठेवायचा प्रयत्न करत होती. आणि अचानक ती एकदम सावध होऊन, ताठ बसून पाहू लागली. तिला दृश्याच्या काहीसं डावीकडे तो माणूस– म्हणजे तो मरण आलेला अनोळखी माणूस दिसला. चटकन तिनं रिमोटचं 'पॉज' बटन दाबून ते चित्र स्थिर केलं. त्या क्षणी तो माणूस पुढे जाताजाता मान वळवून, प्लॅटफॉर्मवर उतरणाऱ्या जिन्याकडे बघत होता. बहुधा तो त्याच जिन्यावरून उतरलेला असावा; पण तो अगदी प्लॅटफॉर्मच्या कडेशी येईपर्यंत तिनं त्याला ओळखलेलं नव्हतं. शेजारी ठेवलेले त्या प्रेताचे फोटो उचलून तिने तो प्रेताचा चेहरा आणि पडद्यावरच्या त्या माणसाचा चेहरा जुळतोय का, हे बारकाईनं बघितलं. आणि तिची अगदी पूर्ण नाही, तरी बऱ्यापैकी खात्री पटली, की हा तोच माणूस आहे. शिवाय पडद्यावर दिसणारी वेळही जुळत होती. ती वेळ नाईन-वन-वनच्या डीलाक्रोच्या कॉलच्या वेळेच्या काही मिनिटं आधीची होती. लॉरीनं सावकाश व्हिडिओ मागे न्यायला सुरुवात केली. पडद्यावर तो माणूस जिन्यावरून उलटा चढत वर गेला. नंतर ती एक एक फ्रेम करत दृश्य पुढे न्यायला लागली. एक एक फ्रेम बघतानासुद्धा तिच्या लक्षात येत होतं, की तो माणूस धावतोय. वाटेत येणाऱ्या लोकांना तो धडकत होता– म्हणजेच बाकीचे लोक त्याच्यापेक्षा कमी वेगानं हलत होते. गाडी अजून आलेली दिसत नव्हती.

पडद्यावरून तो माणूस दिसेनासा होईपर्यंत लॉरीनं पुन्हा दृश्य एक एक फ्रेम करत मागे नेलं. आतापर्यंत फक्त एकच गोष्ट तिला समजलेली होती, की त्या माणसाच्या हातात एक कसल्यातरी प्रकारची कॅनव्हासची बॅग होती. मागे टेकून बसत तिनं व्हिडिओ नेहमीच्या वेगानं पुढे न्यायला सुरुवात केली. आता मात्र तो माणूस खरोखरच पळताना दिसत होता. "अरे! गाडी चुकवायची नाही असा चंगच बांधलेला दिसतोय यानं." तिनं स्वतःशीच, पण मोठ्यानं म्हटलं. आता लोकांना बसणारे त्याचे धक्केही जास्त चांगले दिसत होते.

तो तसाच गर्दीत पुढे जात होता. काही लोक चिडून त्याच्याकडे बघत होते. एकानं तर त्याचा हातही धरला; पण झटक्यात हात सोडवून घेऊन तो तसाच पुढे गेला. अधूनमधून तो सारखा मान वळवून मागे बघत होता– कोणीतरी पाठलाग करत असल्यासारखा.

"अरे! याचा कोणीतरी पाठलाग करतंय." लॉरीनं मोठ्यानं म्हटलं, आणि ती आणखी पुढे झुकून बसली. खरोखरच पडद्यावर आणखी दोन आशियाई माणसं भराभर जिना उतरत आली, आणि त्या आधीच्या माणसासारखीच धक्के मारत, गर्दीतून वाट काढत पुढे निघाली. त्यांच्यापैकी एकाच्या हातात छत्री होती, तर दुसऱ्याकडे काहीच नव्हतं. लॉरी उत्सुकतेनं बघत होती. पाठलाग करणारे ते दोघं

पहिल्या माणसांपर्यंत पोहोचले, तेवढ्यात गाडीही प्लॅटफॉर्ममध्ये शिरली. लॉरीला हे तिघंही जेमतेमच दिसत होते, कारण ते बाकीच्या लोकांच्या मानानं बुटके होते. पुढचे काही क्षण गाडीतून लोक उतरत असल्यामुळे प्लॅटफॉर्मवरच्या गर्दीत फारशी हालचाल नव्हती. नंतर जेव्हा हालचाल परत सुरू झाली, तेव्हा त्या पहिल्या माणसाला तो उभा असतानाच आकडी आल्यासारखं दिसत होतं. त्याचं डोकं आणि मान एक प्रकारच्या तालबद्ध रीतीनं कडक होत होती, आणि परत शिथिल होत होती. लोक गाडीत चढू लागले, तसतशी गर्दी होत होती. ते दोघं त्या माणसाला प्लॅटफॉर्मवर आडवं खाली ठेवताना लॉरीला दिसले. आता त्या माणसाची आकडी थांबलेली दिसत होती, आणि ते दोघं त्याच्याजवळ उभे होते. त्या माणसाची कॅनव्हासची बॅग त्यांच्यापैकी एकाच्या हातात होती. याचा अर्थ, त्या माणसाचं पाकीटही त्यांनी त्याला खाली ठेवायच्या आधी काढून घेतलं असणार, हे तिच्या लक्षात आलं. म्हणूनच त्याला जेव्हा ओसीएमईमध्ये आणण्यात आलं, तेव्हा ते त्याच्या खिशात नव्हतं, तिनं मनात म्हटलं.

"माय गॉड!" लॉरीनं स्वतःशी पण मोठ्यानं म्हटलं. "ही तर उघडउघड चोरी झाली." त्या प्लॅटफॉर्मवर पडलेल्या माणसाच्या जवळून लोक जात-येत होते. कोणीही त्याच्यापाशी थांबत नव्हतं, त्याला काय झालंय हे बघत नव्हतं. किती नालायक आहेत आपल्या न्यू यॉर्कमधले लोक! तिनं खेदानं स्वतःशी मान हलवत म्हटलं. तिला फक्त एक माणूस गाडीत चढण्याआधी दाराशी थांबून सेलफोन कानाशी लावताना दिसला. हाच रॉबर्ट डीलाक्रो असेल का? तेवढ्यात तिचं लक्ष त्या दोघा आशियाई माणसांकडे गेलं. निर्विकारपणे ते तिथून निघून जात होते.

लॉरीनं व्हिडिओचं 'पॉज' बटन दाबलं. ती धावतच बेडरूममध्ये गेली. तिला हे सगळं जॅकला दाखवायचं होत– अर्थात तो काय म्हणणार याची तिला कल्पना होतीच. "ओके, ही चोरी असल्यासारखं दिसतंय खरं; पण कदाचित ती नसेलही. कदाचित ती बॅग त्या दोघांपैकी एकाचीही असेल. या सगळ्या गोष्ट किरकोळ आहेत. खरी महत्त्वाची गोष्ट म्हणजे, त्या माणसाच्या ऑटोप्सीत काहीही सापडलं नाही."

लॉरी बेडरूममध्ये आली; पण वाटेतच थबकली. तिचा अंदाज होता तसंच झालेलं होतं. जॅकला गाढ झोप लागलेली होती. तो वाचत असलेलं ते जड पुस्तक त्याच्या छातीवर पडलेलं होतं. तिनं ते हळूच उचलून मिटवलं, आणि शेजारच्या टेबलावर ठेवलं. बेडरूममधल्या त्याच्या डोक्यावरचा दिवा तिनं मालवला. जवळजवळ दररोज रात्री हे असंच चालायचं. जॅकला रात्री बिछान्यावर पाठ टेकताक्षणी झोप लागायची, आणि सकाळीही तितक्याच सहज जाग यायची. लॉरीला मात्र झोप लागायला, आणि त्यामुळे जाग यायलाही कायम वेळ लागत असे.

परत जाऊन लॉरीनं डीव्हीडी प्लेअरमधून सीडी काढली आणि ती स्टडी रूममध्ये परत आली. तिथे तिनं ती सीडी कॉम्प्युटरमध्ये सरकवली. आणि ती थेट पाच नंबरच्या कॅमेऱ्यावर गेली. ती दृश्यं बघत तिनं त्या पाठलाग करणाऱ्या दोघांची सगळ्यात चांगली चित्रं असलेली फ्रेम निवडली, आणि त्या फ्रेमचा एक प्रिंटआऊट घेतला. त्या दोघांच्या चित्राचं निरीक्षण करताकरता तिचं या केसबद्दलचं मत संपूर्णपणे बदलून गेलं. एवढ्या मोठ्या रजेनंतरची पहिलीच केस एका अज्ञात माणसाच्या नैसर्गिक मृत्यूची, तीसुद्धा कसलीही पॅथॉलॉजी नसलेली आली, म्हणून ती निराश झालेली होती. आता मात्र तिच्या चिकाटीमुळे तीच केस कमालीची इंटरेस्टिंग बनलेली होती– निदान स्वतः तिच्यासाठी तरी नक्कीच.

लॉरीला गुंतागुंतीच्या वेगळ्या केसेस सोडवताना पूर्वी जो उत्साह वाटायचा, तो आता पुन्हा वाटू लागला. उद्या कधी एकदा ऑफिसात जाऊन लॅबमधले निष्कर्ष आणि हिस्टॉलॉजीच्या स्लाईडस बघतो, असं तिला झालं. तिला वाटलं होतं की, एवढ्या दीर्घ रजेच्या काळात आपली अंतःस्फूर्ती बहुधा आपल्याला सोडून गेली असेल; पण आता मात्र तिला आतूनच खात्री वाटू लागली, की या केसमध्ये आश्चर्याचे धक्क्यावर धक्के देणाऱ्या गोष्टी दडून बसल्या आहेत, आणि ही केस सोडवताना आपल्या बुद्धीचा आणि कौशल्याचा कस लागणार आहे. त्या माणसाला नेमका कशामुळे मृत्यू आला, हे समजेपर्यंत आपल्याला व्हिडिओमध्ये काय दिसलं हे कोणालाही न सांगण्याचं तिनं ठरवलं. तिला माहीत होतं, कोणत्याही गुन्ह्यामध्ये बळी पडलेल्या व्यक्तीच्या आरोग्याची जबाबदारी कायद्यानं गुन्हेगार व्यक्तीवरच येते. एखाद्या चोरापासून पळताना जर एखाद्या माणसाला हृदयविकाराचा झटका येऊन त्यात त्याला मृत्यू आला, तर त्याच्या मृत्यूला त्या चोरालाच जबाबदार धरलं जातं. असा मृत्यू हा नैसर्गिक मृत्यू धरला जात नाही. त्या चोराला त्या माणसाची हत्या केल्याबद्दल शिक्षा होते. लॉरीला आता पक्की खात्री झालेली होती, की आपली केस नैसर्गिक मृत्यूची नसून हत्येची आहे. असा विचार करतच तिनं ते फोटो, सीडी आणि तो प्रिंटआउट, ती रोज ऑफिसात नेत असलेल्या बॅगेत ठेवून दिला.

आता पुढचा प्रश्न होता, तो झोप लागण्याचा. एव्हाना तिचा मेंदू पूर्णपणे जागा होऊन वेगानं त्या केसचा विचार करत होता. शिवाय जेजेला मध्येच जाग येण्याची शक्यता होतीच. कधीकधी लॉरीला वाटायचं, आपल्याला झोपेची गरजच नसती तर फार बरं झालं असतं. आपण मोठ्या आनंदानं रात्रभर वाचत बसलो असतो; पण प्रत्यक्षात मात्र तिला रोजच झोप लवकर लागत नसे. आणि मग सकाळी उठल्यावर तिला रोज पहिला तासभर तरी अतिशय मरगळल्यासारखं वाटत असे.

जेजे नीट झोपला आहे ना, हे एकदा बघून लॉरीनं झोपायची तयारी केली. बिछान्यात येऊन तिनं दिवा मालवला आणि तिला आज दिवसभरात घडलेल्या गोष्टी आठवू लागल्या. फारच वेगळ्या घटना घडून गेल्या होत्या आज. दिवसभर तिला राहूनराहून जेजेची आठवण येत होती. त्यासाठी तिनं लेटिशियाला एकसारखे कॉल करून तिची नाराजी ओढवून घेतली होती. बरं, एवढं करून संध्याकाळी जेजे प्रत्यक्षात भेटला, तेव्हा त्यानं तिच्याकडे यायचं नाकारलंच होतं. तिला नाही म्हटलं तरी वाईट वाटलं होतं. कामाच्या बाबतीत बोलायचं, तर तिचं सगळ्यांनी जे स्वागत केलं होतं, त्यानं ती मनोमन भारावून गेली होती, अंतर्यामी सुखावली होती. आणि बाळंतपणाच्या मोठ्या रजेनंतर तिच्या वाट्याला आलेली पहिलीवहिली केस जरी सुरुवातीला कंटाळवाणी वाटली असली, तरी नंतर तिनं केलेल्या संशोधनामुळे आणि तिच्या उपजत चिकाटीमुळे ती केसही आता तिच्यासाठी चांगलीच इंटरेस्टिंग, आणि त्यापेक्षाही महत्त्वाचं म्हणजे, तिच्या दीर्घ अनुभवाला आणि कौशल्याला आव्हान देणारी झालेली होती.

आता लॉरीचा कमी झालेला आत्मविश्वास बऱ्याच प्रमाणात परत आलेला होता. आता ती एक मेडिकल एक्झॅमिनर आणि माता, अशा दोन्ही भूमिका तितक्याच ताकदीनं हाताळायला सिद्ध झालेली होती.

१६

मार्च २५, २०१०

गुरुवार, रात्री १०.४४

''ते बघ, तिकडे आहेत ते!'' कार्लोनं युनियन स्क्वेअरच्या उत्तरेकडच्या बाजूला सेव्हन्टीथ स्ट्रीटवर गाडी वळवतावळवता ब्रेननला म्हटलं. नेहमीप्रमाणे, रात्री इतक्या उशिरासुद्धा तो संपूर्ण भाग चांगलाच गजबजलेला होता. त्यात फूटपाथवर उभे राहून वाद्यं वाजवणारे वादक होते. सगळ्या वर्णांचे विद्यार्थी-विद्यार्थिनी होते आणि घरी जायच्या घाईत असलेले लोकही होते. एवढ्या गर्दीतूनही सुसुमु नोमुरा आणि योशियाकी इटो वेगळे उठून दिसत होते, ते त्यांच्या अंगावरच्या कपड्यांमुळे. कालच्यासारखे आजही त्यांनी काळे शार्कस्किन सूट, पांढरे शर्ट, काळे टाय आणि रात्र असूनही डोळ्यांना काळे गॉगल्स घातलेले होते.

''आता आपलं जे ठरलंय, ते सगळ्यांना तसंच समजल्याची एकदा खात्री करून घेऊ या.'' कार्लोनं म्हटलं. ''आपण पोलिसांचं आणि लोकांचं लक्ष दुसरीकडे वळवण्यासाठी ते तथाकथित स्फोट करण्यासाठी बॉंब वगैरे आणण्याच्या मिषानं आपल्या त्या धक्क्यापाशी जायचंय, ते बॉंब उचलून गाडीत ठेवण्याच्या सबबीवर आपण सगळ्यांनी गाडीतून उतरायचंय आणि मग आत शिरायचंय, तिथे आपण या दोघांना मारायचंय. लक्षात ठेवा, या दोघांकडे नक्की पिस्तुलं वगैरे असतील, आणि ते बिनदिक्कत गोळीबार करतील हे धरूनच चालायचंय आपण. समजलं ना?''

गाडीत बसलेल्या बाकीच्या तिघांनीही 'हो' म्हटलं. ब्रेनन पुढे, कार्लोच्या

शेजारच्या सीटवर बसलेला होता, तर आर्थर आणि टेड गाडीतल्या सीटच्या तिसऱ्या रांगेत बसलेले होते. मधली दोन नंबरची रांग सुसुमु आणि योशियाकीसाठी रिकामी ठेवलेली होती. आता ब्रेनन ड्रायव्हरच्या सीटवर बसला, आणि कार्लो त्याच्या शेजारच्या सीटवर बसला.

ब्रेननंनं गाडी 'बार्न्स अँड नोबल'च्या दुकानाबाहेरच्या फूटपाथपाशी आणून उभी केली. दुकान दहा वाजता बंद झालेलं होतं; पण आतले दिवे मात्र अजून चालू होते. सुसुमु आणि योशियाकी हे दोघं दुकानाबाहेरच्या काचेच्या विंडोत लावलेली पुस्तकं बघत होते.

"ओके." कार्लोनं मागे बसलेल्या आर्थर आणि टेडकडे वळून बघत म्हटलं, "तुम्ही दोघं तयार? तुमच्याकडे तुमची पिस्तुलं तयार आहेत?"

त्या दोघांनी आपापली पिस्तुलं कार्लोला दाखवण्यासाठी वर केली, आणि लगेच खाली घेतली. "गुड." कार्लोनं म्हटलं, "खरं म्हणजे काही गडबड होणार नाही; पण आपण तयारीत असलेलं बरं." मग त्यानं ब्रेननकडे मान वळवली, "तू तयार आहेस ना?"

"अर्थातच." ब्रेननंनं कंटाळलेल्या आवाजात उत्तर दिलं. कधीकधी हा कार्लो फार नाटकीपणा करतो, त्यानं मनात म्हटलं.

कार्लोनं खिडकीची काच खाली करून शीळ वाजवली, तसं सुसुमु आणि योशियाकीनं झटकन मागे वळून बघितलं आणि ते त्वरेनं कार्लोपाशी आले. आल्याबरोबर ते दोघं एकदमच कमरेत झुकले, आणि चटकन सीटच्या मधल्या रांगेत येऊन बसले. त्याच क्षणी त्यांच्या लक्षात आलं, की सगळ्यात मागच्या सीटवर आणखी दोघं जण आहेत.

"मागे टेड आणि आर्थर बसलेत." कार्लोनं लगेच म्हटलं.

गाडीचं दार बंद झाल्याबरोबर सुसुमु आणि योशियाकीनं पुन्हापुन्हा माना झुकवत "हाई, हाई" म्हटलं. आता ठरल्याप्रमाणे त्या ऑफिसात चोरी करण्याच्या अपेक्षेनं ते एकदम उत्साहित आणि उत्सुक झाले आहेत, हे बाकीच्यांना लगेचच जाणवलं.

युनियन स्क्वेअरमधून डावीकडे वळण घेऊन ब्रेननंनं गाडी फोर्टीन्थ स्ट्रीटवर आणली, आणि तिथून ते थेट ईस्ट नदीपर्यंत आले. तिथून पुढे ते एफडीआर ड्राईव्हवरून उत्तरेकडे निघाले. थोडा वेळ कोणीच काही बोललं नाही. सगळेच जण उत्साहित झाले होते; पण वेगवेगळ्या कारणांसाठी. एकट्या आर्थरला आता काय होणार याची काळजी वाटत होती, कारण त्या सगळ्यांमध्ये तो सगळ्यात जास्त विचार करणारा माणूस होता. आणि त्याचा त्या जुन्या म्हणीवर प्रचंड विश्वास होता. 'काही गडबड होऊ शकणार असेल, तर ती होतेच.'

थर्टी फोर्थ स्ट्रीटपाशी गाडीनं एफडीआर ड्राईव्ह सोडला, मग ती थर्ड

अॅव्हेन्यूवर आली, आणि तिथून क्वीन्स-मिडटाऊन टनेलमध्ये शिरली. सुसुमु आणि योशियाकीची समजूत होती, की आपण एफडीआर ड्राईव्हवरून आणखी पुढे उत्तरेकडे जाऊ; पण गाडी बोगद्यात शिरल्यामुळे ते लगेच अस्वस्थ झाले आणि हातवारे करत एकमेकांशी जपानी भाषेत मोठ्यानं बोलू लागले. शेवटी योशियाकीनं स्पष्टच विचारलं, ''एक्सक्यूज, आपण क्वीन्सकडे का जातोय?''

कार्लोनं मागे वळून थेट त्याच्या नजरेला नजर भिडवली. ''स्फोट करण्यासाठी बॉंब वगैरे घ्यायला. आपण पोलिसांचं आणि लोकांचं लक्ष दुसरीकडे वळवण्यासाठी स्फोट करणार आहोत, आणि त्या गोंधळात आयपीएस यूएसएचं ऑफिस फोडून त्या वह्या पळवणार आहोत. समजलं?''

''क्वीन्समध्ये कुठे जाणार आहोत आपण?''

''नदीवर एका धक्क्यापाशी वॅकारो फॅमिलीचं एक जुनं गोडाऊन आहे. त्याचा वापर आम्ही सामान ठेवण्यासाठी करतो. तिथे हे सगळे बॉंब, डायनामाईट वगैरे ठेवलेलं आहे.''

''धक्का म्हणजे काय?''

''तो एक नदीच्या पात्रात घुसणारा लाकडी प्लॅटफॉर्म असतो. म्हणजे त्याच्या शेजारी बोटी वगैरे येऊन थांबू शकतात आणि बोटींमधलं सामान उतरवता येतं.''

''म्हणजे फुतू का?''

''असेल, तुमच्या भाषेत त्याला काय म्हणतात हे मला माहीत नाही.''

''ईस्ट नदीवर?''

''हो. तो धक्का ईस्ट नदीवर आहे.''

पुढे थोडा वेळ योशियाकी आणि सुसुमु एकमेकांशी जपानी भाषेत मोठमोठ्यानं बोलत होते. इतके, की कार्लोला शंका यायला लागली, की आता हे बहुतेक पुढे यायला नकार देणार आणि आपल्याला शहरात परत नेऊन सोडायला सांगणार; पण तसं काही झालं नाही. अचानक ते दोघं गप्प झाले.

बोगद्यातून बाहेर येऊन गाडीनं लगेच एक्सप्रेस वे सोडला, न्यूटाऊन क्रीकवरून ती पलीकडे मॅकगिनेस बुलेव्हर्डवर गेली, आणि तिथून उजवीकडे ग्रीनपॉइंट अॅव्हेन्यूवर वळली. सुरुवातीला रस्त्याच्या दोन्ही बाजूंना बरेच बार आणि रेस्टॉरंटस दिसत होती; पण जसजशी गाडी नदीच्या जवळ येऊ लागली, तसतसे आजूबाजूला मोडकळीला आलेले निर्मनुष्य कारखाने, गुदामं वगैरे दिसू लागली. आसपास दिसणारी माणसं कमी होत गेली, आणि अंधार वाढत गेला. अधूनमधून दिसणारी झाडंझुडपं सोडली, तर जिवंतपणाची कुठलीच खूण दिसत नव्हती. अपवाद म्हणून कार्लोला गाडीच्या दिव्यांच्या प्रकाशात फक्त एक मोठी घूस दिसली. काही क्षणच तिचे डोळे दिव्यांच्या प्रकाशात हिऱ्यांसारखे

लकाकले, आणि ती पटकन बाजूला उडी मारून अंधारात दिसेनाशी झाली.

पाच मिनिटांनंतर ब्रेननं गाडी कुलपं लावलेल्या एका मोठ्या थोरल्या दरवाज्यापाशी आणून उभी केली. दरवाज्याच्या दोन्ही बाजूंना दहा फूट उंचीची, वॅकारो फॅमिलीच्या मालकीच्या त्या भूखंडाच्या चारी बाजूंना असलेली भिंत अंधारात दिसेनाशी होत गेलेली होती. भिंतीच्या वरच्या भागावर सगळीकडे काटेरी तारेची वेटोळी दिसत होती. किल्ल्या घेऊन कार्लो गाडीतून उतरला आणि गाडीच्या दिव्यांच्या प्रकाशात त्यानं दरवाज्याची कुलपं उघडून ब्रेननला गाडी आत घेऊन जायची खूण केली. गाडी आत थोडं अंतर जाऊन थांबली. कार्लोनं लगेच दरवाजा बंद करून कुलपं परत लावली आणि धावत येऊन तो गाडीत बसला.

काँक्रीट ब्लॉक्सनी बांधलेल्या त्या गोडाऊनचा अताढव्य आकार ब्रेननच्या डाव्या हाताला होता. त्यानं तिथे न थांबता गाडी धक्क्याच्या दिशेनं न्यायला सुरुवात केली. गोडाऊनच्या दर्शनी भागाच्या भिंतीच्या साधारण मध्यावर गोडाऊनमध्ये जाण्याचं रुंद दार होतं, आणि दाराला भक्कम कुलपं लावलेली होती. आणि दाराच्या वर लाकडी बोर्डावर रंगवलेली पाटी होती : अमेरिकन फ्रूट कंपनी. पाटीच्या रंगाचेही पोपडे पडत चाललेले दिसत होते.

''इथे आहेत का ते बॉंब आणि डायनामाईट वगैरे?'' योशियाकीनं गाडीच्या खिडकीमधून गोडाऊनकडे बघत विचारलं.

''बरोबर.'' कार्लोनं कोटामध्ये हात घालून खांद्याच्या होल्स्टरमध्ये ठेवलेल्या आपल्या ग्लॉक २२ पिस्तुलावरचा पट्टा सोडवला. नंतर त्यानं गाडीच्या पुढच्या दोन सीटमधल्या जागेत असलेला कप्पा उघडून दोन टॉर्च काढले. त्यातला एक टॉर्च त्यानं ब्रेननकडे दिला. ब्रेननं गाडीचे दिवे बंद केले, आणि त्या दोघांनी आपापले टॉर्च सुरू केले. आकाशात चंद्र नसल्यामुळे सगळीकडे मिट्ट काळोख होता.

''चला.'' कार्लोनं हुकूम सोडला. ''ते सगळं आतून घेऊन गाडीत आणावं लागेल. सगळ्यांनी बाहेर या.'' तो आणि ब्रेनन लगेच गाडीतून उतरले. कार्लोनं मागे बसलेल्या योशियाकीजवळचं दार उघडलं, तर ब्रेननं सुसुमुशेजारचं दार उघडलं. कार्लोनं गाडीच्या मागे जाऊन तेही दार उघडलं. सगळ्यांनी आत गोडाऊनमधल्या ऑफिसात जाऊन तिथे आपलं काम उरकायचं, अशी योजना ठरलेली होती. कार्लो किल्ल्यांचा जुडगा घेऊन दाराकडे गेला. टॉर्च काखेत धरून त्यानं आधी बाहेरचं दार उघडलं, आणि मग आत जाऊन ऑफिसचं दार उघडण्यासाठी हात पुढे केला, तेवढ्यात त्याला पाठीमागे काहीतरी गडबड झाल्यासारखे आवाज ऐकू आले. त्यानं चटकन मागे वळून बघितलं, तर योशियाकी ब्रेननचा हात झटकून टाकत होता. ब्रेनन फक्त त्याला 'पुढे चल' म्हणत हलकेच पुढे ढकलत होता. योशियाकी आणि

सुसुमु, दोघंही गोडाऊनच्या दाराबाहेरच थोड्या अंतरावर थांबलेले होते.

"आम्ही बाहेरच थांबणार." योशियाकीनं म्हटलं. त्याच्या पाठीमागे आर्थर आणि टेड गाडीतू बाहेर येत असल्याचं कार्लोला दिसलं; पण अडचण अशी होती, की कार्लोनंच सांगितल्यामुळे त्या दोघांनी आपापली पिस्तुलं हातातच ठेवलेली होती. दुसरी अडचण अशी झाली, की सुसुमुची नजर पाठीमागे होती, तर योशियाकी पुढे बघत होता. कारण त्यांना यात काहीतरी काळंबेरं असल्याचा आधीपासूनच संशय आलेला होता.

सुसुमुनं लगेच "काकी"– म्हणजे 'पिस्तुलं' असं ओरडून स्वतःचं पिस्तूल बाहेर काढलं, आणि त्या दोघांच्या दिशेनं गोळीबार केला. त्यात एक गोळी आर्थरच्या उजव्या दंडात पुढून घुसली आणि मागच्या बाजूनं बाहेर पडली. त्याच क्षणी टेडनं सुसुमुवर पिस्तूल रोखून भराभर गोळ्या मारल्या. त्यातल्या बऱ्याच गोळ्या सुसुमुला लागल्या. एक गोळी त्याच्या हृदयातून आरपार गेली. आणि तो तत्क्षणीच गतप्राण होऊन खाली कोसळला.

योशियाकीनं मात्र तिथून पळ काढला. दुसरीकडे कुठेच पळणं शक्य नसल्यामुळे तो त्या लाकडी धक्क्याच्या दिशेनं सुसाट धावत निघाला. धावताधावता तो कधी खाली वाकत होता, तर कधी वाकडातिकडा पळत होता. कार्लो आणि ब्रेननंनं ताबडतोब आपल्या टॉर्चचा झोत त्याच्या दिशेनं टाकला आणि दुसऱ्या हातानं आपली पिस्तुलं बाहेर काढायची धडपड ते करू लागले. टेडला योशियाकीवर सरळ नेम धरण्यासाठी गाडी ओलांडून थोडं पुढे धावत जावं लागलं. तिकडे जाऊन त्यानं योशियाकीच्या दिशेनं भराभर बऱ्याच गोळ्या झाडल्या; पण त्यातल्या काही त्याला लागल्या की नाही हे त्याला सांगता येईना. योशियाकी मात्र गोळ्यांची पर्वा न करता झपाट्यानं वाकत, वाकडा तिकडा पुढे धावत होता. नदीजवळच्या हलक्याशा धुक्यानं भरलेल्या अंधारात तो दिसेनासा झाला.

"आर्थरकडे बघ!" कार्लोनं ओरडून टेडला म्हटलं. आर्थर डाव्या हातानं उजवा दंड दाबून धरत गुडघ्यांवर बसलेला होता. गोळी लागता क्षणीच त्याच्या हातातून त्याचं पिस्तूल गळून पडलेलं होतं. दंडावरच्या बाहीवर रक्ताचा एक मोठा डाग पडलेला होता, आणि तो वेगानं वाढत चाललेला होता. "शिट!शिट!" त्यानं गोळी घातली मला!" जणू आश्चर्य वाटत असल्यासारखा तो ओरडला. कार्लो आणि ब्रेनन योशियाकीच्या मागे धावत गेले होते, त्यामुळे त्यांच्या टॉर्चचे झोत भराभर दूर जाताना दिसत होते; पण त्यामुळे टेड आणि आर्थरच्या भोवती मात्र मिट्ट काळोख पसरला. नशिबानं आर्थरला अजून वेदना जाणवत नव्हत्या. फक्त त्याचा संपूर्ण हात जड, बधिर झालेला होता.

टेडनं गाडीकडे जाऊन ड्रायव्हरचा दरवाजा उघडला, आणि गाडीचे दिवे सुरू

केले. संपूर्ण अंधारातून प्रखर प्रकाशात आल्यामुळे काही क्षण दोघांनाही नीट काहीच दिसत नव्हतं. आणखी वेळ न घालवता टेडनं टूर्निकेटसारखं काहीतरी वापरायला दिसतंय का, म्हणून शोधायला सुरुवात केली, आणि स्वतःच्या कमरेचा पट्टा काढला. ''बघू या तुझी जखम.'' त्यानं आर्थरला म्हटलं, आणि आर्थरच्या शर्टची उजवी बाही संपूर्णपणे फाडली. आर्थरच्या उजव्या दंडाच्या पुढच्या भागावर साधारण मध्यावर गोळी आत शिरल्याची एक पाव इंची गोलाकार जखम होती, तर मागच्या बाजूची गोळी बाहेर पडल्याची जखम जास्त मोठी, हॅंबर्गरमधल्या मासाच्या चकतीसारखी दिसत होती. नशिबानं जखमेतून फार मोठा रक्तस्राव होत नव्हता. रक्त हळूहळू झिरपत होतं.

''काही विशेष नाही. मरणार नाहीस तू.'' टेडनं म्हटलं. सध्यातरी या जखमेला टूर्निकेटची गरज नाही, हे त्याच्या लक्षात आलं.

ब्रेनन आणि कार्लो गोडाऊन ओलांडून पुढे पळत गेले आणि एकदम थांबले. योशियाकी त्या लाकडी धक्क्यांच्या टोकापर्यंत जाऊन थांबलेला होता.

''त्याला पळून जाऊ देता कामा नये आपण.'' कार्लोनं धापा टाकत म्हटलं.

''ते तू वेगळं सांगायची गरज नाही. '' ब्रेननंही धापा टाकत उत्तर दिलं.

''तो काय करतोय तिथे?''

''तो शूज काढून टाकत असल्यासारखं दिसतंय.''

''शिट!'' कार्लोनं म्हटलं, ''म्हणजे तो पोहून नदी ओलांडू बघतोय की काय?''

''हो, बहुतेक. ते बघ, तो कपडेही काढतोय.''

''जा तिकडे लवकर, आणि त्यानं नदीत उडी मारण्याआधीच त्याला खलास कर.''

''मुळीच नाही जाणार. त्याच्याकडे नक्कीच पिस्तूल असणार. तूच जा त्याच्यामागे.''

ते दोघंही बघत होते. योशियाकीनं कपडे काढून व्यवस्थित घड्या करून धक्क्याच्या टोकाशी ठेवले. आणि पुढच्याच क्षणी तो दिसेनासा झाला.

आणखी काही न बोलता ते दोघं एका हातात टॉर्च आणि दुसऱ्या हातात पिस्तुलं घेऊन तीरासारखे तिकडे धावत सुटले; पण हळूहळू दोघांचाही वेग मंदावत गेला. त्यांनी भीती वाटत होती, की कदाचित योशियाकीनं आपल्याला त्याच्या टप्प्यात आणण्यासाठी हा सापळा रचलेला असू शकेल. हळूहळू पिस्तुलं तयारीत ठेवून ते बिचकतबिचकत पुढे चालत जाऊ लागले.

तेवढ्यात आधी ब्रेननला पाण्यातून कोणीतरी हातपाय मारत पुढे जात असल्याचा आवाज ऐकू आला. ''अरे, तो पाण्यात आहे!'' असं ओरडून तो जोरात धावू

लागला. त्याला धक्क्याच्या टोकाशी योशियाकीचे कपडे आणि शूज ठेवलेले दिसले.

ब्रेनन वेगानं धावत धक्क्याच्या अगदी टोकाशी पोहोचला. त्याला योशियाकी कसातरीच, कसंबसं पाण्यावर डोकं ठेवून पोहत चाललेला दिसला. ब्रेनननं टॉर्चचा झोत त्याच्यावर स्थिर ठेवला, तेवढ्यात कार्लो येऊन पोहोचला. दोघांनीही योशियाकीवर पिस्तुलं रोखून ती पूर्णपणे रिकामी होईपर्यंत त्याच्यावर गोळ्या झाडल्या. गोळीबाराचे आवाज आणि त्याचे प्रतिध्वनीसुद्धा हवेत विरून गेल्यावर त्यांनी जिथे योशियाकी जिवाच्या आकांतानं पोहण्याचा प्रयत्न करत होता, त्या ठिकाणी टॉर्चच्या प्रकाशात निरखून बघायला सुरुवात केली; पण आता तिथलं पाणी क्रूड तेलाच्या डबक्यासारखं काळं भोर आणि शांत झालेलं होतं. त्यात पलीकडच्या मॅनहटनच्या क्षितिजरेषेचं पडलेलं प्रतिबिंबही जरासुद्धा हलत नव्हतं.

पाच मिनिटं, दहा मिनिटं, मग पंधरा मिनिटं त्या दोघांनी टॉर्चचं झोत त्याच ठिकाणी रोखून ठेवले. आता तरी या प्रकरणाचा शेवट झाला असेल, अशी दोघांनाही मनोमन इच्छा होती. मध्येच एकदा त्या ठिकाणी मोठमोठे तरंग उठले; पण हळू हळू तेही विरून गेले. दोघांच्याही छातीत धस्स झालं; पण ते तरंग बहुधा एखाद्या मोठ्या जलचरानं उठवले असावेत. योशियाकीचा मात्र मागमूसही दिसला नाही. तो बहुतेक मेलेला होता. किंवा क़दाचित पाण्याखालून पोहत निसटलेलाही असावा.

"आपल्या गोळ्या बहुतेक त्याला लागल्या असाव्यात." शेवटी कार्लोनं म्हटलं.

"असं दिसतंय तरी खरं. पण जेमतेम निभावलं. नाहीतर लुईनं आपल्याला उलटं टांगून फटके मारले असते."

"आता पाण्यात उडी मार, आणि त्याचं प्रेत घेऊन ये." कार्लोनं जरा चढ्या आवाजात फर्मावलं.

"हॅं! मुळीच जाणार नाही." ब्रेनननं चिडून फटकन म्हटलं. त्या काळ्या, थंड, तेलासारख्या पाण्यात उतरायचा विचारच थरकाप उडवणारा होता, मग योशियाकीचं प्रेत हस्तगत करण्याची कल्पनासुद्धा दूर होती. कारण पाण्यात काहीतरी मोठं जनावर असावं, हे त्यानं मघाशी बघितलेलंच होतं.

"अरे, गंमत केली तुझी." कार्लोनं त्याच्या पाठीवर थाप मारली; पण ब्रेनन त्या अनपेक्षित धक्क्यानं तोल जाऊन खरोखरच पाण्यात पडला असता. त्यानं वेळीच एक पाय पुढे टाकून तोल सावरला आणि त्यानं आधारासाठी कार्लोचा हात पकडला. "मी तुला किती वेळा सांगितलंय, की मला मारायचं नाही."त्यानं चिडून म्हटलं.

कार्लोनं त्याला जोरात दूर ढकललं. तोही चिडलेला होता, "ए, मूर्खा! तुला सांगितलं ना, मी फक्त तुझी गंमत केली. तू जरी अगदी नदीत उडी मारलीस ना,

तरी त्याचं प्रेत तुला कधीच मिळणार नाही. या पाण्यात इतके जोरदार प्रवाह आहेत, की ते प्रेत एव्हाना दोन-तीनशे फूट पुढे वाहून गेलं असेल.'' त्यानं वाकून योशियाकीचे कपडे आणि शूज उचलून घेतले. ''चल, आता आपण आर्थरला काय झालंय ते पाहू. आपल्याला बहुतेक त्याला ताबडतोब डॉक्टरकडे न्यावं लागेल, आणि नंतरच आपण सुसुमुच्या प्रेताची विल्हेवाट लावू.''

ते दोघं चालत परत निघाले.

''योशियाकी पळाल्याचं ऐकल्यावर लुई भयंकर भडकेल आपल्यावर.'' लुईनं कार्लो म्हटलं.

''हो ना.'' ब्रेननंही मान डोलावी. आता ते दोघंही जरा शांत झालेले होते.'' ''पण तो जर नदी ओलांडून मॅनहटनपर्यंत पोहोचला असता, तर परिस्थिती आतापेक्षा दसपटीनं वाईट झाली असती.''

''मला वाटतं, त्यानं विचारल्याशिवाय आपण हा विषयच काढायला नको. पाण्याच्या इतक्या जोराच्या प्रवाहांमुळे तो किती आणि कुठपर्यंत वाहत जाईल, कोण जाणे! कदाचित तो समुद्रातही जाऊ शकेल– नाहीतरी आपण त्या दोघांना समुद्रातच फेकणार होतो.''

ब्रेननं कार्लोकडे एक कटाक्ष टाकला. ''काय ते तूच ठरवायचंस. बॉसला कळवण्याचं काम तुझं आहे. पण तुला जर असं वाटत असेल की मी तुला न सांगता त्याला हे सांगेन, तर तसं काही होणार नाही.''

''गुड. मग मी त्यानं विचारल्याशिवाय त्याला हे सांगणार नाही.''

''आणि आर्थरला जखम झाली, त्याचं कारण काय सांगणार आहेस?''

''जे घडलं ते खरं खरं सांगून टाकेन. हे दोघं जपानी भयंकर हिंसक वृत्तीचे होते, म्हणूनच आपल्याला त्यांचा काटा काढायचा होता. मागचा पुढचा विचार न करता ते पिस्तुलं चालवत होते. किंबहुना, आर्थर त्यांच्या गोळीबारात जखमी झालाय, हेच त्यांच्या हिंसक आणि अविचारी वृत्तीचं प्रत्यक्ष उदाहरण आहे.''

ते गाडीपाशी आले, तेव्हा त्यांना सगळं काही ठीकठाक असल्याचं दिसलं. टेडनं आर्थरच्याच शर्टाची बाही फाडून त्याच्या जखमेवर बँडेज बांधलेलं होतं. आता जखमेतून अगदी थोडं रक्त येत होतं; पण सगळ्यात मोठी अडचण अशी होती, की आर्थरला आता भयंकर वेदना होत होत्या. आधी त्याचा हात पूर्णपणे बधिर झाला होता, त्यामुळे त्याला फारशा वेदना जाणवल्या नव्हत्या; पण आता बधिरपणा नाहीसा झाल्यावर मात्र त्याला चांगल्याच वेदना जाणवत होत्या.

सुसुमुचं प्रेत एका बॉडी बॅगमध्ये घालून सगळ्यात पाठीमागच्या सीटवर ठेवून ते चौघं गाडीत बसले. ब्रेननं गाडी 'अमेरिकन फ्रूट कंपनी' मधून बाहेर काढली. आणि ते पुन्हा एल्महर्स्टच्या दिशेनं निघाले. गाडी एक्सप्रेस-वे वर आल्याबरोबर

कार्लोनं लुईला फोन केला.

कार्लोशी बोलून झाल्यावर लुईनं फोन बंद केला. त्याला हसावं की रडावं, तेच कळत नव्हतं. अनेक वर्षांच्या अनुभवानं त्याला माहीत होतं, की हत्यांच्या योजना जशा व्यवस्थित पार पडू शकतात, तशाच त्या बिघडूही शकतात. त्या दोघा जपानी गुंडांच्या हत्येचं प्रकरण एकदाचं पार पडलं म्हणून त्याला जरा सुटल्यासारखं वाटत होतं; पण आर्थर जखमी झाल्याचं कळल्यामुळं तो अस्वस्थही झाला. खरं म्हणजे चार विरुद्ध दोन असा हा सामना पूर्णपणे यशस्वी व्हायला हरकत नव्हती, त्यानं मनात म्हटलं.

सेलफोन हातात तसाच ठेवून लुईनं जवळच्या टेबलाचा मधला कप्पा उघडला, आणि त्यातून पत्ते-फोन नंबर लिहिलेली एक डायरी काढली. त्यानं डॉ. लुईस ट्रेव्हिनोचा नंबर शोधून काढला. गेली अनेक वर्षं ट्रेव्हिनोनं वॅकारो फॅमिलीसाठी काम केलेलं होतं. सगळे जण त्याला फक्त 'डॉक' अशीच हाक मारायचे. अनेक वर्षांपूर्वी सेंट मेरीज हॉस्पिटलमधून त्याला कामासाठी निवडण्यात आलं होतं. वॅकारो फॅमिलीची अनेक 'गुप्त' प्रकरणंही त्यानं हाताळलेली होती. गोळीबार किंवा मारामारीत झालेल्या जखमा घेऊन फॅमिलीतल्या लोकांना– आणि गुंडांनाही– जेव्हा एखाद्या बाहेरच्या हॉस्पिटलमध्ये किंवा डॉक्टरकडे जाणं शक्य नसे, तेव्हा 'डॉक'च त्यांच्यावर उपचार करायचा.

पलीकडे फोन बऱ्याचदा वाजल्यावर एक थकलेल्या आवाजात उत्तर आलं, "हॅलो?"

"डॉक, लुई बोलतोय. आर्थरला एक छोटासा प्रॉब्लेम झालाय."

"काय झालं?"

"त्याच्या उजव्या दंडात गोळी घुसून आरपार गेलीय."

"हाडाला स्पर्श केलाय का तिनं?"

"बहुतेक नसावा."

"चला, हे तरी एक बरं झालं. बरं, मुख्य रक्तवाहिन्यांना काही इजा?"

"नाही– निदान तसं दिसतंय तरी."

"आता कुठाय तो?"

"मी त्याला सरळ सेंट मेरीज हॉस्पिटलमध्ये घेऊन जायला सांगितलंय त्यांना. मला वाटतं साधारण अर्ध्या तासात पोहोचतील ते."

"ओके. मी त्यांना इमर्जन्सी रूममध्ये भेटतो." आणि पलीकडून फोन बंद झाला.

"थँक्स, डॉक." लुईनं म्हटलं; पण तोपर्यंत फोन बंद झालेला होता.

त्यानंतर लुईनं पुढचा फोन करायची मानसिक तयारी सुरू केली. काय सांगायचं

हे त्याला माहीत होतं; पण कोणत्या शब्दांत सांगायचं, हे त्याला समजत नव्हतं. व्हाईटस्टोन, न्यू यॉर्कमधल्या आपल्या आलिशान बंगल्याच्या स्टडी रूमच्या खिडकीतून बाहेर बघत तो विचार करू लागला. झाडांवरची सगळी पानं गळलेली असल्यामुळे त्याला लख्ख प्रकाशात चमकत असलेला सुंदर व्हाईटस्टोन ब्रिज थोडाफार तरी दिसत होता. ते बघून त्याला हॉलमधून दिसणाऱ्या थ्रॉग्ज नेक ब्रिजची आठवण झाली.

या सुंदर दृश्यांवरून मन काढून घेऊन पुन्हा समोर असलेल्या समस्येवर केंद्रित करायला त्याला जरा कष्टच पडले. सुसुमु आणि योशियाकी नाहीसे होण्याशी वॅकारो फॅमिलीचा काही संबंध असल्याचा संशय हिदेकी शिमोदाच्या डोक्यात येणार, हे उघड होतं; पण तो संशय दूर करण्यासाठी तूच आधी त्याला कॉल कर, असा कावेबाज सल्ला पॉलीनं दिला होता. तो कॉल लुईला आता करायचा होता. आणि तो बेमालूमपणे झाला पाहिजे इकडे त्याचं लक्ष होतं. कॉलमध्ये कशी भाषा वापरायची हे जसं महत्त्वाचं होतं, तसंच आपण स्वतःही भयंकर भडकलो आहोत, हे शिमोदाला जाणवणंही महत्त्वाचं होतं.

शेवटी मनाचा हिय्या करून लुईनं हिदेकीला फोन केला. पहिली रिंग वाजल्याबरोबर पलीकडून फक्त 'हाई'असं उत्तर आल्यावर त्याला जरा आश्चर्यच वाटलं. हा हिदेकी काय सेलफोन हातात घेऊन झोपतो की काय?

"काय चाललंय तरी काय हिदेकी?" लुईनं गर्जना केली. "आणि खरंखरं काय ते मला समजलं पाहिजे. मला आत्ताच माझ्या माणसांकडून कॉल आला. ते बिचारे अजून त्या ××× युनियन स्क्वेअरमध्ये तुझ्या त्या दोघा ××× ची वाट बघत थांबले आहेत. काय झालंय तरी काय ××× तुम्हा लोकांना?"

खरं म्हणजे लुई फार क्वचित शिव्या किंवा अर्वाच्य भाषा वापरत असे; पण आज हिदेकीला आपल्याकडून शिवराळ भाषाच अपेक्षित असणार, असा विचार करून त्यानं शिव्यांचा तोफखानाच सुरू केला. "एक्स्क्यूज मी. मला वाटतं तुम्हाला माझ्या पतीशी बोलायचंय."

पहिला शब्द पुरुषानं उच्चारलाय की बाईनं, हे न ऐकताच शिव्यांची फैर सुरू केलेला लुई क्षणभर सर्दच झाला. पलीकडून हिदेकीचा आवाज ऐकल्यावर लुईनं पुन्हा शिव्यांचा भडिमार करत बोलायचा प्रयत्न केला; पण आता त्यातला जोर खूपच कमी झालेला होता.

"कोण, बारबेरा सान का?" हिदेकीनं विचारलं.

"हो, मग एवढ्या रात्री दुसरं कोण फोन करेल असं वाटतं तुला?" लुईनं आवाजात शक्य तितकी चीड आणण्याचा प्रयत्न करत विचारलं.

"सुसुमु आणि योशियाकी आलेच नाहीत म्हणताय तुम्ही?"

"हो! आणि मी तुम्हाला पुन्हा एकदा आठवण करून देतोय, की आजचं काम

तुमच्यासाठी करायचं होतं, आमच्यासाठी नाही.''

''बरोबर आहे, बारबेरा-सान'' हिदेकीनं म्हटलं, ''जरा वेळ कॉल होल्ड करा. मी त्यांना फोन करून बघतो. नक्की काही ना काही समजुतीचा घोटाळा झालेला असणार. आय ॲम सॉरी. फार विश्वासू माणसं आहेत ती माझी.''

हिदेकी तिथे जे कोणी असतील त्यांच्याशी जपानी भाषेत बोलत असल्याचं लुईला ऐकू येत होतं. मग पुन्हा तो फोनवर आला. ''माझी बायको माझा मोबाईल फोन आणायला गेलीय. आय ॲम रिअली सॉरी. आपलं ठरलेलं काम करायला अजून वेळ आहे का आपल्याकडे?''

''आधी तुमचे ते दोघं कुठे आहेत ते पाहू. ते जर अजून युनियन स्क्वेअरच्या आसपास असले, तर कदाचित आपण ते काम आजच करू शकू.''

हिदेकी त्या दोघांना कॉल करायचा प्रयत्न करत असल्याचं लुईला ऐकू येत होतं. मग तो पुन्हा फोनवर आला. ''त्यांना माझा कॉलच जात नाहीय. हे असं कधी होत नाही.''

''तुमच्या माहितीप्रमाणे आज रात्रीच ते काम करायचं होतं, हे त्या दोघांना नक्की माहीत होतं?''

''हो, प्रश्नच नाही.''

''सगळ्यात शेवटी तुमचं त्या दोघांशी कधी बोलणं झालं?''

''आपली भेट झाल्यानंतर त्यांनी मला ऑफिसात नेऊन सोडलं, त्यानंतर आमचं बोलणं झालं नाही. त्या वेळी ते दोघं रात्रीचं ते काम करायला अगदी अधीर दिसत होते. तसं त्यांनी बोलूनही दाखवलं मला, बारबेरा-सान.''

''त्यांना काही झालेलं असू शकेल, असं वाटतं का तुम्हाला?''

''म्हणजे?''

''काल संध्याकाळी माझ्या माणसांनी मला असं सांगितलं होतं, की तुमच्या त्या दोघांना अशी भीती वाटत होती, की तुमची प्रतिस्पर्धी गँग त्यांना काही दगाफटका करेल. त्यांनी जर सातोशीला मारलं, तर त्याचा बदला घेतला जाईल अशी धमकी मिळाल्याचं ते काहीतरी बोलत होते.''

''कुठली गँग?'' हिदेकीनं सावध आवाजात विचारलं.

''यामागुची-गुमी.''

पलीकडून काहीच उत्तर आलं नाही. आपण व्यक्त केलेली गोष्ट हिदेकीच्या डोक्यात चांगली रुजावी, म्हणून लुई चांगलं एक मिनिटभर थांबला. मग त्यानं म्हटलं. ''ते नेमकं काय बोलले, हे मी कार्लो आणि ब्रेननला विचारतो, हवं तर.''

१७

मार्च २६, २०१०

शुक्रवार, सकाळी ७.२१

टॅक्सी थेट ओसीएमईच्या समोर थांबली, आणि पैसे देऊन लॉरी उतरली. आज ती एकटीच आलेली होती. जॅकनं जरासं चाचरतच आपण आता आपल्या सायकलवरूच येणार असल्याचं तिला सांगितलं होतं. तो सायकलनं ये-जा करणार हे तिला पहिल्या दिवसापासून कधीच आवडलं नव्हतं, आणि ती एकटीच टॅक्सीनं आलेली होती. कारण काल तिला तिच्या हातातल्या एकमेव केसबद्दल जी माहिती मिळालेली होती, तिच्या आधारे केसवर काम सुरू करायला आज ती फारच उत्सुक होती. आज कामात मजा येणार हे तिला पक्कं माहीत होतं; पण आज आणखी काय घडणार, याची मात्र तिला पुसटशीसुद्धा कल्पना नव्हती.

जेजेला लेटिशियाकडे सोपवण्याचं काम आज फारच सहजगत्या पार पडलं होतं, आणि कालच्या मानानं त्यात आज फारच कमी वेळ गेला होता. लेटिशियासुद्धा ठरलेल्या वेळेच्या आधीच आली होती, जेजेनं तिला लगेचच ओळखलं होतं, आणि तो तिला बघून जाम खूश झाला होता. त्यामुळे आज रडणं-बिडणं काहीही झालं नव्हतं. आणि लॉरीलाही कालच्या मानानं बरीच कमी काळजी वाटत असल्यामुळे तिनं लेटिशिया यायच्या आधी सगळी तयारी करून ठेवली होती.

''गुड मॉर्निंग, डॉक्टर लॉरी.'' मार्लीन विल्सननं हसून तिचं स्वागत केलं. लॉरीनंही हसून 'गुड मॉर्निंग, मार्लीन' म्हटलं आणि ती झपाट्यानं आयडी रूममध्ये शिरली.

त्याच झपाट्यात तिनं अंगावरचा कोट काढून एका खुर्चीवर फेकला आणि ती एकदम थबकली. खोलीतलं सगळं वातावरण आणि माणसं अगदी कालच्यासारखीच होती. सगळे जण त्याच जागी, तीच कामं करत होते. आर्नोल्ड बेसरमन टेबलाशी बसून रात्रभरात आलेल्या केसेसच्या फायली बघत होता, विनी अमेन्डोला कालच्याच खुर्चीवर बसून पेपर वाचण्यात मग्न होता आणि सगळ्यात मोठी आश्चर्याची गोष्ट अशी, की लुई सोल्डॅनोसुद्धा आज परत आलेला दिसत होता. आणि शर्टाचं सगळ्यात वरचं बटन सोडून, टाय सैल करून रेडिएटरवर पाय ठेवून कालच्यासारखाच गाढ झोपी गेलेला होता.

पण ती आल्याचं मात्र एकट्या आर्नोल्डच्या लक्षात आलं. त्यानं आज मात्र फाईलमधून वर न बघताच तिला हात केला; पण लगेच त्यानं म्हटलं, ''काल सकाळी तू माझी ती अनोळखी माणसाची केस घेतलीस, त्याबद्दल तुझे आभार मानयलाच हवेत.''

''यू आर वेलकम.'' कॉफीच्या मशिनकडे जात लॉरीनं म्हटलं. ''पण ती केस मात्र फारच इंटरेस्टिंग झालीय आता.''

''हो का? बरं झालं.'' त्यानं अशा निर्विकार आवाजात म्हटलं, की पुढचं संभाषणच थांबलं.

लॉरीनं नुसतेच खांदे उडवले. खरं म्हणजे ती त्या केसबद्दल बोलायला मनातून उत्सुक होती; पण आपल्याला त्या आशियाई माणसाच्या मृत्यूच्या कारणाबद्दल जोपर्यंत आणखी माहिती मिळत नाही, तोपर्यंत कोणाला काहीही सांगायचं नाही, असं तिनं ठरवलेलं होतं– विशेषतः जॅकला तर मुळीच नाही. काल रात्री झोपेची वाट बघत असताना तिच्या डोक्यात आणखी एक कल्पना चमकली होती; पण त्यासाठी तिला त्या प्रेताची बाह्य तपासणी पुन्हा करणं भाग होतं.

''जॅक कुठाय?''तिनं विचारलं.

''अजून दिसलेला तरी नाही; का, तुझ्याबरोबर नाही आला?'' आर्नोल्डनं विचारलं.

''नाही. आता तो पुन्हा सायकलनं येणार आहे.''

''वेडा आहे झालं.''

लॉरीनं काहीच उत्तर दिलं नाही. जॅकनं सायकलवरून येण्याबद्दल जरी ती आर्नोल्डशी सहमत असली, तरी आर्नोल्डनं आपल्या नवऱ्याबद्दल असं बोललेलं तिला फारसं रुचलं नाही.

''आणि हा लू लागोपाठ दुसऱ्या दिवशी इथे कसा?'' विषय बदलण्यासाठी तिनं विचारलं.

''एक 'मासा' आलाय, आणि त्याची ओळखी अजून पटलेली नाही. त्यासाठी

तो आज पुन्हा आलाय.'' आर्नोल्डनं म्हटलं. 'मासा' म्हणजे ओसीएमईच्या बोलीभाषेत 'पाण्यावर तरंगत असलेलं प्रेत' असा अर्थ होता.

''असं?'' लॉरीचे कान एकदम टवकारले गेले. पाण्यावर तरंगणारं प्रेत! आणि मॅनहटन हे बेट आहे, शिवाय न्यू यॉर्कच्या अवतीभोवतीही भरपूर पाणी आहे, त्यामुळे एखाद्या केसमुळे जर लूसारख्या डिटेक्टिव्ह कॅप्टनला रात्रभर जागावं लागलं असेल, तर अशी केस नक्कीच काहीतरी वेगळी असणार. या केसमध्ये कुठेतरी 'पाणी' मुरतंय हे निर्विवाद. ''काय झालं? काय हकिगत आहे या केसची?'' कॉफीत साखर टाकत तिनं उत्सुकतेनं विचारलं.

''हकिगत काही फारशी खास नाही.'' आर्नोल्डनं म्हटलं, ''ते प्रेत गव्हर्नर्स आयलंडच्या परिसरात पाण्यातून बाहेर काढण्यात आलं. यात फारसं काही विशेष असं नाही. पण ज्या लोकांनी ते पाण्यातून बाहेर काढलं, त्यांचं म्हणणं असं की ते प्रेत म्युझियम ऑफ मॉडर्न आर्टमध्ये ठेवण्याच्या लायकीचं आहे– त्या प्रेताच्या गळ्यापासून ते पार पावलं आणि पंजांपर्यंत सगळीकडे उत्कृष्ट, नाजूक गोंदवलंय. मी ते अजून पाहिलेलं नाही; पण फाईलमध्ये असंच वर्णन आहे त्याचं. माझं इथलं काम झालं, की मी ते बघणार आहे.''

''ते कुठल्या वंशाच्या माणसाचं आहे, सांगता येतंय का?''

''हो, आशियाई पुरुष आहे तो.''

''मृत्यूचं वरकरणी दिसणारं कारण काय आहे? पाण्यात बुडून मृत्यू का?''

''नाही.'' केसच्या फाईलमध्ये 'गोळ्या लागल्याच्या अनेक जखमा' असं वर्णन केलंय. ज्या एमएलआयनं फाईल तयार केली, तिनं असं म्हटलंय, की त्या माणसाच्या पाठीवर जणू कोणीतरी मशिनगन चालवली असावी. बारा ठिकाणी गोळ्या शिरल्या आहेत त्याच्या पाठीत.''

''अरे बापरे! म्हणजे ज्यानं कोणी त्याला मारलं, त्याला तो पुरता मेल्याची खात्रीच करायची होती जणू.'' बोलताबोलता लॉरीला तिनं पूर्वी एका फॉरेन्सिक पॅथॉलॉजीवरच्या नियतकालिकात वाचलेली अशाच प्रकारची एक केस आठवली. तो एक जपानी माणूस होता, त्याच्याही अंगावर असंच नखशिखांत गोंदवलेलं होतं, त्यालाही अशाच दहा-बारा गोळ्या मारल्या होत्या, आणि शिवाय खास जपानी सामुराईच्या तलवारीनं त्याचं शिर धडावेगळं केलं होतं. त्या लेखात असं लिहिलं होतं, की टोकियोमध्ये झालेल्या दोन प्रतिस्पर्धी याकुझा गँग्जच्या टोळीयुद्धात त्या माणसाची, आणि त्याच्याबरोबर चार-पाच इतर माणसांचीही हत्या करण्यात आली होती.

लॉरीनं गाढ झोपलेल्या लूकडे एक कटाक्ष टाकला. पाण्यातून बाहेर काढलेल्या एका प्रेतासाठी हा इथे का आला असेल? शेवटी तिनं उघडच विचारलं. ''डिटेक्टिव्ह

कॅप्टन त्या प्रेताबरोबर इकडे कशासाठी आलाय? तो काही बोलला का?''

''त्याला त्या प्रेताच्या ऑटोप्सीमध्ये इंटरेस्ट असणार; पण तू हे त्यालाच का नाही विचारत?''

गरम कॉफीचा एक घुटका घेऊन लॉरीनं लूकडे बघितलं. कालच्याइतकाच तो आजही थकलेला दिसत होता. तो घोरत नव्हता; पण तो एकाच लयीत, खोल श्वासोच्छ्वास करत होता. इथे असं अवघडून झोपण्यापेक्षा यानं लवकरात लवकर घरी जाऊन व्यवस्थित बिछान्यावर झोपलेलं कितीतरी चांगलं, असा विचार करून ती त्याच्याजवळ आली. लूचे दोन्ही हात छातीवर एकमेकात बोटं गुंफून ठेवलेले होते. लॉरीनं वाकून त्याच्या हातावर हात ठेवला.

''लू!'' तिनं हळूच म्हटलं, ''अरे, मी लॉरी.'' त्याचा हात हलकेच हलवत तिनं म्हटलं. त्याचे डोळे उघडले आणि दोन सेकंदांतच त्यानं तिला ओळखल्याचं त्याच्या नजरेत दिसलं. लगेच पाय खाली घेऊन तो खुर्चीत सरळ बसला.

''थोडी कॉफी घेशील का?'' लॉरीनं सरळ उभं राहत विचारलं.

''नको, थँक्स.'' त्यानं तोंडातल्या तोंडात म्हटलं, ''एकच मिनिट थांब.''

''अशी सारखी जागरणं करणं तुझ्या तब्येतीला चांगलं नाही, हे तुला सांगायला कुणा डॉक्टरची गरज नाही.''

लू नं चेहऱ्यावरून खसखसा हात फिरवले आणि मग मोठा थोरला श्वास घेतला. ''ओके. आता मी पूर्णपणे जागा झालोय. जॅक कुठाय?''

''तो पुन्हा सायकलवरून येतोय आज. मी टॅक्सीनं आले, रहदारीही नव्हती म्हणून जरा लवकर पोहोचलेय. तो येईलच बहुधा, थोड्याच वेळात. नाही आला तर... छे! मी तो विचारच करू शकत नाही. तूतरी त्याला समजावून सांग ना.''

''मी खूप वेळा समजावून सांगितलंय त्याला; पण तो ऐकेल तर ना! पण ते जाऊ दे. मी कोणती केस घेऊन आलोय, बघितलंस?''

''म्हणजे तो 'मासा'च ना? मी अजून त्याला प्रत्यक्ष बघितलेलं नाही; पण आर्नोल्डनं बरंच वर्णन केलंय त्याचं.''

''विश्वास बसणार नाही, अशी केस आहे ती.''

''म्हणजे तू त्याच्या अंगावर सगळीकडे जे गोंदवलंय, त्याबद्दलच म्हणतोयस ना? पण मला नाही वाटत की त्या गोंदवलेल्या नक्षीमुळे तुला त्या केसमध्ये एवढा इंटरेस्ट आहे, की तू त्याला स्वतः इथे आणलंयस. हो ना?''

''छे, छे!'' लू थोडा हसला, ''मला इंटरेस्ट निर्माण होण्याचं कारण म्हणजे, गुन्हेगारी जगतामध्ये कुठेतरी एखादं टोळीयुद्ध सुरू झालंय की काय, अशी शंका येतेय मला. विशेषतः आता या नवीन आशियाई आणि रशियन गुंडांच्या टोळ्या इकडे येताहेत, आणि त्यातून अधूनमधून एखादी हत्या होतेय, म्हणून मला ही

शंका येतेय. सामान्य माणसाला पैसे मिळवणं कठीण झालंय, त्यामुळे या टोळ्यांनाही पैसा मिळेनासा झाला. त्यामुळे त्या एकमेकांचे गळे पकडू बघताहेत. हार्बर कंट्रोल युनिटला जर अशी काही प्रेतं सापडली की ज्यांची हत्या झाली असण्याची शक्यता आहे, तर त्यांनी मला कळवायचं, हीच नेहमीची पद्धत आहे. डिसेंबरपासून मार्चपर्यंतच्या हिवाळ्याच्या काळात जेव्हा वेस्टचेस्टर किंवा जर्सीच्या भागातली जमीन अतिशय कठीण झाल्यामुळे खणणं शक्य होत नाही, तेव्हा त्या काळात अशी प्रेतं बंदरातच फेकली जातात.''

''आलं लक्षात. तू इथे ऑटोप्सी बघायला आलायस का? आणि जर तसं असेल, तर या प्रेताची ऑटोप्सी मी केली तर चालेल का, की तुला जॅक येईपर्यंत थांबायचंय?''

''तुम्हा दोघांपैकी कोणीही ऑटोप्सी केली, किंवा तिसऱ्या कोणी केली, तर मला काहीच फरक पडत नाही; पण तू केलीस तर मला जास्त आवडेल. आणि जितक्या लवकर करशील तितकं जास्त बरं.''

''आर्नोल्ड!'' लॉरीनं मोठ्यानं हाक मारली. ''यानं आणलेली केस मी केली तर चालेल?''

''जरूर कर.'' आर्नोल्डनं म्हटलं, ''आणि आज तुझ्यासाठी ही एकच केस आहे. आज फारशा केसेस आलेल्याही नाहीत.''

'मला आणखी केसेस पाहिजेत, ' असं लॉरी म्हणणार होती; पण ती गप्पच राहिली. आपल्याकडे ज्या अर्थी दोन अज्ञात आशियाई माणसांच्या केसेस एकाच वेळी आल्या आहेत, त्या अर्थी त्यांचा एकमेकींशी काहीतरी संबंध असू शकेल, अशी शंका त्याच क्षणी तिच्या डोक्यात चमकून गेली.

''विनी!'' तिनं हाक मारली, ''मला जरा मदत करशील? मार्विन अजून आलेला दिसत नाही; पण तू मोकळाच आहेस. तुला जॅकबरोबर काम करायला आवडतं हे मला माहितेय; पण तो एक दिवस तुझ्या मार्गदर्शनाशिवाय नक्कीच काढू शकेल. आपल्याला ही केस लगेच सुरू करायला हवी, म्हणजे हे कॅप्टन सोल्डॅनो लवकरात लवकर घरी जाऊन व्यवस्थित झोपू शकतील.''

पेपरच्या पाठीमागे तोंड लपवलेल्या विनीनं हे ऐकून हताशपणे क्षणभर डोळे मिटले. किती भित्रे आहोत आपण, त्यानं मनात म्हटलं. त्या दोघा गुंडांशी झालेलं बोलणं कुणाला उघड न सांगता उलट आपण त्यांनी सांगितलेल्या गोष्टी विनातक्रार पार पाडल्या. ते धमकीचं पत्र आपण पाठवलं हे कुणाला समजू नये, म्हणून आपण आपल्याच एका सहकाऱ्याच्या कॉम्प्युटरवर ते टाईप केलं, आपल्या यूएसबी ड्राईव्हवर कॉपी करून घेतलं आणि बाहेर जाऊन ते छापून घेतलं. त्या पत्राच्या पाकिटावर आपले ठसे उमटू नयेत म्हणून आपण हातात लॅटेक्सचे ग्लोव्हज घालू

ते पाकीट परत येऊन, रिसेप्शनच्या दारामधून आत सरकवलं. आणि ऑफिसमध्ये परत येतानासुद्धा आपण पुढच्या दारानं न येता, चोरासारखे एका बाजूच्या दारातून आत आलो. हे सगळं आठवून त्यानं विषादानं स्वतःशीच मान हलवली.

"विनी!" त्याला लॉरीनं पुन्हा हाक मारलेली ऐकू आली; पण आता ती बरीच जवळून आलेली होती. सावकाश त्यानं पेपर खाली केला. लॉरी थेट त्याच्यासमोरच उभी होती. "तुला ऐकू नाही आलं का?" तिनं किंचित चिडून म्हटलं.

विनीनं नकारार्थी मान हलवली.

लॉरीनं त्याला सगळं काही पुन्हा सांगितलं.

आता मात्र विनीला नाइलाजानं का होईना, उठावंच लागलं. शेजारच्या खुर्चीवर हातातला पेपर टाकून तो उठला.

"कॅप्टनसाहेबांना खाली घेऊन जा आणि त्यांची व्यवस्था कर. आणि मग ते प्रेत घेऊन टेबलापाशी आणून ठेव. तोपर्यंत मी चटकन ऑफिसमध्ये जाते, आणि लगेच खाली येते, समजलं?"

मनोमन अपराधी भाव दाटून आलेल्या विनीनं नुसतीच मान डोलावली. त्याला तिच्या नजरेला नजर भिडवणं शक्य होत नव्हतं. वॅकारो फॅमिलीचे गुंड काय करू शकतात याची पूर्ण कल्पना त्याला होती. त्यामुळे काल जेव्हा त्यांची त्याच्या घराशी जाऊन शाळेतून परत येणाऱ्या मुलींना 'बघायची' धमकी दिली होती, तेव्हा ते लोक अशी धमकी सहज प्रत्यक्षात आणू शकतात, हे त्याला पक्कं ठाऊक होतं. त्यामुळेच आता लॉरीसमोर उभा असताना त्याची परिस्थिती इकडे आड आणि तिकडे विहीर अशी झालेली होती.

लू सोल्डॅनोला खाली जिथे शवविच्छेदन केलं जायचं, तिथे घेऊन जात असताना विनीच्या डोक्यात विचार येत होते, की आता कॅप्टन काय विचार करत असतील? मागच्या वेळी जेव्हा आपल्याला अशीच धमक्यांना बळी पडून पॉली सेरिनोला मदत करावी लागली होती, तेव्हा याच कॅप्टनसाहेबांनी ते सगळं शोधून काढलं होतं. त्यामुळे आता जर लॉरीनं त्या धमकीकडे दुर्लक्ष करून ते पत्र पोलिसांकडे दिलं, तर पहिला संशय आपल्यावरच घेतील ते! आता आपल्या हातात फक्त एवढंच आहे, की धमकी देणारं ते पत्र कोणीतरी बाहेरच्या माणसानं टाकलं असा सगळ्यांचा समज होईल, याच आशेवर राहायचं.

आपल्या ऑफिसात येऊन लॉरीनं दार लावलं, कॉम्प्युटर सुरू केला, आणि आपला कोट दारामागे टांगून ठेवला. नंतर तिनं चटकन अंगावर हिरवा ड्रेस चढवला. आणि त्याच्यावरून टायरेक सूट घातला. तोपर्यंत कॉम्प्युटर सुरू झालेला होता. लगेच इंटरनेटवर जाऊन तिनं, तिला काल त्या याकुझाच्या गुंडाच्या

हत्येचा लेख आठवला होता, तो उघडला. तिला त्या प्रेताच्या ऑटोप्सीचा निष्कर्ष काय होता, ते बघायचं होतं. चटकन तो निष्कर्ष वाचून ती ऑफिसातून बाहेर पडली, आणि शवविच्छेदनाच्या दालनाकडे निघाली.

इतक्या वर्षांमध्ये लूला प्रेतांचं शवविच्छेदन बघायची भरपूर सवय झालेली होती. त्यानं त्या 'माशा'चं प्रेत काढून टेबलावर आणायला विनीला मदत केली. लॉरी तिथे येईपर्यंत त्या दोघांनी सगळी तयारी पूर्ण केलेली होती.

"एवढं सुंदर गोंदलेलं मी आत्तापर्यंत कधीही बघितलेलं नव्हतं." लॉरीनं कबूल करून करून टाकलं. त्या प्रेताच्या गळ्यापासून आणि मानेपासून ते पार मनगटं आणि घोट्यांपर्यंत संपूर्ण शरीरावर अत्यंत नाजूक रंगीबेरंगी नक्षीकाम गोंदवलेलं होतं. "पण त्यामुळे आपल्याला मात्र बाह्य तपासणी करणं बरंच कठीण जाणार आहे; पण हा कोणत्यातरी याकुझा गँगमधला गुंड आहे, हे मात्र चटकन ओळखता येतंय."

"खरंच?" लूनं विचारलं, "या गोंदवलेल्या नक्षीमुळे म्हणतेयस का तू?"

"नाही. आणखीही एक खूण आहे." तिनं त्या प्रेताचा डावा हात उचलला. "हे बघ, त्याच्या करंगळीला सगळ्यात वरचं पेरच नाहीय. याकुझातल्या प्रत्येक गुंडाला हे पेर स्वतः तोडावं लागतं. एखाद्या गँगच्या म्होरक्यानं जर हे सांगितलं, तर प्रत्येक अनुयायाला हे करावंच लागतं- आपण त्या म्होरक्याशी एकनिष्ठ आहोत हे दाखवण्यासाठी. आणि ते पेर बॉसला द्यावंही लागतं. याचं खरं कारण असं असतं, की असं पेर तोडलं, की त्या गुंडाची तलवारीच्या मुठीवरची पकड तेवढ्या प्रमाणात कमी होते, आणि मग त्याला रक्षणासाठी बॉसवर जास्त अवलंबून राहावं लागतं."

"तू थट्टा करतेयस का माझी?"

"छे छे," लॉरीनं म्हटलं, "आता तुला दुसरी खूण दाखवते." तिनं त्या प्रेताचं शिस्न उचललं, आणि त्यावर असलेले छोटे फोडांसारखे गोल आकार त्याला दाखवले. "ही याकुझाची आणखी एक खास पद्धत आहे. हे जे फोडांसारखे गोल आकार दिसताहेत, ते खरे मोती आहेत, आणि ते त्वचेच्या खाली घातलेले आहेत. यातला प्रत्येक मोती हा त्या गुंडानं तुरुंगात घालवलेलं एक एक वर्ष दाखवतो. आणि हे ऑपरेशन कोणत्याही प्रकारची ॲनास्थेटिक्स न वापरता केलं जातं."

"आऊच!" लूनं आणि विनीनं एकमेकांकडे सूचन नजरेनं पाहिलं.

"पण मला सांग, याकुझाबद्दल तुला एवढी माहिती कशी काय?" लूनं विचारलं, लॉरीच्या सामान्य ज्ञानाबद्दल त्याला नेहमीच कौतुक वाटत आलेलं होतं; पण हे मात्र त्याच्याही पलीकडचं होतं. त्यानंही न्यू यॉर्क पोलीस खात्यात सहा वर्षं संघटित गुन्हेगारी विभागात काढलेली होती, त्यामुळे त्याला याकुझाबद्दल बरीच माहिती होती. त्यानंतरच त्यानं 'होमीसाईड' विभागात बदली करून घेतली होती.

"तुम्हाला वाटत असेल की मी फार हुशार आणि ज्ञानी आहे," लॉरीनं किंचित हसून म्हटलं, "पण तसं काही नाही. आत्ता मी जेव्हा वर माझ्या ऑफिसमध्ये गेले होते, तेव्हा मी एका याकुझा गुंडाच्या हत्येवर आलेला, काल मला आठवलेला लेख वाचला."

"मी या प्रेताचे एक्स-रे त्या व्ह्युअर बॉक्सवर लावले आहेत." विनीनं हातानं दाखवत म्हटलं.

"व्हेरी गुड." लॉरी ते एक्स-रे बघायला तिकडे गेली. प्रेताच्या छातीत, पोटात आणि हातापायांमध्ये बाहेरून घुसलेल्या बऱ्याच छोट्याछोट्या गोष्टी होत्या. त्या सगळ्याच वस्तू म्हणजे गोळ्या, किंवा गोळ्यांचे तुकडे असल्यासारखं दिसत होतं. फक्त कवटीमध्ये काही घुसलेलं दिसत नव्हतं.

"आपण या सगळ्या गोळ्यांचे मार्ग तपासणार आहोत." लॉरीनं लू कडे बघत म्हटलं, "तुला काही विशिष्ट माहिती हवी आहे का?"

"तुला या केससाठी योग्य वाटत असलेली सगळी माहिती मला सांग." लू नं म्हटलं.

"मला यातल्या पाच-सात तरी गोळ्या हव्या आहेत, म्हणजे मी त्या एकाच पिस्तुलातून मारल्या आहेत की एकापेक्षा जास्त पिस्तुलांमधून मारल्या आहेत ते बघू शकेन. या प्रेतावर गोंदवलेल्या नक्षीचे आम्ही आधीच फोटो घेतले आहेत. त्यांच्या मदतीनं या माणसाची ओळख पटते का, तेही बघायचंय."

"ओके. या केसचे सगळे कागदपत्र व्यवस्थित आहेत, विनी?" लॉरीनं विनीकडे वळून विचारलं.

"हो, बहुतेक. ते एक्स-रे तिथे लावलेच आहेत, फोटो केसच्या फाईलमध्ये आहेत, आणि याच्या हाताचे ठसे घेतले आहेत, हे मला माहितेय."

"गुड. चला, तर सुरू करू या."

तिघंही टेबलाशी परत आले. "एक गोष्ट मला इथूनच स्पष्ट दिसतेय." लॉरीनं म्हटलं, आणि त्या उताण्या स्थितीत ठेवलेल्या प्रेताची छाती अणि पोटावर दिसणाऱ्या जखमांच्या आसपासची त्वचा हातानं सारखी करून बघितली. "या सगळ्या जखमा, गोळ्या शरीरातून बाहेर पडल्याच्या आहेत. यातली एकही जखम गोळी आत शिरल्याची नाही. याचा अर्थ, या माणसावर फक्त पाठीमागूनच गोळीबार झालाय. तशी ही उपयोगी माहिती आहे, काय, लू?"

"हो, प्रश्नच नाही." लूनं म्हटलं. त्यानं जरा विचार केला. "कदाचित हा पळून जाताना गोळीबार झाला असेल."

"शक्य आहे किंवा कदाचित पोहत दूर जातानाही असू शकेल." लॉरी विनीकडे वळली. "चल, याला पालथं करू या, म्हणजे गोळ्या शिरल्याच्या

जखमा बघता येतील.''

विनीनं प्रेताला पालथं केलं. लॉरीनंही त्याला मदत केली; पण तो एकही शब्द बोलला मात्र नाही. लॉरीला त्याचं हे वागणं जरा वेगळं वाटलं. तिला विनी आवडण्याचं एक कारण असं होतं, की तो काम करताना सतत तिरकस विनोदी बोलायचा. या बाबतीत अनेकदा तो जॅकवरही कडी करायचा. पण आज तो अगदीच गप्पगप्प होत. ''काही प्रॉब्लेम आहे, का विनी?'' लॉरीनं विचारलं. ''आज तू एकदम गप्प आहेस तो?''

''नाही, मी ठीक आहे.'' विनीनं चटकन उत्तर दिलं– जरा जास्तच चटकन दिलं, असं लॉरीला वाटलं. क्षणभर तिला वाटून गेलं, की कदाचित याला आपण जॅकची वाट बघत थांबू न देता आपल्याबरोबर काम करायला लावलं, म्हणून हा नाराज असेल.

तेवढ्यात ऑटोप्सी रूमचं दार धाडकन उघडलं, आणि जॅक आत घुसला. त्याच्या अंगावर नेहमीचेच कपडे होते, आणि त्यानं फक्त चेहऱ्यावर एक मास्क लावलेला होता, तोही हातानंच धरलेला होता. त्यानं ऑटोप्सी रूमचे दोन नियम एकाच वेळी मोडलेले होते.

''ए, अरे काय चाललंय तरी काय? मला यायला दहा मिनिटं उशीर काय झाला, आणि तेवढ्यात तुम्ही माझी एक केसही पळवलीत, आणि शिवाय माझ्या खास असिस्टंटलाही पळवून नेलंत?''

''तू माझ्याबरोबर टॅक्सीनं का नाही आलास?'' लॉरीनं म्हटलं.

तिचं म्हणणं ऐकल्या न ऐकल्यासारखं करून जॅक टेबलाशी आला. ''हॅलो, लू. हॅलो, विनी.''

''हॅलो, डॉक्टर स्टेपल्टन.'' विनीनं शांत आवाजात म्हटलं.

जॅक त्याच्याकडे बघतच राहिला, ''डॉक्टर स्टेपल्टन असं म्हणालास तू मला? काय झालं? ठीक आहेस ना, विनी?''

''हो, मी ठीक आहे.'' खरं म्हणजे जॅकला बघितल्यावर विनीच्या मनातली अपराधीपणाची भावना अचानक पुन्हा उचंबळून आलेली होती. त्याला मनापासून वाटू लागलं, की काही दिवस रजा घ्यावी आणि ही भानगड एकदाची संपेपर्यंत इथे येऊच नये.

''माय गॉड!'' जॅकनं टेबलावरच्या प्रेताकडे बघितलं आणि त्याचे डोळे विस्फारले. ''किती गोंदवलंय हे! सगळ्या अंगभर दिसतंय. आणि काय सुंदर नक्षी आहे. काय झालं रे?''

''हा 'मासा' आहे.'' लू नं म्हटलं, आणि आतापर्यंत या केसची जी काही थोडीफार माहिती मिळालेली होती, ती जॅकला सांगितली.

"अस्सं. पण असं गोंदवलेलं नक्षीकाम कधी बघितलं नव्हतं." लूला उत्तर देऊन जॅक लॉरीकडे वळला. "चालू दे तुझं काम. आपण नंतर भेटू."

तो जायला निघाला; पण एकदम थबकला. लॉरीनं काहीच उत्तर दिलेलं नव्हतं. "ए!" त्यानं पुन्हा म्हटलं. तरीही तिचं त्याच्याकडे लक्ष नव्हतं. त्या प्रेताची मान उजवीकडे वळलेली होती, आणि ती डोळे फाडफाडून त्याच्या चेहऱ्याकडे बघत होती. जॅकनं तिच्या चेहऱ्यापुढे एक चुटकी वाजवली, तेव्हा कुठे ती भानावर आली.

"कमाल आहे." तिनं म्हटलं. "मी या माणसाला कुठेतरी पाहिल्यासारखं वाटतंय. हा चेहरा ओळखीचा वाटतोय मला."

"तुला नेमकं काय म्हणायंचय? तू हे प्रेत पाहिलंयस, का याला जिवंत बघितलंयस?"

"जिवंत बघितलंय."

"कुठे?" त्यानं आश्चर्यानं भुवया उंचावून विचारलं. "आणि केव्हा?"

आता लू आणि विनीचंही लक्ष त्यांच्या बोलण्याकडे गेलं.

लॉरीनं मान हलवली. "पण कसं शक्य आहे?" तिनं हात हवेत उडवले. "याला योगायोगा म्हणायचं की आणखी काही?"

"कसला योगायोग?" जॅक आणखी एक पाऊल तिच्याजवळ गेला. कारण त्या सूटच्या मुखवट्यामधून तिचा चेहरा नीट दिसत नव्हता. "काल मी जी केस केली, त्या केसबद्दल काल रात्री मला नवीनच माहिती–"

"पण तू तर काल कुठलीच केस केली नव्हतीस ना?" लूनं मध्येच विचारलं.

"नाही, तू गेल्यानंतर मला ती केस मिळाली. ते जाऊ दे, पण मला अचानक आता वाटायला लागलंय, की या दोन केसेसचा एकमेकींशी काहीतरी संबंध असावा. काय संबंध असेल हे आता मी सांगू शकणार नाही; पण मला आतूनच तसं वाटतंय, हे मात्र खरं."

"कशा प्रकारचा संबंध?" लूनं विचारलं. "माझ्या दृष्टीनं हे महत्त्वाचं असू शकेल."

"लू, उगाच फार अपेक्षा वाढवू नकोस." लॉरीनं त्याला समजावलं.

"निदान तुझ्या मनात काय आहे हेतरी सांग ना." लूनं म्हटलं. त्याची उत्सुकता चाळवली गेलेली होती. नेमक्या याच कारणासाठी त्याला फॉरेन्सिक पॅथॉलॉजीबद्दल जिज्ञासा उत्पन्न झाली होती, आणि त्यामुळे तो जेव्हा शक्य होईल, तेव्हा इथे ओसीएमईमध्ये येत असे. लॉरी आणि जॅकशी ओळख झाल्यापासून त्याच्याकडे आलेल्या मानवी हत्येच्या अनेक केसेसमध्ये केवळ ऑटोप्सीमधून महत्त्वाची माहिती मिळाल्यामुळे त्याला त्या केसेस सोडवता आल्या होत्या."

"नको." लॉरीनं म्हटलं, "थोडी कळ काढ. बहुतेक दुपारपर्यंत मला हवी ती नेमकी माहिती मिळालेली असेल. आतातरी तुला यापेक्षा जास्त काही सांगू शकणार नाही. व्हेरी सॉरी."

"प्लीज, या वेळी तरी नाटकं नको ना करू." लूनं म्हटलं. "या केसबद्दल जर असं दिसणार असलं, की संघटित गुन्हेगारीच्या क्षेत्रात तणाव वाढताहेत, तर ते आम्हाला लवकरात लवकर कळणं आवश्यक आहे, म्हणजे आम्ही त्याचे सामान्य लोकांच्या जीवनावर होणारे परिणाम मर्यादित ठेवू शकू. गुंडांनी एकमेकांना मारण्याला माझी कधीच हरकत नसते, कारण त्यामुळे आम्हा पोलिसांच्या कामाला एका अर्थी उलट हातभारच लागतो; पण सामान्य नागरिक जेव्हा अशा टोळीयुद्धांमध्ये भरडले जातात, तेव्हा मात्र आम्हाला त्याचा त्रास होतो."

"सॉरी."लॉरीनं म्हटलं, "पण या क्षणी तरी या कोड्याचे भाग माझ्या डोक्यात फक्त बसायला लागलेत."

"तू स्वतःलाच काहीतरी सिद्ध करून दाखवायचा प्रयत्न करतेयस का?" जॅकनंही विचारलं. "तू जो नाटकीपणा करतेयस, त्याचं हे कारण आहे का? नाही, मला असं म्हणायचंय की आम्हाला जर काही सांगितलंस, तर आम्ही उलट तुला काहीतरी मदत करू शकू."

"कदाचित तू म्हणतोयस तसंही असेल." लॉरीनं कबूल करून टाकलं. "मला खरोखरच हे सगळं मला स्वतःलाच करायचंय."

"ओके. मला फक्त एकच गोष्ट सांग." जॅकनं म्हटलं. "तुझ्या त्या कालच्या केसमधल्या माणसाला आकडी आली का, हे तुला त्या सीसीटीव्हीच्या रेकॉर्डिंगमध्ये काल रात्री दिसलं का?"

"हो, दिसलं."

१८

मार्च २६, २०१०

शुक्रवार, सकाळी ९.१०

टोकियोमधून निघालेलं, उत्तर ध्रुवावरून आलेलं ते प्रचंड बोइंग ७४७-४०० विमान न्यू यॉर्कच्या जेएफके विमानतळावर अत्यंत सहजगत्या उतरलं. विमानाचा वेग नियंत्रणात आल्यानंतर विमानाच्या कॅप्टननं धावपट्टीवरून बाजूला घेतलं आणि त्याला टर्मिनलपाशी आणण्याची वेळखाऊ प्रक्रिया सुरू केली.

प्रवास खूप लांब पल्ल्याचा होता. अवघडलेल्या हिसायुकी इशीनं हातपाय ताणून एक झक्कपैकी आळस दिला. प्रवासात जवळजवळ बारा तास गेले असले, तरी त्याला अधूनमधून का होईना, चांगली आठ तास झोप काढता आली होती. शिवाय त्याचं सीट फर्स्ट क्लासमध्ये असल्याचाही बराच फायदा झालेला होता. त्यामुळे त्याला तुलनेनं पुष्कळच बरं वाटत होतं. बिझिनेस क्लासमध्ये बसलेल्या चोंग यॉंग आणि रिकी वाटानाबे या आपल्या दोघा माणसांची परिस्थिती आपल्याइतकी चांगली असेल का, कोण जाणे! ...त्यानं मनात म्हटलं.

इतका मोठा प्रवास असल्यामुळे हिसायुकीला सहसा कधी न मिळणारी, एका जागी बसून फक्त विचार करण्याची संधी मिळालेली होती. तो कायमच कामात इतका व्यग्र असायचा, की एखाद्या गोष्टीवर मन एकाग्र करून विचार करणं, ही त्याच्यासाठी चैनीचीच गोष्ट होती. सध्या त्याच्यासमोर असलेल्या समस्यांवर प्रवासात एवढा वेळ विचार करूनही त्याला कोणत्याही नवीन कल्पना सुचलेल्या नव्हत्या, फक्त नेमकं काय करायचं याची कल्पना त्याच्या डोक्यात स्पष्ट झालेली

होती. सातोशी आणि त्याचं संपूर्ण कुटुंब खलास झालेलं असल्यामुळे आता त्याला सातोशीच्या वह्या हस्तगत करणं आवश्यक होतं. प्रवास सुरू करण्याआधी त्याला हेच वाटत होतं, आणि आता त्याची तशी पक्की खात्री झालेली होती. त्या वह्यांमुळे क्योटो युनिव्हर्सिटीनं मिळवलेल्या पेटंट्सना आव्हान देण्यासाठी कायदेशीर आधार मिळणार होता. त्याच्यासमोर दुसरा एक प्रश्न होता, तो म्हणजे यामागुची-गुमीबरोबरच्या संबंधांचा. म्हणूनच त्यानं हिरोशी फुकाझाबरोबर झालेल्या भेटीनंतर अचानक न्यू यॉर्कला येण्याचा निर्णय घेतला होता. सातोशीचा खून झाल्याचा संशय साबोरू फुकुदाला येणार नाही, याची त्याला खात्री होणं आवश्यक होतं. आणि ही गोष्ट, हिसायुकीच्या सूचनांनुसारच ही हत्या हिदेकी शिमोदाच्या माणसांनी केली की नाही, यावर अवलंबून असणार होती.

हे सगळे विचार डोक्यात घोळत असताना हिसायुकीनं सेलफोन काढला आणि हिदेकीला कॉल केला. पलीकडे फोन वाजत असताना त्यानं विमानाच्या खिडकीतून बाहेर नजर टाकली. त्याला वाटलं, हे विमान फारच मंद गतीनं टर्मिनलकडे जातेय. आता कुठे त्याच्या लक्षात आलं, की एकंदर परिस्थितीमुळे आणि पुढे काय झालं हे जाणून घेण्यासाठी आपण केवढे तणावाखाली आहोत. आयपीएस यूएसएचं ऑफिस फोडून त्या वह्या ताब्यात घेण्याचं काम व्यवस्थित पार पडलंय की नाही? सातोशी आणि त्याच्या कुटुंबाची हत्या करण्यात आल्याची बातमी ज्यामुळे यामागुची-गुमीपर्यंत पोचेल, असं काही अमेरिकेतल्या वृत्तपत्रांमध्ये किंवा टीव्ही चॅनेल्सवर येऊन गेलंय का? हिसायुकीला या प्रश्नांची उत्तरं हवी होती, आणि त्यामुळेच तो अस्वस्थपणे हिदेकीनं फोन घेण्याची वाट बघत होता.

बराच वेळ पलीकडे फोन वाजूनही कोणी उचलेना, तेव्हा हिसायुकी कॉल बंद करण्याच्याच बेतात होता. तेवढ्यात हिदेकीनं घोगऱ्या आवाजात इंग्लिशमध्ये उत्तर दिलं– म्हणजे तो झोपेत असल्यासारखं दिसत होतं; हिसायुकीचा आवाज ऐकल्याबरोबर लगेचच त्याचा आवाज खाली आला आणि भाषाही बदलली.

''आपलं बोलणं झाल्यापासून काय काय घडलं?'' हिसायुकीनं हळू आवाजात जपानी भाषेत विचारलं. आपल्याशेजारी बसलेल्या माणसाला फक्त इंग्लिश समजतं, हे प्रवासात त्याच्या लक्षात आलं होतं.

''काही चांगल्या गोष्टी झाल्या आहेत, आणि काही वाईट गोष्टी झाल्या आहेत.'' हिदेकीनं उत्तर दिलं.

''मग आधी वाईट गोष्टी कोणत्या झाल्या, ते सांग.'' हिसायुकीने सचिंत स्वरात म्हटलं.

''माझी दोन अत्यंत विश्वासू माणसं काल दुपारपासून गायब झालीयेत.

मागच्या वेळी तुमची त्यांच्याशी भेट झाली होती– सुसुमु नोमुरा आणि योशियाकी इशी.''

''माझ्या आठवणीप्रमाणे काल रात्री त्या दोघांनी आयपीएस यूएसएचं ऑफिस फोडायला जाणं अपेक्षित होतं; हो ना?''

''हो, पण ते बारबेराच्या माणसांना तिथे भेटण्याचं ठरलं होतं, तिथे ते आलेच नाहीत. बारबेराची माणसं त्या दोघांची वाटत बघत एक तासभर थांबली; पण ते आलेच नाहीत. काल रात्री आणि आज सकाळीही मी त्या दोघांना कॉल करायचा बराच प्रयत्न केला; पण मला फक्त त्यांच्या व्हॉईसमेलचाच आवाज आला. मला आता चिंता वाटायला लागलीय, की ते दोघं परत येणार नाहीत.''

''पण मग ते ऑफिस फोडलं की नाही?''

''नाही, कारण बारबेरा सान आणि त्यांची माणसं आपल्याला फक्त मदत करत होती.''

हिसायुकी काही न बोलता विचार करण्याचा प्रयत्न करू लागला. 'हे फारच वाईट झालं,' त्यानं मनात म्हटलं. ''म्हणजे मग आपल्या लोकांनी सातोशी आणि त्याच्या कुटुंबीयांना खलास केलं, त्याचा बदला म्हणून यामागुची-गुमीनं या दोघांना मारलं की काय? असं घडलं असेल असं तुला वाटतं का,'' असं त्यानं हिदेकीला विचारलं.

''हो, मलाही असंच वाटतं.'' हिदेकीनं सचिंत स्वरात उत्तर दिलं. मग त्यानं लुई बारबेरानं त्याला जे सांगितलं होतं, ते हिसायुकीला सांगितलं- म्हणजे, सुसुमु आणि योशियाकीनं बारबेराच्या माणसांना सांगितलं होतं, की सातोशीला मारल्यामुळे यामागुची-गुमीच्या माणसांनी त्या दोघांना मारण्याची धमकी दिली होती.

''हे मला पटत नाही.'' हिसायुकीनं विचारात पडून म्हटलं, ''यामागुची-गुमीच्या दृष्टीनं विचार केला, तर आपल्याला सातोशीची आणि विशेषतः तो अमेरिकेत आल्याची माहिती आहे, असा संशय यामागुची-गुमीला येण्याचं कारण मला तरी दिसत नाही. किंबहुना आपल्यालासुद्धा सरकारनं सांगितली म्हणूनच ही माहिती मिळाली. हां, सरकारच जर या परिस्थितीचा फायदा घेऊन आपल्या याकुझा गँग्जमध्ये फूट पाडायचा प्रयत्न करत असेल, तर मात्र गोष्ट वेगळी; पण तसं वाटत नाही, कारण क्योटो युनिव्हर्सिटीच्या पेटंटसचा प्रश्न इतका महत्त्वाचा आहे, की या परिस्थितीत तरी सरकार असं काही करणं शक्य वाटत नाही.''

त्याच वेळी विमान एकदाचं टर्मिनलपाशी येऊन थांबलं.

''आता थोड्याच वेळात आम्ही विमानातून उतरणार आहोत,'' हिसायुकीनं म्हटलं, ''आता चांगलं काय घडलं ते सांग.''

''चांगली गोष्ट घडलीये ती अशी, की सातोशी किंवा त्याच्या कुटुंबीयांच्या

हत्येबद्दलची कोणतीही बातमी अजून इथल्या स्थानिक किंवा राष्ट्रीय मीडियामध्ये आलेली नाही.''

''एकही बातमी नाही?''

''एकही बातमी कुठेही आलेली नाही.''

''पण मग असं जर असेल, तर सातोशी आणि त्याच्या कुटुंबीयांची हत्या झाली, आणि ती सुसुमु व योशियाकीनं केली हे यामागुची-गुमीच्या लोकांना कसं समजलं?''

''ते मलाही नाही सांगता येणार.''

हिसायुकीनं पुन्हा विचार करायला सुरुवात केली, की सरकारनंच काही कारणानं ही माहिती यामागुची-गुमीला कळवली असेल का; पण पुन्हा ती कल्पना त्यानं डोक्यातून काढून टाकली. सरकारलाच सातोशी मारला जायला हवा होता, आणि त्या लॅबच्या वह्या हव्या होत्या. ''मीही गोंधळून गेलोय.'' त्यानं कबूल करून टाकलं. ''मला असं वाटतंय की या भानगडीत दुसरंच काहीतरी आहे; पण ते काय असेल हेच मला समजत नाही.''

''कदाचित ते दोघं आज अचानक परत येतील, आणि ते का नाहीसे झाले होते, याचं काही तरी व्यवस्थित कारणही त्यांच्याकडे असेल.'' हिदेकीनं खोट्या आशेनं म्हटलं.

''तसं झालं तर प्रश्नच मिटला.''

''पण जरी सातोशीबद्दल मीडियामध्ये अजून काही आलेलं नसलं, तरी ते येण्याची शक्यता आहे.''

''का बरं?''

''काल रात्री जेव्हा बारबेरा-साननं मला सुसुमु आणि योशियाकीबद्दल कॉल केला, तेव्हा त्यानं मला एक प्रॉब्लेम सांगितला.''

''सांग, काय झालं?''

त्याच वेळी चोंग यॉंग आणि रिकी वाटानाबे हे दोघं हिसायुकीपाशी आले, आणि त्यांनी हिसायुकीनं बरोबर ठेवलेलं सामान काढायला सुरुवात केली. बाकीचे फर्स्ट क्लासमधले बरेचसे प्रवासी एव्हाना उतरायला लागले होते.

''मला आता विमानातून उतरावं लागेल.'' हिसायुकीनं म्हटलं. ''आपण अजून तासाभरानं फिफ्टी-सेव्हन्थ स्ट्रीटवरच्या 'फोर सीझन्स' हॉटेलमध्ये भेटू. तिथे ये तू!''

''येतो; पण आधी मला माझं बोलणं पुरं करू दे, म्हणजे नेमकं काय घडतंय हे तुम्हाला समजेल. बारबेरानं मला सांगितलं, की शहरातल्या उत्तरीय तपासणीच्या ऑफिसात- त्याचे नाव ओसीएमई असं आह- त्यांचा एक माणूस आहे, त्यानं असं

कळवलं, की सातोशीचा मृत्यू या क्षणी जरी नैसर्गिक मानला जात असला, तर त्या केसची तपासणी तिथली एक डॉक्टर बाई करतेय. आणि कशामुळे कोण जाणे; पण तिला अशी शंका आहे की त्याचा मृत्यू नैसर्गिक नाही. यातली आणखी काळजी करण्यासाठी गोष्ट अशी, की ही बाई कोणत्याही केसचा तळापर्यंत जाऊन तपास करण्यासाठी प्रसिद्ध आहे. ती अगदी गुंतागुंतीच्या अवघड केसेसही सोडवल्याशिवाय गप्प बसत नाही.''

''अरे बाप रे! ही म्हणजे मोठीच अडचण आहे.'' हिसायुकीनं कसंबसं म्हटलं.

''माझंही, आणि बारबेरा सानचंही म्हणणं असंच आहे. काल त्यांनी मला सांगितलं, की त्यांनी तिच्यापर्यंत अशी धमकी पोहोचवलीय, की तिनं या केसचा तपास थांबवला नाही, तर वाईट परिणाम होतील.''

''मग तिनं तपास थांबवलाय का?''

''ते अजून समजलेलं नाही. आज सकाळी बारबेरा त्या धमकीचा परिणाम काय झाला, तिनं तपास थांबवलाय की नाही, हे बघणार आहेत.''

एक हवाई सुंदरी हिसायुकीजवळ आली. ''मि. इशी, आपण न्यू यॉर्कमध्ये उतरलो आहोत.'' तिनं सस्मित मुद्रेनं म्हटलं. तिच्यापाठोपाठ सफाई कर्मचारी त्यांचं साहित्य घेऊन आले.

हिसायुकी फोन कानाशी धरून उठून उभा राहिला. त्यानं चोंग आणि रिकीला सामान घेऊन आपल्यामागे येण्याची खूण केली, आणि तो दाराकडे निघाला.

''तू बारबेरा सानला कॉल कर आणि आता सकाळी त्यांना भेटीची वेळ माग.'' हिसायुकीनं फर्मावलं. ''त्यांना विचार की त्या बाईनं त्यांची धमकी मानली की नाही. जर मानली नसेल, तर त्यांना तिची सगळी माहिती मिळवायला सांग.''

''मी लगेच त्यांना कॉल करतो.'' हिदेकीनं म्हटलं, ''त्यांना भेटायला तुम्ही क्वीन्सपर्यंत यायला तयार आहात का?''

''त्यांनी आग्रह केला तरच येईन.'' हिसायुकीनं म्हटलं. ''त्यांना सांगून बघ, की मी एवढा मोठा प्रवास करून सकाळीच न्यू यॉर्कमध्ये पोहोचलोय; पण त्यांनी शहरात यायला कांकू केलं तर मात्र त्यांना सांग, की मी जरूर क्वीन्सला येऊन त्यांचा पाहुणचार घेईन.''

''मला वाटतं ते शहरात यायला तयार होतील. त्यांना आवडतं शहरात यायला.''

११

मार्च २६, २०१०

शुक्रवार, सकाळी ९.३०

''हॅलो, क्लेअर!'' बेननं हसतमुखानं म्हटलं.

''गुड मॉर्निंग,सर!'' मॉनिटरच्या पाठीमागे एक कादंबरी लपवून चोरून वाचत असलेल्या क्लेअरनं चमकून वर बघत हसून म्हटलं. गेल्या अर्ध्या तासात कोणीही आलेलं नव्हतं, आणि तिलाही काही खास काम नव्हतं.

''कार्ल आलाय ना?'' आपला आत चालत येण्याचा वेग जराही कमी न करता तसंच तिच्यासमोरून आत जाताजाता बेननं विचारलं.

''हो.''

कार्लच्या ऑफिसच्या उघड्या दारातून आत डोकावत बेननं म्हटलं, ''जरा माझ्या ऑफिसात येशील?'' आणि उत्तराची वाट न बघता तो तसाच आपल्या ऑफिसात शिरला. कोट काढून क्लोसेटमध्ये टांगून ठेवून तो आपल्या जागेवर बसला.

त्यानं समोर ठेवलेला मासिकांचा गठ्ठा बाजूला सरकवून ठेवला, तेवढ्यात कार्ल आत आला आणि नेहमीप्रमाणे बेनसमोरच्या तीन खुर्च्यांपैकी मधल्या खुर्चीवर बसला. जॅकलीनच्या ऑफिसाच्या उघड्या दारातून येणारा स्वच्छ सूर्यप्रकाश थेट त्याच्या चेहऱ्यावरच पडत असल्यामुळे त्याला बेनकडे डोळे बारीक करून बघावं लागत होतं.

''आयपीएस रॅपिडबद्दलच्या करारासंबंधीची तुझी प्रगती कुठपर्यंत झालीय?'' बेननं इकडच्या तिकडच्या गप्पांना फाटा देऊन थेट विषयाला हात घातला. तो

सातोशीबद्दल मनात सतत येणारे विचार टाळण्याचा मनोमन प्रयत्न करत होता. सातोशी नक्की वॉशिंग्टन डी.सी.मध्ये मजा करत असणार, अशी त्याची एव्हाना खात्री झालेली होती.

"इतक्या कमी वेळात जेवढी प्रगती अपेक्षित असते, तेवढी झाली. त्यांना मी काल संध्याकाळी काही ई-मेल्स पाठवल्या. मला जी माहिती हवीय, ती देण्यासाठी त्यातल्या काही ई-मेल्सची त्यांनी उत्तरंही पाठवली आहेत. मला वाटतं आणखी ई-मेल्सची उत्तरं आज येतील. आणि बाकीच्यांची उत्तरं सोमवारी तरी नक्कीच येतील."

"तुझी आधीची मतं बदलण्यासारखी काही माहिती मिळालीय का तुला?"

"नाही. मला वाटतं आपल्या खरेदीच्या ऑफरला ते होकार कळवतील. किंमत किती असेल, काही सांगता येणार नाही. माझा अंदाज असा आहे, की हे लोक खरं म्हणजे संशोधक आहेत. त्यांना धंदा करता येत असेलच असं नाही. त्यामुळेच त्यांना लवकरात लवकर आलेल्या संधीचा फायदा घेऊन, येईल तेवढा पैसा खिशात टाकायचा असेल. कदाचित त्यांना अशीही भीती वाटत असेल, की असं एखादं नवीन संशोधन बाजारात येईल आणि त्यांच्या पेटंटवर कडी करेल."

"शक्य आहे." बेननं मान डोलावली. "माझाही आतला आवाज मला हेच सांगतोय. आता विशेषतः सातोशीबरोबर झालेल्या आपल्या करारामुळे आपली मार्केट व्हॅल्यू नक्कीच वाढेल. त्यामुळे मला वाटतं, झडप घालून ती कंपनी हस्तगत करण्याची हीच वेळ आहे. त्याही दृष्टीनं काम चालू आहे का तुझं?"

"छे! मला नाही वेळ." कार्लनं म्हटलं आणि मग तो एकदम हसला. "काही नाही, गंमत केली तुझी. अर्थातच मी त्याही दृष्टीनं काम करतोय. आज मी काही अर्थतज्ज्ञांशी बोलणार आहे, आणि बाजारातल्या मूल्याच्या बाबतीत आपण नेमके कुठे आहोत ते अजमावणार आहे."

"ओके." बेननं म्हटलं, "काय होतंय ते मला कळवत राहा. आपले 'ते' गुंतवणूकदार आणखी पैसा गुंतवून आणखी शेअर्स घ्यायला उत्सुक आहेत, त्याचा फायदा घेण्यासाठी आपल्याला लवकर पावलं टाकायला हवीत."

कार्ल उठला आणि त्यानं हात-पाय ताणून आळस दिला. "आपल्याला जवळजवळ अमर्याद भांडवलाचं पाठबळ आहे, याची खात्री असल्यामुळे काम करायला मजा येतेय. एखाद्या कंपनीचा सीएफओ म्हणून अशी परिस्थिती पूर्वी कधीच माझ्या वाट्याला आलेली नव्हती."

तो वळून दाराशी गेला, तेवढ्यात बेननं त्याला पुन्हा हाक मारली, "उद्या मला ट्रायथलॉनची एक दहा हजार मीटर ट्रेनिंग रेस आहे, त्यामुळे मी लवकर निघणार आहे. जाण्याआधी एकदा तुला भेटून जाईन."

कार्लनं त्याला थम्स अप ची खूण केली, आणि तो जायला पुन्हा वळला.

तेवढ्यात बेननं पुन्हा त्याला हाक मारली, ''तुला विचारायचं विसरलो, तुला सातोशी दिसला होता का आज?'' खरं म्हणजे तो विसरलेला नव्हता. आपण विचारलं की समोरचा माणूस 'सातोशी दिसला नाही' असंच उत्तर देतो, असा त्याचा समज– नाही, अशी त्याची श्रद्धा झालेली होती. म्हणून मनातून त्याला वाटत होतं, की कार्लनं हा विषय काढला तर जास्त बरं; पण कार्लनं काही सातोशीचा विषय काढला नाही, म्हणून त्यानंच परत विचारलं; पण आपण विचारल्यावर 'नाही' असंच उत्तर मिळणार, अशी त्याची खात्री झालेली होती. आणि झालंही तसंच.

''पाहिलेलं नाही त्याला; पण तू क्लेअरला विचारलंस का? तो आला असेल, तर तिनं नक्कीच पाहिलं असेल त्याला.''

''तिला नाही विचारलं मी.'' बेननं म्हटलं.

''तो अजून आलेला नाही.'' जॅकलीननं तिच्या ऑफिसातून ओरडून परस्पर उत्तर दिलं. ''मी आले तेव्हा मीच क्लेअरला विचारलं होतं, आणि तिनं 'नाही' म्हटलं होतं. त्यानंतर मी इथेच आहे, आणि तो आलेला मला दिसलेला नाही.''

''बघ, ऐकलंस?'' कार्लनं म्हटलं. त्यानं हातानं सॅल्यूट ठोकल्यासारखं केलं, आणि तो निघून गेला.

बेननं निराशेनं मान हलवली. हा सातोशी आपला असा अंत का बघतोय? मुद्दाम आपल्याला छळतोय की काय? त्यानं अजून टेबलावरच असलेल्या, सातोशीचं काही बरं-वाईट झालं तर सातोशीच्या मुलाचा पालक आणि विश्वस्त म्हणून आपली नेमणूक करणाऱ्या कागदपत्रांकडे एक नजर टाकली. सामान्य परिस्थितीत त्याला त्या कागदपत्रांचा थोडा तरी आधार वाटला असता; पण आज तसं झालं नाही. कारण अडचण अशी होती, की त्यावर अजून सातोशीच्या पत्नीच्या सह्या झालेल्या नव्हत्या.

अचानक मनाशी निश्चय करून बेननं कोटाच्या खिशातून आपला सेलफोन काढला. आपण सातोशीच्या सेलफोनवर कॉल केला की तो उचलला जात नाही, अशी त्याची आणखी एक समजूत झालेली होती, म्हणूनच त्यानं आज अजून सातोशीला कॉल केलेला नव्हता; पण तिकडे दुर्लक्ष करून त्यानं त्याला कॉल केलाच. नेहमीप्रमाणे त्याची व्हॉईसमेल सुरू होत असल्याचा रेकॉर्डेड मेसेज ऐकू येऊ लागताच त्यानं कॉल झटकन बंद केला, आणि मायकेल कॅलाब्रीसला कॉल केला. तिथेही नेहमीप्रमाणे व्हॉईसमेल सुरू होत असल्याचा मेसेज ऐकू येऊ लागला; पण आता मात्र त्यानं व्हॉईसमेलवर निरोप ठेवला.

बेनला काय वाटलं कोण जाणे, अचानक त्यानं त्या विश्वस्ताच्या कराराचे

कागद उचलून शेवटचं सह्यांचं पान उघडलं. त्यावर सातोशीची सही आणि सील होतं. सहीपेक्षा त्या लाल-शेंदरी रंगाच्या सीललाच खरं महत्त्व असतं, हे त्याला माहीत होतं. तसंच महत्त्व दोन साक्षीदारांच्या सह्यांना असतं; पण इथे हे दोन्ही साक्षीदार म्हणजे आयपीएस यूएसएचेच कर्मचारी होते. शिवाय नोटरी म्हणून पॉलाईन हारग्रेव्हची सही होती. एकच गोष्ट नव्हती, ती म्हणजे सातोशीच्या पत्नीची– युनी चॅनची– सही.

अचानक बेनची चिंता बरीच कमी झाली. 'जरी युनी चॅनची सही नसली तरी हरकत नाही,' त्यानं मनात म्हटलं. साबोरू फुकुदा आणि विनी डॉमिनिक तिची खोटी सही आणि सील पैदा करण्याची नक्कीच व्यवस्था करू शकतील. हॅं! उगाच काळजी करत होतो मी. मग त्यानं युनी चॅनच्या मृत्युपत्राकडे बघितलं. तिथेही तिची सही नव्हती; पण खोटी सही आणि सील तिथेही करता येण्यासारखं होतं. म्हणजे आपण आपोआपच दोघांच्याही मृत्युपत्रांनुसार, त्यांचं काही बरंवाईट झालं, तर त्यांच्या मुलाचे पालक आणि विश्वस्त बनू. बेनच्या लक्षात आलं, की अगदी वाइटात वाईट गोष्ट घडली आणि सातोशीला आणि त्याच्या बायकोला मृत्यू आला, तरी लायसन्सच्या कराराच्या संदर्भात काही आपली कंपनी अगदीच उघड्यावर पडणार नाही. लायसन्सची मालकी शिबोरूकडे– सातोशीच्या अल्पवयीन मुलाकडे – जाईल, आणि त्याचे पालक आणि विश्वस्त आपणच असू.

ते सगळे कागदपत्र घेऊन बेन जॅकलीनच्या ऑफिसात आला. "हे कागदपत्र सातोशीच्या लॅबच्या वह्यांबरोबर तिजोरीत ठेवून दे."

"ओके." जॅकलीननं म्हटलं.

"आज माझे कायकाय कार्यक्रम आहेत?" त्यानं विचारलं. सातोशीची काळजी आणि आयपीएस रॅपिड कंपनी विकत घेण्याची संधी या गोष्टींवर विचार करण्यात तो इतका व्यग्र होता, की तो आजचे करण्याचे कार्यक्रम पार विसरून गेलेला होता. अर्थात, यात काही फारसं नवीन होतं, असंही नव्हे.

"काहीही नाहीत." जॅकलीननं म्हटलं, "आज काहीही कार्यक्रम ठेवायचे नाहीत, कारण उद्या रेस असल्यामुळे आज तुम्हाला लवकर घरी जायचंय, असं तुम्हीच मला सांगितलं होतं, आठवतंय?"

"हो, आत्ता आठवलं." शाळेला अचानक सुट्टी मिळालेल्या लहान मुलासारखा तो हसला.

त्याच्या अंगात आता पुन्हा उत्साह संचारलेला होता. परत ऑफिसात येऊन तो खुर्चीवर बसला, आणि त्यानं बायोमेडिकल नियतकालिकांच्या ताज्या गठ्ठ्यातला सगळ्यात वरचा अंक उचलला. दोन्ही पाय टेबलाच्या कोपऱ्यावर ठेवून, आरामात खुर्चीत रेलून बसत त्यानं अंक उघडला. तेवढ्यात टेबलावरचा फोन वाजला.

मायकेल कॅलाब्रीसचा फोन आल्याचं क्लेअरनं त्याला फोनवर सांगितलं.

"हॅलो?" बेननं म्हटलं. आता त्याच्या मनावरचा ताण मघापेक्षा खूपच कमी झालेला होता.

"तू मला कॉल केला होतास ना? पण मीच तुला एका चांगली बातमी देण्यासाठी कॉल करणार होतो." मायकेल कॅलाब्रीसनं काहीशा उत्सुकतेनं म्हटलं. "आणखी एक 'तसा' गुंतवणूकदार आयपीएस यूएसएमध्ये गुंतवणूक करायला तयार होऊ शकेल असं मी तुला मागे सांगितलं होतं. आठवतंय?"

"हो, चांगलंच आठवतंय."

"त्याला आपण सातोशीबरोबर केलेल्या कराराबद्दल विनी डॉमिनिककडून समजलं, आणि आता त्यालाही गुंतवणूक करायचीय आपल्या कंपनीत. आजच सकाळी कॉल करून त्यानं मला सांगितलं, त्याला विनी डॉमिनिक आणि फुकदाइतकीच गुंतवणूक करायचीय. आता या माणसानं जर गुंतवणूक केली, तर त्या दोघांचा एकूण गुंतवणुकीमधला वाटा कमी होईल, त्यामुळे त्यांची याला तयारी आहे का, असं मी त्यांना कॉल करून विचारलं, आणि त्यांची याला कोणतीही हरकत नाही. म्हणजे आता तुमच्याकडे कालच्यापेक्षा आज कितीतरी जास्त गुंतवणूक झाल्यात जमा आहे, असं म्हणायला हरकत नाही."

"गुड! हा पैसा वेळेवर येतोय, कारण आम्ही असा विचार करतोय, की आयपीएस रॅपिड कंपनीबरोबर नुसता लायसन्सचा करार करण्याऐवजी आम्ही ती कंपनीच विकत घेण्याची ऑफर त्यांना द्यावी. आमच्या मते ते आमची ही ऑफर लगेचच स्वीकारतील, अशी शक्यता आहे."

"ओके. तुम्ही निर्णय कोणताही घ्या; पण आता पैसा तयार आहे, हे नक्की." कॅलाब्रीसनं म्हटलं, "आता सांग, तू का कॉल करत होतास?"

"मी सातोशीच्या संदर्भात कॉल करत होतो." बेननं म्हटलं, "त्या करारावर सह्या केल्यापासून मला तो दिसलेलाच नाही."

"अस्सं. असं नेहमी होतं का?"

"असंच दिसतंय. एकदा तो मला न कळवताच नायगारा फॉल्सच्या ट्रिपला गेला होता. या वेळी कार्लनं मला सांगितलं, की वॉशिंग्टन डी.सी.ला ट्रीपला जायचा आपला विचार असल्याचं सातोशीनं त्याला सांगितलं होतं."

"तू त्याला फोनवर कॉल करून बघितलास का?"

"हो. निदान पन्नासेक वेळा तरी."

"तो नायगारा फॉल्सला गेला होता, तेव्हा तू त्याला कॉल करायचा प्रयत्न केला होतास का?"

"केला होता; पण तेव्हाही त्यानं उत्तर दिलं नव्हतंच."

"मग मला वाटतं, तू एवढी चिंता करण्याचं कारण नाही. त्याला अधूनमधून स्वातंत्र्य उपभोगायची इच्छा होते असं दिसतंय, कारण जपानमध्ये ते लोक परंपरा, रीतिरिवाज, कुटुंब वगैरेंच्या दबावाखाली सतत असतात म्हणे. परवा जेव्हा तो सह्या करण्याच्या आदल्या दिवशी मला भेटला होता, तेव्हा त्यानंच मला हे सांगितलं होतं. शिवाय त्यानं असंही सांगितलं, की अमेरिकेत राहण्यातली त्याला सगळ्यात आवडणारी गोष्ट म्हणजे, मनाला येईल ते करण्याचं स्वातंत्र्य."

"पण मी त्याला मुद्दाम सांगितलं होतं, की एक तर मला फोन कर किंवा ऑफिसात येऊन भेट. कारण त्यानं मला त्याच्या संशोधनासाठी एखाद्या लॅबोरेटरीत सोय करायला सांगितलं होतं, आणि मी सोय केलीय. त्यानं त्याच्या बायकोच्या सह्या घेण्यासाठी काही कागदपत्रही घेऊन जायचे होते; पण तो आलाच नाही, की त्यानं फोनही केला नाही. आजही तो आलेला नाही– निदान अजून तरी."

"हरकत नाही; पण मला तरी यात काळजी करण्यासारखं काही दिसत नाही."

"तू म्हणतोस तसंही असेल." बेननं म्हटलं, "पण त्यामुळे मी अस्वस्थ होतो, हेही खरं आहे; पण तू प्लीज माझं एक काम कर. तू विनी डॉमिनिकला विचारून मला कळव, की त्यांनी सातोशी आणि त्याच्या कुटुंबाची राहण्याची व्यवस्था कुठे केलीय. तू मला सांगितलं होतंस, की त्यांनी सातोशी आणि त्याच्या कुटुंबाला त्यांच्या एका गुप्त, सुरक्षित ठिकाणी ठेवलंय."

"हो, माझी तीच समजूत आहे."

"मग त्यांना तिथला पत्ता, आणि तिथे फोन असेल तर फोन नंबर विचारून मला सांगशील का? गरज पडली तर त्याला कुठे गाठायचं हे जर मला माहीत असतं, तर मला बरं वाटेल. आणि मी ते कुणालाही सांगणार नाही, हे तर तुला माहीतच आहे."

"त्यांना त्यांच्या अशा गुप्त आणि सुरक्षित ठिकाणांचे पत्ते कुणालाही सांगायला आवडत नाही, कारण अर्थातच असं ठिकाण मग 'गुप्त आणि सुरक्षित' राहत नाही. सातोशीला त्यांनी स्पष्ट शब्दांत सांगितलं होतं, की तो आणि त्याचं कुटुंब राहत असलेल्या जागेचा पत्ता किंवा फोन नंबर त्यानं कधीही, कोणत्याही परिस्थितीत कुणालाही सांगायचा नाही, ही गोष्ट मला माहितेय. मला हेही माहितेय की फुकुदा त्यांची कायम वास्तव्याची सोय करणार आहे; पण मी त्यांना विचारेन, तू सांगितलेली कारणंही त्यांना सांगेन. ते जर तुझ्या विश्वासावर तुझ्या कंपनीत एवढा प्रचंड पैसा गुंतवताहेत, तर मला वाटतं हा पत्ता ते मला सांगतील. तू हा पत्ता कोणाला सांगणार नाहीस, यावर ते नक्कीच विश्वास ठेवतील."

"थँक्स, मायकेल. निदान त्यामुळे मला रात्रीची शांत झोप तरी घेता येईल."

२०

मार्च २६, २०१०

शुक्रवार, सकाळी ९.४०

पाण्यातून काढलेल्या त्या प्रेताची ऑटोप्सी पूर्ण करायला लॉरीला अपेक्षेपक्षा जास्त वेळ लागलेला होता, कारण त्या माणसाच्या शरीरात घुसलेल्या डझनभर गोळ्यांचे मार्ग तिला शोधावे लागले होते. बहुतांश गोळ्या छातीतून आणि पोटातून बाहेर पडलेल्या होत्या. बऱ्याचशा गोळ्या हाडांवर आपटल्यामुळे त्यांचे मार्ग बदललेले होते, तर काही गोळ्या मात्र शरीरातून आरपार गेलेल्या होत्या.

ऑटोप्सीचं काम साधारण मध्यावर आल्यानंतर लूच्या लक्षात आलं होतं, की आपल्याला जेवढी पाहिजे तेवढी माहिती मिळालीय, आणि तो निघून गेला होता. लॉरी आणि विनीनं मात्र बारकाईनं प्रत्येक गोष्टीचा मार्ग शोधून काढला होता. आणि एकएक करत प्रत्येक गोळी आणि गोळीचे तुकडे काढून जमा करून ठेवले होते.

सुरुवातीला लॉरीनं विनीला त्याच्या मौनामधून बाहेर काढण्याचे बरेच प्रयत्न केले होते; पण नंतर तिनं ते सोडून दिले होते. त्याऐवजी एकीकडे शवविच्छेदन करताकरता तिनं असा विचार सुरू केला होता, की कालच्या आणि आजच्या केसेस कशा प्रकारे एकमेकींशी संबंधित असू शकतील, किंवा त्यांचा संबंध कसा जोडता येईल. ही हत्या सूडापोटी केलेली असू शकेल का? कळायला काहीच मार्ग नाही. नंतर तिच्या लक्षात आलं, की असे प्रश्न विचारणाऱ्या आपणच पहिल्या, त्यामुळे ती हळूहळू याचं उत्तर शोधून काढायला आणखी उत्सुक झाली. याची आपल्याला आणखी खात्री पटण्याचा मार्ग असा, की ते व्हिडिओ रेकॉर्डिंग पुन्हा

निरखून बघायचं आणि आपल्याकडे असलेला फोटो, आणि या प्रेताचा फोटो, असे दोन्ही फोटो जवळ ठेवूनच ते रेकॉर्डिंग बघायचं. तरीही शंभर टक्के खात्री पटेल असं नाही; पण त्याचा अर्थ काय याचा शोध घेण्याइतकी नक्कीच पटेल. आपल्याला खरोखरच असं वाटतंय, की हे समोर असलेलं प्रेत, कालच्या त्या रेकॉर्डिंगमधल्या त्या पाठलाग करणाऱ्या दोघांपैकी एकाचं आहे; पण खरं म्हणजे जिवंत माणसाचा फोटो किंवा व्हिडिओ एखाद्या प्रेताशी ताडून पाहणं वाटतं तितकं सोपं नसतं. आणि ते एकमेकांशी जुळेलच, असं खात्रीनं सांगणं कठीण असतं – आणि त्यातच हे प्रेत तर नदीतून बाहेर काढलंय.

"विनी, या केसमध्ये मला मदत केलीस, त्याबद्दल थँक्स." लॉरीनं म्हटलं. आता तिला ते प्रेत परत चाकांच्या टेबलावर ठेवण्यासाठी त्याला मदत करायची होती. "सॉरी हं, फार जास्त वेळ गेला या केसमध्ये."

"नो प्रॉब्लेम." विनीनं कोरड्या स्वरात उत्तर दिलं.

"आता मला तुझी आणखी थोडी मदत हवीय."

विनीनं तिच्याकडे फक्त प्रश्नार्थक मुद्रेनं पाहिलं; पण तोंडातून एक चकार शब्द काढला नाही.

"एखादं टेबल जर रिकामं असलं, तर माझी कालची, त्या अनोळखी माणसाची केस घेऊन ये. मला त्या प्रेताची बाहेरून तपासणी पुन्हा करायचीय."

विनी गप्पच होता.

"तू ऐकलंस ना, मी काय बोलते ते?" लॉरीनं किंचित चिडून विचारलं. हा असा काय वागतोय आज? साधी नजरेला नजर देण्याचंसुद्धा टाळतोय.

"हो, ऐकलं." विनीनं म्हटलं. "जेव्हा एखादं टेबल रिकामं होईल, तेव्हा आणेन ना मी ती केस."

लॉरीनं मान डोलावली, आणि त्या दोघांनी 'एक, दोन, तीन' म्हणून ते अंगभर गोंदवलेलं प्रेत टेबलावरून उचलून चाकांच्या टेबलावर ठेवलं.

बाहेर जाता जाता लॉरी जॅक जिथे काम करत होता, त्या टेबलाशी थांबली. "अरेरे! किती लहान मुलगी आहे. बिचारी." जॅक एका दहा-बारा वर्षांच्या लहान मुलीच्या प्रेताची ऑटोप्सी करत होता. लॉरीनं तिच्या गोड चेहऱ्याकडे बघायचं टाळलं. लहान मुलं, अर्भकं वगैरेंच्या प्रेतांचं विच्छेदन करताना तिला फार जड जात असे. एक व्यावसायिक म्हणून तिनं अनेकदा स्वतःला 'कणखर हो' असं बजावलं होतं; पण ते तिला कधीच जमलेलं नव्हतं.

"हो ना." जॅकलाही वाईट वाटत होतं. "आणि फार हृदयद्रावक केस आहे ही. ऐकायचीय तुला हिची हकिगत?"

"सांग." लॉरीनं अनुत्साहानं म्हटलं.

जॅकनं त्या मुलीचं ट्रेमध्ये काढून ठेवलेलं हृदय उचललं, आणि आतमध्ये बसवलेली कृत्रिम झडप बघण्यासाठी त्यानं हृदयात केलेला स्लाईस उघडला. ''या मुलीचं हृदयाची झडप बदलण्याचं ऑपरेशन यशस्वी झालं होतं; पण नंतर एक टाका सुटला आणि झडपेत धागा गुंतला. फक्त एक टाका सुटला आणि काय झालं बघ. असाही अपघात होतो. तो सर्जन, हिचे आईवडील, सगळ्यांना केवढा मोठा धक्का बसला असेल.''

''पण त्या सर्जननं धडा घेतला पाहिजे.''

''खरंय, चुकांमधून शिकलंच पाहिजे.'' जॅकनं मान डोलावली. ''तू काय कालच्या केसवर काम करायला निघालीस का?''

''हो.''

''गुड लक.''

''थँक्यू.''

''पण दिवसभरात तू काय शोधून काढलंस, हे मात्र मला नक्की सांग. माझ्या समजुतीप्रमाणे, काल तू बघितलेल्या त्या रेकॉर्डिंगमधून तुला माझ्या कल्पनेपेक्षा बरंच काही जास्त मिळालेलं असणार.''

''हो.'' लॉरीनं म्हटलं, ''पण विनी मात्र आज अजिबात नेहमीसारखं वागत नाहीये.''

''असं? असं कधीच होत नाही.'' जॅकनं म्हटलं, ''हो, आज सकाळी त्यानं मला नेहमीसारखं तिरकस न बोलता सरळ 'डॉक्टर स्टेपल्टन' असं म्हटलं, तेव्हा मला वेगळं जाणवलं खरं.''

''कदाचित माझ्यामुळे असेल. मी त्याला सकाळीच मला मदत करायला लावली; पण मी त्याला असंही सांगितलं होतं, की हवं तर तो तू येईपर्यंत थांबून तुझ्याबरोबर काम करू शकतो.''

''जाऊ दे.'' जॅकनं म्हटलं. लॉरी तिथून निघून बाहेर पडली.

लॉकर रूममध्ये जाऊन लॉरीनं आपल्या अंगावरचा टायव्हेक सूट काढून टाकला आणि हिरवा अंगरखा तसाच ठेवून ती प्रथम सार्जंट मर्फीच्या ऑफिसात गेली. तिथे तिनं रेकॉर्डिंगमध्ये दिसलेल्या त्या पाकीट चोरणाऱ्या मुलाची माहिती दिली, आणि मग त्या कालच्या अनोळखी आशियाई माणसाची काही माहिती समजली का, असं विचारलं.

''नाही, अजून तरी काहीच समजलेलं नाही.'' सार्जंटनं म्हटलं, ''पण आज काही ना काही समजेल असं वाटतं. मी स्वतःच 'मिसिंग पर्सन्स'ला कॉल करेन. पण खरं म्हणजे त्यांना जर त्या माणसाच्या बाबतीत काही कॉल्स आले असते, तर त्यांनीच तसं कळवलं असतं.''

तिथून निघून लॉरी एक मजला चढून 'आयडेंटिफिकेशन' विभागाचा डायरेक्टर हँक मन्रोच्या ऑफिसपाशी आली, आणि तिनं ऑफिसच्या बंद दारावर टकटक केलं. बाकी सगळ्या विभागांच्या प्रमुख लोकांची ऑफिसची दारं बहुधा सताड उघडी असायची; पण मन्रोला मात्र दार बंदच ठेवायची सवय होती.

सार्जंट मर्फीप्रमाणेच मन्रोकडूनही तिला काहीच माहिती समजली नाही. त्यानं सांगितलं, की 'मिसिंग पर्सन्स'च्या लोकांनी कालच्या त्या अज्ञात माणसाच्या प्रेताचे हातांचे ठसे अजून स्थानिक पातळीच्या डेटाबेसशीसुद्धा ताडून बघितले नाहीत, मग राज्याच्या किंवा देशाच्या पातळीवरच्या डेटाबेसची तर गोष्टच दूर. ''काल मी तुला सांगितलं, तसे ते लोक प्रेत हाती लागल्यापासून किमान चोवीस तास वाट बघतात. कारण बहुतांश अनोळखी प्रेतांचे नातेवाईक, मित्र वगैरे चोवीस तासांमध्ये कोणत्या ना कोणत्या पोलीस स्टेशनवर ती व्यक्ती हरवली असल्याची खबर देतात, आणि त्यामुळे अशा प्रेतांची ओळख चोवीस तासांमध्ये पटते; पण एवढं मात्र सांगतो, की मला काही माहिती मिळाल्याबरोबर मी आधी तुला कळवेन. ओके?''

त्याचे आभार मानून लॉरी टॉक्सिकॉलॉजी विभागात जाऊन जॉन डिब्रीजला भेटली. ''अजून तरी त्या प्रेताच्या अमली पदार्थ, विषारी पदार्थ किंवा टॉक्सिन्स या कोणत्याही चाचण्यांमध्ये काहीही दिसलेलं नाही'' जॉननं म्हटलं, ''सो सॉरी. पण तुला अल्कोहोलची चाचणी जवळजवळ निगेटिव्ह आली, त्याचा रिपोर्ट तुला मिळालाय ना?''

''हो.'' लॉरीनं म्हटलं, ''आणि ती चाचणी इतक्या लवकर केलीस, त्याबद्दल थँक्स.''

''मदत करायलाच तर आम्ही बसलोय इथे.'' जॉननं कनवाळूपणे म्हटलं, ''पण एक लक्षात ठेव, की टॉक्सिकॉलॉजीच्या चाचण्यांचे निष्कर्ष जरी अजून निगेटिव्ह आले असले, तरी याचा अर्थ असा मात्र होत नाही, की त्या प्रेतामध्ये यातली कोणतीच द्रव्यं अस्तित्वात नाहीत. काही आणखी जहाल विषं अशी आहेत, की माणसांना मारायला ती इतक्या थोड्या प्रमाणात वापरावी लागतात, की तुम्हाला अशा विशिष्ट विषारी पदार्थांचाच शोध घ्यावा लागतो. मी तुला हे मुद्दाम सांगतोय याचं कारण असं, की तुला जर एखाद्या विशिष्ट विषानं त्याला मृत्यू आलाय असा संशय असेल, तर तू मला त्याचं नाव सांग, म्हणजे आम्ही नेमक्या त्याच विषाचा शोध घेऊ; पण तरीसुद्धा ते विष सापडेलच याची खात्री आम्ही देऊ शकत नाही.''

''हो, मला कल्पना आहे त्याची.'' लॉरीनं म्हटलं. आणि ते खरंच होतं. इतक्या वर्षांमध्ये तिनं अनेक वेगवेगळ्या 'विषबाधेनं मृत्यू'च्या केसेस हाताळलेल्या

होत्या. एका केसमध्ये तो विषारी पदार्थ गुन्हा घडलेल्या ठिकाणीच सापडला होता. दुसऱ्या एका केसमध्ये हत्या करणाऱ्या माणसानं ते विष खरेदी केल्याचा पुरावा मिळाला होता; पण आताच्या– म्हणजे काल केलेल्या– केसमध्ये असा काही शोध घेण्याची संधीच मिळालेली नव्हती.

"अजून आमचं काम संपलेलं नाही." जॉन डिब्रीजनं म्हटलं, "जर अजूनही काही सापडलं, तर मी स्वतः तुला कळवेन."

त्यानंतर लॉरी चौथ्या मजल्यावर हिस्टॉलॉजी लॅबमध्ये गेली. नेहमीप्रमाणे मॉरीन ओ'कॉनरनं तिचं प्रेमानं स्वागत केलं, आणि लॉरीच्या अपेक्षेप्रमाणे तिच्या स्लाईड तयार असल्याचं सांगितलं, आणि स्लाईड्सचा ट्रे हातात ठेवला.

एक मजला उतरून लॉरी आपल्या ऑफिसात आली. तिनं आधी दार बंद केलं– असं ती क्वचितच करायची; पण आज तिला शांत, एकाग्र चित्तानं काम करायचं होतं. स्लाईडसचा ट्रे तिनं मायक्रोस्कोपशेजारी ठेवला आणि कॉम्प्युटर सुरू केला.

कामाला सुरुवात करण्याआधी तिनं सेलफोन काढून लेटिशियाला फोन केला. घरातून निघाल्यापासून एवढ्या वेळात आपण एकही कॉल तिला केला नाही, याचा तिला अभिमानच वाटला. कालच्या मानानं आज बरीच सुधारणा आहे आपल्यात, तिनं स्वतःशी म्हटलं. आणि लेटिशियानं फोन घेतला, तेव्हा तिनंही हे आडवळणानं मान्य केलं.

"तुम्ही आधीच कॉल केला नाहीत, याचंच आश्चर्य वाटतंय मला." लेटिशियानं चेष्टेनं म्हटलं.

"तुलाच काय,मलाही आश्चर्य वाटतंय. ओके, कसं काय चाललंय?"

"एकदम छान, आज सकाळी आम्ही घरातच खेळणार आहोत. मग दुपारी पार्कमध्ये जाऊ."

"व्हेरी गुड!" लेटिशियाशी बोलताबोलता लॉरीनं काल व्हिडिओवरून घेतलेला फोटो काढलेला होता आणि आजच्या नव्या केसच्या फाईलमधल्या फोटोशी ताडून बघितलेला होता. व्हिडिओच्या फोटोतल्या दोघांपैकी एका माणसाचं आज शवविच्छेदन केलेल्या प्रेताशी बरंच साम्य आहे, हे तिच्या लक्षात आलं– किंबहुना तिच्या कल्पनेपेक्षा बरंच जास्त.

लेटिशियाशी बोलून झाल्यावर तिनं सेलफोन बंद केला, आणि आपल्या बॅगमधून कालच्या त्या दोन्ही व्हिडिओ डीव्हीडी बाहेर काढून पहिली डिस्क डीव्हीडी ड्राईव्हमध्ये सरकवली. त्यानंतर तिनं आजच्या प्रेताचा फोटो मॉनिटरशेजारी ठेवला, माऊसनं ती डिस्क हव्या त्या वेळेपर्यंत पुढे आणली, आणि 'प्ले'चं बटन क्लिक केलं.

पाच नंबरच्या सीसीटीव्ही कॅमेऱ्यातलं चित्र दिसू लागलं. कालचा तो बळी पडलेला माणूस वेगानं जिना उतरून प्लॅटफॉर्मवर आला. काही क्षणांमध्येच त्याचा पाठलाग करणारे ते दोघं जिन्याच्या वरच्या पायरीवर आले. इथे लॉरीनं व्हिडिओ थांबवून एक एक फ्रेम पुढे जायला सुरुवात केली. ते दोघं चित्रात हळूहळू मोठे होत गेले, तसं लॉरीनं आधी पहिल्या माणसाला, आणि मग दुसऱ्या माणसाला नीट निरखून बघितलं. ते दोघं आकारानं एकसारखे होते, त्यांचे कपडेही अगदी एकसारखेच होते; पण पहिल्याचा चेहरा जास्त गोलाकार, भरलेला, तर दुसऱ्याचा चेहरा उभट आणि अरुंद होता. या उभट चेहऱ्याच्या माणसाच्या हातात छत्री होती. गोल चेहऱ्याच्या माणसाकडे मात्र काहीच नव्हतं.

त्या गोल चेहऱ्याच्या माणसाचं जास्तीत जास्त स्पष्ट चित्र दिसेपर्यंत लॉरीनं व्हिडिओ एक एक फ्रेम पुढे नेला, कारण आता थोड्याच वेळापूर्वी तिनं ऑटोप्सी केलेल्या प्रेताचा चेहराही गोल, भरलेला होता. इथे फ्रेम थांबवून तिनं समोरच्या त्या प्रेताचा फोटो उचलून मॉनिटरशी टेकवून उभा ठेवला.

बराच वेळ लॉरी तो मॉनिटरवरचा माणूस आणि त्या प्रेताचा मॉनिटरला टेकवून ठेवलेला फोटो आळीपाळीनं न्याहाळून बघत होती; पण तिची काही शंभर टक्के खात्री पटेना, की मॉनिटरवरचा माणूस आणि फोटोतला माणूस हा एकच आहे. मग तिनं काल घरी काढलेला त्या दोघांचा फोटोही बाहेर काढून ठेवला. कदाचित त्या मॉनिटरवरच्या माणसाच्या डोळ्यांवर काळा गॉगल आहे– आणि अर्थातच काल आपण घरी काढलेल्या त्या दोघांच्या फोटोतही दोघांच्या डोळ्यांवर गॉगल आहे– म्हणून कदाचित आपला थोडा गोंधळ उडत असेल, तिनं मनात म्हटलं. या क्षणी 'हा माणूस आणि आज आपण ऑटोप्सी केलेला माणूस, एकच असण्याची दाट शक्यता आह,' एवढंच ती सांगू शकत होती.

अचानक डोक्यात एक कल्पना चमकून तिनं डिस्क सहा नंबरच्या कॅमेऱ्यावर आणली, आणि इथून दिसणारं चित्र त्याच वेळेपर्यंत पुढे आणलं. आता इथे कॅमेऱ्याचा कोन बदललेला होता. पाचव्या कॅमेऱ्यात न दिसलेली एक गोष्ट तिला दिसली. त्या माणसाच्या उजव्या कानशिलावर एक छोटासा गोल काळा डाग होता. तो अगदी सहज दिसण्यासारखा होता असं नव्हे; पण तो होता, हे मात्र नक्की. तिनं त्या प्रेताच्या उजव्या बाजूचा फोटो बघितला, आणि मग मात्र तिची खात्रीच पटली. त्या फोटोतही त्याच्या उजव्या कानशिलावरचा काळा गोल डाग स्पष्ट दिसत होता. म्हणजे या व्हिडिओमधल्या माणसाचंच ते प्रेत आहे, ज्याची आपण आज ऑटोप्सी केली होती.

काय पण योगायोग आहे, तिनं खुर्चीवर मागे रेलून बसत स्वतःशीच म्हटलं. काही क्षणांनी परत सरळ बसून तिनं व्हिडिओमध्ये ती ट्रेन प्लॅटफॉर्मवर येईपर्यंत

सहा नंबरच्या कॅमेऱ्यातून झालेलं शूटिंग बघितलं. लोकांची गर्दी एकसारखी हलत होती, त्यामुळे ते दोघं कालच्या त्या अनोळखी माणसापर्यंत पोहोचल्यानंतर नेमकं काय घडलं, हे नीट दिसणं फार कठीण होतं; पण तिनं ते बघण्याचा प्रयत्न सोडला नाही. त्या तिघांचेही हात तिला दिसत नव्हते; पण लगेचच त्या बळी पडलेल्या कालच्या माणसाला आकडी येतेय आणि ते दोघं त्याला धरून आधार देताहेत, हे तिनं पाहिलं; पण हे अत्यंत वेगानं घडलं– केवळ दोन फ्रेम्समध्ये सगळं काही झालं. त्यामुळे, त्या दोघांनी काहीतरी केल्यामुळे त्या माणसाला आकडी आली, की आपोआप आली, हे मात्र नीटसं कळलं नाही.

खुर्चीत पुन्हा रेलून बसत लॉरी त्या दोघांच्या वेगवान हालचाली बघू लागली– त्या दोघांनी त्या माणसाला अलगद प्लॅटफॉर्मवर झोपवलं. त्या आधीच त्यांनी त्याच्याकडची बॅग आणि बहुधा पाकीटही काढून घेतलेलं होतं. या वेळी लॉरीला आणखी एक नवीन गोष्ट दिसली. त्या गोल चेहऱ्याच्या माणसानं बळी पडलेल्या माणसाच्या वस्तू काढून घेतल्यावर ती छत्री काळजीपूर्वक उचलली, आणि अर्धवट उघडून पुन्हा मिटवली. हे बघताना तिला असं जाणवून गेलं, की ती छत्री बंद करताना त्याला थोडा जोर करावा लागला. त्या क्षणी तिच्या मनात आणखी एक विचार चमकून गेला. एखादी एअर रायफल उडवण्यापूर्वी ती जशी 'कॉक' करून तयार करावी लागते, तशी ती छत्री त्या माणसानं 'कॉक' केली असावी.

लॉरीनं पडद्यावरचं व्हिडिओ रेकॉर्डिंग 'पॉज' केलं. ती विचार करू लागली, की दुसऱ्या एखाद्या कॅमेऱ्यानं टिपलेली हीच सगळी घटना बघावी. तेवढ्यात तिला फार पूर्वी एक लेक्चरमध्ये ऐकलेली, अशाच प्रकारची फॉरेन्सिकची एक केस आठवली. त्या वेळी लॉरी फॉरेन्सिक पॅथॉलॉजीमध्ये 'रेसिडेंट' होती, तेव्हा तिनं हे लेक्चर ऐकलं होतं. केस अशी होती, की एका 'पोलादी पडद्यामागच्या' देशाच्या– या देशाचं नाव मात्र तिला आठवत नव्हतं– एका राजनैतिक अधिकाऱ्याचा लंडनमध्ये खून झाला होता. या खुनाचं हत्यार म्हणजे, केजीबीनं एका छत्रीत अत्यंत खुबीनं लपवलेली एक एअर गन होती.

हातातले फोटो खाली ठेवून लॉरीनं कॉम्प्युटरचं इंटरनेट सुरू केलं. आणि शोध घ्यायला सुरुवात केली. तिला आठवलेल्या त्या खुनाच्या प्रकरणाचाच ती शोध घेत होती. थोड्याच वेळात त्या प्रकरणाची माहिती तिच्यासमोर पडद्यावर आली. जॉर्जी इव्हानोव्ह मार्कोव्ह नावाचा तो राजनैतिक अधिकारी होता. तो बल्गेरियन होता, आणि त्या काळात बऱ्यापैकी प्रसिद्धही होता. त्याची हत्या केजीबीनं घडवून आणली होती. एका छत्रीच्या दांड्यामध्ये केजीबीनं मोठ्या खुबीनं एअर गन लपवली होती, आणि त्या एअर गननंच त्याची हत्या झाली होती, सर्वांत महत्त्वाची माहिती लॉरीनं वाचली ती अशी होती, की त्या हत्येमध्ये मारण्यात

आलेल्या पेलेटमध्ये रायसिन नावाचा एक अतिशय जहाल विषारी पदार्थ ठेवलेला होता. हे रायसिन एरंडीच्या बियांपासून बनवलेलं होतं.

मग तिनं रायसिनचा, विशेषतः रायसिनच्या विषबाधेच्या लक्षणांचा शोध घ्यायला सुरुवात केली. लगेचच तिच्या लक्षात आलं, कालच्या केसमध्ये मार्कोव्हच्या हत्येसाठी वापरलेल्या छत्रीसारखीच छत्री वापरली असू शकते; पण आपल्या माणसाला मारण्यासाठी रायसिन मात्र वापरलेलं नसावं, कारण रायसिनमुळे उद्‌भवणारी लक्षणं पचनसंस्थेशी संबंधित असताल, आणि ती काही तासांच्या अवधीमध्ये होत जातात, ताबडतोब नव्हे. आपल्या कालच्या माणसाला मात्र काही सेकंदांत मृत्यूनं गाठलं होतं. आता मात्र लॉरी कालच्या प्रेताची बाह्य तपासणी पुन्हा करायला अगदी आतुर झाली.

तिला आठवलं, की काल आपण त्या अनोळखी प्रेताची बाह्य तपासणी नीटशी केली नव्हती. साऊथगेटनं आपल्याला ती केस करायला दिली, त्यानं त्याची बाह्य तपासणी केलीही असेल; पण ती केस आपल्याकडे आल्यानंतर आपण ती तपासणी पुन्हा करायला हवी होती. बरं, ती केस सुरू केल्यावर थोड्याच वेळात आपल्याला आतूनच जाणवलेलं होतं, की ही केस नैसर्गिक मृत्यूची दिसत नाही, कारण मृत्यूचं काही कारणच दिसत नव्हतं, काही पॅथॉलॉजीच दिसत नव्हती. पण आपण आपल्या त्या जाणिवेकडे दुर्लक्ष केलं. एनी वे, आपली ती आतून झालेली जाणीव बरोबर होती का, त्या प्रेतावर कुठेतरी, बाहेरून एखादी गोष्ट शरीरात शिरल्याची छोटीशी का होईना जखम, छिद्र वगैरे काही आहे का, हे बघायलाच पाहिजे.

लगेच लॉरीनं टेबलावरचा फोन उचलून विनीला त्याच्या सेलफोनवर कॉल केला. ओसीएमईमध्ये तिच्या, आणि बाकीच्यांचाही लक्षात आलेलं होतं, की आपल्याला हव्या त्या व्यक्तीला ओसीएमईच्या टेलिफोन यंत्रणेद्वारा कॉल करण्यापेक्षा सेलफोनवर कॉल केला, तर वेळेची मोठ्या प्रमाणात बचत होतेय. विनीनं पहिल्या रिंगनंतर लगेच सेलफोन उचलला.

"काय विनी, आपला तो एशियन जॉन डो काय म्हणतोय? त्याला 'बघायचा' कार्यक्रम करायचा का, परत एकदा?, लॉरीनं हसऱ्या आवाजात विचारलं. एखाद्या अज्ञात, निनावी व्यक्तीच्या संदर्भात सामान्यतः वापरलं जाणारं 'जॉन डो' हे नाव तिनं मुद्दामच, विनीला हसवण्यासाठी विनोद म्हणून वापरलेलं होतं.

"एक टेबल अर्ध्या तासात रिकामं होतंय." विनीनं मात्र त्याच गंभीर, अलिप्त आवाजात उत्तर दिलं. लॉरीनं केलेला विनोद निकामी होऊन हवेत विरून गेलेला होता.

"व्हेरी गुड! मग अर्ध्या तासानं मी थेट खाली येऊ, की तू कॉल करशील

मला?'' तरीही आवाज हसरा ठेवत लॉरीनं विचारलं.

''तुमची काही हरकत नसेल, डॉक्टर लॉरी, तर मी मार्वीनला सांगतो. तुम्हाला कॉल करायला.'' बिचाऱ्या विनीची अवस्था खरोखरच इकडे आड आणि तिकडे विहीर अशी झालेली होती. लॉरी आणि जॅकसारख्या अत्यंत चांगल्या, आपल्या आवडत्या माणसांना आपण संकटात लोटतोय, त्या गुंडांच्या धाकानं आपण तिला धमकीचं पत्र पाठवलंय, याची प्रचंड अपराधी भावना त्याला टोचत होती. पण तिकडे त्या गुंडांनी दिलेल्या धमकीचं भयंकर दडपणही त्याच्या मनावर होतं. आपण लॉरीकडे गेलो आणि तिला सगळं काही खरं खरं सांगितलं, आणि ती केस सोडून देण्याबद्दल तिचं मन वळवण्याचा प्रयत्न केला, तरी आपल्याला, आपल्या कुटुंबाला, विशेषतः आपल्या मुलींना ते गुंड निदान त्रास तरी देतीलच. दुसरीकडे, आपण काहीच केलं नाही आणि लॉरीनं त्या धमकीच्या पत्राला केराची टोपली दाखवली, तर तिचा हकनाक बळी जाईल. या सगळ्याच भानगडीचा त्याला प्रचंड मानसिक त्रास होत होता. त्याचं कशातच लक्ष लागेनासं झालेलं होतं. ''तो आत्ता मोकळा आहे, आणि तुम्हा दोघांना एकत्र काम करायला आवडतं हे मला माहितेय.''

''तुला काय हवं ते कर'' शेवटी लॉरीनं चिडून म्हटलं. हा विनी आपल्याला सकाळपासून मुद्दाम होऊन उचकवायचा प्रयत्न करतोय की काय?

काही क्षण डोळे मिटून स्वस्थ बसल्यावर लॉरी शांत झाली, आणि तिनं हिस्टॉलॉजीच्या स्लाईडसकडे बघितलं. जोपर्यंत आपण या सगळ्या स्लाईडस नीट निरखून बघत नाही आणि त्यात आपल्याला काहीही बोट ठेवण्यासारखं सापडत नाही, तोपर्यंत अजूनही थोडीशी तरी शक्यता आहे, की कालच्या त्या माणसाचा मृत्यू नैसर्गिक होता. आणखी एक गोष्ट विचार करताना तिच्या लक्षात आलेली होती. काय योगायोग आहे, तिनं मनात म्हटलं, बळी पडलेल्या त्या माणसाचं प्रेत आणि त्याला मारणाऱ्या मारकेऱ्याचं प्रेत, अशी दोन्ही प्रेतं आपल्याकडेच आलीयेत, ऑटोप्सी करायला. त्यातला एक जण तर निश्चितपणे याकुझा गँगमधला गुंड आहे. मग अशी तर शक्यता नसेल ना, की लू म्हणतो तसं संघटित गुन्हेगारी मधल्या गुंडांच्या दोन टोळ्यांमध्ये टोळीयुद्ध सुरू असल्याचं या दोन्ही केसेसमधून निष्पन्न होईल?

आता मात्र तिची उत्सुकता पराकोटीला जाऊन पोहोचलेली होती. त्याच तिरीमिरीत ती खाली जाण्यासाठी पटकन उठली.

२१

मार्च २६, २०१०

शुक्रवार, सकाळी १०.१३

विनीला पक्कं ठाऊक होतं, की आपण नेहमीसारखे वागत नाही हे लॉरीनं ओळखलंय; पण कितीही प्रयत्न केला, तरी त्याला नेहमीसारखं वागणं शक्य नव्हतं. गेल्या अनेक वर्षांमध्ये त्यानं वॅकारो गँगचे गुंड काय करू शकतात, याच्या कित्येक हकिगती ऐकलेल्या होत्या. त्यामुळे त्याला त्या ब्रेनन आणि कार्लोच्या धमकीवर विश्वास ठेवण्याशिवाय काही पर्यायच नव्हता. अशा लोकांशी संबंध आला, की आपलं फक्त नुकसानच होतं, हे त्याला निश्चितपणे माहीत होतं. आणि पोलिसांकडे जाण्याचा पर्यायही त्याच्यापुढे खुला नव्हता.

लॉरीशी बोलून फोन बंद केल्यानंतर एका मिनिटाभरातच त्याचा फोन पुन्हा वाजू लागला. विचारमग्न अवस्थेत त्यानं तो कॉल घेतला. त्याची कल्पना होती की लॉरीच पुन्हा कशासाठी तरी फोन करत असावी; पण अनपेक्षितपणे कार्लोचा आवाज ऐकल्यावर मात्र तो हबकलाच.

''गुड मॉर्निंग, विनी, दोस्ता.'' कार्लोनं मोठ्या नाटकीपणानं दोस्तीचा आव आणत म्हटलं, ''मी बोलतोय. कालच भेटलो होतो आपण, लक्षात आलं का?''

''हो, आठवलं.'' विनीनं नेहमीच्या आवाजात बोलायचा प्रयत्न केला; पण ते त्याला अजिबात जमलं नाही. त्यानं मनातल्या मनात स्वतःला शिव्या हासडल्या; काय मूर्ख आहे मी! त्या इनकमिंग कॉलचा नंबर बघायला नको होता का?

''तुझ्याकडे. मिनिटभर वेळ असेल, तर मला काही प्रश्न विचारायचेत.''

नाही, मला मुळीच वेळ नाही असं सांगायचं विनीच्या तोंडावर आलं होतं; पण त्याच्यात तेवढं धैर्यच नव्हतं. त्याऐवजी त्यानं कार्लोला सांगितलं, की मी जरा बाजूला एखादं ठिकाण बघतो, म्हणजे आपण बोलू शकू, तोपर्यंत कॉल होल्ड करा. आजूबाजूच्या लोकांची नजर चुकवून तो चटकन ऑफिसमधून बाहेर पडला.

''सकाळपासून तुझी डॉक्टर लॉरी मॉंटगोमेरीशी भेट झालीय की नाही?'' कार्लोनं विचारलं.

''हो, झालीय. आम्ही दोघांनी एक केसही केलीय सकाळपासून.''

''ग्रेट!'' कार्लोनं म्हटलं. ''मग कशी वागत होती ती?''

''अगदी नेहमीसारखी. माझ्यासारखी नाही.''

''म्हणजे? तुझं वागणं बदललंय? अरेरे! माझ्यामुळे नाही ना?''

''हो, तुमच्यामुळेच!'' विनीला उगाचच वेडी आशा वाटत होती, की आपण जर स्पष्ट बोललो, तर आपली यांच्या जाचातून सुटका होईल. ''काल तुम्ही मला सांगितलं होतं, की तुम्हाला फक्त काही प्रश्न विचारायचे आहेत. आणि बघताबघता तुम्ही मला ते धमकीचं पत्र पाठवायला भाग पाडलंत.''

''त्या पत्रात काय लिहिलं होतंस, ते पुन्हा सांगशील का? काल तू मला ते सांगितलं होतंस; पण आता मला ते आठवतच नाही.''

''तुम्ही मला जे लिहायला सांगितलं होतं, तेच लिहिलं मी: जर तिनं ती केस नैसर्गिक मृत्यू म्हणून पास केली नाही, तर तिला आणि तिच्या कुटुंबाला गंभीर परिणाम भोगावे लागतील. ती जर पोलिसांकडे गेली, तर तिला आणि तिच्या कुटुंबाला गंभीर परिणाम भोगावे लागतील.''

''गुड, गुड.''कार्लोनं म्हटलं, ''आणि ते पत्र तिला मिळालं, हेही तुला माहितेय का?''

''हो, मी मुद्दाम तिच्या ऑफिसात जाऊन पाहिलं. ते पत्र तिच्या कॉम्प्युटर की-बोर्डवर ठेवलेलं होतं. त्यामुळे तिच्या ते लक्षात न येणं शक्य नाही.''

''मग?''

''मग काय?''

''ते तिनं वाचलं की नाही, हे माहितेय का तुला?''

''तिनं वाचलं असंच मी समजतो; पण मी काही तिथे तिला ते वाचताना बघण्यासाठी जाऊ शकलो नाही. तिला संशय आला असता.''

''मग तिच्या वागण्यात काही फरक पडलाय का?''

''तुम्हाला हवा तसा फरक नाही पडलेला. किंबहुना काल मी म्हटलं होतं, तसं त्यामुळे उलट त्या केसचा आणखी शोध घ्यायचा तिचा निश्चय आणखी दुणावलेला वाटतोय मला. आज सकाळी तिनं बोलताना असंही म्हटलं, की काल

रात्री तिला आणखी इंटरेस्टिंग माहिती मिळालीय.''

''कसली माहिती?'' क्षणात कार्लोचा आवाज आतापर्यंत जो कुचेष्टेचा वाटत होता, त्यात आता एकदम जरब आली.

''ते मला नाही माहीत.'' विनीनं म्हटलं, ''आपल्याला त्या केसचा अजून थोडा शोध घ्यायचाय असं ती म्हणाली. मला वाटतं, तिला वाटतंय की तिनं थोडी प्रगती केलीय; पण ती प्रगती, ती केस नैसर्गिक मृत्यूची ठरण्याच्या दिशेनं नसावी, तर ती हत्येची केस ठरण्याच्या दिशेनं असावी, अशी माझी कल्पना आहे.''

विनीला पलीकडून दबलेल्या आवाजात बोलणं चाललेलं ऐकू येऊ लागलं– जणू कार्लो सेलफोनच्या माऊथपीसवर हात ठेवून कोणाशी तरी बोलत असावा, तसं. विनीला खरं तर कधी एकदा कॉल बंद करतो असं झालं होतं, तरीही तो थांबला. त्याच वेळी त्याच्या डोक्यात विचार चालू होता, की आपण हळूहळू अशा एका परिस्थितीत ओढले जातोय, की त्यातून काही चांगलं निष्पन्न होणार नाही. कार्लो आपल्याला धमकीचं पत्र पाठवण्यापेक्षा एखादी आणखी वाईट गोष्ट करायला सांगू शकतो– आणि बहुधा सांगेलही.

विनीनं तटकन फोन बंद केला– बंद करतानाच त्याच्या लक्षात आलं, की आपण आपल्याला आणि आपल्या कुटुंबाला आणखी मोठ्या संकटात ढकलतोय. तो इतका प्रचंड घाबरून गेला, की त्याच क्षणी त्यानं कुटुंबासकट शहराबाहेर पळून जायचं ठरवलं. अताा त्याच्यापुढे तोच एक पर्याय होता. त्याच्याकडे भरपूर रजा शिल्लक होत्या. त्याला माहीत होतं, की रजा घेण्याच्या आधी थोडा काळ ऑफिसला तसं कळवावं लागतं; पण घरात काहीतरी अचानक अडचण उद्भवलीय असं सांगितलं, तर आपल्याला कोणी फारशी खळखळ न करता रजा मिळेल अशी त्याची खात्री होती.

एका क्षणात निश्चय मनाशी पक्का करून त्यानं चार्लीनला– आपल्या बायकोला कॉल केला. ती तिच्या भावाच्या ट्रान्सपोर्ट कंपनीत काम करत होती. तिला नक्की रजा मिळेल हे विनीला माहीत होतं, कारण तिच्या भावाचा धंदा सध्या जरा मंदावलेला होता. मुलींना शाळेला बुट्टी मारायला सांगणं जरा जास्त अवघड होतं; पण काही इलाजही नव्हता. पलीकडे फोनची बेल वाजत होती. तोपर्यंत विनी पळत पहिल्या मजल्यावर त्याच्या बॉसच्या ऑफिसकडे निघाला.

''हेस्टिंग्ज मुव्हिंग अँड ट्रान्सपोर्ट,''चार्लीननं कॉल घेत म्हटलं.

विनीनं तिला अगदी थोडक्यात सगळं सांगितलं. सुरुवातीला ती त्याच्यावर चिडलीच; पण विनीनं जेव्हा पॉली सेरिनो आणि वॅकारो गँगची नावं घेतली, तेव्हा मात्र तिनं सगळं काही समजुतदारपणे ऐकून घेतलं. लहानपणापासून विनीसारखीच तीसुद्धा रेगो पार्कच्या भागात वाढलेली असल्यामुळे तिलाही हे सगळं चांगलंच

ठाऊक होतं. पॉली सेरिनोच्या उपकारांच्या ओझ्याखाली विनी आहे, आणि याचा अर्थ काय, हेही तिला माहीत होतं.

"आपल्याला आजच बाहेर गेलं पाहिजे." विनीनं घाबऱ्याघाबऱ्या म्हटलं, "आजच! मुलींना शाळेतून घेऊन ये, की आपण लगेच निघायचं. नशीब, आता फ्लॉरिडामध्ये हवा चांगली असते."

"पण मला थोडंफार सामान तरी भरून घ्यावं लागेल." तिलाही विनी किती घाबरलाय हे समजत होतं.

"घे, पण त्यात वेळ घालवू नकोस. आणि आपण बाहेरगावी जात असल्याचं कोणालाही सांगू नकोस."

"पण निदान माझ्या हेझेल मावशीला तरी सांगायला हवं ना? तिला आधी कळवल्याशिवाय एकदम कसं तिकडे जायचं आपण? आणि माझ्या भावाला तर सांगितलंच पाहिजे मला."

"हो, तुझ्या भावाला जरूर सांग; पण त्याला म्हणावं की आणखी कोणालाही सांगू नकोस. तुझ्या मावशीला आपण जाताजाता वाटेत कळवू. खरं म्हणजे आपण किनाऱ्याजवळच्या एखाद्या स्वस्तातल्या मोटेलमध्ये राहिलेलं जास्त चांगलं."

"तू किती वेळात घरी येशील?"

"लवकरात लवकर" विनीनं म्हटलं. "खरं तर तासाभरातच येईन. आत्ता मी आमच्या बॉसच्या ऑफिसच्या बाहेरच आलोय. तिनं एकदा रजा मंजूर केली की झालं. पण त्यात काही प्रॉब्लेम येईलसं वाटत नाही. माझ्याकडे भरपूर रजा शिल्लक आहे, असं मागच्याच आठवड्यात तिनं मला सांगितलं होतं."

"मुलींसाठी थोडा अभ्यास घेऊन यायचा प्रयत्न करते."

"हं, चांगली कल्पना आहे."

"पण डॉक्टर माँटगोमेरीला कळवायला हवं ना?"

"ते मी तिच्याशी आधीच बोललोय." विनीनं म्हटलं. "म्हणूनच तर मला लवकर निघायला हवं. नाही तर त्यांनी नेमकं मला काम सांगितलं, तर निष्कारण गडबड होईल. आणि ते गुंडही मला आणखी काहीतरी करायला सांगतील, मी आणखी थांबलो तर. मी आत्ता त्या कार्लोचा फोन बंद केला, तेव्हाच मला शंका येत होती, की ते मला आणखी काहीतरी करायला भाग पाडणार."

"ओके. किती दिवस थांबायचं आपण फ्लॉरिडामध्ये?"

"फार नाही. एखादं-दुसरा आठवडा, फार तर. माझी खात्री आहे, की येत्या एक-दोन दिवसात इथे भयंकर काहीतरी घडणार आहे. आणि त्या वेळी मी इथून शक्य तितकं दूर असलेलंच बरं."

२२

मार्च २६, २०१०

शुक्रवार, सकाळी१०.३५

"त्या विनीला पुन्हा फोन कर!" लुईनं कार्लोला म्हटलं. तो, कार्लो आणि ब्रेनन असे तिघं कार्लोच्या गाडीतून हिसायुकी इशीला भेटायला मॅनहटनकडे चाललेले होते. ब्रेनन गाडी चालवत होता. कार्लो त्याच्या शेजारच्या सीटवर होता, तर लुई त्यांच्या पाठीमागच्या सीटवर बसलेला होता.

लुई हिसायुकीशी फोनवरून अनेकदा बोललेला होता; पण त्याला प्रत्यक्षात कधीच भेटलेला नव्हता. आता कार्लोचं विनीशी झालेलं बोलणं ऐकल्यानंतर तर आता लुईला हिसायुकीची प्रत्यक्ष भेट घ्यायची उत्सुकता आणखीच वाढलेली होती, कारण पॉली सेरिनोनं जसं सांगितलं होतं, तशीच ही डॉक्टर लॉरी मॉँटगोमेरी -स्टेपल्टन वागत होती : खंबीर, चिकाटीनं आणि ती अजिबातच त्यांना सहकार्य करायला तयार नाही असं दिसत होतं. कार्लोनं तिच्यापर्यंत पोहोचवलेल्या धमकीलाही ती भीक घालत नव्हती. त्यामुळे सातोशीच्या मृत्यूचं निदान 'नैसर्गिक मृत्यू' असंच जर ठेवायचं, तर त्यासाठी लवकरात लवकर पावलं उचलणं भाग होतं. ही अनपेक्षितपणे उद्‌भवलेली भानगड समजण्यापूर्वी लुईनं गृहीत धरलं होतं, की हिसायुकीबरोबरच्या बोलण्याचा विषय त्या लॅबच्या वह्या आणि त्या आपल्या लोकांनी हस्तगत केल्या, तर आपल्याला किती पैसे मिळतील, असाच राहील; पण आता मात्र बोलण्याचा विषय लॉरी मॉँटगोमेरी आणि तिला सातोशीच्या केसवरून कसं हटवायचं, हाच असणार होता.

''तो गधडा फोनच उचलत नाहीय.'' कार्लोनं सेलफोन मिटवला आणि तो मागे वळून लुईकडे बघू लागला.

''ठीक आहे, सध्यापुरता त्याला सोडून दे.'' लुईनं म्हटलं, ''आपल्याला त्याची मदत लागणार आहे. त्यानं जर पुढच्या तासाभरात उलट कॉल केला नाही, तर कदाचित तुम्हा लोकांना पुन्हा ओसीएमईला भेट द्यावी लागेल.''

गाडी 'फोर सीझन्स'च्या आवरात पोहोचली, तसे ते तिघं उतरले, आणि ब्रेननं गाडीच्या चाव्या तिथे असलेल्या वॅलेकडे दिल्या. वॅले गाडी पार्क करायला घेऊन गेला.

लुई सगळ्यात पुढे चालत होता. ते तिघं फिरत्या दारातून आत शिरले आणि पाच-सहा पायऱ्या चढून रिसेप्शनमध्ये आले. रिसेप्शन काऊंटरला वळसा मारून ते आणखी एक जिना चढून बार आणि डायनिंग जिथे होतं, त्या लेव्हलवर आले. त्यांच्यापैकी लुई एकटाच फक्त इथे पूर्वी आलेला होता. तिथल्या दगडी भिंती आणि हॉलची प्रचंड उंची बघून कार्लो आणि ब्रेननचा आश्चर्यानं 'आ' वासला. ब्रेननला तर आपण एखाद्या पुरातन इजिप्शियन मंदिरात आलोय की काय, असं वाटत होतं.

अजून लंचची वेळ व्हायला बराच अवकाश होता, त्यामुळे डावीकडचा बार पूर्णपणे मोकळा होता. उजव्या बाजूच्या डायनिंगच्या भागातही फारच थोडे लोक दिसत होते. त्यामुळे एखाद्या सुमो पैलवानासारखी देहयष्टी असलेला हिदेकी आणि त्याचे साथीदार त्यांना सहजच दिसले.

हिदेकी शिमोदानं सगळ्यांची एकमेकांशी ओळख करून दिली. बिचाऱ्या लुईला चार-चार वेळा कमरेत वाकावं लागलं. ओळख करून देण्याच्या या जपानी सोपस्काराचा त्याला जाम कंटाळा यायचा. त्यानंतर ते आपापल्या जागी बसले, तर कार्लो आणि ब्रेनन हळूहळू चालत बारच्या डाव्या टोकापाशी गेले. उजव्या टोकाशी हिसायुकीची माणसं होती. त्यातला एक जण तर हिदेकीसारखाच अवाढव्य होता; पण तो जाड नव्हता. या साथीदार लोकांच्या मात्र एकमेकांशी ओळखी करून देण्यात आल्या नाहीत; पण त्याची काही गरजही नव्हती.

थोडा वेळ लुई, हिदेकी आणि हिसायुकी या तिघांनी इकडच्या तिकडच्या गप्पा मारण्यात आणि दोन्ही गॅंगजमध्ये सध्या एकमेकांच्या साहाय्यानं चालू असलेल्या उद्योगांमधून दोघांनाही कसा कल्पनेबाहेर फायदा होतोय, त्याबद्दल एकमेकांची पाठ थोपटण्यात घालवला.

मग हियासुकीनं लुईचे, आपल्याला एवढ्या मोठ्या प्रवासानंतर क्वीन्सपर्यंत यायला न लावता तोच स्वतः आपल्याला भेटायला मॅनहटनपर्यंत आल्याबद्दल आभार मानले. ''टोकियो ते न्यू यॉर्क हा प्रवास खरोखरच खूप मोठा आहे. त्यामुळे

नाही म्हटलं तरी जागरण होतं.''

''ते जाऊ दे. त्यात मी काहीच विशेष केलेलं नाही.'' लुईनं सस्मित मुद्रेनं म्हटलं. त्याला हा माणूस आवडलेला होता. हिसायुकीचे कपडे महागडे आणि फॅशनेबल तर होतेच, तो सुसंस्कृतही होता; पण त्याच्यामध्ये आणखी काहीतरी वेगळं होतं, आणि त्यामुळेच लुईला तो जास्त आवडलेला होता. त्याचा शांतपणा, निश्चयीपणा आणि तल्लख बुद्धी त्याच्या नजरेतून लुईला जाणवत होती. इतक्या वर्षांच्या अनुभवानं लुईला लगेच समजलेलं होतं, की हा माणूस चलाख आहे, आपलं म्हणणं दुसऱ्याला पटवून देण्यात वाकबगार आहे, आणि हा स्वतःशी आणि त्याच्या गँगशी अत्यंत एकनिष्ठ आहे. हे सगळंच लुईला आवडलं; पण त्याच वेळी तो सावधही झाला. अशा माणसाशी आपला व्यवहार करायचेत, तेव्हा सगळ्या गोष्टी आपल्याला विचारपूर्वक, सतर्क राहूनच केल्या पाहिजेत.

''मला वाटलं, एवढ्या मोठ्या प्रवासानंतर तुम्ही शिणलेले असाल.'' लुईनं म्हटलं, ''त्यामुळे जास्त वेळ न घालवता आपण कामाला सुरुवात करू या का?''

''जरूर.'' हिसायुकीनं पुन्हा मान तुकवत म्हटलं, ''माझा एवढा विचार करताय तुम्ही, त्याबद्दल थँक्स.''

लुईनंही नकळतच मान तुकवली. जपानी लोकांशी व्यवहार करताना त्याला या एका गोष्टीचा त्रास व्हायचा– सारखं काय वाकायचं? शिवाय त्याला या लोकांचा कार्यक्रम काय आहे, हे माहीत नव्हतं. त्यानं बोलायला सुरुवात केली. ''मी जरा स्पष्ट बोलतो, चालेल ना? अजूनपर्यंत– अगदी आत्तापर्यंत माझ्या मते आपण एकमेकांशी अगदी खुलेपणानं व्यवहार केले आहेत. तुम्हालाही असंच वाटतंय का?''

इतक्या खुल्या आणि थेट विचारलेल्या अनपेक्षित प्रश्नानं हिसायुकी क्षणभर गडबडला. त्यानं मदतीसाठी हिदेकीकडे चटकन एक कटाक्ष टाकला, कारण हिदेकी गेली दहा-बारा वर्षं अमेरिकेत राहिलेला होता. पण त्याच्याकडून काहीच प्रतिसाद मिळेना, तेव्हा हिसायुकीनं कसंबसं 'हाई', 'हाई' एवढंच जपानी भाषेत म्हटलं.

''पण गेल्या काही दिवसांमध्ये मात्र तुम्ही लोक, विशेषतः माझा हा दोस्त हिदेकी आमच्याशी पूर्वीच्या मनमोकळेपणानं वागलेला नाही.'' लुईनं हिदेकीकडे मानेनं निर्देश करत म्हटलं, ''आता मला काही घडून गेलेल्या गोष्टी पुन्हा उगाळत बसायच्या नाहीत– हिदेकीचं आणि माझं याबद्दल आधीच बोलणं झालंय; पण आता आम्ही जे अडचणीत सापडलो आहोत, ते तुम्ही आम्हाला खरं काय ते न सांगितल्यामुळेच. म्हणजे सातोशी हा काही पैसे देणं लागत नव्हता आणि तुम्ही त्याला जरासं धमकावण्यासाठी नव्हे, तर त्याला खलास करण्यासाठी आमची

मदत घेतलीत. आम्हाला जर सातोशीला तुम्ही मारणार आहात हे माहीत असतं, तर आम्ही तुम्हाला मदत केलीच नसती. कारण आम्ही अशा प्रकारचा हिंसाचार शक्यतो टाळतो. हा पोलिसांशी आमचा अलिखित करार आहे, असं समजा हवं तर. आम्ही उगाचच खून-मारामाऱ्या करत नाही, आणि ते आमच्याकहे दुर्लक्ष करतात. म्हणूनच आम्हाला इतर उद्योगांकडे चांगलं लक्ष देता येतं. आणि त्यामुळे त्यांनाही रहदारीचे प्रॉब्लेम्स, खुनी, अतिरेकी वगैरे प्रश्नांकडे लक्ष देता येतं.''

''बरोबर बोलतोय का मी हे, इशी-सान?'' लुईनं थेट हिसायुकीकडे बघत विचारलं. ''का मी तुम्हाला नुसतं 'हिसायुकी' असंच म्हणू? तुम्ही मला 'लुई' म्हटलंत तरी चालेल.''

''नाही, 'हिसायुकी' म्हटलं तर तरी चालेल.'' लुईच्या सडेतोड बोलण्यामुळे आधी गडबडलेल्या; पण आता जरा सावरलेल्या हिसायुकीनं म्हटलं. हा माणूस स्पष्ट बोलतोय पण त्यात कुठेही उद्धटपणा नाही, हे त्याच्या लक्षात आलेलं होतं.

''ओके. तर हिसायुकी, तुझ्या लक्षात माझं बोलणं येतंय का, का मी फारच स्पष्ट बोलतोय? कारण हिदेकीशी बोलल्यावर माझ्या लक्षात आलंय, की तुम्ही जपानी लोक सहसा इतके थेट, तोंडावर बोलत नाही. बरोबर आहे का हे?''

''अं..हो.''

''एनी वे, आता मी माझ्या दृष्टीनं सध्याची परिस्थिती काय आहे, हे तुम्हाला सांगतो.'' लुईनं म्हटलं, ''तुमच्या बाजूनं विचार केला, तर तुम्हाला हस्तगत करायच्या असलेल्या त्या लॅबच्या वह्या आहेत. त्याबद्दल आपण जरूर बोलू; पण त्या आधी तुम्ही मला त्याबद्दल आणखी माहिती दिलीत तरच. कारण आता आमचं मत असं झालंय, की फिफ्थ अॅव्हेन्यूसारख्या कायम गजबजलेल्या रस्त्यावरचं एका कंपनीचं ऑफिस फोडणं, हे काम आमच्या कल्पनेपेक्षा बरंच जास्त धोक्याचं आहे. आम्ही त्या कामात जर तुम्हाला मदत करायची असेल, तर आम्हाला आणखी माहिती मिळाली पाहिजे. शिवाय तुम्हाला हेही पटवून द्यावं लागेल आम्हाला, की त्या वह्या खरोखरच तिथे आहेत.''

''आता आमच्या बाजूनं विचार करू. तुमच्या त्या सुसुमु आणि योशियाकीनं ट्रेनच्या प्लॅटफॉर्मवर सातोशीला, आणि न्यू जर्सीमध्ये जाऊन त्याच्या आख्ख्या कुटुंबाला ठार मारून गोंधळ उडवून देण्यापूर्वीपर्यंत आपल्यामध्ये जे उत्तम संबंध होते, ते पुन्हा तसेच करण्यात आम्हाला इंटरेस्ट आहे. लक्षात येतंय ना तुमच्या?'' जरा थांबून लुईनं थेट हिसायुकीकडे बघितलं. तो अजूनही या सरबत्तीमधून पुरेसा सावरलेला दिसत नव्हता.

''मला वाटतं, तुम्ही जरा सावकाश बोललात तर बरं होईल.'' हिदेकीनं मध्येच म्हटलं, ''ते इंग्लिश चांगलं बोलतात, त्यांना ते समजतंही; पण इंग्लिश

बोलण्याची किंवा ऐकण्याची वेळ त्यांच्यावर फारशी येत नाही.''

''ओ. सॉरी. मी आणखी सावकाश बोलेन.'' लुईनं म्हटलं, ''पण मला वाटतं, ढासळत चाललेली परिस्थिती सावरायला मात्र आपल्याला वेगानंच हालचाली कराव्या लागतील.''

हिसायुकीनं मान डोलावली; पण तो बोलला मात्र नाही. त्याला नेहमी मीटिंगची सूत्रं स्वतःकडे ठेवायची सवय होती, आणि कोणत्याही मीटिंगसाठी तो कायम पूर्ण तयारी करूनच जायचा. शिवाय सुसुमु आणि योशियाकीच्या नाहीसे होण्याचाही त्याला धक्का बसलेला होता. आपल्या आईझुकोतेत्सू-काईनंच सातोशी आणि त्याच्या कुटुंबाला मारलं असावं, असा संशय यामागुची-गुमी गँगला आलेला असण्याची शक्यता नक्कीच आहे, आणि असं असेल तर आपल्या गँगसमोर आत्तासुद्धा मोठं संकट आ वासून उभं आहे, याचीही त्याला कल्पना होती. त्यामुळे तो गडबडलेलाच होता.

''या क्षणी तरी असंच दिसतंय, की नेमकं काय घडलं हे कोणालाच माहीत नाही.'' लुईनं सावकाश बोलायला सुरुवात केली. ''म्हणजे असं, की त्या सातोशीच्या कुटुंबाची हत्या झाल्याचं अजून उघडकीला आलेलं नाही, कारण माझी माहिती अशी आहे, की त्या लोकांची राहण्याची व्यवस्था जवळजवळ काहीच वस्ती नसलेल्या भागात केलेली होती.''

यावरून हिसायुकीनं मनात असा निष्कर्ष काढला, की सातोशीच्या कुटुंबाची राहण्याची सोय यामागुची-गुमी गँगच्या साथीदार अमेरिकन गँगनं केली असणार; पण तो बोलला मात्र काहीच नाही.

''त्या कुटुंबाची हत्या लवकर उघडकीला येईलच असं नाही. त्यामुळे माझ्या मते आजतरी त्याची काळजी करण्याचं कारण नाही. तरी पण तुम्ही लोक त्या प्रेतांची लवकरात लवकर विल्हेवाट लावा, कारण ते काम तुम्ही केलंय. अर्थातच आम्हीही मदत करू, कारण जेव्हा हे प्रकरण उघडकीला येईल, तेव्हा ते चांगलंच गाजेल हे उघड आहे. आणि नेमक्या अशाच घटना टाळायचा आमचा प्रयत्न असतो. ही हत्या गँगवॉरमधून झालीय हे लगेचच सगळ्यांच्या लक्षात येईल आणि त्यामुळे आमचं जगणंच मुश्किल होईल. हे सगळं उद्यासाठी ठेवा. आणि रविवारी आपण त्या लॅबच्या वह्यांबद्दल मीटिंग ठेवू. चालेल का?''

हिसायुकी बोललाही नाही, की त्यानं काही हालचाही केली नाही.

कोणीतरी उत्तर देईल म्हणून लुई गप्प बसून राहिला. हिसायुकीशी बोलणं म्हणजे फक्त आपण स्वतःशीच बोलणं, असं त्याला वाटायला लागलेलं होतं, कारण तो काही बोलतच नव्हता. सुसुमु आणि योशियाकीच्या अचानक नाहीसे होण्यामागे आपला आणि वॅकारो गँगचा हात असल्याला याला काही संशय येतोय

की काय, अशीही शंका हळू हळू त्याच्या डोक्यात यायला लागलेली होती.

काही वेळ असाच अस्वस्थ करणाऱ्या शांततेत गेल्यावर हिदेकीनं विचारलं, ''तुम्ही उद्या आणि परवाबद्दल बोललात; पण आजचं काय? आणि तुम्ही जी ढासळून चाललेली परिस्थिती म्हणून म्हणताय, ती काय आहे?''

''बरं झालं, तुम्ही विचारलंत.'' लुईनं म्हटलं, ''मी सातोशीच्या कुटुंबाबद्दल बोललो; पण स्वतः सातोशीबद्दल काहीच बोललेलो नाही. हिदेकी, काल रात्री आपण लॉरी मॉंटगोमेरी-स्टेपल्टनबद्दल थोडं बोललो होतो.''

''हो, हो. ते मी इशी-सानला सांगितलंय.''

''हो, खरंय.'' हिसायुकीनं अचानक म्हटलं, ''त्या गोष्टीची आम्हाला मोठीच चिंता वाटतेय. तुम्ही तिला जी धमकी दिली, त्याचा काही योग्य परिणाम झालाय का तिच्यावर?''

''नाही, असंच दिसतंय.'' लुईनं म्हटलं. त्यानं मान वळवून कार्लोला हाक मारली. कार्लो लगेच उठला. त्याच्या चेहऱ्यावर प्रश्नचिन्ह होतं. लुईनं त्याला खूण करून जवळ बोलावलं. त्याला उठलेलं बघताच हिसायुकीचे साथीदारही लगेच सतर्क होऊन जागेवरून उठले. हिसायुकीनं त्यांना परत बसायची खूण केली.

''कार्लो, त्या विनीला परत फोन कर.'' लुईनं फर्मावलं. ''आणि त्यानं कॉल घेतला, तर आत्ता काय परिस्थिती आहे हे विचार त्याला.''

कार्लोनं विनीला कॉल केला; पण व्हॉईसमेलचा आवाज येऊ लागल्यावर त्यानं फोन बंद केला, आणि लुईकडे बघून नकारार्थी मान हलवली. त्याला जायची खूण करून लुई परत हिसायुकीकडे वळला.

''आमच्या तिथल्या माणसाशी आमचा संपर्क होत नाहीये.'' लुईनं म्हटलं, ''पण त्याच्याकडून आम्हाला समजलंय ते असं, की तिनं आमच्या धमकीकडे नुसतंच दुर्लक्ष केलंय असं नाही, तर कदाचित आमच्या धमकीमुळे सातोशीची केस पूर्ण करण्याचा तिचा निश्चय उलट आणखी ठाम झाला असावा.''

''पण सातोशीचा मृत्यू नैसर्गिक होता, असंच मानलं गेलंय ना?'' हिसायुकीनं विचारलं.

''हो. निदान आमची तरी तशीच समजूत आहे. आणि अजूनपर्यंत आम्हाला मिळालेली माहिती अशीच आहे.''

''मग ही बाई तिचं मत का बदलेल?'' हिसायुकीनं विचारलं.

''कोण जाणे. कदाचित त्या धमकीचा तिच्यावर उलटा परिणाम झालेला असेल.'' लुईनं खांदे उडवले. ''कारण मुळातच ही बाई अत्यंत खंबीर, निग्रही आणि चिवट आहे.''

''आणि शिवाय कालच ती बाळंतपणाच्या मोठ्या, वर्षभराच्या रजेवरून परत

कामावर रुजू झालीय.'' कार्लोनं मध्येच म्हटलं. लुईनं त्याला जायचा इशारा केलेला होता, तरी पण तो जवळच उभा होता. त्यानं ब्रेननकडे वळून विचारलं, ''असंच म्हणाला होता ना तो?''

''वर्षाच्या नाही, दीड वर्षाच्या रजेवरून पुन्हा आलीय ती.'' ब्रेननं मोठ्यानं उत्तर दिलं, आणि तो कार्लोजवळ येऊन उभा राहिला. ''आणि सातोशीची केस हीच तिची पहिली आणि एकमेव केस होती, त्यामुळे ती काहीतरी सिद्ध करू बघत होती. निदान आमच्या माणसानं तरी असंच सांगितलं.''

लुईनं परत हिदेकी आणि हिसायुकीकडे बघितलं. ''या बाईबद्दल मी आमच्या बॉसशी बोललो. ती म्हणजे जणू काही एखादी ग्रीक पुराणातली देवता असावी, अशा विस्मयानं बोलतो तो तिच्याबद्दल. त्यानं तिला मारायचाही प्रयत्न केला होता, आणखी एका गँगच्या बॉसनंही असाच प्रयत्न केला होता; पण ते त्यांना जमलं नाही. त्यातच आणखी वाईट गोष्ट अशी, की तिची न्यू यॉर्क पोलिसांमध्ये फार वरपर्यंत ओळख आहे.''

''या सगळ्या माहितीबरोबरच आपल्यापुढे आणखी एक अडचण आहे.'' लुई बोलतच होता. ''ती अशी, की आपल्यावर एक वेळेचं बंधन आहे. आमच्या माणसानं असं सांगितलंय, की या बाईनं या केसच्या बाबतीत काही प्रगती केलीय– असं तिनंच सांगितलं – आणि ही प्रगती नेमकी काय आहे, हे ती आज दुपारपर्यंत सांगणार आहे. आणि सातोशीचा मृत्यू नैसर्गिक नसून ती हत्या आहे, हे सिद्ध करण्याच्या दिशेनंच तिनं ही प्रगती केलीय.''

''हे कसं काय सिद्ध करणार ती?'' हिसायुकीनं काहीशा अविश्वासानं विचारलं.

''मला वाटतं ते तुम्हीच सांगाल.''

काही क्षण एकदम शांतता पसरली.

''मला वाटतं, तुम्ही हे आम्हाला सांगितलं पाहिजे.'' लुईनं जरा ठोसून म्हटलं.

''एक खास प्रकारचं विष वापरलेलं होतं, सातोशीच्या हत्येमध्ये.'' हिसायुकीनं म्हटलं, ''पण याबद्दल मी तुम्हाला आणखी काहीच सांगू शकणार नाही. ती माहिती फारच गुप्त आहे.''

''हरकत नाही.'' लुईनं मान डोलावली. ''डॉक्टर लॉरी मॉंटगोमेरी -स्टेपल्टन हे सिद्ध करू शकेल असं वाटतं तुम्हाला?''

''असं जर झालं, तर हे सिद्ध होण्याची ही पहिलीच वेळ असेल. आणि आम्ही त्या विषाचा पूर्वीही वापर केलाय.''

''ते काहीही असो; पण आपण तिला सातोशीच्या प्रेताच्या केसचा आणखी तपास करू देताच कामा नये, असं मला वाटतं.'' लुईनं म्हटलं, ''तपास करण्यापासून तिला रोखण्याचा काही ना काही मार्ग आपल्याला शोधलाच पाहिजे.''

“समजा, तिला मारूनच टाकलं तर?” हिसायुकीनं विचारलं.

“नाही, नाही. तिला मारून टाकता येणार नाही. याबद्दलही मी माझ्या बॉसशी बोललो.” लुईनं ठामपणे नकारार्थी मान हलवली. “त्यानं सांगितलं, की आपण जर तिला मारून टाकलं, तर आम्ही आत्ता जो पोलिसांचा त्रास वाचवायचा प्रयत्न करतोय ना, त्याच्या दसपटीनं जास्त पोलिसांचा त्रास आमच्यामागे लागेल.”

“पण आपण जर हेच विष वापरून तिला मारलं, तर तिचा मृत्यूसुद्धा नैसर्गिकच मानला जाईल.” हिसायुकीनं सुचवलं. “ते विष आहे आमच्याकडे अजून.”

लुई विचारात पडला. अशी काहीतरी कल्पना त्याच्या डोक्यातच आलेली नव्हती. कल्पना चांगली होती, आणि ती प्रत्यक्षात आणता येण्यासारखीही होती; पण जसजसा तो त्यावर विचार करू लागला, तसतसे त्यातले धोके त्याच्या लक्षात येऊ लागले. सातोशीसारखीच तिची हत्याही नैसर्गिक नसून तो खून आहे, हे उघडकीला येण्याचा धोका होताच. लुईला विनाकारण धोका पत्करायला आवडत नसे. शिवाय तिची हत्या इतकी अचानक कशी करता येईल? ‘आणि आपल्याला तर काहीतरी ताबडतोब करावं लागणार आहे,’ त्यानं मनात म्हटलं. शक्य तर आता सगळीच. जर लॉरी एकटीच लंचसाठी बाहेर पडली, तरच हे शक्य आहे; पण ती तरी बाहेर पडेल कशावरून? दुसरी एक शक्यता आहे. ती म्हणजे कोणाला तरी ते विष घेऊन ओसीएमईमध्ये पाठवायचं आणि तिला एकटी गाठून मारायचा प्रयत्न करायचा; पण ही शक्यतासुद्धा जवळजवळ नाहीच. शिवाय आपला माणूस आयताच पोलिसांच्या हाती सापडायची शक्यता तर फारच मोठी आहे यात.

“एक कल्पना माझ्या डोक्यात आलीय.” ब्रेनननं अचानक म्हटलं, “तिच्या मुलाचं काही तरी करायला काय हरकत आहे? मुळात आपण तिला आणि तिच्या कुटुंबालाही परिणाम भोगावे लागण्याची धमकी दिलीय, म्हणून म्हणतो.”

“मुलगा? कुठला मुलगा?” लुईनं जोरात विचारलं. बॉस लोकांचं बोलणं चालू असताना ब्रेनननं मध्येच बोलायची चूक केली, म्हणून तो जरा चिडलेला होता. या पोरांना जरा शिस्त लावलीच पाहिजे.

“ज्या मुलाच्या जन्मासाठी तिला बाळंतपणाची रजा घ्यावी लागली, तोच मुलगा.” ब्रेनननं म्हटलं. “त्याला पळवून न्यायला काय हरकत आहे? तसं केलं, तर ती नक्कीच तिचा तो तपास सोडून देईल. आपला मुलगाच पळवलाय म्हटल्यावर कोणातरी अज्ञात माणसाचा मृत्यू नैसर्गिक आहे की नाही याचा विचारच सोडून देईल ती.”

एका क्षणात लुईची चीड नाहीशी झाली. अपहरण करायचं! वा! मस्त कल्पना आहे, आणि हे काम लगेच करता येण्यासारखं आहे. कोणालाही मारायची

गरज नाही. आणि या अपहरणाच्या मागे संघटित गुन्हेगारी आहे, अशी शंकाही पोलिसांना येणार नाही.

"अपहरणाची कल्पना कशी वाटते तुम्हाला?" लुईनं एकदम उत्साहित होऊन हिसायुकीकडे वळून विचारलं.

"फारच मस्त कल्पना आहे." हिसायुकीनं म्हटलं. "आपण त्या मुलाच्या बदल्यात एखादी बऱ्यापैकी रक्कम मागू तिच्याकडून, म्हणजे त्याला पळवल्याचा संबंध कोणी सातोशीच्या केसशी लावणार नाही. शिवाय त्याच्या केसवर लागलेलं लोकांचं लक्षही दुसरीकडे वळेल."

"अगदी बरोबर."

"पण हे काम फारसं अवघड नसेल ना?"

"मला नाही तसं वाटत. त्यातला सगळ्यात अवघड भाग असेल, तो म्हणजे त्या पोराला सांभाळणं." लुई मोठ्यानं हसला. "तो पोरगा जर एखाद्या नॅनीबरोबर घरातच असला, तर ते जास्त सोपं जाईल. तो जर एखाद्या बालसंगोपन केंद्रात असला, तर मात्र काम आणखी कठीण जाईल. पण त्याचे आई-वडील दोघंही डॉक्टरच आहेत, त्यामुळे मला वाटतं तो घरात असण्याची शक्यता जास्त आहे."

"आम्ही काही मदत करू का?"हिसायुकीनं विचारलं. "सातोशीचा मृत्यू ही हत्या किंवा खून नाही, तर तो नैसर्गिकच आहे, असंच मानलं जाणं आमच्यासाठी फार महत्त्वाचं आहे."

"का बरं?" लुईनं विचारलं, "त्याचा मृत्यू नैसर्गिक आहे असं मानलं जाणं आमच्या दृष्टीनं का महत्त्वाचं आहे, हे मी तुम्हाला सांगितलं; पण हीच गोष्ट तुमच्या दृष्टीनंही महत्त्वाची असण्याचं काय कारण? मी तुम्हाला आत्ताच सांगितलंय, तसं आपण दोघांनी एकमेकांशी सगळे व्यवहार खुलेपणानं, उघडपणे करणं, एकमेकांना सगळी माहिती स्पष्ट सांगण्याला फार महत्त्व आहे. याच आधारावर आपली मैत्री आणि सहकार्य टिकून राहू शकतं."

"सातोशीला अमेरिकेत आणलं, ते यामागुची-गुमी गँगनं. त्याचा खून झाल्याचं जर त्यांना समजलं, तर ते त्याच्या खुनाचा आळ आमच्यावर घेण्याची बरीच शक्यता आहे. आणि ही गोष्ट आम्हाला टाळायचीय."

या बाबतीत विचारण्यासारखे अजून अनेक प्रश्न लुईच्या डोक्यात होते; पण या उत्तरानं त्याचं समाधान झालं, कारण ते सहज पटण्यासारखं होतं. आणि त्याला आईझुकोतेत्सू-काई आणि यामागुची-गुमी या दोन्ही जपानी गँग्जमधल्या सबंधांशी फारसं काही देणं-घेणंही नव्हतं. तो प्रॉब्लेम त्यांचा आहे, त्यानं मनात म्हटलं.

"ओके." त्यानं एकदम म्हटलं, आणि ब्रेननकडे बघितलं, "ब्रेनन, बेटा, अपहरणाची कल्पना तुझ्या डोक्यातून आलीय, त्यामुळे तूच ते बघ. बाकी सगळे

तुझ्या हाताखाली काम करतील. तुला अपहरणाबद्दल कितपत माहिती आहे?''

''काय? मी मुख्य आणि बाकी सगळे माझ्या हाताखाली काम करणार?'' ब्रेननं आश्चर्यानं विचारलं. तो मनोमन खूश झालेला होता. त्यानं हळूच कार्लोकडे नजर टाकली – आता याला काय वाटेल? पण लगेच त्यानं पुन्हा लुईकडे बघितलं ''सगळ्यात आधी मला माझा कॉम्प्युटर सुरू करून या लॉरी माँटगोमेरी – स्टेपल्टनची जास्तीत जास्त माहिती मिळवली पाहिजे – तिच्या घरच्या पत्त्यासकट.''

''बऱ्याच वर्षांपूर्वी आपण जर्सीमध्ये एकाचं अपहरण केलं होतं.'' लुईनं मुद्दाम हिसायुकीकडे बघत म्हटलं, ''ते व्यवस्थित पार पडलं; पण त्याच्यासाठी नीट योजना आखून काम करावं लागतं. अपहरण करताना दोन वेळा अशा असतात की जेव्हा विशेष धोका असतो– एक म्हणजे प्रत्यक्ष त्या व्यक्तीला पळवण्याची वेळ आणि दुसरी असते ती मागितलेली रक्कम ताब्यात घेण्याची वेळ, बाकीचं काम जसा प्रसंग असेल त्याप्रमाणे करता येतं. लॉरीच्या बाबतीत बोलायचं, तर तिच्या छोट्या मुलाला पळवायचंय, त्यामुळे ते सोपं जायला हरकत नाही. त्याला सांभाळणारी नॅनी आहे, तिची काळजी घेतली तर या कामात बहुधा कुठे झटापट किंवा मारामारी होणार नाही.''

''आम्ही कशी मदत करू, हे तुम्ही आम्हाला सांगाल, ना?'' हिसायुकीनं मध्येच विचारलं.

''हो, नक्की सांगू.'' लुईनं हातातल्या घड्याळाकडे नजर टाकत म्हटलं, ''चला, आपल्याला घाई करायला हवी. शक्य असेल तर तो मुलगा बारा वाजेपर्यंत आपल्या ताब्यात यायला हवा, अशी माझी इच्छा आहे.''

''तो आपल्या ताब्यात आल्यावर आपण करायचं?''

''तो एक प्रश्नच आहे.'' लुईनं म्हटलं. ''पण त्याचा विचार आपण नंतर करू. त्याला माझ्या घरी नेऊन ठेवू आपण! माझ्या बायकोला लहान मुलं फार आवडतात. मग त्याला ठेवण्यासाठी दुसरी जागा आपण उद्या बघू.''

''त्या आपल्या नदीजवळच्या गोदामात ठेवलं तर?'' कार्लोनं विचारलं – आपण आता बाजूला पडतो की काय, अशी चिंता त्याला वाटायला लागलेली होती.

''नको, नको.'' लुई उठला. ''ते पोरगं आजारीबिजारी पडलं तर नसता ताप व्हायचा उगाच. मला तर वाटतंय, की त्याची नीट काळजी घेणं हाच या भानगडीतला सगळ्यात कठीण भाग असेल. उगाचच आपल्या अडचणी वाढवण्यात काही अर्थ नाही. आणि ते पोरगं मेलं तर त्याचा आपल्याला उपयोग तर होणार नाहीच, शिवाय आणखी कटकटी मात्र वाढतील आपल्या. अपहरणाच्या प्रकरणात ती पळवलेली व्यक्ती 'जिवंत'असल्याचा पुरावा फार महत्त्वाचा असतो. आणि

आपण जेव्हा लॉरीशी बोलणी करू, तेव्हा ते लोक आपल्याकडे हा पुरावा नक्कीच मागणार.''

''तुम्हाला भेटून फार बरं वाटलं, इशी-सान.'' लुईनं शेकहँडसाठी आपला जाडजूड हात पुढे केला,''आता आम्हाला कामाला लागायला हवं. तुम्हाला जेट लॅगचा त्रास होणार आहे खरा; पण तरीही जमत असलं तर रात्री डिनर घेऊ आपण. ते पोरगं जर मिळालं, तर ओसीएमईमधलं आपल्या दोघांवरचंही ते संकट दूर झाल्याचा आनंदही साजरा करू.''

''जरूर येईन मी डिनरला.'' एकाच वेळी हात पुढे करत आणि कमरेत झुकत हिसायुकीनं म्हटलं.

लुईलाही कमरेत झुकणं भाग पडलं. मग त्यानं पुन्हा कमरेत वाकत, एव्हाना उभ्या राहिलेल्या हिदेकीशी शेकहँड केला.

तासाभरात आपण कॉल करू, असं हिदेकीला सांगून लुई जिन्याकडे निघाला. कार्लो आणि ब्रेनन त्याच्या पुढ्यातच चालत होते.

''विनी अमेन्डोलाला पुन्हा कॉल करून बघू का?'' कार्लोनं विचारलं. त्यानं मघाशी गोदाम वापरण्याबाबत केलेली सूचना लुईनं पटकन झिडकारली होती, त्यामुळे आपल्याला बाजूला टाकलं जात असल्याची त्याची चिंता आणखी वाढलेली होती.

''मुळीच नको!'' लुईनं पायऱ्या उतरत म्हटलं. ''आता अगदीच जरूर पडली तरच त्याची मदत घ्यायची आपण. तो नक्की भेदरलेला असणार, आणि अशा माणसावर दबाव टाकून त्याला डबल एजंट बनवणं हे पोलिसांसाठी दोन मिनिटांचं काम आहे. ब्रेनन, इंटनेटवरून तुला त्या बाईचा घरचा पत्ता नक्की मिळेल ना? खात्री आहे ना तुझी?''

''दोन मिनिटात मी तिची इतकी माहिती काढेन, की तुम्हाला आश्चर्याचा धक्का बसेल.'' ब्रेनननं छाती फुगवून म्हटलं, ''ती सरकारी नोकरीत असल्यामुळे तर हे काम फारच सोपं आहे.'' कॉम्प्युटर वापरण्याबद्दल ब्रेननचं कसब फारच वाखाणण्याजोगं होतं. नेहमीच्या हायस्कूलमधून हाकलून दिल्यानंतर त्यानं एका टेक्निकल हायस्कूलमध्ये प्रवेश मिळवला होता. तिथे कॉम्प्युटर आणि इलेक्ट्रॉनिक्स हाच त्याचा मुख्य विषय होता. तिथून बाहेर पडल्यावर कठिणातली कठीण कुलपं अत्यंत सफाईनं उघडण्याचं जे कसब त्यानं मिळवलं होतं, ते मात्र त्याला कुठेही शिकावं लागलं नव्हतं. त्यासाठी 'अनुभव' नावाची शाळा पुरेशी होती.

पुन्हा एकदा आपलं म्हणणं झिडकारलं गेल्यामुळे कार्लोला खात्रीनं वाटू लागलं, की आपण आता बाजूला फेकले जातोय, आणि हा कानामागून येऊन तिखट झालेला कालचा पोरगा ब्रेनन, आपल्या खांद्यावरून चढून पुढे जातोय. तो

फुरंगटून, निराश होऊन मागे मागे चालू लागला.

वॅलेनं त्यांची गाडी आणेपर्यंत तिघंही गप्प उभे होते. लुईच्या डोक्यात अपहरणाची योजना हळूहळू शिजत होती. तो खूश होता. पूर्वी त्यानं केलेलं अपहरण चांगलं यशस्वी झालं होतं. आणि आणखी एखादं अपहरण करायची त्याची फार दिवसांपासूनची इच्छा होती. भरपूर पैसा मिळवण्याचा हा सोपा मार्ग होता; पण त्यात भरपूर धोकेही होते, आव्हानही होतं. ब्रेननच्या डोक्यात, कॉम्प्युटरवर बघायच्या वेबसाईट्सच्या नावांची यादी तयार होत होती. लॉरीचा पत्ताच काय, तिच्या शूजचा साईजही आपल्याला मिळेल याची त्याला पक्की खात्री होती. कार्लो ब्रेननच्या चेहऱ्यावरचं, स्वतःवरच खूश असल्याचं हसू कसं पुसता येईल, याचा विचार करत त्याच्याकडे बघत होता.

गाडी आली, तशी कार्लोनं चपळाई करून ब्रेननला मागे लोटलं, आणि ड्रायव्हरची जागा पटकावली. ब्रेननं काहीच विरोध केला नाही, कारण किती झालं तरी अजून कार्लोच त्याच्या वरच्या जागेवर होता, आणि विशेषतः मुळात ती गाडी कार्लोचीच होती. तो शेजारच्या सीटवर जाऊन बसला. लुई नेहमीप्रमाणे त्यांच्या मागच्या सीटवर बसला. गाडी सुरू होताक्षणीच त्यानं बोलायला सुरुवात केली. "ओके. आता आपण असं करायचं...."

२३

मार्च २६, २०१०

शुक्रवार, सकाळी १०.४५

अचानक वाजू लागलेल्या फोनमुळे बेन भयंकर दचकला.

"अरे!" मायकेलनं पलीकडून एकदम आश्चर्यानं म्हटलं, "तू तर फोनची पहिली रिंग वाजायच्या आतच रिसीव्हर उचललास. याचा अर्थ, तुला एखादा अत्यंत महत्त्वाचा कॉल येणं नक्कीच अपेक्षित असलं पाहिजे."

"नाही, तो इतका अनपेक्षितपणे वाजायला लागला, की मी अक्षरशः उडालोच." बेननं काहीसं ओशाळून म्हटलं, "कारण अरे, इथे इतकी शांतता आहे सकाळपासून, की बोलायची सोय नाही. मी माझ्या सेक्रेटरीला सांगितलं होतं, की आज माझ्यासाठी एकही मीटिंग ठेवू नकोस, आणि तिनंही तसंच केलं. त्यामुळे मला आज काही कामच नाही. फार मजेत आहे मी त्यामुळे."

"एकही मीटिंग नाही, एकही कॉल नाही." मायकेलनं स्मित केलं. "तुझ्या जागी मला तर वाटलं असतं, की मी जिवंत तरी आहे की नाही."

"त्यामुळे आज वाचन मात्र आरामात करता येईल मला. बरं, बोल काय झालं?"

"सातोशी जिथे राहतोय, तिथला पत्ता आणि फोन नंबर मला कळव, असा मी डॉमिनिकला निरोप ठेवला होता. आत्ताच त्यानं मला तो फोनवरून कळवलाय. पेन आणि एखादा कागद आहे का तुझ्याकडे?"

"हं. बोल."

“पत्ता आहे, चारशे सतरा प्लेझंट लेन, फोर्ट ली. सांगायला तरी छान वाटतोय पत्ता. चांगलं घर असावं बहुतेक.”

“हे जर कोणालातरी लपवून ठेवण्याचं घर असेल, तर ते छान वगैरे नक्कीच नसेल. अर्थात, सातोशीनं त्याबद्दल माझ्याकडे कधीच तक्रार वगैरे केलेली नाही, हेही तितकंच खरं; पण माझ्या कल्पनेप्रमाणे हे घर जेमतेम राहता येईल इतपतच असावं. फोन नंबर समजलाय का तुला? ”

मायकेलनं सांगितलेला फोन बेननं लिहून घेतला. तेव्हा त्याच्या लक्षात आलं, की हा एरिया कोड आणि आपल्या घरच्या फोनचा एरिया कोड एकच आहे.

“तू जी कंपनी विकत घ्यायचा विचार करतोयस, त्याबद्दल पुढे काही समजलं का?” मायकेलनं विचारलं.

“नाही, कार्ल अजून तिची माहिती काढून तपासायचं काम करतोय. मला वाटतं, आपल्याला ‘हो’ किंवा ‘नाही’ समजायला अजून दोन-एक आठवडे तरी लागतील.”

“बरं झालं, तू मला हे सांगितलंस.” मायकेलनं म्हटलं. “मला वाटलं होतं की एवढे आठवडे नाही, तर दिवस लागणार आहेत. मला आपल्या त्या भावी गुंतवणूकदाराला कॉल करून थोडा धीर धरायला सांगावं लागेल आत्ता. माझ्यासारखीच त्याचीही कल्पना होती, की एक-दोन दिवस लागणार आहेत, आठवडे नव्हे.”

“हा माणूस तुझ्या कितपत ओळखीचा आहे?”

“अनेक वर्षांची ओळख आहे आमची. आणि मी पूर्वीही त्याच्याबरोबर व्यवहार केलेत. चांगला माणूस आहे.”

“हं. म्हणजे समजा, आपले इतर ‘एंजल’ गुंतवणूकदार जो धंदा करतात, तसाच याचाही धंदा आहे असं म्हटलं तर?”

“तुझा तर्क बरोबर आहे.” मायकेलनं उत्तर दिलं, “अगदी विनी डॉमिनिकच्या एवढा मोठा धंदा नाही त्याचा, तरी पण चांगले पैसे मिळवतो तो.”

मायकेलचे आभार मानून बेननं फोन ठेवला. आणि सातोशीचा पत्ता, फोन नंबर लिहिलेला कागद हातात घेतला. आता या सातोशीला फोन करावा, का सरळ त्याच्या या पत्त्यावर जाऊन धडकावं? तो विचार करू लागला. तो पत्ता त्याच्या स्वतःच्या घरापासून फार लांब नव्हता, त्यामुळे जाताजाता तिथे स्वतःच जाणंही तसं सोपं होतं; पण लगेच त्याच्या मनात शंका आली, की जर सातोशी सुरक्षित आहे, या आपल्या समजुतीला त्यामुळे धक्का लागला, तर?”

“मरू दे, काय फरक पडतो?” असं मोठ्यानं स्वतःशीच म्हणत त्यानं फोन उचलला. त्याचं एक मन म्हणत होतं, की आपण जर सरळ त्याच्या घरी गेलो, तर कोणी ना कोणी घरी सापडण्याचीच शक्यता जास्त आहे, तरीही त्यानं कॉल

करायचा ठरवलं. माफियाच्या गुंडांना लपवून ठेवण्याचं ते घर असून असून किती चांगलं असणार? त्याच्या दुसऱ्या मनानं ही सोईस्कर सबब पुढे केली.

बेननं सातोशीच्या घरच्या फोन नंबरवर फोन केला, आणि तो खुर्चीत रेलून बसत स्वतःशीच हसला. किती बावळटासारखे विचार करतोय आपण! पण पलीकडे पंचवीस वेळा रिंग वाजूनही जेव्हा कोणीही फोन उचलला नाही, तेव्हा मात्र त्याची खात्री पटली, की घरी कोणीच नसलं पाहिजे. 'आता मात्र स्वतःच जाऊन बघितलं पाहिजे,' त्यानं मनात म्हटलं. त्याचं दुसरं मन मात्र त्या क्षणीही त्याला ओरडून सांगत होतं, की जरी स्वतः गेलं, तरी त्याच्या काहीही उपयोग होणार नाही. 'घरी कोणी नाही, याचा अर्थ असाच आहे, की सातोशी त्याच्या सगळ्या कुटुंबासकट वॉशिंग्टनला गेलाय,' त्यानं मनात म्हटलं. तो लेकाचा तिकडे मजा मारतोय आणि आपण मात्र नसत्या चिंतेनं पोखरले जातोय.

२४

मार्च २६, २०१०

शुक्रवार, सकाळी १०.५०

एकदा लॉरी कामात बुडून गेली की अनेकदा तिला आजूबाजूच्या सगळ्या वातावरणाचा विसर पडायचा. आतासुद्धा, कालच्या त्या अनोळखी प्रेताच्या हिस्टॉलॉजीचा स्लाईड्स बघताना असंच झालं. अज्ञात, अनोळखी माणसाचं नाव 'जॉन डो' असं गमतीनं ठेवलं जायचं; पण तिनं मात्र त्या अनोळखी प्रेताला 'केनजी' असं नाव दिलं, कारण तो आशियाई होता. तिच्या वर्गात पूर्वी एक जपानी सहविद्यार्थी होता, त्याचं नाव 'केनजी' होतं. त्याच्यावरून तिनं या अनोळखी प्रेताचं नावही 'केनजी' असंच ठेवलं. आणि त्याला एक निश्चित असं नाव दिल्यामुळे तर तिची एकाग्रता आणखीच वाढली.

स्लाईड्स तपासताना नेहमी त्या व्यक्तीच्या प्रेतामध्ये सापडलेल्या पॅथॉलॉजीपासून सुरुवात करायची पद्धत होती; पण केनजीमध्ये तसं काहीच सापडलेलं नव्हतं. त्यामुळे तिनं त्याला आलेल्या आकडीशी सगळ्यात जवळचा संबंध असलेल्या अवयवापासून म्हणजे त्याच्या मेंदूपासून सुरुवात केली. ही मेंदूवरच्या अत्यंत छोट्या वळ्यांपासूनही, किंवा कधी कधी कुठल्याही वळ्या नसलेल्या भागांमधूनही सुरू होते. हे तिला माहीत होतं, त्यामुळे तिनं प्रत्येक स्लाईड पद्धतशीरपणे, बारकाईनं तपासायला सुरुवात केली, मॉरीन आणि तिच्या हिस्टॉलॉजी विभागातल्या लोकांच्या कामावर तिचा पूर्ण विश्वास होता. त्यामुळे तिची पक्की खात्री होती, की आपल्याकडे मेंदूच्या सगळ्या भागांच्या स्लाईड्स आहेत. मेंदूच्या क्रमाक्रमानं

कॉर्टेक्सच्या स्लाईड्सपासून तिनं सुरुवात केली. आणि मग क्रमाक्रमानं दोन्ही कानशिलांजवळचे भाग, नंतर पाठीमागचा भाग तपासून बघितला. यात बराच वेळ जात होता, तिला बारकाईनं प्रत्येक स्लाईड तपासावी लागत होती. कामात ती इतकी बुडून गेली होती, की जेव्हा अचानक फोन वाजला, तेव्हा तिनं घड्याळात बघितलं, तेव्हा चाळीस मिनिटं होऊन गेल्याचं लक्षात आल्यावर तिला आश्चर्यच वाटलं. ती मार्विनच्या फोनची वाट बघत होती; पण प्रत्यक्षात मात्र विनीचा आवाज ऐकल्यावर तिला आणखीनच आश्चर्य वाटलं.

"आता तुम्ही खाली आलात तरी चालेल." विनीनं त्याच औपचारिक, कोरड्या आवाजात म्हटलं, "प्रेत टेबलावर आणून ठेवलंय."

"ओके!" लॉरीनं यांत्रिकपणे म्हटलं; पण लगेच तिचं कुतूहल जागं झालं. "मार्विन फोन करणार होता ना? मग तूच परत कसा केलास?"

"मार्विन दुसऱ्या एका टेबलावर डेप्युटी चीफबरोबर काम करतोय. आणि शिवाय मिसेस रॉबिन्सननं मला सांगितलंय, की तुमचं काम झाल्याशिवाय मला जाता येणार नाही."

डेप्युटी चीफचं नाव ऐकल्याबरोबर लॉरीचे कान टवकारले. तो जर काम करत असेल, तर एखादी खास केस आली असली पाहिजे. किंवा एखादी राजकीय हितसंबंध गुंतलेली केस आली असली पाहिजे. कारण असं काही असल्याशिवाय तो ऑटोप्सी करत नाही. मिसेस रॉबिन्सनचं– म्हणजे ट्विला रॅबिन्सनचं नाव ऐकूनही तिला आश्चर्य वाटलं. एखाद्या मॉडेलसारखी अत्यंत सडसडीत, आफ्रिकन-अमेरिकन वर्णाची ही बाई ओसीएमईची चीफ ॲडमिनिस्ट्रेटर होती, आणि अत्यंत भिन्न प्रकृतीच्या माणसांनी भरलेलं ओसीएमईचं जहाज कमालीच्या कौशल्यानं हाकारत होती.

"मला सांग, एका प्रेताची बाह्य तपासणी पुन्हा करण्यात तू मला मदत करणार, यात ट्विलाला का इंटरेस्ट आहे?" लॉरीनं विचारलं. "आणि तू कुठे निघालायस?"

"मला एका अत्यंत महत्त्वाच्या आणि तातडीच्या कौटुंबिक कामासाठी बाहेरगावी जावं लागणार आहे." विनीनं जरासं चिडून म्हटलं.

"ओ! आय ॲम सो सॉरी." एक क्षण थांबून लॉरीनं मनापासून म्हटलं. म्हणजे काहीतरी खरीच अडचण आलीय, म्हणून हा असा वागतोय तर.

"तुम्ही जरा लवकर याल का, प्लीज?" विनीनं म्हटलं, "मला लवकर जायला हवंय."

"हो, आलेच मी." लॉरीनं म्हटलं, "त्यापेक्षा सरळ निघून गेलास तरी हरकत नाही. मी फक्त त्या केसची बाह्य तपासणी करणार आहे. त्यात मला मदतीची

काहीच गरज नाही. आणि अगदी मदत लागलीच, तर दुसऱ्या कोणालातरी बोलावेन मी. खरंच, तू गेलास तरी चालेल, विनी.''

''खरं म्हणताय?''

''हो, खरंच म्हणतेय.'' लॉरीनं म्हटलं, एवढी कसली अचानक अडचण आलीय असं तिला विचारावंसं वाटत होतं; पण तिनं तसं विचारलं नाही.

''आणि ट्विला रॉबिन्सनचं काय?''

''तिची नकोस काळजी करू. तिला काय सांगायचं ते मी बघेन. तू खरंच गेलास तरी चालेल.''

''थँक्स, डॉक्टर,'' विनीनं म्हटलं.

''यू आर वेलकम, विनी.'' तो आणखी काही बोलेल म्हणून तिनं काही क्षण रिसीव्हर तसाच कानाशी धरून ठेवला; पण तिला फक्त पलीकडून फोन ठेवल्याचा आवाज ऐकू आला.

लॉरी काही क्षण विचार करत तशीच बसून राहिली. आपल्यापुरताच विचार करत आपण उगाच विनीला दोष देत राहिलो, तिनं मनात म्हटलं. चूक झाली आपली.

पण लगेच तिनं मायक्रोस्कोप जागेवर ठेवून दिला, चटकन उठून फाईल कॅबिनेटच्या सगळ्या खालच्या कप्प्यात ठेवलेला टायव्हेक सूट काढून अंगात घातला, आणि ती दारातून बाहेर पडली.

ती जुनाट लिफ्ट करकरत, मंद गतीनं कधी एकदा खाली पोहोचते असं तिला झालेलं होतं. त्या केसचा तपास पुन्हा सुरू करायला ती पुन्हा अत्यंत अधीर झालेली होती. त्या उत्साहात तिनं लिफ्टच्या भिंतीवर मुठीनं एक-दोनदा हलके बुक्केही मारले– जणू त्यामुळे लिफ्टचा उतरण्याचा वेग वाढणार होता.

लिफ्ट बेसमेंटला येताक्षणीच दार उघडून लॉरी धावतच लॉकर रूममध्ये गेली. तिथे तिनं योग्य तो पोशाख घातला, आणि 'मॉर्ग'चं दार धाडकन उघडून ती आत शिरली. आतमधल्या सगळ्याच टेबलांवर जोरात काम चालू होतं.

फक्त एकाच टेबलावर एक प्रेत ठेवलेलं होतं; पण टेबलाजवळ कोणीच नव्हतं. हाच आपला केनजी, मनात म्हणत ती दारात थांबली. शेजारच्या टेबलावर केल्व्हिन वॉशिंग्टन काम करत होता– हे तिनं केवळ त्याच्या अवाढव्य देहावरून ओळखलं. शिवाय इतर टेबलांवर दोन-दोनच माणसं काम करत होती; पण केल्व्हिनच्या टेबलाशी मात्र चौघं जण होते. बाकीच्यांपैकी, इतक्या लांबून ती फक्त जॅकला ओळखू शकली. कारण ऑटोप्सी रूममध्ये जॅक सोडून दुसरं कोणीही हास्यविनोद करायच्या मूडमध्ये सहसा नसे.

आपल्या टेबलावर ठेवलेल्या केनजीकडे जाण्याआधी लॉरी जॅकच्या टेबलाशी आली. त्याच्या टेबलावर एका तीस-पस्तीस वयाच्या तरुणाचं प्रेत होतं. त्याचा

एक पाय मोडलेला दिसत होता, डोक्यावर एक चांगली मोठी जखम होती, आणि छातीवरही बरंच लागलेलं दिसत होतं. बिचारा अपघातात मेला असणार, हे उघड दिसत होतं.

"एडी, लवकर आवर!" तिला येताना बघून जॅकनं आपल्या मदतनिसाला मोठ्यानं म्हटलं, "माझी बायको येतेय, तिनं काही बघण्याच्या आत प्रेतावर पांघरूण घाल आधी!"

लॉरीनंही म्हटलं, "लवकर आवर, एडी– मला काही दिसता कामा नये." एडी प्रिन्स हा नुकताच लागलेला एक मॉर्च्युअरी टेक्निशियन होता. लॉरी त्याला आज प्रथमच भेटत होती. "हं, चांगलाच अपघात झालेला दिसतोय या माणसाला. मला वाटतं हा बहुधा सायकला चालवत असावा आणि एखाद्या टॅक्सीला धडकला असावा, काय?"

"टॅक्सीला नाही, बसला धडकला तो." जॅकनं म्हटलं.

लॉरीनं फक्त मान डोलावली. या गोष्टीवर तिला विनोद करायला आवडत नसे. जॅकची आणि तिची पहिल्यांदा भेट झाली होती, तेव्हा तिला जॅकनं सायकलवरून कामावर येणं-जाणं म्हणजे बालिशपणा वाटायचा, त्याचं थोडंफार कौतुकही वाटायचं; पण आता मात्र एका मुलाचा बाप झाल्यावरही तो जेव्हा सायकलनंच ये-जा करायचा आग्रह धरायचा, तेव्हा तिला तो निव्वळ मूर्खपणा वाटत होता.

"कसं चाललंय तुझं काम?" जॅकनं चटकन विषय बदलला, "तुझी कालचीच केस परत टेबलावर आलेली दिसतेय."

"हं." त्यानं विषय बदलल्याचं तिच्याही लक्षात आलेलं होतं. आत्ता तो सायकल-बसच्या अपघाताचीच केस करत होता, दर वर्षी एकट्या न्यू यॉर्क शहरात तीस-चाळीस लोकांचे जीव सायकलच्या अपघातात जातात, हेही त्याला माहीत होतं; पण या कशाचाच परिणाम त्याच्या सायकलनं रोज प्रवास करण्याच्या उत्साहावर होत नव्हता.

"मग आज दुपारी त्या केसबद्दल पत्रकार परिषद घेणार का तू?" जॅकनं विचारलं.

"नाही, नाही." तिनं हसून म्हटलं, "एवढं काहीच होणार नाहीय; पण जर माझा संशय खरा ठरला, तर मीच स्वतःवर खूश होणार आहे, आणि तुला आणि लूला आश्चर्याचा धक्का बसणार आहे."

"ओके, मग आशा करू या, की तुझा संशय खरा ठरेल."

ती टेबलावर ठेवलेल्या केनजीच्या प्रेतापाशी गेली, आणि तिनं येताना ऑफिसमधून आणलेले कागद जवळच्या लिहिण्याच्या स्टँडवर ठेवले. या कागदावर मानवी देहाच्या कडेनं, मागून आणि समोरून महत्त्वाच्या गोष्टी ती त्या आकृत्यांवर

दाखवणार होती. नंतर ती आवश्यक असलेलं साहित्य आणायला गेला– एक स्काल्पेल, डिजिटल कॅमेरा, एक हातात धरण्याचा डिसेक्टिंग मायक्रोस्कोप, आणि एक स्टेनलेस स्टीलचा प्रोब. हा प्रोब म्हणजे फक्त एक बारीक सळई होती, आणि तिच्या एका टोकाला छोट्या गोटीसारखा गोल आकार दिलेला होता. शरीराला भोकं किंवा छिद्रं पडून ज्या जखमा झालेल्या असतात– पिस्तुलाच्या गोळीच्या जखमांसारख्या– त्यामध्ये हा प्रोब खुपसून तिला त्या तपासता येणार होत्या – जसं पिस्तुलाची एखादी गोळी ज्या मार्गानं आत गेली, त्याची खोली किंवा कोन तपासणं.

प्रेत पाठीवर, उताणं ठेवलेलं होतं. लॉरीनं एकेक अवयव बारकाईनं तपासायला सुरुवात केली– डोकं, चेहरा, कान, नाक, त्याच्या तोंडातली आतली बाजू. काल आपण त्याची बाह्य तपासणी नीट केलेली नव्हती, हे लक्षात आल्यामुळे आता मात्र ती प्रत्येक गोष्ट अत्यंत बारकाईनं करत होती.

मग तिनं केनजीचे दोन्ही बाहू बघायला सुरुवात केली. प्रत्येक जखम, जखमेची खूण, खरचटल्याची किंवा काळंनिळं झाल्याची खूण, तीळ, फोड, घट्टे तिनं व्यवस्थित तपासल्यावर तिनं त्याची छाती, पोट आणि दोन्ही पाय डोळ्यांत तेल घालून तपासले. आता प्रेत पालथं करायचं होतं. तिला एकटीला हे शक्य नव्हतं, त्यामुळे ती कोणाला तरी मदतीला बोलवायला निघाली. त्याच वेळी जॅकची केस पूर्ण झालेली होती, त्यामुळे तिला मदत करायला एडी मोठ्या आनंदानं आला.

तिनं केनजीच्या पाठीमागच्या भागांची तपासणी सुरू केली. मान, पाठीची तपासणी करत खाली येताना ती विचार करत होती. याच्या कातडीला एखादं शंका घेण्याजोगं बारीकसं छिद्र, भोक, जखम कुठे असण्याची जास्त शक्यता असेल? बहुधा दोन्ही कुल्ले, किंवा पायांची मागची बाजू यांपैकी कुठेतरी. त्याच जागा जास्त बारकाईनं बघाव्यात. आपण वरवरची जी तपासणी केली, त्यात काही दिसलं नाही; पण याचा अर्थ असा नाही, की अशी एखादी जखम किंवा छिद्र नसेलच. त्यामुळे तिनं पूर्वीच्याच पद्धतशीरपणे, बारकाईनं तपासणी सुरू ठेवली. आणि थोड्याच वेळात तिच्या अथक प्रयत्नांना यश आलं. जिथे कुल्ले आणि पाय एकमेकांशी जोडले जातात, तिथे त्वचेला घडी पडलेली असते. त्या घडीमध्ये लॉरीला एक अगदी छोटंसं भोक पडलेलं दिसलं. तिच्या लक्षात आलं, की हीच बहुधा आपल्याला हवी असलेली जखम असेल. त्या भोकाभोवतीची त्वचा लालसर झालेली होती; पण ती जखम नीट बघायची, तर हातानं तिथली त्वचा ताणावीच लागत होती. तिनं त्या भागाचा एक फोटो डिजिटल कॅमेऱ्यावर घेतला.

उजव्या हातात प्रोब घेऊन लॉरीनं डाव्या हातानं तिथली त्वचा ताणून धरली,

आणि प्रोबचं गोलसर असलेलं टोक तिनं हळूच त्या भोकात सरकवलं. थोडासा दाब देताक्षणीच ते आत शिरलं. म्हणजे आता तिथे भोकच आहे, याची खात्री झाली.

तिनं आणखी थोडा दाब देत प्रोब आत सरकवायला सुरुवात केली. काही क्षणातच प्रोबचं गोलसर टोक त्या भोकाच्या तळाशी पोहोचलं. म्हणजे ही नक्की भोकाच्या आकाराची जखमच होती. लॉरीनं प्रोब त्या जखमेत तसाच ठेवून तिचा आणखी एक फोटो घेतला. नंतर तिनं तो प्रोब जिथपर्यंत जखमेत गेला होता, त्या ठिकाणी हातानं पकडून प्रोब बाहेर काढला, आणि तिथपर्यंतची लांबी मोजली. भोक अडीच सेंटिमीटर खोल होतं.

हातातले ग्लोव्हज काढून टाकून लॉरी ऑटोप्सी रूममधून बाहेर पडली. केसचा नंबर बघून तिनं केसचे एक्स-रे घेतले, आणि परत ऑटोप्सी रूममध्ये येऊन तिनं ते व्ह्यू-बॉक्सवर लावले. शरीराच्या त्या विशिष्ट भागाचे एक्स-रे ती काळजीपूर्वक बघू लागली. तिथे कुठे एखादी पेलेट घुसून बसलीय का, हे तिला पाहायचं होतं; पण कोणत्याही एक्स-रे मध्ये अशी पेलेट तिला दिसली नाही. याचा अर्थ, शरीरात ते विष सोडण्यासाठी एक तर शरीरात विरघळून जाणारी पेलेट वापरली गेली होती किंवा ते विष शरीरात थेट इंजेक्ट केलेलं होतं. कशाही मार्गानं विष सोडलेलं असो; पण ते जर कुठे सगळ्यात जास्त प्रमाणात सापडणार असेल, तर ते म्हणजे त्या जखमेच्या तळाशी, असं ती समजली.

हातात नवीन ग्लोव्हज घालून लॉरी परत त्या प्रेतापाशी आली, आणि स्काल्पेल हातात घेऊन तिनं काम सुरू केलं. तिला ती संपूर्ण जखम बाहेर काढायची होती. त्यासाठी तिला एखाद्या वाईनच्या बाटलीच्या कॉर्कच्या आकाराचं, जखमेच्या आसपासचं मास बाहेर काढावं लागणार होतं. वरकरणी तसं सोपं वाटलं, तरी मास काढताना ते आत दाबलं जात होतं, आणि तिला त्या जखमेच्या संपूर्ण खोलीमध्ये कुठेही स्काल्पेल शिरू देऊन चालणार नव्हतं. तिला बाटलीच्या कॉर्कच्या आकाराचा तो संपूर्ण मासाचा तुकडा एकसंध अवस्थेतच बाहेर काढायचा होता. शिवाय आपण नेमकं कुठे कापतोय हे दिसावं, म्हणून तिनं थोडा वेळ डाव्या हातात तो डिसेक्टिंग मायक्रोस्कोप धरून फक्त उजव्या हातानं कापायचा प्रयत्न केला; पण त्यामुळे कापण्याचं काम अवघड होऊ लागलं. म्हणून मग तिनं तो मायक्रोस्कोप ठेवून दिला, आणि डाव्या हाताची मदत घेत उजव्या हातानं कापायला सुरुवात केली.

कापत असताना एकीकडे तिच्या मनात विचारचक्र सुरू झालं. केनजीचा मृत्यू नैसर्गिक नाही, त्याचा खून झालाय, आणि बहुधा छत्रीत बसवलेल्या एखाद्या एअर गनचा वापर करून त्याला मारण्यात आलंय, हे आता निदान तिच्यापुरतं तरी सिद्ध

झालेलं होतं. कोणतं विष वापरलं असावं? त्या बल्गेरियन माणसाच्या हत्येत वापरलं होतं, ते रायसिन तर निश्चितपणे वापरलेलं नाही, हे तिला आधीच माहीत झालेलं होतं. तिला ते विष नेमकं कोणतं हे जरी माहीत नसलं, तरी त्याची थोडी फार माहिती तिला झालेली होती. व्हिडिओ रेकॉर्डिंगमध्ये केनजी तिला अवघ्या काही क्षणांमध्ये कोसळताना दिसला होता, याचा अर्थ ते विष अत्यंत जहाल असणार, हे उघड होतं. ज्या अर्थी त्याला ताबडतोब आकडी आली, त्या अर्थी ते थेट मेंदू आणि मज्जासंस्थेवर हल्ला करणारं असणार, हेही जवळपास नक्की होतं – काही सापांची आणि माशांची असतात तसं. तिनं मनात ठरवलं, की इंटरनेटवर जायचं आणि मेंदू आणि मज्जासंस्थेवर हल्ला करणारी सापांची आणि माशांची विषं बघून त्यांची माहिती घ्यायची.

त्या भोकाची जखम आसपाच्या गोलाकार, कॉर्कच्या आकाराच्या मासाच्या तुकड्यासकट कापून बाहेर काढायला लॉरीला अर्ध्या तासापेक्षा जरा जास्तच वेळ लागला.

हातातले ग्लोव्हज काढून टाकून तिनं बाहेर जाऊन नमुने ठेवायची एक बाटली आणि बाटलीवर लावायचा टॅग आणला. पुन्हा टेबलाशी येऊन तो मांसाचा तुकडा अलगद बाटलीत घातला. आणि टॅगवर केसचा नंबर, तारीख आणि नमुन्याची शरीरातली जागा वगैरे माहिती भरली आणि त्यावर सही केली. प्रत्येक गोष्ट ती अत्यंत पद्धतशीर, काळजीपूर्वक करत होती. कारण उद्या जर या केसच्या संदर्भात खटला उभा राहिला, तर आत्ताचा हा नमुना अत्यंत महत्त्वाचा ठरणार आहे, याची तिला पक्की खात्री होती.

सगळं व्यवस्थित करून झाल्यावर एका मदतनिसाच्या मदतीनं तिनं केनजीला टेबलावरून उचलून चाकांच्या स्ट्रेचरवर ठेवलं. स्वतःच स्ट्रेचर ढकलत तिनं केनजीला कूलरमध्ये नेऊन ठेवलं. आता दुर्दैवानं जर केनजीची ओळख पटवून त्याला कोणी घेऊन गेलं नाही, तर पुढचे काही महिने त्याचा मुक्काम इथेच असणार होता. ''मला माहितेय केनजी, की तू मला काहीतरी सांगायचा प्रयत्न करतोयस.'' तिनं कूलरमधल्या त्या अवजड, थंडगार शांततेत मोठ्यानं म्हटलं, ''आणि मीही तू काय म्हणतोय हे ऐकायचा प्रयत्न करतेय. तुझा मारेकरीसुद्धा आमच्या ताब्यात आलाय– मृतावस्थेत; पण वाईट गोष्ट अशी, की तुम्ही दोघंही कोण आहात हेच आम्हाला माहीत नाही. त्यामुळे जरा धीर धरून असाच पडून राहा.''

आपल्या बोलण्यातला विनोदी भाग लक्षात येऊन, त्याही परिस्थितीत तिच्या चेहऱ्यावर हलकंसं स्मित झळकलं– अरे! जॅकला नावं ठेवताठेवता आपणही त्याच्यासारखेच विनोद करायला लागलो की. कूलरमधून बाहेर येऊन तिनं कूलरचं

अवजड, भलं भक्कम दार बंद केलं.

आता हा नमुना थेट पाचव्या मजल्यावर हिस्टॉलॉजी विभागात घेऊनच जावं, असं लॉरीनं ठरवलं होतं; पण हातातल्या घड्याळात बघितल्यावर तिला तो विचार सोडून द्यावा लागला, कारण जॉन डिव्रीज हा माणूस प्रत्येक बाबतीत घड्याळाच्या काट्यानुसार चालणारा होता, प्रत्येक गोष्ट नियमानुसारच करणारा होता. वाटेल ते झालं, तरी दुपारी बाराच्या ठोक्याला तो हातातलं काम टाकून उठणार, आणि आपली जुनी लंचबॉक्स आणि थर्मास घेऊन थेट दुसऱ्या मजल्यावर असलेल्या ओसीएमईच्या तथाकथित लंचरूमकडे निघणार, ही काळ्या दगडावरची रेघ होती. त्या लंचरूमला ना खिडक्या होत्या, ना भिंतींना रंग होता. तिथे होतं काय, तर टाकाऊ अनारोग्यकारक खाद्यपेयं देणारी मशिन्स होती, आणि प्लॅस्टिकची टेबलं आणि खुर्च्या होत्या. तिथे जाऊन त्याच्या जेवणात व्यत्यय आणावा, असं काही तिला वाटेना. शिवाय त्या रूममध्ये गेल्यावर तिच्याच मनावर एक प्रकारचं नैराश्याचं मळभ दाटत असे. त्यामुळे आधीचा बेत बदलून ती वेळ फुकट जाऊ नये, म्हणून आपल्या ऑफिसकडे निघाली. शिवाय जॉन जसा बरोबर बारा वाजता लंच घ्यायला निघत असे, तसाच तो बरोबर साडेबारा वाजता आपल्या जागेवर हजरही होत असे. त्यामुळे तिनं तो परत आल्यावर त्याला आपला नमुना देऊ, असं ठरवलं.

२५

मार्च २६, २०१०

शुक्रवार, दुपारी १२.१५

लुई जाम खुशीत होता. गेल्या दहा-बारा वर्षांत तो एवढा खूश कधीच नव्हता. 'लॉरीच्या पोराला पळवून नेऊ या' असं ब्रेननं सुचवलं होतं, त्या क्षणापासून ते पार हॉटेलमधल्या आपल्या आवडत्या बूथमध्ये येऊन बसेपर्यंत लुई ती अपहरणाची योजना आखण्यातच गढून गेला होता. लॉरीच्या पोराचं अपहरण करण्याची कल्पना एकदम नामी होती, आणि त्याबद्दल त्यानं ब्रेननला मनातल्या मनात शाबासकी दिली होती. शिवाय पॉली सेरिनो जो गेली दहा-बारा वर्षं तुरुंगात खितपत पडलेला होता, त्यालासुद्धा लॉरीच कारणीभूत होती. लुईनं ती हकिगत पूर्वी कधी ऐकलेली नव्हती; पण ही गोष्ट समजल्यावर त्याला आश्चर्याचा प्रचंड धक्का बसला होता. त्यामुळे लॉरीच्या मुलाला पळवल्यावर तिला पॉलीला तुरुंगात पाठवल्याबद्दलही जबर शिक्षा मिळणार होती. तिला ठार मारायला पॉलीनं साफ मनाई केली होती, त्याचंही त्याला मोठं आश्चर्य वाटलं होतं; पण आता मात्र तिच्या मुलाला पळवल्यामुळे तिला ज्या प्रचंड यातना होणार होत्या, त्यामुळे पॉलीला झालेल्या यातनांची एक प्रकारे भरपाईच होणार होती. माणसाला मारून टाकलं की तो सगळ्याच गोष्टींमधून सुटतो, त्याला कसलंच दुःख किंवा यातना होत नाहीत, असं लुईचं म्हणणं होतं.

दुसरं आणि सगळ्यात महत्त्वाचं म्हणजे, लॉरीच्या मुलाचं अपहरण केलं, की तिचं सातोशीच्या केसमधलं सगळं लक्ष उडून जाणार, हे उघड होतं. त्यामुळे तिला

त्या केसचा तपास थांबवणंच भाग पडणार होतं. त्यामुळे सगळ्यांनाच सुटल्यासारखं वाटणार होतं.

आणि तिसरा फायदा होणार होता– अर्थात ही मात्र फक्त एक शक्यता होती– तो असा, की या अपहरणामधून बऱ्यापैकी पैसा मिळू शकणार होता. पंधरा वर्षांपूर्वी लुईनं घडवून आणलेल्या अपहरणामधून वॅकारो फॅमिलीला थोडेथोडके नाही, चांगले एक कोटी डॉलर मिळाले होते. जास्तच; पण कमी नाही. तेव्हापासून लुईला असंच आणखी एक अपहरण घडवून आणावं, असं सारखं वाटत आलेलं होतं; पण पॉलीनं ते अपहरण यशस्वी होऊनही आणखी कुणाचं अपहरण करण्यावर साफ बंदीच घातली होती. अपहरणामध्ये किती भयंकर गोष्टी घडू शकतात, याच्या बऱ्याच हकिगती पॉलीला माहीत होत्या. त्यामुळे त्याची पक्की खात्री होती, की अपहरणामध्ये कितीही पैसे जरी मिळाले, तरी त्यातले धोके फारच प्रचंड आहेत.

स्वतःशीच मान हलवून लुई हसला, तो या भानगडीतला 'काव्यात्मक न्याय' लक्षात येऊन. आता तो हे दुसरं अपहरण रचणार होता, त्याचा एक उद्देश पॉलीला झालेल्या शिक्षेचा सूड घेणं हा होता– त्याच पॉलीच्या शिक्षेचा, ज्यानं अपहरण करण्यावर बंदी घातली होती. अर्थात, पहिल्या वेळेइतके पैसे या वेळी मिळणार नाहीत, हे त्याला माहीत होतं. पहिल्या वेळी ज्याचं अपहरण केलं होतं, तो वॉल स्ट्रीटवरचा एक मोठा ब्रोकर होता. आणि त्याची नेट वर्थ दहा कोटी डॉलर्सपेक्षाही जास्त होती. या वेळी मात्र लॉरी आणि तिचा नवरा हे दोघंही पगारी सरकारी नोकर होते, त्यामुळे लुईला त्यांच्याकडून फार तर दहा लाख किंवा कमीच पैसे मिळू शकतील याची कल्पना होती; पण इथे मुळात पैसे मिळवणं हा उद्देशच नव्हता – असलाच तर तो दुय्यम होता. मूळ उद्देश होता, तो लॉरीला रोखण्याचा.

"बेनिटो!" लुईनं जोरात ओरडून हाक मारली– इतक्या जोरात, की क्षणभर त्याचे स्वतःचेच कान बधिर झाले. कारण तो येऊन इतका वेळ झाला, तरी किचनमधून कोणीच इकडे आलेलं नव्हतं. लंचला आपल्याकडे किती वेळ आहे, हे त्याला माहीत नव्हतं, आणि आता ब्रेननचा कॉल कधीही येण्याची शक्यता होती. त्या क्षणी ब्रेनन, कार्लो आणि लुईकडे जवळजवळ चार वर्षं काम करणारे ड्युएल मॅकेंझी आणि टोमासो डिल्युका, आणि शिवाय हिसायुकीचे दोन गुंड एवढी माणसं एका चोरलेल्या पांढऱ्या डॉज व्हॅनमध्ये, डॉक्टर लॉरीच्या घराबाहेर थांबून तिचा मुलगा घराबाहेर येण्याची वाट बघत बसलेली होती.

गेल्या तासाभरात ब्रेननं कबूल केल्याप्रमाणे इंटरनेटवरून लॉरीची माहिती काढलेली होती, तर कार्लोनं पांढरी डॉज व्हॅन पळवून आणली होती. सगळे जण आता लॉरीच्या पोराच्या अपहरणासाठी जय्यत तयारीत होते.

लुईची प्रचंड आवाजात मारलेली हाक ऐकून बेनिटो किचनचं दार धाडकन

उघडून धावत बाहेर आला. ''तुम्ही आल्याचं अजिबात ऐकू आलं नाही.'' त्यानं खाली मान घालून अपराधी आवाजात हळूच म्हटलं.

लुईनं हलकेच आपला हात त्याच्या हातावर ठेवून त्याला प्रेमानं थोपटलं. आज तो एकदम खूश होता ''असू दे,'' त्यानं घाबरलेल्या बेनिटोला चुचकारत म्हटलं, ''लंचला काय आहे आज?''

''तुमच्या आवडीची डिश आहे.'' बेनिटोनं काहीसं चकित होऊन मोठ्या तत्परतेनं म्हटलं, ''पेन बोलोनिज विथ फ्रेश ग्राऊंड पारमेसन.''

लुईनं 'आण' अशी खूण केल्याबरोबर तो किचनमध्ये परत गेला. लुईच्या डोक्यात अजून तो अपहरणाचाच विषय घोळत होता. त्याला या अपहरणाचा आणखी एक फायदा लक्षात आला हिसायुकीनं अपहरणाला संमती दिली, मदतही दिलीय, तेव्हा आता सुसुमु आणि योशियाकी नाहीसे होण्यामागे त्यांची हत्या होण्यामागे आपणच होतो, असा संशय येण्याचं काही कारणच उरणार नाही.

अचानक लुईनं टेबलावर शेजारीच ठेवलेला फोन वाजू लागला. त्याबरोबर लुईनं तो घेतला. अपेक्षेप्रमाणे ब्रेननच फोनवर होता.

२६

मार्च २६, २०१०

शुक्रवार, दुपारी १२.१८

"आत्ता डॉक्टर माँटगोमेरीच्या घरातून एक तरुण पोरगी बाहेर पडतेय." ब्रेननन उत्तेजित स्वरात, काहीसं घाईघाईनं म्हटलं, "तिच्या एका हातात एक छोटा मुलगा आहे. आणि दुसऱ्या हातानं तिनं एक बाबागाडी धरलीय. आपल्याला हवा असलेला मुलगा हाच असेल का?"

लुईचा आत्मविश्वास अचानक डळमळला, "तू आधी शांत हो." त्यानं जोरात म्हटलं. गेल्या तासाभरात ब्रेननला आपण शांत राहण्याबद्दल केलेला सगळा उपदेश फुकट गेलेला दिसतोय. उगाचच गडबडलेला, उत्तेजित झालेला दिसतोय. नीट, शांतपणे विचार करत नाहीय, असं दिसतंय.

"पण आपल्याला पळवायचा असलेला मुलगा हाच आहे, अशी खात्री कशी करणार आपण?" ब्रेनननं त्याच उत्तेजित आवाजात विचारलं.

"तशी पूर्ण खात्री कधीच करता येत नाही." लुईनं म्हटलं, "पण बऱ्यापैकी खात्री मात्र नक्कीच होऊ शकते. मला सांग, तो त्याच्या आईसारखा दिसतोय का?"

"नाही. तो मुलगा गोरा आहे आणि त्याची नॅनी काळी आहे."

"झालं तर मग."

"ती त्याला बाबागाडीत कोंबतेय. जराशी अस्वस्थ, चिडल्यासारखी दिसतेय ती. आणि तो मोठ्यानं भोकाड पसरून रडतोय."

"तिकडे आपण लक्ष देण्याचं कारण नाही, बरं, ती जायला निघालीय का?"

"हो, बहुतेक." ब्रेननं म्हटलं, "नाही, निघालेलीच दिसतेय ती. तुम्हाला वाटलं होतं तशी पार्कच्याच दिशेनं निघालीय."

"वा! मग मला वाटतं हे फार सहज जमेल." लुईनं म्हटलं. त्यांना लॉरीच्या घरासमोर सोडताना त्यानं म्हटलं होतं, की त्या नॅनीनं त्या पोराला सेंट्रल पार्कमध्ये नेलं तर आपलं काम सोपं होईल, कारण सेंट्रल पार्कचा दक्षिणेकडचा भाग जसा गजबजलेला असतो, त्या मानानं इकडच्या भागात माणसांची वर्दळ खूपच कमी असते. शिवाय इकडच्या भागात दाट झाडी असलेल्या टेकड्या असल्यामुळे आपलं काम आणखी खूप सोपं होईल.

नॅनीचा आणि त्या बाबागाडीचा पाठलाग करायची हातानं कार्लोला खूण करत ब्रेननं लुईबरोबरचं बोलणं चालू ठेवलं. नॅनी बाबागाडी ढकलत सेंट्रल पार्क वेस्टच्या दिशेनं हळूहळू चाललेली होती. कार्लोनं आपली पांढरी डॉज हळूहळू तिच्या मागोमाग न्यायला सुरुवात केली. ब्रेनन लुईशी अशा पद्धतीनं बोलत होता, की जणू लुईनंच सगळे निर्णय घ्यावेत, अपहरण करताना कायम फोनवर राहावं, असं त्याला वाटत असावं; पण नेमकं त्याच वेळी लुईनं म्हटलं, "ओके, आता मी फोन ठेवतो, आणि बेस्ट ऑफ लक. मी सांगितलेल्या गोष्टी लक्षात ठेव. अविचारानं कोणतीही गोष्ट करू नकोस. तुझं डोकं चालव. कोणतेही धोके पत्करायचे नाहीत. त्याची काहीही गरज नाही. हीच गोष्ट आपल्याला उद्या किंवा नंतरही करता येईल– जरी या अपहरणामुळे होणारे काही फायदे आपण गमावले, तरीही. तू ऐकतोयस ना?"

"हो, मी ऐकतोय."

"तो पोरगा ताब्यात आला, की लगेच मला कळव." आणि लुईनं पलीकडून फोन बंद केला.

"तिच्यापासून थोडं अंतर ठेवा. नाहीतर आपण तिचा पाठलाग करतोय असा तिला– किंवा आणखी कोणाला– संशय येईल." फोन बंद करून खिशात ठेवत ब्रेननं कार्लोला म्हटलं.

"माहीतंय मला" कार्लोनं फटकन म्हटलं. ब्रेनन सांगेल ते आपल्याला ऐकावं लागतंय– तेही आणखी लोक गाडीत असतान– हे त्याला मुळीच आवडलेलं नव्हतं. अचानक झालेल्या या भूमिकांच्या आलटापालटीमुळे तो मनातून दुखावला गेलेला होता.

"गाडी हळू कर आणि थांबव." कार्लोच्या दुखावलेल्या अहंकाराची काहीच कल्पना नसलेल्या ब्रेननं हुकूम सोडला. पुढे ती नॅनी कोपऱ्यावर सेंट्रल पार्क वेस्टचा सिग्नल हिरवा होण्याची वाट बघत उभी होती. रस्त्याच्या पलीकडे सेंट्रल पार्कच्या पादचाऱ्यांसाठीच्या प्रवेशद्वाराच्या समोर तांबड्या लाल रंगाच्या दगडांची घातलेली भिंत दिसत होती. निष्पर्ण झाडांवर काही कळ्या दिसत होत्या. फॉर्सिथियाच्या

काही झाडांवर पिवळ्या रंगाची बरीच फुलंही छानपैकी उमललेली होती.

कोपऱ्यापासून तीस यार्डांवर ती व्हॅन सिग्नल मिळण्याची वाट बघत उभी राहिली. कार्लो गाडीच्या स्टिअरिंग व्हीलवर बोटांनी वाजवत होता. मधल्या सीटवर चोंग यॉंग आणि रिकी वाटा-नाबे होते. त्यांना बऱ्यापैकी इंग्लिश बोलता येत होतं; पण ते गप्पच बसून होते. सगळ्यात मागच्या जागांवर ड्युएन मॅकेंझी आणि टोमासो डील्युका हेही गप्प बसून होते. त्यांना सगळ्यात पुढे बसलेल्या आडदांड देहयष्टीच्या ब्रेनन आणि कार्लोचं दडपण आलेलं होतं.

''ओके.'' ब्रेननं म्हटलं, ''आता ती नॅनी त्या पोराला घेऊन सेंट्रल पार्कमध्येच जाणार हे नक्की झालंय, तेव्हा आपण आपली योजना पुन्हा एकदा बघू या. कार्लो सोडून बाकीच्या सगळ्यांनी कोपऱ्यावर बाहेर पडून त्या नॅनीच्या पाठोपाठ पार्कमध्ये जायचंय; पण सगळ्यांनी एकत्र जायचं नाहीय. मी पुढे जाईन, आणि तुम्ही सगळे एकएकटे माझ्यामागून या. आणि प्रत्येकानं आपापला मास्क जवळ आहे ना, याची खात्री करा.''

पाठीमागच्या लोकांना ऐकू जावं म्हणून तो मागे वळून बोलत होता, ''आपण अपहरण करायचं की नाही, हे फक्त मीच ठरवणार आहे. समजलं? म्हणजे, आपण पार्कमध्ये गेल्याबरोबर त्या पोराला पळवून न्यायचं, की थोड्या वेळानं न्यायचं, की अजिबातच न्यायचं नाही, हे सगळं ती नॅनी काय करते यावर अवलंबून राहील. कदाचित तिला कोणीतरी ओळखीचं भेटेल. तसं झालं, तर आपण वाट बघत थांबायचं. कार्लो व्हॅनमध्ये जवळच कुठेतरी असेल. कार्लो, गाडी चालूच ठेवायचीस तू. त्या पोराला ताब्यात घेतलं, की ताबडतोब आपण व्हॅनमध्ये बसायचं आणि पळून जायचं. कुणाला काही शंका?''

''आम्ही काय करायचंय?'' रिकीनं विचारलं.

''चांगला प्रश्न विचारलास.'' क्षणभर थांबून ब्रेननं म्हटलं. अपहरणात भाग कुणी घ्यायचा हे लुईनंच सांगितलेलं होतं. त्या वेळी ब्रेननलाही हाच प्रश्न पडला होता; पण उगाच लुईनं आपल्या क्षमतेवर शंका घ्यायचा, म्हणून त्यानं तो विचारला नव्हता. ''जर काहीतरी अचानक घडलं आणि आपल्याला आणखी माणसांची गरज भासली, तर त्यासाठी तुम्ही दोघांनी यायचंय.''

''ए, तो बघ, सिग्नल बदलतोय.'' तेवढ्यात कार्लोनं म्हटलं.

''ओके.'' ब्रेननं हुकूम सोडत असल्यासारखं म्हटलं, ''चला,'' त्याला आता काम सुरू करायची घाई झालेली होती. त्यानं पटकन बाहेर उडी मारली. पार्कमध्ये शिरत असलेल्या त्या आकर्षक नॅनीकडे तो बघत होता. 'चला, आपण काय करू शकतो हे लुईला दाखवून देण्याची ही उत्तम संधी आपल्याला मिळालीय, तिचा फायदा घेतलाच पाहिजे,' त्यानं मनात म्हटलं.

२७

मार्च २६, २०१०

शुक्रवार, दुपारी १२.३३

लॉरी तो वाईनच्या बाटलीच्या बुचाच्या आकाराचा नमुना घेऊन आपल्या ऑफिसात आली. हा नमुना लवकरात लवकर जॉनकडे देण्याची सारखी आठवण राहावी, म्हणून तिनं तो सहज दिसेल अशा ठिकाणी टेबलावर ठेवला; पण जॉन लंचला गेलेला होता, त्यामुळे तिनं पुन्हा टॉक्सिकॉलॉजीच्या स्लाईड तपासायला सुरुवात केली. खरं म्हणजे केनजीचा एका विषारी द्रव्यानं खून झालाय याची तिला आता खात्री पटलेली होती, तरी पण त्याला आलेल्या आकडीचं कारण त्याच्या मेंदूतली एखादी पॅथॉलॉजी नाही ना, याची तिला पुन्हा एकवार खात्री करून घ्यावीशी वाटत होती. 'कदाचित त्याला आलेली आकडी आपोआप, नैसर्गिक रीतीनं नसेल, तर त्या विषामुळे त्याच्या मेंदूतला दोष चाळवला जाऊन त्याला आकडी आली असू शकेल, अशीही शक्यता असू शकते,' तिनं मनात म्हटलं. हा प्रश्न तसा काही फार गंभीर आहे असं नव्हे; पण आपल्याला जर मेंदूत काही दोष सापडलाच, तर त्याचा परिणाम आपल्या त्या विषारी द्रव्याच्या शोधावर होऊ शकतो. शिवाय आपण लू, जॅक आणि आणखी कोणाला आपले जे निष्कर्ष सांगू, ते परिपूर्णही असले पाहिजेत, आणि बिनचूकही.

एकीकडे पद्धतशीरपणे स्लाईड्स तपासत असताना ती ते विष नेमकं कसलं असू शकेल, याचाही विचार करत होती. ते विष प्राण्याच्या– माणसाच्याही– चेतासंस्थेवर परिणाम करणारं असेल असं तिनं गृहीत धरलं होतं; पण अशा

विषाचेही कित्येक प्रकार असतात. साप, विंचू, काही प्रकारचे कोळी, जलचर प्राणी किंवा अगदी काही प्रकारच्या माशांमध्येही असलं विष असतं, असा विचार करत तिनं थोडा वेळ स्लाईड्सचं काम बाजूला ठेवलं, आणि कॉम्प्युटरवर ऑनलाईन जाऊन तिनं अशा प्रकारचा विषांचा– न्यूरोटॉक्सिन्सचा– शोध घ्यायला सुरुवात केली. हातातल्या दोन्ही केसेसमध्ये जपानी माणसं बळी पडलेली असल्यामुळे तिला सगळ्यात आधी टेट्रोडोटॉक्सिन हे विष आठवलं, कारण सुशी आणि साशिमी पद्धतीचे पदार्थ आवडणारे अनेक दुर्दैवी लोक, जपानमध्ये अत्यंत कुप्रसिद्ध असलेल्या या विषामुळे भयंकर आजारी पडले होते किंवा मरण पावले होते. बऱ्याच काही प्राण्यांशी संबंधित असलेल्या बॅक्टेरियामध्ये हे विष आढळलं होतं– यात एक विशिष्ट प्रकारचा पफर मासाही होता, आणि हा मासा जपानमधल्या मांसाहारी लोकांमध्ये कमालीचा लोकप्रिय होता. अडचण अशी होती, की वर्षातल्या काही विशिष्ट काळात टेड्रोडोटॉक्सिन या माशाच्या मासांमध्ये असे, तर उरलेल्या वर्षभरात ते त्याच्या व्हिसेरामध्येच यकृत, त्वचा वगैरे– फक्त सापडायचं.

टेट्रोडोटॉक्सिन जर इंजेक्शननं दिलं, तर त्याच्यामुळे आकडी येऊ शकते का यावर लॉरीनं आपला शोध केंद्रित केला. स्क्रीनवर या विषयावरचे वेगवेगळे लेख भराभर वाचत असताना तिला आठवलं, की हे विष तसं उपयुक्तही आहे, आणि ते वैद्यकीय संशोधनात आणि काही औषधांमध्येही बऱ्यापैकी प्रमाणात वापरलं जातं. हृदयाच्या ठोक्यांमधल्या दोषांवरच्या औषधांमध्ये, आणि अगदी शेवटच्या अवस्थेतला कॅन्सर, किंवा मायग्रेनसारख्या विकलांग करून टाकणाऱ्या भयंकर रोगांमध्ये वेदनाशामक म्हणूनही ते वापरलं जातं. याचाच अर्थ असा, की या औषधाचं उत्पादन केलं जातं, म्हणजेच ते सहज उपलब्ध असतं, हे तिच्या लक्षात आलं. आणखी कितीतरी प्रकारची न्युरोटॉक्सिन्स आहेत; पण ती दुर्मिळ आहेत. ती मिळवणं फार कठीण असतं.

तेवढ्यात तिच्या पडद्यावर माहिती आली आणि ती वाचल्याबरोबर तिनं- ''येस!'' असं ओरडून चुटकी वाजवली. माहिती अशी होती, की जर टेट्रोडोटॉक्सिन इंजेक्शनवाटे दिलं, तर आकडी येऊ शकते – आणि इतर न्युरोटॉक्सिन्समुळे मात्र असं होतं नाही. त्याच लेखामध्ये तिच्यासमोर टेट्रोडोटॉक्सिनची प्रचंड मारक शक्ती आली. टेट्रोडोटॉक्सिनच्या एका औंसाच्या दोन लाखाव्या भागामुळेसुद्धा एखाद्या एकशे सत्तर पौंड वजनाच्या माणसाचा जीव जाऊ शकतो. लॉरीच्या तोंडून अजाणताच एक शीळ बाहेर पडली. याचा अर्थ असा, की टेट्रोडोटॉक्सिन हे पोटॅशियम सायनाईडपेक्षाही शंभर पटींनी जहाल विष आहे.

तेवढ्यात तिची नजर भिंतीवरच्या घड्याळाकडे गेली. जवळजवळ एक वाजत आलेला होता. म्हणजेच जॉन एव्हाना त्याच्या जागेवर पोहोचला असेल, असं

मनात म्हणत तिनं ती नमुन्याची बाटली उचलली, आणि ती लिफ्टकडे जायला निघाली.

जॉनचं पूर्वीचं ऑफिस म्हणजे एक अगदी लहानशी, खिडक्यासुद्धा नसलेली जागा होती. त्याच्या आताच्या नव्या, सुंदर, भरपूर प्रकाश असलेल्या प्रशस्त ऑफिसात लॉरीनं पाय ठेवला, तेव्हा तो अंगात नवा धुवून इस्त्री केलेला पांढरा लॅब कोट चढवत होता. त्याची सेक्रेटरी अजून लंच संपवून यायची होती.

काही क्षण दारातच थांबून लॉरी त्याच्यात झालेला कायापालट बघत राहिली. पूर्वीच्या पाठीत वाकलेल्या, अनुत्साही जॉनच्या जागी आता छानपैकी हसरा चेहरा असलेला, उत्साही जॉन दिसत होता. आता तो निदान दहा वर्षांनी तरुण दिसत होता.

''आहा, लॉरी.'' त्यानं म्हटलं, ''सॉरी, अजून कसलीच नवीन माहिती मिळालेली नाही मला. कुठलाही नवा विषारी पदार्थ सापडलेला नाही अजून.''

''तू दुसरा एखादा नमुना तपासून बघितलास का?''

''अं, नाही. काल रात्रीच्या ओव्हरडोसच्या एक-दोन केसेसचंच काम चाललंय अजून.''

''ओके. मलाच नवीन मिळालेली माहिती सांगते तुला. लॉरीनं गमतीनं हसून आवाज एकदम खाली आणला. पण मला आधी वचन दे, की आज दुपारी माझी एक छोटीशी पत्रकार परिषद होईपर्यंत हे तू कोणालाही सांगणार नाहीस.''

''ओके. दिलं वचन.'' जॉननं मान डोलावली.

लॉरीनं मग त्याला त्या सीसीटीव्हीच्या सीडींमध्ये आपल्याला एक चोरी कशी सापडली हे सांगितलं, आणि मग म्हणाली, की आपल्याला असा दाट संशय आहे, की त्या जपानी माणसाला एक प्रकारचं जहाल विष असलेल्या एअरगनच्या गोळीनं मारण्यात आलंय. तिला अटकळ होती, तसंच झालं. जॉनचे कान लगेच टवकारले गेले.

''हे सगळं तुला त्या सीसीटीव्हीच्या रेकॉर्डिंगमधून समजलं?'' त्यानं नवलानं विचारलं.

''हो. फक्त मला थोडंसं डोकंही चालवावं लागलं. बाय द वे, तुला लंडनमध्ये झालेल्या एका बल्गेरियन वकिलातीतल्या माणसाच्या हत्येचं एक गाजलेलं प्रकरण आठवतंय का? त्याला छत्रीमध्ये दडवलेल्या एका एअरगनच्या पेलेटनं मारलं होतं. एक जहाल विष टोचून.''

''हो, चांगलंच आठवतंय, ते विष म्हणजे रायसिन होतं. म्हणजे तुझं म्हणणं असं आहे का, की आपल्या केसमध्येही तंतोतंत अशीच पद्धत वापरली गेली?''

लॉरीनं मान डोलावली. इतकी जुनी केस जॉनला त्याच क्षणी आठवली, हे

बघून ती खूश झाली. ''फक्त थोडासा फरक आहे दोन्ही केसेसमध्ये.''

''मग आम्ही रायसिन सापडतंय का याचा शोध सुरू करावा म्हणतेस.''

''नाही, आपल्या केसमध्ये रायसिन वापरलं असं मला वाटत नाही. कारण आपल्या केसमधल्या त्या बळी पडलेल्या माणसाला आकडी आली होती. आणि रायसिनमुळे आकडी येत नाही; पण ते सीसीटीव्हीचं रेकार्डिंग मी बघितलं आणि त्यामध्ये, आपल्या त्या बळी पडलेल्या जपानी माणसाचा पाठलाग जे दोघं करत होते, त्यांच्यापैकी एकाच्या हातात छत्री होती. प्लॅटफॉर्मवर प्रचंड गर्दी असल्यामुळे त्यांनी त्या छत्रीचा प्रत्यक्ष वापर केलेला मी बघू नाही शकले; पण त्यांनी हल्ला केल्यानंतर तो जपानी माणूस प्लॅटफॉर्मवर पडला, त्या वेळेला या छत्रीवाल्या माणसानं ती छत्री अर्धवट उघडून परत केली– एखादा माणूस पिस्तूल जसं 'कॉक' करेल, तशी. त्यामुळे माझं मत असं आहे, की ही छत्री आणि लंडनमधल्या हत्येत वापरलेली छत्री या दोन्ही एक प्रकारच्या एअरगन्सच आहेत.''

''त्या गनमधून मारलेली पेलेट, डार्ट, जे काही असेल, ते या जपानी माणसाच्या शरीरात शिरल्यावर झालेली एखादी जखम, छिद्र असं काही सापडलं का?''

''चांगला प्रश्न विचारलास.'' लॉरीनं म्हटलं. ''आज मी जेव्हा त्याच्या प्रेताची बाह्य तपासणी पुन्हा केली, तेव्हा मला एक अगदी छोटंसं छिद्र मिळालं. ते खरं म्हणजे कालच सापडायला हवं होतं– हे तुला सांगतानासुद्धा मला माझी लाज वाटते. त्याचा पाय आणि कुल्ला जिथे जोडला जातो, तिथे त्वचेची जी घडी असते, त्या घडीत ते छिद्र दिसलं मला.'' तिनं हातातला नमुना त्याला दाखवला. ''आणि त्या जखमेच्या आतल्या मार्गाचा हा संपूर्ण तुकडा मी काढून आणलाय. ती जखम साधारण इंचभर खोल आहे.''

''वा! व्हेरी गुड.'' जॉननं नमुन्याची ती बाटली हातात धरून बघितली. ''मग हा विषारी पदार्थ जर रायसिन नव्हता, तर तो काय असू शकेल, काही सांगता येईल का तुला?''

''हो, मला वाटतं.'' लॉरीनं मान डोलावली, ''ते कदाचित टेट्रोडोटॉक्सिन असू शकेल.''

''असं का वाटतं तुला? काही कारण?''

''एक तर माझ्या मते, जे कोणतं विष वापरलं असेल, ते न्यूरोटॉक्सिन असलं पाहिजे.'' लॉरीनं म्हटलं, ''कारण त्याच्यामुळे आकडी आली. अगदी थोडा वेळ ती आकडी टिकली– नाईन वन वनला फोन करून खबर देणाऱ्या त्या माणसालाही ती दिसली, आणि नंतर मी सीसीटीव्हीचं जे रेकॉर्डिंग पाहिलं, त्यात मलाही ती दिसली. टेट्रोडोटॉक्सिनचं जेव्हा इंजेक्शन दिलं जातं, तेव्हा त्याच्यामुळे आकडी

येते, हे माहितेय. आज मी जेव्हा इंटरनेटवर न्यूरोटॉक्सिन्सचा शोध घेतला, तेव्हा दुसऱ्या कुठल्या न्यूरोटॉक्सिनमुळे आकडी येते असं मला दिसलं नाही. दुसरं म्हणजे टेट्रोडोटॉक्सिनचं नियमितपणे उत्पादन केलं जातं. म्हणजे ते सगळीकडे उपलब्ध आहे. आणि तिसरं कारण म्हणजे, तो बळी पडेलला माणूस जपानी आहे, आणि जपानमध्ये पफर फिश हा खाण्यासाठी फार लोकप्रिय आहे. आणि पफर फिशमध्ये टेट्रोडोटॉक्सिन सापडतं. त्यामुळे जपानचा या विषाशी कित्येक वर्षांपासूनचा संबंध आहे.''

''सगळीच कारणं सहज पटण्यासारखी आहेत.'' जॉननं म्हटलं.

''आता माझ्या दृष्टीनं सगळ्यात महत्त्वाचा प्रश्न.'' लॉरीनं हसून म्हटलं, ''या नमुन्याचा रिपोर्ट केव्हा मिळेल मला?''

''मला वाटलंच होतं की तू हे विचारणार.'' जॉननं नाटकीपणानं हात हवेत उडवले, ''तुला हे लवकरात लवकर– म्हणजे अगदी उद्याच– हवं असणार. नेहमीसारखंच. जसे काही आम्ही फक्त तुझ्यासाठीच काम करायला बसलोय.''

''नाही.'' लॉरी गंमतीनं हसली. ''उद्या नाही, आजच रिपोर्ट मिळेल का, असं विचारणार होते मी. आज दुपारच्या पत्रकार परिषदेच्या आधी मिळाला, तर फारच छान.''

जॉन मोठ्यानं हसला, ''कायमच घाई असते तुला; पण आजच्या आज– नाही, लगेच– म्हणजे जरा जास्त होतंय लॉरी.''

''तसं नाही, हवं तर तुझ्या लॅबमध्ये मी स्वतःच करेन हे काम. काही अडलं तर तू किंवा इथल्या कोणीतरी फक्त मदत करा मला.''

''लॉरी –''

''अरे, खरंच सांगतेय मी.'' लॉरीनं आपलंच म्हणणं पुढे रेटलं, ''कॉलेजमध्ये लॅबमध्ये आणि मेडिकल स्कूमध्ये बायोकेममध्ये चांगली प्रवीण होते मी. माझ्या केसच्या उरलेल्या हिस्टॉलॉजीच्या स्लाईड्स संपवल्या, की नंतर मी मोकळीच आहे.''

तिच्याकडे एकटक नजरेनं बघत जॉन विचार करू लाला. हिला आपल्या लॅबमध्ये काम करू द्यायला काही हरकत नाही, त्यानं मनात म्हटलं. खूप अनुभवी, हुशार आणि पद्धतशीरपणे काम करणारी आहे ही. शिवाय आपल्या कामाची खरी जाण आहे हिला. आपल्या कामाचं ती नेहमी कौतुक करते, आणि तसं बोलूनही दाखवते.

''तू कधी यापूर्वी एचपीएलसी/ एमएस/ एमएस– म्हणजे हाय परफॉर्मन्स लिक्विड क्रोमॅटोग्राफी विथ टँडेम मास स्पेक्ट्रोमेटी युनिट वापरलंयस का?'' शेवटी त्यानं विचारलं.

"हो." लॉरीनं मान डोलावली. "माझ्या ट्रेनिंगमध्ये मी लॅबमध्ये काही काळ काम केलंय."

"आपल्याला थोडंसं प्रत्यक्ष टेट्रोडोटॉक्सिनही लागेल, ते माझ्या इथे नाही; पण शेजारच्या न्यू यॉर्क हॉस्पिटलमधून नक्कीच मागवता येईल."

"मीच जाऊन आणते, चालेल ना?"

"जरूर जा." जॉननं मनाशी एकदम निर्णय पक्का करत म्हटलं, "आपण असं करू. तू तिकडे जा, तोपर्यंत माझ्या एखाद्या टेक्निशियनला या नमुन्यातल्या थोड्याशा भागाची, ऑरगॅनिक स्लरी करायला सांगतो– सॉनिकेटर वापरून. तू परत आलीस, की एन-ब्युटेनॉल किंवा ॲसेटिक ॲसिड वापरून पुढचं एक्स्ट्रॅक्शनचं काम कर. एन-ब्युटेनॉल आणि ॲसेटिक ॲसिड यांपैकी काय वापरायचं, हे मी तुला त्या वेळी सांगेन."

"चालेल. वा!" त्याच्याकडे बघून उत्साहानं हसून लॉरी परत फिरली. आता तिला त्या हिस्टॉलॉजीच्या स्लाईड्स संपवण्याची घाई झालेली होती.

२८

मार्च २६, २०१०

शुक्रवार, दुपारी १२.४५

बेननं आपल्या टेबलावरचं शेवटचं मासिक वाचून संपवलं आणि शेजारी जमिनीवर आधीच झालेल्या मासिकांच्या ढिगाऱ्यावर टाकून दिलं. कंपनी सुरू केल्यानंतर प्रथमच त्याला आपल्या क्षेत्रातल्या अगदी ताज्या घडामोडींची माहिती घेण्याइतका मोकळा वेळ मिळालेला होता. त्यामुळे आता त्याला सगळं काही आपल्या नियंत्रणाखाली असल्यासारखं वाटू लागलं. तो एकदम खूश झाला. तरीपण सातोशीचा काहीच पत्ता लागत नाहीये, ही गोष्ट त्याला खुपत होतीच.

मागे रेलून बसत त्यानं हात-पाय ताणून आळस दिला. त्याच वेळी त्याचं लक्ष घड्याळाकडे गेलं. जवळजवळ एक वाजत आलेला होता. आज जॅकलीनला लंचला घेऊन जावं का, असा विचार त्याच्या मनात येऊन गेला. गेल्या महिन्याभरापासून ते दोघं वरचेवर एकत्र लंचला जात होते, त्यामुळे आता आपले संबंध पुढच्या पायरीवर घेऊन जावेत का, असा विचार तो करत होता. आपल्याला ती या बाबतीत सूचक इशारे करतेय असं त्याला वाटत होतं. त्यातच स्टीफॅनी या त्याच्या त्या मानानं नवीन असलेल्या पत्नीशी असलेले त्याचे संबंध त्यांच्या छोट्या बाळाच्या जन्मापासून बरेच ताणले गेलेले होते. आपण आपली कंपनी मोठी करण्यासाठी इतके कष्ट जर घेतोय, तर आपल्याला रतिसुखाच्या विरंगुळ्याची गरजच आहे, अशी त्याची पक्की धारणा तर होती; पण हे सुख त्याला घरात मिळणं एकदम दुरापास्त झालेलं होतं.

"मी आता बाहेर निघालेय." तेवढ्या त्याच्या ऑफिसच्या उघड्या दारात येऊन उभ्या असलेल्या जॅकलीननं म्हटलं.

"अं?" अचानक ती दारात आलेली पाहून जरा गडबडलेल्या बेननं म्हटलं.

"तू आज कोणतीही मीटिंग नको असं म्हणालास, तेव्हा मला असं वाटलं, की आज माझ्या आईला तिच्या मेडिकल चेकअपसाठी घेऊन जायला हरकत नाही. मी निघण्यापूर्वी तुला काही हवंय का?"

बेन कसंनुसं हसला. "नाही, तू जा तुझ्या आईला घेऊन, मी इथेच तुझी आठवण काढत बसणार आहे."

त्याच्या त्या बोलण्यानं जॅकलीन चमकलीच. काय उत्तर द्यावं हेच तिला समजेना. ती नुसतीच डोळे विस्फारून त्याच्याकडे बघत राहिली.

"आज आपलं ऑफिस इतकं शांत आहे, काही गडबडच नाही कसली." बेननं म्हटलं, "खरं म्हणजे मीसुद्धा जरा वेळानं निघणार आहे."

"ओके." तिनं चटकन म्हटलं. तो जे बोलला होता, त्याचं हे स्पष्टीकरण मुळीच नाही हे लगेच तिच्या लक्षात आलं; पण तिनं तिकडे दुर्लक्ष केलं. "चला, सोमवारी भेटू"

"येस, सोमवारी भेटू."

जॅकलीन निघून गेली. बेन थोडा वेळ तसाच पाठीमागे रेलून बसला. या जॅकलीनला आपण नोकरीवर घेण्यात तिची हुशारी आणि अर्जात लिहिलेलं उत्कृष्ट करिअर यांना तर आपण महत्त्व दिलंच; पण त्यापलीकडे तिच्या आकर्षक रूपाचा कितपत परिणाम आपल्या निर्णयावर झाला? त्यानं मनात म्हटलं. स्टीफॅनीला आपण कामावर घेतलं, त्या वेळी आपल्या त्या निर्णयावर जवळजवळ सगळाच परिणाम तिच्या उन्मादक देहयष्टीचा होता, हे मान्यच केलं पाहिजे.

आपल्या ऑफिसातून बेन निघाला आणि बाहेर जाताजाता वाटेत कार्लच्या ऑफिसात शिरला. कार्लनं त्याला सांगितलं, की आज सकाळीच आयपीएस रॅपिड कंपनीकडून एका पाठोपाठ एक अशा पाच-सहा ई-मेल आल्या आहेत. "त्यांना त्यांची कंपनी आपल्याला थेट विकून टाकण्यातच प्रचंड स्वारस्य आहेसं दिसतंय; पण यानं मी एकदम उत्साहित व्हायला पाहिजे, की आणखी सावध व्हायला पाहिजे, हेच कळत नाहीय मला."

"मला खात्री आहे, की तू योग्य तोच पवित्रा घेशील." बेनचा कार्लवर पूर्ण विश्वास होता. "चल, मी आता घरी जातोय. तूही जा हवं तर. जॅकलीन आधीच गेलीय."

"नको, फार काम आहे मला. आपण सोमवारी भेटू."

गजबजलेल्या फिफ्थ ॲव्हेन्यूवर तो आला. सुंदर ऊन पडलेलं होतं. हवेत

वसंत ऋतूची चाहूल भरून राहिलेली होती. जॅकलीन आपल्याबरोबर आली नाही म्हणून तो किंचित निराश झाला होता; पण बाहेर आल्याबरोबर ती गोष्ट तो पार विसरून गेला. त्याच्या अंगात एकदम उत्साह संचारला. सातोशीचं काहीच कळत नव्हतं, ही एक गोष्ट सोडली, तर त्याला त्याच्या आयपीएस यूएसएची काळजी करण्याचं काहीच कारण उरलेलं नव्हतं; पण तो इतका उत्साहात आणि खुशीत होता, की आज आपली सातोशीची नक्की भेट घडेल, किंवा निदान तो कॉल तरी करेलच, असं त्याला वाटू लागलं. शिवाय आता दोन दिवस वीकएंडची सुट्टी होती. त्यातच भर म्हणून की काय, आपण जॅकलीनशी बोलताना ते सूचक वाक्य टाकून निदान आपला हेतूतरी तिच्यापर्यंत पोहोचवलाय, त्यानं स्वतःशीच हसत मनात म्हटलं.

तो जिथे नेहमी आपली गाडी पार्क करायचा, त्या गॅरेजच्या दिशेनं मोठ्या उत्साहात निघाला; पण वाटेत त्याला आठवलं, की आपण सातोशीचा पत्ता लिहून घेतलेला कागद वर टेबलावरच राहिलाय. त्याच उत्साहानं परत फिरून तो ऑफिसात गेला आणि सातोशीच्या पत्त्याचा कागद घेऊन परत खाली आला, आणि गॅरेजपाशी येऊन पोहोचला.

पुढचे दोन दिवस सुट्टी असल्यामुळे बाकीचे लोकही लवकर घरी चालले होते, त्यामुळे बेनला गॅरेजच्या नोकरानं आपली रेंज रोव्हर गाडी बाहेर आणण्यासाठी नेहमीपेक्षा जरा जास्त वाट बघावी लागली; पण त्याचंही त्याला फारसं काही वाटलं नाही.

गाडीत बसून दार बंद केल्यावर त्यानं गाडीतल्या जीपीएसवर '४१७ प्लेझंट लेन' असा सातोशीच्या घराचा पत्ता एंटर केला. आणि सीडी प्लेअर सुरू करून मोझार्टची एक सीडी लावली. काही क्षणातच तो त्या अभिजात संगीताच्या आनंदाच्या डोहात विहार करू लागला.

गाडी रहदारीबरोबर संथ गतीनं चाललेली होती. नेहमीप्रमाणे त्यानं जॉर्ज वॉशिंग्टन ब्रिजचा वरचा रस्ता धरला, कारण त्याला नदीच्या न्यू जर्सीच्या बाजूला असलेले पॅलिसेडचे कडे बघायला फार आवडायचं, आणि सगळ्यात वरच्या बाजूला असल्यामुळे या देखाव्यात कोणताही अडथळा येत नसे. गाडीमध्ये मोझार्टच्या 'सी मेजर' मधल्या 'पियानो कॉन्सर्टो नंबर ट्वेंटिवन'चे सूर भरून राहिलेले हाते.

न्यूजर्सीच्या बाजूला उतरल्यावर त्यानं जीपीएसवर दाखवल्याप्रमाणे गाडी वळवली, आणि तो बऱ्याच काही दुमजली, विटांच्या व्यापारी इमारती असलेल्या फोर्ट लीच्या भागात आला. या सगळ्याच भागात आता फारशी मनुष्यवस्ती नव्हती. हा सगळा भाग असा ओसाड होण्याचं कारण त्याला माहीत होतं. अमेरिकेच्या चित्रपट उद्योगात आता कॅलिफोर्निया राज्यातल्या हॉलिवूडलाच सगळ्यात

जास्त महत्त्व आहे; पण त्याच्यापूर्वी फोर्ट ली हेच अमेरिकेचं हॉलिवूड होतं. ही गोष्ट फार थोड्या लोकांना माहीत आहे; पण बेनला मात्र माहीत होती. हॉलिवूड म्हटल्यावर सर्वसामान्य लोकांच्या डोळ्यांसमोर जे चित्र येतं, त्याच्याशी प्लेझंट लेनचा मात्र दुरूनही काही संबंध नव्हता. प्लेझंट लेन हा एक त्या मानानं छोटा, तीन ब्लॉक्सइतक्या लांबीचा रस्ता होता. उजाड झालेल्या व्यापारी इमारतींदरम्यान तुरळक छोटी, बैठी घरं होती. सगळी घरं जवळपास एकाच तोंडवळ्याची दिसत होती. ही घरंही बहुतांश उजाडच दिसत होती– कुठे खिडक्या तुटलेल्या होत्या, तर कुठे दारं अर्धवट उघडी होती. जिकडे तिकडे घरांचे भग्नावशेष, कचरा टाकून दिलेल्या वस्तूंचं साम्राज्य होतं. कुठे कुठे चाकंच नसलेली वाहनं होती, तर कुठे जुन्या गाद्या फेकून दिलेल्या होत्या.

"तुम्ही इच्छित स्थळी पोहोचला आहात." तेवढ्यात जीपीएसमधून गोड खर्जातला पुरुषी आवाज आला. लगेच बेननं गाडी रस्त्याच्या कडेला आणून उभी केली. त्यानं त्या घराचं निरीक्षण आरंभलं. आसपासच्या घरांच्या मानानं या घराची अवस्था जरा बरी वाटत होती. म्हणजे, सगळ्या खिडक्या शाबूत होत्या आणि पुढचं दार व्यवस्थित लावलेलं दिसत होतं; पण घरात कोणी राहत असल्याचं कोणतंही चिन्ह मात्र दिसत नव्हतं. नाही म्हटलं तरी बेन जरा अस्वस्थ झाला. इतक्यात आणखी एक गोष्ट त्याला दिसली आणि त्याची अस्वस्थता आणखी वाढली. घराचं पुढचं दार व्यवस्थित लावलेलं होतं; पण त्याची एक काच अर्धवट फुटलेली होती; पण त्या काचेचा फुटलेला तुकडा अजून कसाबसा जागेवर टिकून होता.

एव्हाना त्याची खात्री झालेली होती, की या घरात कोणी राहत असणं शक्य नाही. त्यानं खिशातून चिठ्ठी वाचून एकदा पत्ता बरोबर असल्याची खात्री करून घेतली. चिठ्ठीतल्या पत्त्याच्या ठिकाणीच तो आलेला होता. मग त्याला शंका आली, की आपल्याला मुद्दाम चुकीचा पत्ता तर दिला नसेल? ही शंका दूर सारून त्यानं गाडीचं दार उघडलं, आणि बाहेर येऊन त्या घराच्या दिशेनं चालायला सुरुवात केली. तो दहा पावलंसुद्धा चालला नसेल, इतक्यात त्याच्या नाकाला सगळीकडे भरून राहिलेली भयंकर, अवजड दुर्गंधी जाणवली. इतकी भयंकर होती ती दुर्गंधी, की तो धावतच परत गाडीत जाऊन बसला आणि त्यानं घाईघाईनं गाडीचं दार लावून घेतलं. आपल्याला उलटी होणार असंच त्याला वाटू लागलं. धापा टाकत तो काही वेळ तसाच गाडीत बसून राहिला.

थोडासा सावरल्यावर बेन काहीतरी भयंकर घडल्याची शंका मनात नुसताच गाडीत बसून त्या घराकडे भेदरलेल्या नजरेनं बघत बसला. ही अशी दुर्गंधी त्यानं एकदाच लहानपणी अनुभवली होती. त्या वेळी त्या दुर्गंधीच्या दिशेनं तो गेला

होता, आणि तेव्हा त्याला एक मरून पडलेलं, कमालीचं कुजलेलं जनावर दिसलं होतं. त्यामुळे हा वास मृत्यूचा, हे समीकरण तेव्हापासूनच त्याच्या डोक्यात पक्कं बसलेलं होतं. आतासुद्धा, हा वास मृत्यूचाच असला पाहिजे हे त्यानं ओळखलं; पण आता पुढे काय करावं, हेच त्याला समजेना.

थोड्या वेळानं त्यानं गाडीत पडलेलं एक फडकं उचलून नाकाशी घट्ट धरलं, आणि मनाचा हिय्या करून तो पुन्हा गाडीतून बाहेर येऊन घराकडे निघाला.

अधूनमधून त्याचा श्वास कोंडत होता. आपल्याला उलटी होणार असं त्याला वाटत होतं, तरी तो कसाबसा घराच्या पुढच्या पायऱ्यांपर्यंत पोहोचला. आपण ताबडतोब पोलिसांना कॉल केला पाहिजे हे एव्हाना त्याच्या लक्षात आलेलं होतं; पण ही दुर्गंधी एखाद्या मेलेल्या कुत्र्याची किंवा प्राण्याची नाही ना, याची त्याला आधी खात्री करून घ्यायची होती. पायऱ्या चढून तो पोर्चपाशी आला, तेव्हा त्याला जमिनीवर पडलेले काचांचे तुकडे दिसले. आपल्या हातांचे ठसे कुठे उमटू नयेत म्हणून त्यानं नाकाशी धरलेलं फडकं हातात घेऊन पुढचं दार उघडलं. दार आतून उघडंच होतं, ते फक्त लोटलेलं होतं.

बाहेरच्या मानानं घरात बऱ्यापैकी अंधार होता; पण बेनला फार चालावं लागत नाही. बाहेरच्या हॉलमध्येच सहा व्यक्तींची फुगलेली प्रेतं पडलेली होती. सगळ्यांचे हात बोटं गुंफून डोक्याखाली ठेवलेले होते. आणि त्यांच्या डोक्याभोवती सुकलेल्या काळपट रक्ताची थारोळी होती.

या दृश्यानं आणि बऱ्याच प्रमाणात वाढलेल्या त्या मृत्यूच्या कुजट दुर्गंधीमुळे बेनला जवळजवळ भोवळच आली. यात सातोशी कुठे दिसतो का, म्हणून त्यानं प्रत्येक प्रेताचं चटकन निरीक्षण केलं; पण सातोशी त्यात दिसत नव्हता. बेनला आश्चर्याचा धक्का बसला. आपण इथून याच क्षणी बाहेर पडलं पाहिजे हे त्याला समजत होतं; पण त्याचं शरीर जणू थिजल्यागत झालेलं होतं. काही क्षण तर त्याचा श्वासही थांबला; पण तेवढ्यात त्याला कसलातरी आवाज ऐकू आला – अगदी पुसट, कोणीतरी दबक्या आवाजाता, घुसमटून पण जोरात रडत असल्यासारखा. आपल्याला खरंच आवाज येतोय, का ही आपली कल्पनाच आहे, हे न समजून त्यानं कान देऊन ऐकायला सुरुवात केली. तो आवाज खरंच त्याला ऐकू येत होता – आणि अचानक तो आवाज येईनासा झाला.

"हे काय चाललंय?" त्यानं स्वतःशी म्हटलं. त्याचं मन त्याला तिथून पळ काढायला ओरडून सांगत होतं; पण तिकडे दुर्लक्ष करून तो हळूहळू जिन्याकडे जाऊ लागला. जिन्याच्या खालच्या पायरीशी क्षणभर थबकून तो अंधारलेल्या वरच्या मजल्याकडे एक एक पायरी चढत जाऊ लागला. तो आवाज म्हणजे एक भासच होता असं मनाशी म्हणत असतानाच त्याला तो पुन्हा ऐकू आला. आता

मात्र त्याला शंका आली, की हा आवाज दुसऱ्या मजल्यावरून येत असावा.

बेनच्या हातांवरचा प्रत्येक केस उभा राहिलेला होता; पण तो तसाच धीर एकवटून दुसऱ्या मजल्यावर आला– ते फडकं नाकाशी घट्ट धरून, तोंडानं श्वासोच्छ्वास करत. पण तोपर्यंत तो आवाज पुन्हा येईनासा झालेला होता. दुसऱ्या मजल्यावर येऊन तो उभा राहिला. त्याला दोन बेडरूम दिसल्या. त्या एका छोट्याशा कॉरिडॉरनं एकमेकीशी जोडलेल्या होत्या. पलीकडे थोड्या अंतरावर एक बाथरूम होती. दोन्ही बेडरूममधले सगळे ड्रॉवर, कपाटं उघडी होती, त्यातल्या वस्तू खाली फेकलेल्या दिसत होत्या. कोणी तरी इथे कशाची तरी शोधाशोध केलेली असणार, हे उघड होतं.

त्यानं दोन्ही बेडरूममध्ये जाऊन बघितलं. पहिल्या बेडरूममध्ये एक छोटंसं, घडीचं टेबल होतं. त्यातल्याही सगळ्या वस्तू बाहेर जमिनीवर टाकून दिलेल्या होत्या. तेवढ्यात त्याला पुन्हा तो आवाज ऐकू येऊ लागला. आता तो आधीपेक्षा मोठा येत होता. पहिल्यांदा त्याला वाटलं की हा आवाज बाथरूममधून येतोय; पण बाथरूममध्ये कोणीच नव्हतं. त्याच क्षणी त्याच्या लक्षात आलं, की बाथरूमच्या समोर भिंतीत असलेल्या बुक-केसमधून तो आवाज ऐकू येतोय.

बेननं दोन्ही बेडरूममध्ये चटकन जाऊन बघितलं. त्या बुक-केसमागच्या पोकळीत जायचा काही मार्ग आहे का, हे त्याला शोधायचं होतं. दोन्ही खोल्यांमधल्या क्लोसेट्सच्या मागे ती पोकळ जागा आहे हे त्याच्या लक्षात आलं; पण तिथे शिरायचा काहीच मार्ग दिसत नव्हता. तो पुन्हा बेडरूम्सबाहेरच्या छोट्या कॉरिडॉरमध्ये आला, आणि त्यानं ती बुक-केस पकडून खेचली. आश्चर्य म्हणजे, ती सरकत बाहेर आली, आणि त्याच क्षणी तो रडण्याचा आवाजही थांबला. पण लगेच त्या पोकळीतून भयानक, मलमूत्राची दुर्गंधी येऊ लागली. अचानक बेनला शिगेरू – सातोशीचा छोटा मुलगा – आठवला आणि खाली असलेल्या प्रेतांमध्ये शिगेरू नव्हता, हेही आठवलं.

खाली वाकून बेन त्या पोकळीत शिरला – खरं तर ती एक अगदी छोटी अशी खोलीच होती. आत मिट्ट काळोख होता. त्याच क्षणी त्याच्या चेहऱ्याला कसलातरी अगदी मऊ असा ओझरता स्पर्श जाणवला. भेदरून जाऊन त्यानं चेहऱ्यासमोरून हात फिरवला– तो एका साध्या बल्बला बांधलेला एक छोटासा दोरा होता.

तेवढ्यात त्याची नजर खाली गेली. आणि त्याला बिचाऱ्या शिगेरूचा म्लान, रडूनरडून सुकलेला, पांढरा फटक पडलेला चेहरा त्याच्याचकडे मान वर करून बघत असलेला दिसला. कोमेजलेला चेहरा, खोल गेलेले गाल, आणि मोठेमोठे झालेले काळेभोर गोल डोळे. बेननं दिव्याचं बटन शोधून दिवा लावला.

"ओ माय गॉड!" बेननं म्हटलं, आणि तो शिगेरूला उचलून घेण्यासाठी

खाली वाकला; पण मनात एक कल्पना येऊन तो पुन्हा वाकून त्या छुप्या खोलीतून बाहेर आला. त्याच्या एकदम लक्षात आलं, की या पोराला आधी ब्लँकेटमध्ये गुंडाळलं पाहिजे. लगेच शिगेरू पुन्हा जोरजोरात रडू लागला, "आलो, आलो!" असं ओरडत बेननं बेडरूममधून एक ब्लँकेट आणलं, आणि शिगेरूभोवती लपेटून त्याला वर उचललं. एका क्षणात शिगेरूचं रडणं थांबलं. बिचाऱ्याला इतका काळ एकटं राहिल्यामुळे एकटेपणाची– आणि अंधाराची– भयंकर भीती वाटत होती.

"कम ऑन, बिग बॉय." बेन त्याला घेऊन निघाला; पण निघण्याआधी थोडं थांबून त्यानं ती छुपी, बिन खिडक्यांची छोटी खोली जरा नीट बघितली. त्याला एक लहान मुलाची दुधाची बाटली खाली पडलेली दिसली. या खोलीमुळेच शिगेरूचे प्राण वाचले असणार हे उघड होतं. हे जर गुंडांच्या गँगचं लपण्याचं ठिकाण असेल, तर अमली पदार्थ, हत्यारं वगैरे लपवण्यासाठीच बहुधा ही खोली वापरली जात होती. कदाचित घरात मारेकरी शिरले आहेत हे बघितल्यावर याच्या आईनंच याला इकडे आणून ठेवलं असेल, बेननं मनात म्हटलं.

शिगेरूला घेऊन बेन वाकून पुन्हा त्या खोलीतून बाहेर आला. दिवा मालवणं, बुक-केस परत आता ढकलणं या गोष्टीत वेळ न घालवता त्यानं दुसऱ्या हातानं ते फडकं पुन्हा नाकाशी धरलं आणि तो चटकन जिना उतरून खाली किचनमध्ये आला. या पोराच्या शरीरातलं पाणी अत्यंत कमी झालं असेल हे हेरून त्यानं आधी पाणी शोधलं. किचनमध्येही सातोशीचं प्रेत आहे का, हेही त्याला पाहायचं होतं.

एका हातात शिगेरू आणि दुसऱ्या हातात पाणी घेऊन बेन धावतच तिथून बाहेर पडला. ताबडतोब गाडीशी येऊन त्यानं शिगेरूला ड्रायव्हरशेजारच्या सीटवर बसवलं, आणि मग तो ड्रायव्हरच्या सीटवर येऊन बसला. शिगेरूला खरं तर सलाईनचीच गरज आहे हे त्याच्या लक्षात आलेलं होतं; पण तोपर्यंत वाट न बघता त्यानं ती पाण्यानं भरलेली बाटली शिगेरूच्या तोंडाला लावली. त्याला थोडं पाणी पिऊ दिल्यावर त्यानं लगेच ९११ला कॉल केला. फक्त चेहरा सोडून शिगेरूला त्यानं व्यवस्थित ब्लँकेटमध्ये गुंडाळून बसवलं, कारण शिगेरूच्या अंगालाच मुळात भयंकर मलमूत्राची प्रचंड दुर्गंधी येत होती.

२१

मार्च २६, २०१०

शुक्रवार, दुपारी १२.४७

लॉरी मॉंटगोमेरीच्या पोराला पळवण्यासाठी ब्रेननच्या मते खरं म्हणजे दोघं जण पुरेसे होते; पण तरीही लुईनं सहा जणांना का पाठवलं असावं, याचं किमान एक कारण ब्रेननच्या लक्षात आलेलं होतं. तो आणि त्याचे चौघं साथीदार, अशा पाच जणांनी सेंट्रल पार्कमध्ये पाऊल ठेवता क्षणीच ती नॅनी लॉरीच्या पोरासकट जणू अदृश्य झालेली होती. तिला त्या पोराबरोबर पहिल्यांदा बघितल्यावर उत्साहाच्या भरात एक गोष्ट त्याच्या नजरेतून सुटली होती, ती म्हणजे नॅनीनं पायात रनिंग शूज घातलेले होते.

ती लॉरीच्या पोराबरोबर पार्कमधल्या वळणावळणांच्या फूटपाथवर जवळच कुठेतरी असेल, फक्त नजरेआड झाल्यामुळे लगेच दिसत नसेल, असा अंदाज करून ब्रेनननं आपल्या चारही साथीदारांना तिच्या दिशेनं पळत जायला सांगितलं होतं; पण ब्रेननसकट त्या सगळ्यांचीच शारीरिक तंदुरुस्ती अजिबातच राहिलेली नव्हती, आणि फूटपाथलासुद्धा बऱ्यापैकी चढ होता. त्यामुळे थोडं अंतर गेल्यावर ते सगळेच जण धावणं बंद करून धापा टाकत, गुडघ्यांवर हात टेकून वाकून उभे राहिले, "हे, हे जमणार नाहीसं दिसतंय." त्यानं कसंबसं म्हटलं, "ही पोरगी काय मॅरेथॉन रनर आहे की काय?"

थोडा वेळ दम खाऊन त्यानं म्हटलं, "ओके, आपण असं करू या. या नॅनीला शोधण्यासाठी आपण एकत्र न जाता वेगवेगळे जाऊ या, आणि सेलफोनवरून

एकमेकांच्या संपर्कात राहू या.''

''पार्कात रनिंग करायला आलेले बहुतेक सगळे लोक तळ्याच्या भोवती रनिंग करतात.'' ड्यूएन मॅकेंझीनं म्हटलं, ''मी आणि टोमासो तिकडे जातो. इथून थोडं पूर्वेकडे आहे ते तळं, मला वाटतं.''

''चालेल.'' ब्रेननं म्हटलं. सगळ्यांनी आपापले सेलफोन नंबर बाकीच्यांना दिले. ''तुम्ही दोघं माझ्याबरोबर राहा.'' त्यानं त्या दोघा जपान्यांना सांगितलं. ''इथे कुठे तुम्ही हरवलात किंवा रस्ता चुकलात, तर भलतीच आफत यायची उगाच. आपण सरळ दक्षिणेकडे जाऊ.''

सगळे जण ठरल्याप्रमाणे निघाले.

ब्रेनन चालताचालता विचार करत होता. हे सेंट्रल पार्क एवढं विस्तीर्ण असेल, आणि त्यात लहानमोठ्या टेकड्या, दाट झाडी वगैरे असेल असं कधीच वाटलं नव्हतं आपल्याला. ती नॅनी इतक्या लवकर गुडुप होईल, हे तर स्वप्नातही आलं नव्हतं आपल्या. आयुष्यात पहिल्यांदा एखाद्या कामगिरीचा मुख्य म्हणून काम करतोय आपण, ती नॅनी खरंच परत दिसली नाही, तर त्या लुईला तोंड तरी कसं दाखवणार आपण? सगळे जण जसजसे पुढे चालले होते, तसतसा त्याचा धीर खचत होता. आता बहुधा हात हलवत परत जावं लागणार किंवा परत प्रवेशद्वाराशी जाऊन थांबायचं आणि ती परत येण्याची वाट बघत बसायचं; पण तेव्हा ती, त्या पोराबरोबर एकटीच असेल याची काय खात्री?

आणि अचानक दैवानं खैर केली. उजव्या बाजूला त्यांना एक क्रीडांगण दिसलं. झोपाळे, घसरगुंड्या, मंकी बार, झाडांवर बांधलेली छोटेखानी घरं, एक विटांचं पिरॅमिड वगैरे लहान मुलांना खेळण्याच्या बऱ्याच गोष्टी त्या क्रीडांगणावर होत्या. शिवाय एका चौकोनी भागात वाळू टाकलेली होती, आणि त्या वाळूत लॉरीचा पोरगा बसलेला होता. नॅनी जवळच्या मंकी बारवर व्यायाम करत होती.

''सापडली एकदाची!'' स्वतःशी सुटकेचा निःश्वास टाकत ब्रेननं सेल फोन काढला, आणि कार्लोला कॉल केला. ''हे बघ, त्या नॅनीला आणि त्या पोराला शोधून काढलंय मी.'' त्यानं हळूच म्हटलं, ''ते दोघं वेस्ट वन-हंड्रेड्थ स्ट्रीटजवळच्या ग्राऊंडमध्ये आहेत. तू गाडी घेऊन ये; पण रस्त्याच्या विरुद्ध बाजूला येऊन थांब. समजलं?''

''हो रे बाबा, समजलं.'' कार्लोनं निरुत्साही आवाजात म्हटलं, आणि लगेच फोन बंद केला.

ब्रेनननंही फोन बंद केला. तो कितीही टेन्शनमध्ये असला, तरी कार्लोच्या वागण्यातला बदल अगदीच काही त्याच्या नजरेतून सुटलेला नव्हता. बनेल हसून त्यानं आपल्या साथीदारांकडे पाहिलं. ''बघा, कशी नामी संधी चालून आलीय. इथे

फक्त ती नॅनी आणि तो लॉरीचा पोरगा असे दोघंच आहेत.''

''पण आपल्याला हवा असलेला पोरगा तो हाच, याची खात्री कशी करायची आपण?'' ड्युएन मॅकेंझीनं निष्पाप आवाजात विचारलं. इतका वेळ जरा मागे पडलेल्या त्याच शंकेनं ब्रेननच्या मनात पुन्हा डोकं वर काढलं.

''पण आपण स्वतःच त्या दोघांना लॉरी मॉंटगोमेरीच्या घरातून बाहेर पडताना नाही का पाहिलं?'' ब्रेननन काहीशा साशंक सुरातच; पण जरा जोरात विचारलं.

''हो, पण त्या बिल्डिंगमधे आणखी फ्लॅट असले तर? किंवा ही बाई, लॉरीच्या पोराची जी कुणी नॅनी असेल तिला भेटायला आली असली तर? माझं म्हणणं इतकंच, की आपण एवढे कष्ट करून उगाचच भलत्याच पोराला पळवलं असं व्हायला नको. काहीतरी करून आपण खात्री करून घ्यायला नको का?''

एक मोठा श्वास घेऊन ब्रेनन विचार करत त्या बाईकडे बघू लागला.

''आपण तिलाच विचारायला काय हरकत आहे?'' मॅकेंझीनं सुचवलं.

''काय विचारायचं?''

''हेच, की हा मुलगा डॉक्टर मॉंटगोमेरीचा आहे का?''

''आणि ती हे मला सांगेल असं वाटतं तुला?'' ब्रेननन तिरकसपणे म्हटलं.

''नक्की सांगेल. त्यावरचा एक उपाय आहे माझ्याकडे.'' मॅकेंझीनं खिशातून एक जुनाट लेदरचं पाकीट काढून उघडून धरलं. त्याच्या एका बाजूला एक सोनेरी पोलीस बॅज होता, आणि त्यावर 'मॉंटक्लेअर, न्यू जर्सी' असं छापलेलं होतं.

त्याच्या हातातून तो बॅज घेऊन ब्रेननन तो उलट-सुलटा करून बघितला. ''हा कुठे मिळाला तुला?''

''ई-बेवर. दहा डॉलरला.''

''हा खरा आहे?''

मॅकेंझीनं खांदे उडवले, ''तसं निदान त्यांनी तरी सांगितलं; पण खरं खोटं कोण जाणे. महत्त्वाचा मुद्दा म्हणजे तो खरा वाटतो. मी स्वतः तो वापरून बघितलाय. लोकांना वाटलं की मी गुप्त पोलीस आहे. तू फक्त तो एक-दोन सेकंद अर्धवट उघडून धर, की झालं काम.''

ब्रेननला हे पटलं. ''चालेल की, करून बघायला काय हरकत आहे?''

''ती बघ, आपली गाडी आली.'' टोमासोनं सेंट्रल पार्क वेस्टकडे बोट दाखवत म्हटलं. कार्लो रस्त्याच्या कडेला गाडी थांबवत होता.

तो तथाकथित पोलीस बॅज डाव्या हातात धरून ब्रेननन कार्लोला फोन केला. कार्लोनं लगेचच तो घेतला. ''सगळं काही ठीक?'' ब्रेननन तो काही बोलायच्या आत विचारलं.

''आसपास कुठेही एकही पोलीस दिसत नाहीय.''

“ओके. आम्ही निघालोय.” ब्रेननन फोन बंद केला, कोरड्या झालेल्या ओठांवरून जीभ फिरवली, होल्स्टर नीट बसवला आणि तो बॅज उजव्या हातात घेतला. खांदे ताठ करून तो त्या क्रीडांगणाकडे निघाला.

“लवकर आवर.” कोणीतरी त्याच्या पाठीमागून म्हटलं, “एक बाई छोट्या पोराला घेऊन इकडेच येतेय.”

ब्रेननन चटकन मागे वळून बघितलं. मॅकेंझीच हे बोलला होता आणि उत्तरेच्या दिशेला बोट दाखवत होता. ब्रेननन चटकन तिकडे बघितलं. खरोखरच एक बाई एक रिकामी बाबागाडी ढकलत येत होती. तिचा छोटा मुलगा दहा फुटांवर पुढे लटपटत, धडपडत चालत येत हाता.

ब्रेननन पुन्हा मान वळवून समोर नॅनीकडे पाहिलं. ती आता त्याच्यापासून जेमतेम वीस फुटांवर होती. त्याच क्षणी ब्रेननन आपलं काम उरकायचा निश्चय केला. जेजे त्याच्या डावीकडे वाळूत आडवा पडून पायांनी वाळू उडवत होता.

“एक्सक्यूज मी, मॅम.” त्यानं तो बॅज पटकन उघडत लेटिशियला म्हटलं. तिचा व्यायाम अजून सुरूच होता. “हा मुलगा डॉक्टर माँटगोमेरींचा आहे का?”

“हो.” लेटिशियानं म्हटलं; पण त्याच क्षणी तिला आपली चूक उमगली, आणि तिच्या चेहऱ्यावर अचानक भयंकर भीती पसरली. तिच्या लक्षात आलं, की या अनोळखी माणसाला आपण उत्तर द्यायला नको होतं. त्याच क्षणी ब्रेननच्या हातातला बॅज नाहीसा होऊन त्या जागी पिस्तुल चमकलं. कारण त्याच क्षणी ब्रेननच्या लक्षात त्याचीही चूक आलेली होती. तोंडावर मास्क घालायला तो विसरला होता.

३०

मार्च २६, २०१०

शुक्रवार, दुपारी १.१४

लॉरी अत्यंत उत्साहात होती. केनजीच्या केसचा तपास करण्यात ती पूर्णपणे गढून गेलेली होती. तिनं हिस्टॉलॉजीच्या स्लाइड्स तपासण्याचं काम संपवलेलं होतं. आणि ऑटोप्सीसारखंच तिला त्यातूनही काहीच हाताशी लागलेलं नव्हतं. केनजी कमालीचा तंदुरुस्त आणि निरोगी असला पाहिजे असं दिसत होतं, आणि त्याला जर कोणी टेट्रोडोटॉक्सिन किंवा दुसरा एखादा विषारी पदार्थ देऊन मारलं नसतं, तर तो बहुधा शंभर वर्षंसुद्धा जगला असता.

स्लाईडसचं काम संपल्यावर तिनं पत्रकार परिषदेबद्दल बोलण्यासाठी जॅक आणि लू या दोघांना कॉल केले होते. जॅक लगेच तयार झाला होता; पण लूनं मात्र सांगितलं होतं, की माझी तिथे हजर राहण्याची खूप इच्छा आहे; पण वॉल स्ट्रीट भागात दोन ब्रोकर्सची हत्या झाली असल्यामुळे मला यायला उशीर होऊ शकेल. ते दोघं ब्रोकर्स एका क्लाएंटच्या अपेक्षा पूर्ण करू शकले नाहीत, त्यामुळं चिडून जाऊन त्यानं त्या दोघांना ठार मारलंय, तरी पण मी तिथे येण्याचा जास्तीत जास्त प्रयत्न करेन.

आपल्या हातातल्या दोन्ही केसेसचं काम संपवून लॉरी पाचव्या मजल्यावर गेली. टॉक्सिकॉलॉजी विभागात जॉन तिची वाटच बघत होता. त्यानं जे सांगितलं ते ऐकून तिला आश्चर्याचा सुखद धक्का बसला. "तुझ्या केसच्या रक्त आणि लघवीच्या टॉक्सिकॉलॉजी तपासणीच्या निष्कर्षांचा मी आणखी एकदा बारकाईनं

अभ्यास केला. मी टेट्रोडोटॉक्सिनसकट आणखी काही न्यूरोटॉक्सिन्ससाठीचे आमच्या लायब्ररीमधले मॅचेस काढले आणि ते तुझ्या केसशी ताडून बघितले.''

''आणि मग?'' तिनं अधीरपणे विचारलं.

''इंटरेस्टिंग प्रकार दिसला मला. टेट्रोडोटॉक्सिन जर असतं, तर जिथे ग्राफवर दिसतात तसे उंचउंच पीक्स दिसायला हवे होते, तिथे फक्त छोटेछोटे उंचवटे दिसले मला.''

''म्हणजे तुझं म्हणणं असं आहे का, की रक्त आणि लघवीमध्ये टेट्रोडोटॉक्सिन अस्तित्वात तर आहे; पण त्याचं कॉन्सट्रेशन पुरेसं नाही?''

''नाही, तसं नाही म्हणायचं मला. मला म्हणायचंय ते असं, की ते अस्तित्वात असू शकेल असंही मी म्हणू शकत नाही, आणि नसू शकेल असंही म्हणू शकत नाही. म्हणजे फरक आहे; पण जाणवेल– न जाणवेल असा आहे. आता त्या पेलेटच्या शरीरात घुसण्याच्या मार्गात काय सापडेल याची उत्सुकता तुझ्याइतकीच मलाही लागून राहिलीय. मुळात ती नक्की पेलेट तरी होती का, इथपासून सुरुवात आहे. तसं काही तुला सापडलं का? निदान एखादा तुकडा तरी?''

''नाही ना.'' लॉरीनं नकारार्थी मान हलवली. ''मी त्या मार्गाच्या किंवा जखमेच्या म्हणू आपण– तळाशी बरंच बारकाईनं चाचपून बघितलं. मी एक्स-रेसुद्धा तीन-तीनदा तपासले. त्यामुळे मला असं वाटतं, की ती पेलेट अशा एखाद्या पदार्थापासून बनवलेली असावी, की ती शरीरातल्या इंटरस्टिशिअल फ्लुईडमध्ये गेल्याबरोबर विरघळून गेली असावी. अर्थात, मी जेव्हा त्या माणसाच्या शरीरावर कुठे जखम दिसते का हे बघायला सुरुवात केली, तेव्हा तो मरून चाळीस तास होऊन गेले होते. त्यामुळे ती विरघळायला भरपूर वेळ मिळाला होता.''

''काही असो, एखाद्याला मारण्याचा हा मार्ग अगदी कळेल न कळेल असा होता. या बाबतीत मात्र हा कट रचणाऱ्यांना दादच द्यायला हवी. पेलेट आत शिरल्याची जखम सापडली नसती, तर त्याचा मृत्यू नैसर्गिक होता असंच म्हणावं लागलं असतं.''

''अगदी बरोबर. या केसमध्ये नेमकं हेच झालं.''

''ओके. चल, आता प्रयोगशाळेत तुझी व्यवस्था करू.'' जॉन त्याच्या खुर्चीवरून उठला. ''मी वर सहाव्या मजल्यावर तुझी बसायची व्यवस्था केलीय. खरं म्हणजे जिथे लिक्विड क्रोमॅटोग्राफी (मास स्पेक) मास स्पेक मशिन्स आहेत, त्याच खोलीत तुझी व्यवस्था केलीय मी.''

''व्हेरी गुड.'' ते दोघं जिना चढून सहाव्या मजल्यावर आले.

''मी टेरेसा चेनला– ही माझी एक असिस्टंट आहे– तुझ्या प्रश्नांना उत्तर देण्यासाठी थांबायला सांगितलंय. या मशिन्सच्या बाबतीत ती एकदम तरबेज

आहे.''

ते दोघं दार उघडून वरच्या प्रयोगशाळेत आले.

ती एक आधुनिक अशी जीवशास्त्रीय प्रयोगशाळा होती. आत काही मोठ्या आकाराची स्वयंचलित यंत्रं होती. एकदा ही यंत्रं सेट करून सुरू केली, की ती स्वयंचलितपणे एकाच वेळी अनेक जीवशास्त्रीय नमुने हाताळू शकत होती. त्यानंतर त्यांच्यावर फारसं लक्ष ठेवावं लागत नसे. सगळ्या यंत्रांचा मिळून एक सहज ऐकू येणारा; पण गोड वाटणरा 'हम' असा आवाज येत होता आणि जसजसे नमुने कन्व्हेयर्सवरून पुढे जात होते, तसे मधूनच 'क्लिक' 'क्लिक' आवाज येत होते.

फक्त एकच तरुण मुलगी या सगळ्या यंत्रांवर लक्ष ठेवत आत उभी होती. हीच टेरेसा चेन होती. काळ्याभोर केसांची पोनीटेल बांधलेल्या या कोरियन मुलीशी जॉननं लॉरीची ओळख करून दिली. दोघांनी हसतमुखानं शेकहँड केला.

''तुझी कामाची व्यवस्था इकडे केलीय.'' जॉननं एका मोकळ्या काऊंटरकडे हात केला. ''आणि माझ्या मते एक्सट्रॅक्शनसाठी तू एन-ब्युटेनॉलच वापर. तुझ्या कामासाठी तेच सगळ्यात योग्य आहे. ओके, तयार?''

''हो, हो, टेरेसा तयार असली तर मी तयार आहे.''

''मी केव्हापासूनच तयार आहे.'' टेरेसानं हसून म्हटलं.

''ओके. मी निघतो आता.'' जॉननं म्हटलं, ''अधूनमधून चक्कर टाकेन इकडे, तुझं काम कसं चाललंय ते बघायला.''

तो गेला. टेरेसानं फ्रिज उघडून एक छोटंसं काचेचं चंचुपात्र आणलं. ''ही घे तुझी स्लरी.''

चंचुपात्रात लॉरीनं दिलेल्या नमुन्याची फिकट गुलाबी, बऱ्यापैकी घट्ट सूपसारखी दिसणारी स्लरी होती. काम करताना तिच्या मनात कॉलेजमध्ये प्रयोगशाळेत काम करत असतानाच्या गोड आठवणी दाटून येत होत्या. आपल्याच केसमध्ये वापरलेल्या विषाचा शोध घेण्यात तिला एक वेगळंच समाधान वाटत होतं– आणि विशेष म्हणजे अशी मदत करण्यासाठी तिला या क्षणी मोकळा वेळही होता. आणि केवळ सुदैवानं त्याच क्षणी जेजेच्या संबंधात शहरातल्याच दुसऱ्या एका ठिकाणी घडत असलेल्या दुर्घटनेची सुतराम कल्पना नसल्यामुळे थोड्याच वेळात ती कामात गर्क होऊन गेली.

३१

मार्च २६, २०१०

शुक्रवार, दुपारी ४.०५

बेनचा आजचा दिवस पार एका टोकाकडून दुसऱ्या टोकाकडे गेलेला होता. सातोशीचा काहीच ठावठिकाणा अजूनही लगात नव्हता, ही एक दुखऱ्या दाढेसारखी ठुसठुसणारी डोक्याची काळजी सोडली, तर बेन आज अगदी दुपारपर्यंत अत्यंत खुशीत होता. भरपूर पगार असलेली बायोटेक क्षेत्रातलीच नोकरी सोडून त्यानं मोठ्या धाडसानं त्याची ही आयपीएस यूएसए कंपनी काढली होती. तो सगळाच काळ अडचणी, चिंता, धडपडीनं भरलेला होता; पण आज सकाळी मात्र त्याची जवळजवळ खात्री झालेली होती, की आपण काढलेल्या कष्टांचं चीज झालंय. आता त्याची अजून बाल्यावस्थेतच असलेली कंपनी हेवा करण्याजोग्या परिस्थितीत होती, कारण आता ती इंड्यूस्ड प्लुरिपोटंट स्टेम सेल्सचं व्यापारीकरण करण्याच्या मार्गातलं एक अत्यंत महत्त्वाचं पेटंट खिशात बाळगून होती. कंपनीनं आता आणखी एक आयपीएस क्षेत्रातली कंपनी खरेदी करण्याचं काम सुरू केलेलं होतं. आणि या दुसऱ्या कंपनीच्या 'बौद्धिक मालमत्तेमध्ये' स्टेम सेल्स उत्पादन करण्याचं सध्याचं सर्वोत्तम पेटंट होतं. आणि शिवाय बेनच्या कंपनीला वाटेल तेवढा पैसा उभा करण्याची अलिबाबाची गुहाच जणू सापडली होती.

त्यामुळे बेन जाम खुशीत होता; पण दुपारी चारच्या सुमाराला अचानक घडलेल्या त्या घटनेमुळे त्याचा सगळा आशावाद, उत्साह वाळवंटात पडलेल्या बर्फाच्या गोळ्यासारखा पार वितळून गेला होता. आता तो पार गोंधळून गेलेला

होता, प्रचंड चिंतेनं ग्रासला गेलेला होता. आता घरी जायचं, मस्तपैकी आराम करायचा आणि उद्या सकाळी ट्रायथलॉनच्या दहा किलोमीटरच्या रेसमध्ये भाग घ्यायचा, असं ठरवून तो कंपनीतून बाहेर पडला होता; पण त्यानंतर जे भयंकर घडलं होतं, त्यामुळे आता तो जॉर्ज वॉशिंग्टन ब्रिजवरून गाडी चालवत मेडिकल एक्झॅमिनरच्या ऑफिसमध्ये चाललेला होता. आता त्याला ओसीएमईमध्ये जाऊन एका बेवारशी प्रेताची ओळख पटवायचं काम करायचं होतं. तिथल्या ज्या क्लार्कशी – रिबेका मार्शल नाव होतं तिचं – तो फोनवर बोलला होता, तिनं त्या प्रेताचं वर्णन केलं होतं, की ते प्रेत बुधवारी संध्याकाळी सुमारे साडेसहा वाजता आणण्यात आलेलं होतं. बळी पडलेला माणूस एका सब-वे प्लॅटफॉर्मवर कोसळून पडला होता. त्याचं वय साधारण पस्तीस ते पंचेचाळीस वर्षं होतं. वजन एकशे चाळीस पौंड, उंची पाच फूट आठ इंच, चेहऱ्याची ठेवण आशियाई होती, आणि त्याचे केस बारीक कापलेले होते. हे सगळंच वर्णन सातोशीच्या वर्णनाशी मिळतंजुळतं होतं. म्हणूनच बेनला शंका वाटत होती, की तो बहुधा सातोशीच असावा.

एफडीआर ड्राईव्हवरून जात असताना बेननं आपल्या रेंज रोव्हर गाडीच्या आरामदायक वातावरणात बसून विचार करण्याचा जास्तीत जास्त प्रयत्न केला होता. सामान्यतः त्याला गाडीच्या इंजिनाचा 'हम' असा आवाज आणि हलकीशी गुंगी आणत मागे धावणारा रस्ता, अशा वातावरणात शांतपणे विचार करता येत असे. आतासुद्धा, परिस्थिती थोडीफार आपल्या हातात आहे, तोपर्यंत त्याला विचार करण्यासाठी मोकळा वेळ हवा होता. कारण गेल्या काही तासांमध्ये बरंच काही घडून गेलं होतं.

फोर्ट लीमध्ये त्या घरातून त्याला भयंकर दुर्गंधी आली होती आणि नंतर ती प्रेतं मिळाली होती. त्या क्षणापासून त्याचा दिवस खराब होत गेला होता. प्रचंड धक्कादायक दृश्य होतं ते. त्यात त्यानं छोट्या शिगेरूची सुटका केली होती हा चांगला भाग सोडला, तरी सातोशीला शोधायला गेल्याचा त्याला भयंकर पश्चात्ताप होत होता. आपण गेला नसतो, तर कदाचित ती प्रेतं आणखी कित्येक दिवस सापडली नसती आणि आपण नसत्या भानगडीत सापडलोही नसतो. आणि पोलिसांना कॉल करण्याची घोडचूक आपणच केली!

त्याला अंधुकशी शंका आली होती, की केवळ त्या घरात जाऊन आल्यामुळे आपण त्या गुन्ह्याच्या जागेत नक्कीच काही ना काही ढवळाढवळ केली आणि त्यामुळे आपल्यावर संशय घेतला जाण्याची शक्यता आहे; पण तो चटकन दूर करता येईल; पण आपण अगदी सुरुवातीपासून संशयित धरलो गेलो आहोत, याची मात्र त्यानं कल्पनाही केली नव्हती.

९११ नंबरला कॉल केल्यावर बेन पोलीस येण्याची वाट बघत गाडीतच बसून राहिला होता. अधूनमधून तो छोट्या शिगेरूला पाण्याचे घोट पाजत होता.

सातोशीच्या घरातल्या सगळ्यांची हत्या झाली, आता पुढे याचे काय परिणाम होणार याच्या विचारात तो पूर्णपणे गुंगून गेला होता. आता मीडियावाले या घटनेला प्रचंड प्रसिद्धी देणार आणि मारेकऱ्यांच्या शोधाची प्रचंड मोहीम सुरू होणार, हे तर उघडच होतं. जरी आपल्याला त्या मृतदेहांमध्ये सातोशीचं प्रेत दिसलं नसलं, तरी ते घरातच आणखी कुठेतरी असू शकेल, त्यानं मनात म्हटलं होतं. त्याला स्वतःला ही सामुदायिक हत्या संघटित गुन्हेगारीशी– त्यातही अमली पदार्थांच्या चोरट्या व्यापाराशी संबंधित असावी असा दाट संशय होत होता, आणि पोलीसही त्याच दृष्टीनं तपास करतील असं वाटत होतं.

कुठल्याही एखाद्या मोठ्या गुन्ह्याच्या तपासात आपलं नाव गोवलं जाणं हेच मुळात त्याच्या कल्पनेपलीकडचं होतं, आणि या भानगडीत तो गोवला जाणार हे तर नक्की होतं. सातोशी आपल्याकडे नोकरीवर होता, म्हणजे आपण स्वतः आणि आपली कंपनी, दोघंही यात गुंतले जाणार. आता काय करावं हेच त्याला समजेनासं झालं होतं.

आयपीएस यूएसएचा जर खोलवर तपास झाला, तर? कल्पनाच मुळापासून हादरवून सोडणारी होती. देशातल्या आर्थिक मंदीमुळे केवळ नाइलाजानं त्याला गुन्हेगारीतल्या पैशाकडे वळावं लागत होतं. सुरुवातीला त्यानं अगदी छोट्या रकमा कर्जाऊ घेतल्या होत्या. आणि त्या लगेच व्याजासकट परतही केल्या होत्या. पण जसजसा काळ जात राहिला होता आणि मंदीची परिस्थिती लवकर बदलणार नाही हे स्पष्ट होत गेलं होतं तसतशी त्याची आणखी पैसे कर्जाऊ घेण्याची प्रवृत्ती वाढत गेली होती. मंदीचा फटका बसलेल्या इतर लोकांप्रमाणे त्यालाही नेमकी जेव्हा निकड होती, तेव्हाच पैसा उभा करणं कठीण झालं होतं. आणि अशाच वेळी त्याला मायकेलचं सांगणं मान्य करावं लागलं होतं. हवा तितका पैसा मिळू शकेल, तो वापरणं अगदी सुरक्षितही आहे, आणि तो परत देण्याऐवजी तितक्या किमतीचे कंपनीचे इक्विटी शेअर देणं केव्हाही चांगलं, नाही का? विनी डॉमिनिक आणि साबोरू फुकुदा या दोघांनीही त्याला अगदी छातीठोकपणे सांगितलं होतं, की आमचा पैसा नेमका कुठून आला हे शोधून काढणं केवळ अशक्य आहे, कारण हा पैसा इतक्या बनावट कंपन्यांमधून 'फिरवून' तुझ्यापर्यंत आलाय, की या सगळ्या गुंत्यामधून पैशाचा मूल स्रोत शोधणं शक्यच नाही. आणि या कंपन्यासुद्धा जगातल्या अशा आर्थिक दृष्टीनं बदनाम देशांमध्ये आहेत, की जिथे लाचखोरी आणि बनवाबनवी हाच उलट नेहमीचा शिरस्ता आहे. शिवाय या देशांनी 'म्युच्युअल लीगल असिस्टंन्स ट्रीटी' वर सह्या केलेल्या नाहीत, त्यामुळे त्या कंपन्यांची माहिती अमेरिकन सरकारला मिळणंसुद्धा अशक्यप्राय आहे.

शिगेरूला घेऊन बेन आपल्या गाडीत बसून होता. आता या हत्यांच्या

तपासात पुढे काय बाहेर पडेल कोण जाणे, अशा विचारांमध्ये तो बुडून गेलेला असतानाच वेगानं जवळ येत चाललेल्या पोलीस गाड्यांच्या कर्णकर्कश सायरनच्या आवाजांची त्याला हळूहळू जाणीव झाली होती. पाठोपाठ पोलिसांच्या तीन गाड्याही वेगानं एकामागून एक येताना त्याला गाडी बाहेरच्या आरशात दिसू लागल्या होत्या. एकदा त्याच्या मनात विचार येऊन गेला होता, की आपण गाडीतून उतरून त्यांची वाट बघत बाहेर उभं राहावं; पण त्या गाड्यांचा वेग इतका भयंकर होता, की त्यानं लगेचच तो विचार बदलून टाकला होता– नको, उगाच एखाद्या गाडीनं आपल्याला उडवलं तर? अत्यंत वेगानं त्या तीन गाड्या त्याच्यापाशी येऊन करकचून ब्रेक मारून थांबल्या होत्या– किंबहुना, त्या पूर्ण थांबण्याआधीच तिन्ही गाड्यांचे दरवाजे झटकन उघडले होते आणि फोर्ट ली मधले पोलीस झपाट्यानं खाली उतरले होते. उतरता उतरताच प्रत्येकानं आपापलं पिस्तूलही काढलेलं होतं! जणू काही त्यांना असं वाटत असावं, की आता या क्षणीच हत्या घडताहेत, अशा आविर्भावात. खरं म्हणजे बेननं पोलिसांना फोन करतानाच स्पष्ट सांगितलं होतं, की या हत्या होऊन बरेच दिवस झाले असावेत असं वाटतंय.

सगळी पिस्तुलं आपल्यावर रोखलेली पाहून बेनची भीतीनं जवळजवळ बोबडीच वळली होती. असला अनुभव त्याला पूर्वी कधीच आलेला नव्हता. त्याची जवळजवळ खात्रीच झाली होती, की आपण चुकून जरी थोडी हालचाल अचानक केली, तरी आपल्या शरीराची पुढच्याच क्षणी चाळण होणार! तरी बरं, अजून तो गाडीतच बसून होता

''चल, बाहेर ये.'' एका अधिकाऱ्यानं दरडावून हुकूम सोडला होता. ''दोन्ही हात मोकळे, आणि वर केलेले पाहिजेत!''

''सावकाश!'' आणखी एका पोलीस ओरडला होता. ''कसलीही गडबड नकोय.''

''गाडीत एक छोटा मुलगा आहे माझ्याबरोबर.'' बेनही थरथरत्या आवाजात ओरडला होता. ''त्याला औषधपाण्याची गरज आहे.''

''तू बाहेर ये आधी.''

''आलो, आलो. मीच तर तुम्हाला खबर देण्यासाठी फोन केला होता– मी गुन्हेगार नाही.''

''जमिनीवर पालथं पड! दोन्ही हात आणि पाय ताठ, एकमेकापासून दूर पाहिजेत!''

किंचित थरथर कापत बेन गाडीतून उतरला होता आणि खाली रस्त्यावर धुळीत पालथा झोपला होता.

लगेचच दोन-तीन पोलिसांनी त्याच्यापाशी वाकून त्याचं संपूर्ण शरीर चाचपून पाहिलं होतं. त्याच्याकडे कोणतंही शस्त्र नाही, याची खात्री झाल्यावर त्याला

हातकड्या घालून उचलून उभं केलं होतं. लगेचच काही पोलीस हातात पिस्तुलं घेऊन धावतच त्या घरात शिरले होते.

"शी! शी! काय दुर्गंधी येतेय" बेनशेजारी उभ्या असलेल्या एका पोलिसानं नाकाला रुमाल लावत म्हटलं होतं. मग तो बेनकडे वळला होता. "तुम्ही आत गेला होतात का?"

"हो, गेलो होतो. मला जायची मुळीच इच्छा नव्हती; पण आतून मला एक रडण्याचा आवाज ऐकू आला, म्हणून नाइलाजानं गेलो. तो या मुलाच्या रडण्याचा आवाज होता. बेननं मानेनंच गाडीकडे खूण केली होती. "पण तुम्ही मला हातकड्या का घातल्या आहेत? माझ्यावर संशय आहे का तुमचा? कारण आत ज्या हत्या झाल्यात, त्या होऊन बरेच दिवस झालेले दिसताहेत– निदान या दुर्गंधीवरून तरी तसंच वाटतंय."

तो पोलीस गप्पच राहिला होता. दरम्यान कानठळ्या बसवणारा सायरन वाजवत एक रुग्णवाहिकाही आली होती. त्यातून काही कर्मचारी उड्या मारून उतरले होते. एकानं लगेच रुग्णवाहिकेच्या मागच्या बाजूला धावत जाऊन मागचं दार उघडलं होतं, तर दुसरा बेनकडे धावत आला होता.

"तो मुलगा कुठाय?" रुग्णवाहिकेच्या ड्रायव्हरनं विचारलं होतं. ही रुग्णवाहिका बेननंच, पोलिसांना कॉल करताना मागवली होती.

"इथे गाडीत आहे." बेननं घाईघाईनं म्हटलं होतं, "आणि तो ठीक आहे. त्याचं बरंच डीहायड्रेशन झालंय; पण त्याहीपेक्षा तो जास्त घाबलेला आहे. जेव्हा या हत्या घडल्या, तेव्हा एका गुप्त खोलीत त्याला कोणीतरी त्याला लपवून ठेवलं होतं बहुतेक. मी स्वतः एक डॉक्टर आहे. त्याला सलाईनची गरज आहे. त्याचं रक्त तपासायला हवंय. त्याच्या किडनी नीट काम करताहेत की नाही हे बघायला हवंय."

तो त्याला पकडणाऱ्या पोलिसांपैकी एका युनिफॉर्म घातलेल्या अधिकाऱ्याकडे वळला होता. या अधिकाऱ्याचं नाव सार्जंट हिगिन्स असं असल्याचं त्याच्या छातीवरच्या टॅगवरून दिसत होतं. "मला त्या मुलाबरोबर जाऊ द्या. मी आधीच सांगितलंय, तसा मी डॉक्टर आहे. त्याला हॉस्पिटलमध्ये दाखल करून त्याची व्यवस्था केल्यावर हवं तर मी परत इथे येतो, तुमच्या चौकशीसाठी."

"तुमचं या पोराशी काही नातं वगैरे?"सार्जंट हिगिन्सनं विचारलं.

"नाही, काहीही नातं नाही." बेननं मान हलवली होती. "पण..." आणि त्या क्षणी त्याला ऑफिसमधल्या तिजोरीत ठेवलेले सातोशीबरोबर केलेले ते सगळे करार आठवले होते : दोन मृत्युपत्रं, एकावर सह्या झालेल्या, तर दुसऱ्यावर सह्या झालेल्या नव्हत्या. आणि तो सह्या झालेला ट्रस्टचा करार. याच करारानुसार

आयपीएसपी सगळी महत्त्वाची पेटंट्स त्या ट्रस्टच्या मालकीची होणार होती, आणि तो स्वतः त्या ट्रस्टचा विश्वस्त होणार होता. हे सगळे कागदपत्र आठवल्यामुळे बेनची अवस्था म्हणजे एखाद्या भयंकर वादळातून सुटण्याचा मार्ग अचानक दिसू लागावा अशी झाली होती. आता आपल्याला आपल्या पेटंट्सबद्दल निदान काही बोलता तरी येईल– आणि ही गोष्ट आपली कंपनी वाचवण्याच्या दृष्टीनं नक्कीच आशादायक आहे, त्यानं मनात म्हटलं होतं.

"पण काय?" सार्जंट हिगिन्सनं विचारलं होतं.

"पण त्याच्या वडिलांच्या मृत्युपत्राचं प्रोबेट झाल्यावर मी त्याचा पालक होणार आहे."

"म्हणजे त्याच्या वडिलांचीही हत्या झालीय का? त्यांचंही प्रेत आहे का, आतमध्ये?"

"असलं तर ते मला तरी दिसलेलं नाही. मला फक्त त्याच्या आईचं प्रेत दिसलं."

"त्याचे वडील मेलेत का?"

"तेही मला माहीत नाही." बेननं म्हटलं होतं; पण त्याच वेळी त्याच्या लक्षात आलं होतं, की आपण जरी या क्षणी ते एकमेव सह्या झालेलं मृत्युपत्र दाखवलं, तरी आपण शिगेरूबरोबर रुग्णवाहिकेतून का निघून जातोय याचं फारसं पटणारं कारण आपण देऊ शकणार नाही. त्यामुळे तो रुग्णवाहिकेमधून आलेल्या कर्मचाऱ्याकडे वळून म्हणाला होता, "तुम्ही या मुलाला घेऊन जा– त्याचं नाव आहे शिगेरू माचिता. तुम्ही त्याला सलाईन सुरू करा, आणि हॉस्पिटलच्या लोकांना सांगा, की मी बहुधा लवकरच याचा पालक होणार आहे, आणि त्याच्यावर मी सांगितले तसे उपचार करायला मी परवानगी देतोय. आणि त्यात असंही सांगा, की मी शक्य होईल तितक्या लवकर स्वतः हॉस्पिटलमध्ये येईन."

"ओके." त्या कर्मचाऱ्यानं म्हटलं होतं आणि तो बेनच्या गाडीच्या पुढच्या दाराशी जायला वळला होता.

त्या माणसानं दार उघडून शिगेरूला उचलून घेतलं होतं आणि त्याच्या अंगाला येणारी भयंकर दुर्गंधी नाकाला जाणवताक्षणीच चेहरा वाकडातिकडा करत एकदम मान दुसरीकडे वळवली होती. लगेचच धावत रुग्णवाहिकेच्या मागच्या बाजूला जाऊन त्यानं शिगेरूला दुसऱ्या कर्मचाऱ्याकडे सोपवलं होतं.

बेनच्या डोक्यात आता पुढे उभ्या राहणाऱ्या कायदेशीर समस्यांचे विचार सुरू झाले होते. स्वतः सातोशी आणि त्याच्या घरातल्या इतर लोकांप्रमाणे शिगेरूसुद्धा एक बेकायदा मार्गानं आलेली परदेशी व्यक्ती होता. त्याची तर तो अमेरिकेत आल्याचीसुद्धा कुठे नोंद नव्हती. तो जपानचा नागरिक असल्याचा मोठा परिणाम

त्याच्या भवितव्याबाबत अमेरिकेतल्या कोर्टानं दिलेल्या निर्णयावर होणार, हे उघड होतं. पण हा सातोशी कुठाय? जिवंत आहे की मेलाय? जिवंत असेल, तर कायदेशीर गुंतागुंती जरा कमी असतील. तो घरी आला, त्याला घरातल्या लोकांच्या झालेल्या हत्या दिसल्या, आणि त्यामुळे तो लपून बसलाय असं तर झालं नसेल? पण आता ते अशक्य वाटतंय, मनातल्या एका कोपऱ्यात कुठेतरी बेनची हळूहळू खात्री पटत चालली होती, की सातोशीसुद्धा मारला गेला असावा– किंवा निदान दुसऱ्या एखाद्या कारणामुळे मेला असावा.

ती रुग्णवाहिका निघून गेली होती; पण आणखी पोलिसांच्या गाड्या आल्या होत्या. या गाड्या बर्जेन काऊंटी पोलिसांच्या होत्या.

मिनिटभरानंतर या बर्जेन पोलीस काऊंटी पोलिस गाड्यांच्या मागे एक साधी, कोणतीही चिन्हं नसलेली गाडी, आणि पाठोपाठ काही पांढऱ्या व्हॅन येऊन उभ्या राहिल्या होत्या. प्रत्येक व्हॅनच्या डाव्या-उजव्या बाजूवर न्यू जर्सी डिपार्टमेंट ऑफ पब्लिक सेफ्टी, ऑफिस ऑफ मेडिकल एक्झॅमिनर' असं लाल अक्षरांमध्ये रंगवलेलं होतं. त्या साध्या गाडीमधून एक साध्या वेशातला पोलीस डिटेक्टिव्ह उतरला होता – मध्यम उंची, जाडसर बांधा, आणि अर्धवट पिकायला सुरुवात झालेले ब्राऊन रंगाचे केस असलेला. वरून शांत दिसणाऱ्या या माणसाची देहबोली त्याची हुशारी, अधिकार आणि निश्चयी वृत्ती लगेचच दर्शवत होती.

त्याला पाहून सावध झालेल्या बेनकडेच तो थेट चालत आला होता. ''मी डिटेक्टिव्ह टॉम जेनो, बर्जेन काऊंटी पोलीस.'' बेनच्या उत्तराची वाट न बघताच तो सार्जंट हिगिन्सकडे वळला होता. ''९११ला कॉल यांनीच केला होता?''

''हो, सर.''

''मग यांना हातकड्या घालायचं कारण?''

सार्जंट हिगिन्स काहीसा गोंधळून गेला होता. जरा सावरून त्यानं उत्तर दिलं, ''लेफ्टनंट ब्रिग्जनंच सांगितलं होतं यांची चाचपणी करून हातकड्या घालायला.''

''पण का?''

''अं... कारण इथे सामुदायिक हत्याकांड झालंय म्हणून.''

''हो, पण माझ्या माहितीप्रमाणे हे हत्याकांड होऊन किमान एक-दोन दिवस झालेत.'' टॉम जेनोनं अगदी सहज आवाजात म्हटलं होतं.

''अं..हो, खरंय.''

''मग यांना मोकळं करा.'' तितक्याच शांतपणे जेनोनं फर्मावलं होतं.

बर्जेन काऊंटीचे पोलीस कसे झपाट्यानं कामाला लागले आहेत, हे बेनला दिसत होतं. एकीकडे फोर्ट लीचे पोलीस तो सगळा भाग सुरक्षित करत असताना बर्जेन काऊंटीच्या पोलिसांनी तपासाचं काम सुरू केलं होतं. टॉम जेनोच्या व्यतिरिक्त

तिथे काही युनिफॉर्ममधले पोलीस होते, काही गुन्हा घडलेल्या ठिकाणी तपास करणारे पोलीस होते, आणि काही बर्जेन काऊंटी मेडिकल एक्झॅमिनरच्या ऑफिसातले वैद्यकीय कायद्यानुसार तपास करणारेही लोक होते. मेडिकल एक्झॅमिनरच्या ऑफिसातले हे लोक, पोलिस कर्मचाऱ्यांनी सातोशीचं घर आत जाण्यासाठी ठीक असल्याचं जाहीर करताक्षणीच घरात शिरण्यासाठी अंगावर संरक्षक पोशाख चढवत होते. जेनोबरोबर त्याच्या गाडीमधून बर्जेन काऊंटी डिस्ट्रिक्ट ॲटर्नीच्या ऑफिसातला एक अधिकारीही तिथे आलेला होता. जेनो जेव्हा बेनची चौकशी करेल, तेव्हा तिथे हजर राहण्यासाठी त्यानं जेनोला परवानगी मागितली होती, आणि जेनोनंही त्याला लगेच होकार दिला होता.

"तुम्हाला उगाच हातकड्या घातल्या. त्याबद्दल सॉरी." बेनच्या हातकड्या काढल्याबरोबर जेनोनं म्हटलं गेलं. बेननं मानेनंच 'ओके' असं म्हटलं होतं.

त्याला जेव्हा सातोशीच्या घरात पडलेली प्रेतं दिसली होती, तेव्हा त्याला बरीच चिंता वाटली होती खरी; पण आपल्यालाच संशयित धरलं जाईल हे मात्र त्याच्या डोक्यातही आलं नव्हतं. "तुम्ही मला संशयित धरत नाही आहात, हो ना?" हातकड्या काढल्यावर त्यानं आपली मनगटं चोळत विचारलं होतं– खुंटी हलवून बळकट करण्यासाठी.

"अजून तरी नाही." डिटेक्टिव्ह जेनोनं म्हटलं होतं. "आपण तुमच्या गाडीत बसून बोलू या का? ते बरं पडेल."

आपण संशयित आहोत की नाही, या बेनच्या शंकेचं पुरतं निराकरण झालेलं नव्हतं. तरी पण त्यानं गाडीत बसून बोलायचं मान्य केलं होतं. तो ड्रायव्हरच्या जागेवर जाऊन बसला होता, तर टॉम जेनोनं, त्याच्या शेजारच्या सीटवर बसणं पसंत केलं होतं. डिस्ट्रिक्ट ॲटर्नीच्या ऑफिसातला तो अधिकारी मागच्या सीटवर, जेनोच्या पाठीमागे येऊन बसला होता.

पॅड-पेन्सिल सरसावून टॉम जेनोनं बेनला त्याचं नाव, पत्ता, व्यवसाय वगैरे नेहमीचे प्रश्न विचारायला सुरुवात केली होती. बेन उत्तर देत असतानाच तो पॅडवर भराभर लिहून घेत होता. त्याचे प्रश्न इतके नेमके आणि एका पाठोपाठ एक येत होते, की बेनला त्याच्याबद्दल हळूहळू एक प्रकारचं कौतुक वाटायला लागलं होतं. सगळीच प्रश्नोत्तरं अत्यंत सहज पद्धतीनं होत होती. अगदी थोड्या वेळात ते बेनच्या ओळखीपासून, इतर माहितीपासून आज बेनला सातोशीच्या घराकडे का यावं लागलं, याच्या कारणापर्यंत येऊन पोहोचले होते.

टॉम प्रश्न विचारून थांबला, की लगेच बेनला आपले हातपाय किंचित थरथर कापत असल्याचं जाणवत होतं– आणि ते टॉमला तर जाणवत नाही ना, अशी शंका येत होती. त्याला टॉमबद्दल वाटू लागलेल्या कौतुकाचं रूपांतर हळूहळू

धास्तीत होत होतं – आपल्याला या माणसाला जी माहिती समजायला नकोय, तीच नेमकी हा शोधून काढेल की काय? त्याला ही चौकशी ताबडतोब थांबावी असं मनापासून वाटत होतं; पण तो तसं उघड बोलूनही दाखवू शकत नव्हता– न जाणो आपल्याला वाटणारी भीती याला जाणवली, तर काय घ्या?

आणखी एक कारण होतं– उत्तरं देताना बेन संपूर्णपणे खरं बोलला नव्हता. खरं तर त्यानं दोन वेळा थापा मारलेल्या होत्या. पहिली थाप अशी, की सातोशी माचितानंच आपल्याला त्याच्या घराचा पत्ता दिल्याचं त्यानं सांगितलं होतं. आणि दुसरी थाप म्हणजे, सातोशीला हे घर कुठून मिळालं हे आपल्याला माहीत नाही, असं तो बोलला होता.

तेवढ्यात एक पोलीस सातोशीच्या घरातून आला होता आणि त्यानं टॉम जेनोच्या जवळच्या खिडकीपाशी येऊन काचेवर टकटक केलं होतं. टॉम गाडीचं दार उघडून त्याच्याशी बोलायला गेला होता. बेननं मागे वळून गाडीत मागे बसलेल्या त्या डिस्ट्रिक्ट ॲटर्नीच्या ऑफिसातल्या अधिकाऱ्याकडे बघितलं होतं. दोघांनी एकमेकांकडे बघून किंचित मान डोलावली होती; पण एकमेकांशी एक शब्दही बोलले नव्हते. कारण नुसत्या गप्पा मारण्यासारखी ती परिस्थितीच नव्हती. थोड्याच वेळात टॉम पुन्हा आत येऊन बसला होता आणि त्यानं लगेच चौकशी पुढे सुरू केली होती.

''मला आत्ताच समजलंय की तुम्ही या घरात गेला होतात?''

''हो, गेलो होतो.'' बेननं म्हटलं होतं. ''खरं म्हणजे माझी मुळीच जायची इच्छा नव्हती; पण त्या पोराचा रडण्याचा आवाज आला, म्हणून आत गेलो. मी दाराशी गेलो, तेवढ्यात मला त्याच्या रडण्याचा आवाज आला, त्यामुळे त्याचा जीव वाचवण्यासाठी मला आत जाणंच भाग होतं.'' आणखी एक थाप. आणि आपण ही थाप का मारली, हेही त्याला समजलं नव्हतं.

''दरवाज्यात असलेल्या खिडकीची काच तुम्ही फोडलीत का?''

''नाही, नाही. मी तिथे पोहोचलो तेव्हा ती आधीच फुटलेली होती. आणि दारही अर्धवट उघडं होतं.''

''आत मरून पडलेल्या लोकांपैकी तुम्ही कोणाला ओळखलंत का?''

''फक्त त्यातल्या बायकोला ओळखलं.''

''आणि सातोशीचं काय?''

''तो आत नव्हता– निदान तिथे तरी नव्हता; पण मी खाली बेसमेंटमध्ये गेलो नाही.''

''तो नाहीच आहे तिथे.'' टॉमनंच म्हटलं होतं, ''मला असं समजलंय की सगळे मृतदेह एकाच रूममध्ये आहेत. सगळे ओळीनं खाली जमिनीवर मांडून

ठेवलेले दिसताहेत. सहा मृतदेह आहेत ते.''

''बरोबर. मीसुद्धा हेच दृश्य पाहिलं.''

''पण तो कुठाय?'' टॉमनं जणू एखाद्या ओळखीच्या माणसाची चौकशी करावी तसं विचारलं होतं.

''मला खरंच माहीत नाही.'' बेननं उत्तर दिलं होतं. ''गेले काही दिवस मी त्याला कॉल करत होतो. त्याला एखाद्या लॅबमध्ये त्याची संशोधनाची व्यवस्था करून हवी होती. ती झालीय, असं मला त्याला सांगायचं होतं. इथे येण्याचंही कारण हेच होतं– त्याला भेटून हे सांगायचं होतं.''

''सगळ्यात शेवटी तुम्ही त्याला केव्हा भेटलात? आणि कुठे?''

''बुधवारी दुपारी. आम्ही आमच्या ऑफिसमध्ये एका लायसन्सिंगच्या करारावर सह्या केल्या. आणि त्या निमित्तानं एक छोटासा पार्टीसारखा कार्यक्रम केला आणि त्यानंतर तो लगेचच घरी जायला निघाला– त्याला ही चांगली बातमी त्याच्या बायकोला सांगायची होती.''

''या करारामुळे त्याचा बराच आर्थिक फायदा होणार होता का?''

''हो, हो. प्रचंड फायदा.''

टॉम विचार करत काही क्षण थांबला होता, आणि मग त्यानं पॅडवर काहीतरी लिहून घेतलं होतं.

''तुम्हाला असं वाटतंय का, की एवढा मोठा पैसा मिळणार असल्यामुळे सातोशीनंच घरच्या सगळ्यांना मारलं– त्याचा छोटा मुलगा सोडून?'' बेननं विचारलं.

''या हत्या जर घरगुती किंवा कौटुंबिक कारणावरून झाल्या असत्या, तर सातोशी हा माझा नंबर एकचा संशयित झाला असता.'' टॉमनं नकारार्थी मान हलवत म्हटलं होतं, ''पण हे हत्याकांड घरगुती वादातून झाल्यासारखं वाटत नाही. या हत्या अत्यंत सफाईपणे केलेल्या वाटतात. मला तर यात संघटित गुन्हेगारीचा संशय येतोय. म्हणजे मला सांगितलंय ते असं, की सगळ्यांचे मृतदेह व्यवस्थित एका ओळीत लावून ठेवलेत. कौटुंबिक वादातून झालेल्या हत्यांच्या बाबतीत असं होत नाही. कौटुंबिक हत्या थंडपणे होत नाहीत. बहुतेक वेळा त्या क्षणैक संतापाच्या भरात केल्या जातात. आत झालेल्या हत्यांच्या मागे अमली पदार्थांच्या चोरट्या व्यापाराशी संबंधित काहीतरी भानगड असावी बहुतेक. पण याचा अर्थ असा मात्र नव्हे, की आम्हाला या हत्यांवर प्रकाश टाकण्यासाठी सातोशीचा शोध घ्यायचाच नाही.''

''हं.'' बेननं म्हटलं होतं. खरं म्हणजे त्याचाही कयास असाच होता, की सातोशीच्या घरात घडलेल्या हत्या घरगुती किंवा कौटुंबिक कारणावरून झाल्या

नसाव्यात; पण त्यानं त्याबद्दल उघडपणे काही बोलायचं मुद्दामच टाळलं होतं– निदान कोणीतरी स्पष्टपणे विचारेपर्यंत तरी.

"हे जे कोणी मारेकरी होते– तो एकच होता की आणखी लोक होते हे अजून समजायचंय आम्हाला– त्यांनी अत्यंत व्यवस्थितपणे, बळी पडलेल्या लोकांची ओळख सांगणारा एकही पुरावा राहू दिलेला नाही, हे माहीतंय का तुम्हाला? तुम्ही जर नसतात, तर हे बळी पडलेले लोक कोण होते, हे आम्हाला समजलंच नसतं."

"नाही, हे नव्हतं मला माहीत." बेननं म्हटलं होतं, "आत घरातल्या सगळ्या वस्तू जमिनीवर पडल्या आहेत हे मला दिसलं होतं." त्याची स्वतःची कल्पना अशी होती, की मारेकऱ्यांनी केवळ ओळख सांगणारे पुरावेच नव्हे, तर त्याहीपेक्षा आणखी काहीतरी शोधायचा प्रयत्न केला होता. हे 'काहीतरी' म्हणजे सातोशीच्या लॅबमधील वह्या असाव्यात, असाही तर्क त्यानं केलेला होता; पण ही गोष्ट पोलिसांना तो सांगणं शक्यच नव्हतं.

"सातोशीला शोधायचा किती प्रयत्न केलाय तुम्ही?"

"त्याच्या सेलफोनवर मी त्याला वेगवेगळ्या वेळी अनेक कॉल्स करून पाहिलेत. आणि आज इथे त्याच्या घरीही आलो होतो. याच्या व्यतिरिक्त मी आणखी काही प्रयत्न केलेले नाहीत."

"या हत्या करणाऱ्या लोकांनी त्याच्या घरातल्या सगळ्यांची ओळख दाखवणाऱ्या गोष्टी पद्धतशीरपणे गायब केल्या आहेत. इथे येण्याआधी जर त्यांनी सातोशीलाही शोधून मारलं असेल, तर त्यांनी त्याचीही ओळख सांगणारी कागदपत्रं नष्ट केली असणार. तुम्ही शहरातल्या 'मिसिंग पर्सन्स' विभागाशी संपर्क साधलाय का? कारण एक अंधुक शक्यता अशीही असू शकते, की शहरातल्या 'मॉर्ग'मध्ये एखादं जपानी माणसाचं बेवारशी प्रेत पडलेलं असू शकेल."

"नाही. हे मात्र मी केलेलं नाही." बेननं नकारार्थी मान हलवली होती.

गाडीचं दार उघडून टॉम बाहेर गेला होता. आणि त्यानं एका युनिफॉर्म घातलेल्या पोलिसाला हाक मारून बोलावलं होतं. तो आल्यानंतर टॉमनं त्याला सांगितलं होतं, की न्यू यॉर्कच्या 'मिसिंग पर्सन्स' विभागाला कॉल कर आणि त्यांना विचार, की गेल्या काही दिवसांमध्ये तुमच्याकडे एखादं बेवारशी जपानी माणसाचं प्रेत आलंय का."

टॉम परत गाडीत येऊन बसला होता. बेन सारखा हातातल्या घड्याळाकडे बघत होता, हे त्याच्या लक्षात आलं होतं. "तुम्हाला कुठे जायचंय का? महत्त्वाचं एखादं काम आहे का?"

"हो, खरं तर." बेननं म्हटलं होतं, "मला त्या पोराच्या तब्येतीची काळजी वाटतेय जरा. त्याला कुठे नेलंय, तुम्हाला माहितेय?"

''इथून सगळ्यात जवळचं हॉस्पिटल एंजलवुड भागात आहे.'' टॉमनं म्हटलं होतं, ''तुम्ही त्याच भागात राहताय, त्यामुळे तुम्हाला ते माहीतच असेल. तुमच्या मते त्या मुलाची तब्येत कितपत गंभीर आहे?''

''फारशी गंभीर नाही. मलाही आश्चर्यच वाटलं. त्याचं बऱ्याच प्रमाणात डिहायड्रेशन झालंय; पण आतल्या कुठल्या इंद्रियाची हानी होण्याइतपत मात्र नाही.''

''माझा अंदाज असा आहे, की त्याला बहुतेक हॅकनसॅक युनिव्हर्सिटी मेडिकल सेंटरमध्ये नेलं असावं. हवं तर मी नक्की कुठे ते विचारून सांगतो तुम्हाला. पण त्याआधी एक प्रश्न विचारतो तुम्हाला. तुमच्या या आयपीएस यूएसए कंपनीचा संघटित गुन्हेगारीशी काही संबंध आहे का?''

बेनला धक्काच बसला होता, आणि त्याच्या लक्षात येण्याआधीच त्यानं एक आवंढा गिळला होता. हा प्रश्न टॉम आपल्याला विचारेल हे त्याला साफ अनपेक्षित होतं, आणि तो प्रश्नही अगदीच अचानक आला होता; पण पुढच्याच क्षणी स्वतःला सावरून शक्य तितक्या शांत आवाजात विचारलं होतं. ''आमची कंपनी बायोटेक आहे. आणि ती मानवतेच्या दृष्टिकोनातून, शरीराच्या झिजेमुळे होणाऱ्या रोगांवर उपाय शोधायचा प्रयत्न करतेय. मग अशा कंपनीच्या संघटित गुन्हेगारीशी संबंध असायचं कारणच काय? सॉरी, पण असा प्रश्न विचारणंसुद्धा हास्यास्पद वाटतंय मला.''

टॉमनं भुवया उंचावल्या होत्या. ''सरळ 'नाही' असं उत्तर देण्याऐवजी तुम्ही प्रतिप्रश्न विचारताय? गंमतच आहे.''

बेननं लगेच सावध पवित्रा घेतला होता. ''आत्ताच आपण या हत्याकांडाशी संघटित गुन्हेगारीचा संबंध असेल का, असा विचार करत होतो, त्यामुळे तुम्ही माझ्या कंपनीच्या बाबतीत हाच प्रश्न विचारलात, हे समजू शकतो मी. पण तुमचा प्रश्न अगदीच अनपेक्षित होता, त्यामुळे मला धक्का बसला हे मात्र खरं. मी इथे आलो, तेव्हा इथे असं काही घडलं असेल याची मला सुतराम कल्पना नव्हती, हे मला वाटतं पुरेसं स्पष्ट झालंय.''

टॉम गप्पच राहिला होता. बेनला उत्तर देण्याऐवजी त्यानं पुन्हा एकदा आपण लिहून घेतलेले कागद चाळले होते. त्यामुळे बेनची अस्वस्थता आणखी जरा वाढली होती. हा माणूस आपल्याला खेळवतोय की काय, अशी त्याला शंका यायला लागली होती. त्याला ताबडतोब, त्या क्षणीच तिथून निघून जावंसं वाटत होतं. त्याला विचार करायला जरा वेळ हवा होता.

तेवढ्यात 'मिसिंग पर्सन्स'च्या बाबतीत चौकशी करायला गेलेल्या त्या पोलिसानं येऊन टॉमच्या खिडकीवर टकटक केली होती. टॉमनं खिडकीची काच खाली

करून त्याच्याकडे प्रश्नार्थक मुद्रेनं पाहिलं होतं.

"त्यांच्याकडे खरोखरच या वर्णनाच्या माणसाचं एक बेवारस प्रेत आहे." त्या पोलिसानं म्हटलं होतं, "न्यू यॉर्कच्या ओसीएमईमध्ये ठेवलंय ते."

"थँक्स, ब्रायन." टॉमनं म्हटलं होतं. आणि बेनकडे बघत एक भुवई उंचावली होती. "मला वाटतं, आपण प्रगती करतोय." तो पुन्हा त्या पोलिसाकडे वळला होता. "आता तू असं कर, की इथे सापडलेल्या मुलाला कुठे नेलंय त्याची चौकशी कर."

अर्धवट सॅल्यूट करून तो पोलीस त्याच्या गाडीकडे निघून गेला होता.

"कदाचित– कदाचित आपण सातोशीच्या नाहीसं होण्याचा छडा लावला असावा." टॉमनं म्हटलं होतं, "आणि कदाचित त्यातूनच आपल्याला इथल्या हत्याकांडाचे धागेदोर मिळू शकतील."

"शक्य आहे." बेननं म्हटलं होतं; पण त्याच्या आवाजात मुळीच उत्साह नव्हता. सातोशी सापडला असेलही– हेसुद्धा अजून नक्की नाही– पण तो खरोखरच जिवंत नसेल, तर मात्र आपल्यापुढच्या समस्या कमी तर होणार नाहीतच, उलट त्या आणखीच वाढणार असं दिसतंय."

"आपण असं करू या." जणू बेनच्या मनातले विचार लक्षात आल्यासारखं टॉमनं म्हटलं होतं. "मला तुमच्याकडून अजून काही प्रश्नांची उत्तरं हवी आहेत; पण मला वाटतं तुम्ही जा आणि त्या पोराची व्यवस्था कशी आहे ते बघून या. तसंही मला तिथे आत जाऊन ते सगळं दृश्य बघावं लागणारच आहे; पण तुम्ही मला दोन गोष्टींबद्दल तुमचा शब्द द्यावा लागेल. त्या पोराला भेटल्यानंतर तुम्ही न्यू यॉर्क ओसीएमईला फोन करून तिथे जायचं, आणि ते जे प्रेत तिथं पडलंय ते बघायचं, आणि ते या सातोशीचं आहे की नाही, याची ओळख पटवायची. त्यानंतर तुम्ही इकडे परत यायचं, आणि मी जर इथून निघून गेलो असलो, तर बर्जेन काऊंटीच्या पोलीस स्टेशनमध्ये यायचं– तेही हॅकनसॅकमध्येच आहे. काय? चालेल?"

"हो, हो. नक्की." बेननं म्हटलं होतं. इथून कधी एकदा निघतो असं त्याला झालं होतं.

"थांबा जरा, त्या पोराला नक्की कुठे नेलंय ते बघतो आधी." टॉम गाडीतून उतरला होता. पाठोपाठ मागच्या सीटवर बसलेला तो डिस्ट्रिक्ट ॲटर्नीच्या ऑफिसातला अधिकारीही उतरला होता.

बाप रे! गाडीत एकटाच राहिल्यावर बेननं स्वतःशीच म्हणून भला मोठा निःश्वास सोडला होता. काय नि कसं बोललो आपण. त्याच्या दृष्टीनं ही साधी प्रश्नोत्तरं नव्हती, तर चक्क चौकशीच होती. त्या टॉमनं तर फक्त आपल्याला

'तुम्हाला गप्प राहण्याचा अधिकार आहे' वगैरे जसं पोलीस आरोपीला पकडल्यावर सांगतात, तसं सांगायचंच फक्त बाकी होतं.

त्यानं ताठ बसत स्वतःला शांत करायचा प्रयत्न केला होता. निदान या क्षणी तरी आपली चौकशी थांबलीय. ती जेव्हा पुन्हा सुरू होईल, तेव्हा आपल्याला शांतपणे विचार करायला वेळ मिळालेला असेल.

टॉम त्याच्या खिडकीशी आला होता. ''मला वाटलं होतं, तसंच त्या मुलाला हॅकनसक युनिव्हर्सिटी मेडिकल सेंटरमध्येच नेलंय. आणि हो, हे माझं कार्ड.'' टॉमनं बेनला त्याचं कार्ड दिलं. यावर माझा मोबाईल नंबर आहे. ते प्रेत सातोशीचं आहे की नाही, हे मला ताबडतोब कळवा.''

''एक मिनिट,'' टॉम वळत असतानाच बेननं म्हटलं होतं, ''मला असं वाटतंय, की त्या मुलाच्या जिवाला धोका असू शकेल. ज्या लोकांनी एवढं सगळं कुटुंब खलास केलं, त्यांना जर तो मुलगा जिवंत असल्याचं समजलं, तर ते त्यालाही मारणार, हे उघड आहे.''

''बरोबर आहे, तुमचं म्हणणं.'' टॉमनं म्हटलं होतं. ''मी लगेच तिकडे हॉस्पिटलमध्ये त्याच्या रक्षणाची व्यवस्था करतो.''

हॅकनसॅक युनिव्हर्सिटी मेडिकल सेंटरचा मार्ग लांब असला, तरी बऱ्यापैकी थेट होता. त्यामुळे बेनला तिकडे पोहोचायला फारसा वेळ लागला नव्हता. त्याच्या गाडीच्या लायसन्स प्लेटवर 'एम. डी.' असं स्पष्टच म्हटलेलं असल्यामुळे त्यानं गाडी सरळ इमर्जन्सी रूमच्या प्रवेशद्वारापाशी असलेल्या डॉक्टर लोकांच्या राखीव पार्किंग लॉटमध्ये सरळ गाडी नेऊन लावली होती.

त्याची सातोशीच्या घराला दिलेली भेट प्रचंड मनस्ताप देणार होती खरी; पण त्या क्षणी त्याची मनःस्थिती इतकी सैरभैर आणि उद्विग्न होती, की इथे हॉस्पिटलमध्ये आल्यावरही त्याची परिस्थिती फारशी बरी नव्हतीच. सातोशीच्या घरच्या लोकांच्या हत्या जरी भयंकर त्रासदायक असल्या, तरी त्यामुळे सातोशीनं आयपीएस यूएसए बरोबर महत्त्वाच्या पेटंट्ससाठी जो लायसन्सिंगचा करार केला होता, त्या कराराला– जर सातोशी खरंच जिवंत नसला तर– कोणताच धोका होण्यासारखा नव्हता. त्यामुळे बेनच्या खिशात एक हुकमाचा एक्का होता– जरी सातोशीच्या बायकोच्या मृत्युपत्रावर तिच्या सह्या नसल्या, तरी. बेनकडे सातोशीचं मृत्युपत्र आणि ट्रस्टचा करार होता, त्यावर सातोशीच्या बायकोच्या सह्यांची गरज नव्हती. या दोन्ही गोष्टींवर सातोशी आणि बेनच्या सह्या व्यवस्थित होत्या. त्याच्या मृत्युपत्रातच महत्त्वाच्या पेटंट्साठी ट्रस्ट निर्माण केल्याचा उल्लेख होता. आणि ट्रस्टच्या दस्तऐवजात बेनला ट्रस्टी म्हणून नेमत असल्याचं स्पष्ट म्हटलेलं होतं. बेनच्या

दृष्टीनं या सगळ्याचा अर्थ असा होता, की मृत्युपत्र 'प्रोबेट' झाल्यानंतर शिगेरूसाठी ट्रस्टची सारी सूत्रं बेनच्या हातात असणार होती. – म्हणजेच त्या लायसन्सिंगच्या कराराला कोणीही आव्हान देऊ शकणार नव्हतं.

पण दुर्दैवानं हॉस्पिटलच्या भेटीनंतर बेनचा हा कायद्याच्या ज्ञानाचा भ्रमाचा भोपळा फुटणार होता. आतापर्यंत तो सातोशीचं मृत्युपत्र आणि ट्रस्टचा दस्तऐवज या दोन गोष्टींवर विश्वासून होता; पण हॉस्पिटलच्या भेटीनंतर त्याला भीती वाटायला लागली होती, की या दोन्ही गोष्टी म्हणजे नुसते कागदी वाघच असू शकतील.

बेननं इमर्जन्सी रूममध्ये प्रवेश करून मुद्दामच आपण डॉ. बेन कोरी आहोत असं सांगितलं होतं– म्हणजे तरी निदान कोणीतरी आपल्याकडे लक्ष देईल, यासाठी. कारण सगळ्या रुग्णालयांमध्ये असते, तशी इथल्या इमर्जन्सी रूममध्येही प्रचंड गर्दी होती, धावपळ चाललेली होती. त्यामुळे बेनची डाळ काऊंटरवरच्या इमर्जन्सी रूमच्या क्लार्कसमोर मुळीच शिजली नव्हती. त्यालाही बाजूला उभं राहावं लागलं होतं. तो क्लार्कही बिचारा प्रचंड गडबडीत होता.

थोड्या वेळानं त्यानं बेनला बोलावलं होतं. लगेच बेननं बोलायला सुरुवात केली होती. "मी एका एक-दीड वर्षाच्या मुलाला शोधतोय. त्याला थोड्या वेळापूर्वी इथे आणलंय– ॲम्ब्युलन्समधून. त्याचं नाव आहे शिगेरू माचिता. तो अजून इथे इमर्जन्सी रूममध्येच आहे, का त्याला आणखी कुठे ठेवलंय?"

त्या क्लार्कला त्याचे सहकारी आणि इतर लोकही वेगवेगळे प्रश्न विचारून भंडावून सोडत होते; पण त्यानं बेनशी बोलणं चालू ठेवलं होतं. कॉम्प्युटरवर थोडं बघून त्यानं म्हटलं होतं, "अशा नावाचा कोणीही पेशंट दुपारपासून इथे आलेला नाही."

"असं होणार नाही." बेननं म्हटलं होतं, "त्याला इथे आणलंय असं पोलिसांनीच मला सांगितलं होतं." त्यानं क्षणभर विचार केला होता. "कदाचित त्याला दुसऱ्या एखाद्या नावानं दाखल केलं असेल का?"

"तसं असेल तर ते नाव तुम्हीच सांगा मला."

"ओहो! सॉरी." बेननं कपाळावर हात मारत म्हटलं होतं. "आपण अनोळखी व्यक्तीसाठी वापरतो तसं एखादं नाव बघा. उदाहरणार्थ, जॉन डो?"

क्लार्कनं पुन्हा कॉम्प्युटरमध्ये बघायला सुरुवात केली होती. "हो– आहे. इथे 'बेबी जॉन डो' टाईप केलंय. हाच असेल का तो?"

"शक्य आहे. किती वाजता आणलंय त्याला?"

"दुपारी दोन वाजून बावीस मिनिटांची वेळ दिसतेय इथे."

"बरोबर. साधारण तीच वेळ असेल." बेननं म्हटलं होतं. "कुठे ठेवलंय त्याला?"

''त्याला बालरुग्णांच्या वॉर्डमध्ये नेलंय. रूम नंबर चारशे सत्तावीस.''

''थँक्स. तिथे कसं जायचं मी?''

क्लार्कनं फक्त म्हटलं होतं. ''फरशीवर एक जाड निळी रेघ मारलीय, ती सोडू नका. तसेच जात राहा. तुम्ही बरोबर पोहोचाल.''

बेन ती निळी रेघ जाईल तसा चालत गेला होता, आणि शेवटी एका कॉरिडॉरमध्ये दहा लिफ्ट होत्या, तिथपर्यंत जाऊन थांबला होता.

तो लिफ्टमधून चौथ्या मजल्यावर बाहेर पडला होता. तिथेही भरपूर गर्दी आणि घाई गडबड चालू होती; पण नर्स स्टेशनवरच्या एका नर्सचं त्याच्याकडे लक्ष गेलं होतं. ''येस सर, कॅन आय हेल्प यू?''

बेन तिच्यापाशी आल होता. तिच्या छातीजवळ लावलेल्या पट्टीवर नाव लिहिलेलं होतं. – शीला, आर.एन.

''मी डॉक्टर बेन कोरी. मी बेबी जॉन डो ला भेटायला आलोय. रूम चारशे सत्तावीस.''

''बरं झालं.'' तिनं मनापासून म्हटलं होतं. उंच, पण जाडसर बांध्याच्या या नर्सचे केस तांबडे-सोनेरी होते. ''मी या मजल्यावरची मुख्य नर्स आहे. त्या गोड पोराला कोणीतरी भेटायला यावं असं आम्हाला वाटत होतं. अजूनपर्यंत त्यानं एक शब्दही बोललेला नाही. मी असं ऐकलं, की त्याचे आई-वडील आणि घरातले सगळेच जण एका हत्याकांडात मारले गेलेत.''

''आई आणि बाकी सगळे मारले गेलेत हे खरंय; पण त्याच्या वडिलांबद्दल नक्की काही समजलेलं नाही. ते मात्र बेपत्ता आहेत.'' बेननं म्हटलं होतं, ''तब्येत कशी आहे त्याची?''

''चांगली आहे. त्याला ज्या परिस्थितीमधून जावं लागलंय तिचा विचार केला, तर खूपच चांगली आहे. त्याला इमर्जन्सी रूममध्ये आणलं, तेव्हा त्याचं बरंच डिहायड्रेशन झालं होतं; पण आता त्यावर इलाज झाले आहेत. त्याचे इलेक्ट्रोलाईट्सही नॉर्मल झालेत, आता तो खातोय आणि पितोय; पण तो एकदम गप्प आहे. तो काही हालचालही करत नाहीये. तो फक्त त्याच्या काळ्याभोर, टपोऱ्या डोळ्यांनी आपल्याकडे एकटक बघत राहतो. तुम्ही त्याला जरा बोलता कराल तर बरं होईल– किंवा अगदी रडायला लावलंत तरी चालेल.''

''मला त्याला भेटायचंय.''

''सॉरी, ती परवानगी आम्ही देऊ शकणार नाही; पण तुम्ही हवं तर त्याच्या रक्षणासाठी इथे ठेवलेल्या पोलीस अधिकाऱ्याशी बोलू शकता.''

बेन त्या पोलीस अधिकाऱ्याला जाऊन भेटला होता. त्या पोलीस अधिकाऱ्यानं त्याचं ओळखपत्र बघून आपल्या जवळची यादी पाहिली होती. कोणते डॉक्टर

पेशंटला भेटू शकतात, याची ती यादी होती. त्यामध्ये बेनचं नाव नव्हतं, त्यामुळे त्यानं आढेवेढे घ्यायला सुरुवात केली होती. बेननं 'हवं तर डिटेक्टिव्ह टॉम जेनोला फोन करा' असं म्हटलं होतं. ही मात्रा मात्र लगेच लागू पडली होती. लगेच शीला बेनला आत घेऊन गेली होती.

तिनं म्हटलं होतं, तसाच शिगेरू जराही हालचाल न करता त्याच्या पाळण्यात पहुडलेला होता. फक्त त्याचे डोळे टक्क उघडे होते. आणि त्याची नजर जवळ येत असलेल्या बेनवर खिळलेली होती.

"हे, बिग बॉय." बेननं वाकून शिगेरूच्या दंडाला हलकेच चिमटा घेतला होता. त्यानं चिमटा सोडल्याबरोबर शिगेरूच्या दंडावरची कातडी क्षणात परत पहिल्यासारखी झाली होती. म्हणजे याचं डिहायड्रेशन ठीक झालेलं दिसतंय, बेननं मनात म्हटलं होतं. "काय बरं देताहेत तुला?" त्यानं त्याची आयव्हीची बाटली हळूच फिरवून वरचं नाव वाचलं होतं.

"ओकासान" शिगेरूनं अचानक म्हटलं होतं.

बेन आणि शीलानं एकमेकांकडे आश्चर्यानं पाहिलं होतं.

"काय म्हणाला तो?" बेननं म्हटलं होतं.

"कोण जाणे. मला नाही समजलं."

"काहीतरी जपानी शब्द असणार बहुतेक."

"कोण जाणे. असेलही." शीलानं समधानानं म्हटलं होतं. "काही असो, पण तो निदान बोलला तरी. बरं झालं. तुम्हाला ओळखलेलं दिसतंय त्यानं."

"हो, आजच दुपारी आमची भेट झाली होती. याच्या आधी मी त्याला एक-दोन वेळा भेटलो होतो, आणि तेही अगदी थोडा वेळ. पण हरकत नाही. त्याचे वडील जर सापडले नाहीत तर मलाच त्याचा पालक व्हावं लागणार आहे."

"असं?" शीलानं भुवया उंचावल्या होत्या. "आम्हाला हे माहीत नव्हतं."

"मी ईएमटीच्या लोकांना सांगितलं होतं. मी या मुलाचं नावही सांगितलं त्यांना– शिगेरू माचिता."

"मग मला वाटतं, तुम्ही याची केस बघत असलेल्या सामाजिक कार्यकर्त्या बाईंशी बोललेलं बरं."

"जरूर." बेननं आपल्या घड्याळात बघितलं होतं. त्यानं आधीच टॉमला पुन्हा भेटायचं कबूल केलं असल्यामुळे त्याला फारसा वेळ नव्हता; पण त्यानं मनात म्हटलं होतं, की इथे आहोत तेवढ्यात शिगेरूच्या नावाचा आणि विम्याचा प्रश्न सोडवून परत जावं.

शीला त्या सामाजिक कार्यकर्तीला आणायला गेली होती, तेव्हा बेननं शिगेरूच्या खोलीत थांबून त्याला आणखी बोलतं करायचा प्रयत्न केला होता. शिगेरू बोलला

नव्हता; पण बेननं केलेला गुदगुल्यांना मात्र त्यानं प्रतिसाद दिला होता.

पाच मिनिटांनी शीला एका आकर्षक दिसणाऱ्या उंच स्पॅनिश स्त्रीला घेऊन आली होती. तिनं निळ्या रंगाचा ड्रेस आणि त्यावर पांढरा लांब कोट घातलेला होता. तिचं नाव होतं मारिया सांचेझ.

शीलानं त्यांची एकमेकांशी ओळख करून दिली होती. लगेच मारियानं म्हटलं होतं, की आपण इथे बोलण्यापेक्षा नर्स स्टेशनच्या मागच्या नर्सच्या खोलीत बसून बोलू या.

नर्सच्या खोलीत आल्यावर मारियानं दार लावून घेतलं होतं, तसे बाहेरच्या घाईगडबडीचे आवाज कमी झाले होते. "शीलानं सांगितलं की तुम्ही ईएमटीच्या लोकांना या मुलाचं नाव सांगितलं होतं. आणि तुम्ही त्याचे पालक आहात, असंही सांगितलं होतं." ते तिघं बसल्याबरोबर मारियानं म्हटलं होतं.

"मी त्यांना त्याचं नाव सांगितलं होतं, आणि त्याच्या वडिलांच्या मृत्युपत्राचं प्रोबेट झाल्यावर मी त्याचा पालक होईन असं म्हटलं होतं– अर्थात, त्याचे वडील जिवंत नाहीत असं सिद्ध झालं, तरच. हे तुम्हाला त्यांनी नीट सांगितलेलं दिसत नाही."

"सर, इमर्जन्सी रूममध्ये प्रचंड गर्दी आणि धावपळ सतत सुरू असते."

'इमर्जन्सी रूम कशी असते हे तू मला शिकवायची गरज नाही,' बेननं मनात म्हटलं होतं. ही बाई अशी उगाचच आक्रमक का बोलतेय? त्याला वाटायला लागलं होतं, की आपल्याकडे विनाकारण संशयानं बघितलं जातंय– जणू आपला या मुलाशी काहीही संबंध नाही, आणि आपण काहीतरी लटपटी करून या निराधार पोराला पळवून नेऊ बघत असल्यासारखं.

"सॉरी, आम्हाला ईएमटीच्या लोकांनी बरोबर माहिती पुरवलेली नसावी बहुतेक. असू दे, पण तुमचा त्या मुलाशी काय संबंध आहे?"

बेननं आवाज जरा कडक केला होता. "त्या मुलाचे वडील माझ्याकडे कामाला आहेत– किंवा होते. ते जिवंत असले तर कामाला आहेत, नसले तर कामाला होते."

"म्हणजे त्याचे वडील जिवंत आहेत किंवा नाहीत याबद्दल काही शंका आहे का? आम्हाला असं समजलं, की त्याचे आई आणि वडील अशा दोघांचे खून झाले आहेत."

"त्याच्या आईचा खून झालाय हे नक्की. वडील मात्र अजून बेपत्ता आहेत. काही लोकांचं म्हणणं असं की तेही जिवंत नाहीत, पण हे अजून नक्की समजलेलं नाही."

"मग तुम्ही त्या मुलाचे पालक व्हाल असं तुम्हाला का वाटतंय?"

काही क्षण बेन नुसताच गप्प राहिला होता. मी तरी या बाईच्या प्रश्नांचा का उत्तरं देतोय? का आत्ता असंच आपल्या ऑफिसात जाऊन सातोशीचं मृत्युपत्र आणून दाखववावं? पण मग त्याच्या लक्षात आलं होतं, की त्या मृत्युपत्राचं प्रोबेट अजून झालेलं नव्हतं.

''तुम्हाला माझा प्रश्न ऐकू आला नाही का?''

''हो, आला. पण मला असं वाटायला लागलंय की तुम्ही माझी चौकशी चालवलीय, आणि हे मला पटलेलं नाही.''

''तुम्ही त्या मुलाबरोबरच इथे न येता नंतर का आलात?''

''तो निर्णय माझा नव्हता. मला कल्पनाही नसताना मी केवळ अपघातानं त्या सामुदायिक हत्यांच्या जागी पोहोचलो, त्यानंतर पोलिसांनी मला तिथेच थांबवून ठेवलं. तो मुलगाही मला त्या घरात लपलेल्या अवस्थेत सापडला.''

''एनी वे, तुम्ही जेव्हा इथे हॉस्पिटलमधे आला नव्हता, तेव्हा इथे काय घडलं ते सांगते. त्या मुलाचं नाव किंवा दुसरी कसलीच माहिती नव्हती, त्यामुळे मी इथल्या न्यूजर्सीतल्या डीवायएफएसशी– म्हणजे डिपार्टमेंट ऑफ यूथ अँड फॅमिली सर्व्हिसेस– तिथल्या एका सामाजिक कार्यकर्तीला कॉल केला. तिनं लगेचच डीवायएफएसच्या एका वकिलाशी संपर्क साधला आणि या वकिलानं त्या मुलाचे तात्पुरते पालक म्हणून डीवायएफएसची नेमणूक करून घेतली. त्या मुलावर हॉस्पिटलमध्ये उपचार करायचे, तर त्यासाठी कोणीतरी त्याचे पालक असणं कायद्यानं आवश्यक आहे, हे तुम्हाला माहीत असेल. अजून तरी अशा तातडीच्या पलीकडच्या उपचारांची गरज भासलेली नाही; पण आता या क्षणी डीवायएफएसच त्याचे पालक आहेत. या बाबतीत सध्या काहीच करता येण्यासारखं नाही.''

''ओ! मी जर त्या मुलाच्या वडिलांचं मृत्युपत्र आणलं, तर डीवायएफएसचा तो वकील काहीतरी करू शकेल ना?''

''त्यानं काहीही फरक पडणार नाही. पालकत्वामध्ये बदल करणं हे त्या वकिलाच्या हातात नाही. फक्त फॅमिली कोर्टच ते करू शकतं, आणि ते मृत्युपत्र तुम्ही फॅमिली कोर्टात सादर करू शकणार नाही, कारण त्याचं अजून प्रोबेट झालेलं नाही. आणि तुम्हाला त्याच्या वडिलांचा पत्ता माहीत नाही. ते जिवंत आहेत की नाही हेही माहीत नाही. त्यामुळे तुम्ही प्रोबेट कोर्टातही जाऊ शकणार नाही. त्यामुळे सध्यातरी डीवायएफएस त्या मुलाचे पालक आहेत, ही गोष्ट तुम्हाला स्वीकारावी लागेल.''

बेन काहीच बोलला नव्हता. त्याला थोडंसं गरगरल्यासारखं वाटलं होतं.

''तुम्हाला आणखी एक प्रश्न विचारते.'' तो काहीच बोलत नाही, हे बघून मारियानं म्हटलं होतं. ''तो मुलगा जपानी आहे किंवा निदान मंगोलियन वंशाचा

आहे, हे उघड आहे. आणि तुम्ही त्याच्यापाशी गेलात तेव्हा तो एकच शब्द बोलला; पण तो शब्द इंग्लिश नव्हता, असं शीलानं मला सांगितलं. तो अमेरिकेचा नागरिक आहे का?''

''नाही. तो जपानी आहे.'' बेननं म्हटलं होतं.

''मग तर या केसमधली गुंतागुंत आणखीन वाढणार आहे. निदान मला तरी तसं वाटतं. अशा प्रकरणात तुम्ही कोणतीही गोष्ट गृहीत धरून चालू शकत नाही. या बाबतीतले निर्णय प्रोबेट कोर्ट घेईल; पण ते केवळ तुम्ही सादर केलेल्या कागदपत्रांच्या आधारेच नसतील, तर त्या मुलासाठी सगळ्यात चांगलं काय आहे, यावर कोर्ट तितकाच भर देईल.''

''असं होय.'' बेननं म्हटलं होतं. त्याच्या डोक्यातल्या चिंता वाढतच चालल्या होत्या. आता ही एक नवीनच चिंता त्याला भेडसावू लागली होती. अगदी या क्षणापर्यंत त्याची समजूत होती, की आपली लायसन्सिंग कराराबातची स्थिती मुळीच काळ्या दगडावरची रेघ वगैरे नाही, तर प्रोबेट कोर्टामध्ये त्याचा अर्थ त्या पोराच्या दृष्टीनं जे सगळ्यात जास्त चांगलं असेल, त्यानुसार वेगळाही काढला जाऊ शकतो, नव्हे, तीच शक्यता जास्त आहे. आता त्यालासुद्धा कबूल करणं भाग होतं, की आपण आपल्या आयपीएस यूएसए कंपनीचे सीईओ असताना ज्या ट्रस्टकडे त्या आयपीएस पेटंट्सची मालकी आहे, त्या ट्रस्टचा विश्वस्त म्हणून आपल्या भूमिकेचं समर्थन करणं अत्यंत कठीण जाईल. हे तर उघडउघड परस्परविरोधी हितसंबंध आहेत. आणि आता आपल्याला आयपीएस यूएसए कंपनीनं सातोशीच्या पेटंट्सवरचं नियंत्रण गमावण्याच्या शक्यतेबद्दल काहीतरी करणं भाग आहे.

इथे हॉस्पिटलमध्ये येण्याआधी बेनची पक्की खात्री होती, की शिगेरूचे पालक आणि विश्वस्त, असे दोन्ही आपणच असू. आता मात्र या दोन्ही गोष्टी त्याच्या हातून जाणार, अशी शक्यता निर्माण झाली होती.

एफडीआर ड्राईव्हवरून बेन थर्टी फोर्थ स्ट्रीटवर बाहेर पडला आणि सेकंड ॲव्हेन्यूवरून पुढे निघाला. जसजसा तो ओसीएमईच्या जवळ येऊ लागला, तसतसा पुढे वाढून ठेवलेल्या सगळ्याच गोष्टींच्या बाबतीत त्याचा धीर खचू लागला. आणखी चौकशीसाठी पुन्हा टॉमकडे जाऊन हजर होणं, त्याची लायसन्सिंग कराराच्या बाबतीत कमजोर झालेली स्थिती, आणि सातोशीच्या प्रेताची ओळख पटवणं. थोडा वेळ त्याच्या मनात असंही येऊन गेलं, की जरी ते प्रेत सातोशीचं असलं, तरी 'आपण या माणसाला ओळखत नाही.' असं सांगावं; पण मग त्यानंच तो विचार मनातून काढून टाकला, कारण त्यामुळे फक्त जे घडणं अटळ होतं ते थोडं पुढे ढकललं जाणार होतं– आणि शिवाय त्याच्या स्वतःवरचा संशय

निश्चितपणे बळवणार होता. त्याला कळून चुकलं, की आपल्यावर संशय कोणत्याही परिस्थितीत येऊ देऊन चालणारच नाही, आणि हे करायचं, तर आपल्याला सगळ्या अधिकाऱ्यांना पूर्ण सहकार्य देणं, हा एकमेव तरणोपाय आहे.

बेननं ओसीएमईच्या मुख्य प्रवेशद्वाराच्या थोडंच पुढे असलेल्या एका गल्लीत आपली गाडी लावली. आत शिरण्यापूर्वी तो काही क्षण बाहेरच थांबला; पण आतमध्ये आपल्याला कसली भयानक दृश्यं दिसतील याच्या भीतीमुळे नव्हे. तो एक डॉक्टर होता. त्यामुळे सामान्य माणसांसारखी त्याला प्रेतं बघण्याची भीती मुळीच नव्हती. विद्यार्थिदशेतच त्याची ती भीती मेलेली होती. प्रेतं बघणं हा कुठल्याही डॉक्टरच्या जीवनाचा एक अविभाज्य भाग असतो, हे सत्य त्यानं अनेक वर्षांपूर्वी स्वीकारलेलं होतं. तो थांबण्याचं कारण असं होतं, की त्याचा आतला आवाज त्याला ओरडून सांगत होता, की जरी सातोशीच्या मृत्यूशी आपला काहीही संबंध नसला, तरी त्याच्या मृत्यूचे अत्यंत गंभीर परिणाम आपल्याला भोगावे लागणार आहेत.

आत शिरण्यापूर्वी आपलं धैर्य आणखी जरा बळकट व्हावं म्हणून त्यानं स्वतःला समजावलं, की आपण तरी तो मृतदेह सातोशीचाच असेल असं का समजून चालतोय? तो माणूस दुसराही कुणी असू शकतो. आणि जरी समजा तो सातोशीचाच मृतदेह निघाला, तरी त्यातून जे काही परिणाम होतील, त्यांचा सामना योग्य रीतीनं करण्याची धमकही आपल्यात आहे. ज्ञान, माहिती असणं केव्हाही चांगलं. चुका होतात त्या अज्ञानामुळे, अर्धवट किंवा चुकीच्या माहितीमुळे. सातोशी खरंच जिवंत नसला, तर ते बाकी कुणाच्याही आधी आपल्यालाच समजलेलं बरं. आणि त्यातही त्याचा मृत्यू नैसर्गिक कारणामुळे किंवा अपघातात झाला असला, तर कदाचित आपल्यावर कोणतेच परिणाम होणार नाहीत.

असा विचार करून थोडासा आत्मविश्वास वाढल्यावर बेननं ओसीएमईचं दार उघडून आत पाऊल टाकलं, आणि आपल्या घड्याळात बघितलं. पावणे पाच वाजले होते. इथे काहीही झालं तरी त्याला फार वेळ थांबून चालणार नव्हतं, कारण इथलं काम झाल्यावर त्याला टॉम जेनोकडे जावं लागणार होतं– एक तर ते हत्याकांड जिथे घडलं होतं तिथे, किंवा टॉम तिथे नसला, तर बर्जेन काऊंटी पोलीस स्टेशनमध्ये. टॉमची चौकशी पूर्ण झाल्यानंतरच तो घरी जायला मोकळा होणार होता.

रिसेप्शनच्या भागात गर्दी होती. बरेचसे लोक आजचं काम संपवून घरी जायला निघालेले इथले कर्मचारीच वाटत होते. गर्दीमधून वाट काढत तो रिसेप्शन काऊंटरपाशी गेला आणि त्यानं 'रिबेका मार्शलला भेटायचंय' असं सांगितलं. याच नावाच्या स्त्रीशी तो आधी फोनवरून बोललेला होता. "थोडा वेळ थांबा, रिबेका

येईलच इतक्यात.'' काऊंटरवरच्या तरुण मुलीनं उत्तर दिलं.

बेन तिथल्या एका कोचावर जाऊन बसला. लोक एकमेकांचा निरोप घेत होते. कोणी गप्पा मारत होते. कोणी जात होते, तर कोणी दार उघडून आत येत होते. हे लोक जे काम करताहेत, ते किती चाकोरीबाहेरचं आणि महत्त्वाचं आहे याची यांना कल्पना तरी असेल ना? बेननं मनात म्हटलं.

तेवढ्यात त्याला कोणीतरी मारलेली हाक ऐकू आली. ''मि. बेन कोरी.'' एका स्त्रीचा आवाज होता तो.

बेननं आवाजाच्या दिशेनं मान वळवून पाहिलं. एक आफ्रिकन-अमेरिकन स्त्री त्याला बोलावत होती. गोड, दयार्द्र चेहरा होता तिचा, आणि हाक मारत ती त्याच्यापाशी येऊन पोहोचली. तिनं एक कापडी पाकीट आणि काही कागदपत्रं छातीशी धरलेले होते. ''मी रिबेका मार्शल. आपण थोड्या वेळापूर्वी फोनवर बोललो होतो.''

त्याला घेऊन रिबेका उजव्या बाजूच्या दारामधून आत शिरली आणि तिनं दार बंद केलं. ''मृत व्यक्तीच्या नातेवाइकांनी प्रेताची ओळख पटवण्याचं काम या खोलीत चालतं.'' तिनं म्हटलं. मध्यम आकाराच्या त्या खोलीत मध्यभागी एक गोल लाकडी टेबल, आणि टेबलाभोवती आठ खुर्च्या ठेवलेल्या होत्या. एका भिंतीपाशी एक निळ्या रंगाचा कोचही होता. ९/११ ला झालेल्या प्रचंड विनाशाची काही पोस्टर्स फ्रेम करून लावलेली होती. प्रत्येक पोस्टरच्या खाली मोठ्या, ठळक अक्षरात 'नेव्हर फर्गेट' असं छापलेलं होतं. ''प्लीज, बसा ना.'' तिनं एका खुर्चीकडे हात केला आणि दुसऱ्या खुर्चीवर ती स्वतः बसली.

''मी फोनवर सांगितलं होतं, तशी मी आयडेंटिफिकेशन क्लार्क आहे. तुम्हाला कल्पना असेलच, की इथे आणलेल्या प्रत्येक प्रेताची ओळख पटवणं हा आमच्या कामाचा अत्यंत महत्त्वाचा भाग आहे. सामान्यतः मृत व्यक्तीचे नातेवाईक इथे येऊन प्रेताची ओळख पटवतात. कोणीच नातेवाईक नसले, तर आम्ही मित्रमंडळी, त्या व्यक्तीबरोबर काम करणारे लोक वगैरेंवर या कामासाठी अवलंबून असतो. थोडक्यात, मृत व्यक्तीला ओळखणारी कोणीही व्यक्ती आम्हाला चालते. आलं ना लक्षात?''

बेननं मान डोलावली आणि मनात म्हटलं, 'बाई गं, मला लेक्चर देण्याची गरज नाही. तू फक्त ते प्रेत दाखव मला, म्हणजे मी जायला मोकळा.'

''गुड.'' रिबेकानं म्हटलं, ''पण सुरुवात करण्याआधी मला तुमचं एखादं ओळखपत्र बघावं लागेल– फोटो असलेलं ड्रायव्हिंग लायसन्स असलं तरी चालेल.'' तिनं आपल्याजवळच्या कागदपत्रांमधून एक कोरा आयडेंटिफिकेशन फॉर्म काढला.

बेननं आपलं ड्रायव्हिंग लायसन्स काढून तिला दिलं. त्यावरचा फोटो बघून

तिनं खात्री करून घेतली आणि लायसन्सवरची माहिती फॉर्मवर लिहिली. तिची बोलण्याची पद्धत आणि हावभाव अतिशय सौजन्यशील होते. लोकांना हाताळण्यातला आणि कामातला तिचा अनुभवही त्याला जाणवत होता.

बेनच्या ओळखीची खात्री झाल्यानंतर रिबेकानं केसची फाईल उघडली. फाईल म्हणजे एक मोठा फोल्डर होता, आणि त्यावर एक रबरबँड लावलेला होता. फोल्डरमधून तिनं काही डिजिटल फोटो बाहेर काढले. सावकाश तिनं ते फोटो क्रमवार बेनपुढे टेबलावर लावून ठेवले. बेननं मात्र आपली नजर मुद्दाम तिच्या डोळ्यांवर खिळवून ठेवलेली होती. तिचे फोटो लावून झाल्यावर क्षणभर त्यांची नजर एकमेकींना भिडली, आणि नंतर त्यानं नजर खाली वळवून फोटो बघायला सुरुवात केली.

सगळे फोटो फक्त ओळख पटवण्याच्या दृष्टीनं, चेहऱ्याचेच घेतलेले होते – समोरून आणि डाव्या-उजव्या बाजूनं. चेहरा सोडून मृतदेहाचा कोणताही भाग जो फोटोत दिसू शकला असता, तो टॉवेलनं झाकलेला होता.

एका क्षणातच बेनच्या लक्षात आलं, की हा सातोशीच आहे. तरीही त्यानं मुद्दामच आपला चेहरा निर्विकार ठेवला का, ते त्यालाही समजत नव्हतं. तो आणि रिबेका, दोघंही गप्पच होते. रिबेकाला त्याला हवा तेवढा वेळ घेऊ द्यायचा होता. शांततेच्या या क्षणांमध्ये रिसेप्शनमध्ये चाललेली गडबड अगदी अस्पष्ट ऐकू येत होती.

''याचं नाव सातोशी माचिता आहे.'' शेवटी बेननं सांगितलं. अजूनही तो ते फोटो आळीपाळीनं बघत होता. त्याच्या आवाजात भयंकर निराशा होती. आता मात्र हे प्रकरण खऱ्या अर्थानं सुरू झालंय, त्यानं मनात म्हटलं. अचानक त्याच्या डोक्यात आलं, की आता आपण कोणतीही भावना व्यक्त करणं ही फार मोठी घोडचूक ठरेल. त्यानं नजर वर करून तिच्याकडे बघितलं. ''मला वाटलं की मला प्रत्यक्ष प्रेतच बघावं लागेल, ओळख पटवण्यासाठी– सिनेमात दाखवतात तसं.''

''नाही.'' रिबेकानं म्हटलं. ''गेली अनेक वर्षं आम्ही या कामासाठी फोटोच काढतोय. डिजिटल कॅमेरे येण्याआधी आम्ही पोलरॉईड कॅमेरे वापरत होतो. प्रत्यक्ष प्रेत बघण्याचा सामान्य माणसाला मोठा धक्का बसतो, तसा तो प्रेताचे फोटो बघून बसत नाही. विशेषतः जवळचे नातेवाईक, मित्र-मैत्रिणी वगैरेंना तर प्रेत बघून फार मोठा मानसिक धक्का बसतो. तरी पण त्यांनी जर हट्टच धरला, तर मात्र आम्ही एका वेगळ्या पद्धतीनं त्यांना प्रेत दाखवतो. तुम्हाला ओळख नक्की पटवण्यासाठी प्रेत बघायचंय का?''

''नाही, नको.'' बेननं म्हटलं, ''हा सातोशी माचिताच आहे. शंकाच नाही.'' आणि तो उठू लागला. पण रिबेकानं हलकेच त्याच्या दंडावर हात ठेवून त्याला

परत बसवलं.

"सॉरी, पण अजून थोडं काम बाकी आहे." तिनं म्हटलं, "पण त्याच्याआधी तुम्हाला एक प्रश्न विचारते. ही केस ज्या डॉक्टरांकडे आहे. त्या अजून इथे ओसीएमईमध्ये आहेत. मी जेव्हा त्यांना सांगितलं की तुम्ही इथे प्रेताची ओळख पटवायला येणार आहात, तेव्हा त्यांनी मला तुम्हाला विचारायला सांगितलं होतं, की तुम्ही जर ओळख पटवली, तर त्या तुम्हाला भेटू शकतात का? त्यांना बहुधा काहीतरी प्रश्न विचारायचेत तुम्हाला."

बेनच्या ओठांवर 'नाही' असंच उत्तर लगेच आलं होतं, कारण त्याला इथे अडकायचं नव्हतं. शिवाय त्याला अजून टॉमला भेटायचं काम बाकी होतं. एकदाचं ते उरकलं, की त्याला लगेच घरी सटकायचं होतं. शिगेरूला भेटून हॉस्पिटलमधून बाहेर पडताना त्यानं बायकोला फोन करून, आपण साधारण किती वाजता घरी येऊ ते सांगितलं होतं. पण मग लगेच त्याच्या डोक्यात दुसरा विचार आला. समजा, इथे ओसीएमईमध्येच अडकून पडल्यामुळे आपण टॉमची भेट उद्यावर ढकलू शकलो तर? म्हणजे मग टॉमला भेटण्याआधी आपल्याला चांगली विश्रांती मिळालेली असेल, शिवाय रात्रभरात आपण या सगळ्या भानगडीवर शांतपणे विचारही करू शकू. त्याखेरीज त्याला स्वतःलासुद्धा सातोशीचा मृत्यू नेमका कशानं झाला हे जाणून घ्यायची उत्सुकता होतीच. त्या कोण मेडिकल एक्झॅमिनर डॉक्टर बाई आहेत, त्यांच्याकडून आपल्याला सातोशीच्या मृत्यूबद्दल आणखी माहितीही मिळेल, त्यानं विचार केला.

"हवं तर मी लगेच तिला फोन करून विचारते, की ती लगेच येऊ शकते का. ती येईपर्यंत आपण आपलं कामही उरकून टाकू. अर्थात, तुमची तयारी असेल तरच. करू का फोन तिला?" रिबेकानं विचारलं.

"ओके." बेननं म्हटलं, "फक्त मला आणखी उशीर होणार नाही असं बघा. मला इथून निघून असंच न्यू जर्सीमध्ये जावं लागणार आहे."

बेननं आपला विचार बदलू नये म्हणून तिनं लगेच लॉरीच्या ऑफिसमध्ये फोन केला. रिबेका फोन करतेय हे लॉरीला समजल्याबरोबर तिनं म्हटलं, "रिबेका, मी एका मीटिंगमध्ये आहे, आणि आमची मीटिंग थोड्याच वेळात संपेल. त्यानंतर फोन करू का तुला?"

"नको. तुझ्या केसमधल्या प्रेताची ओळख पटवायला ते सद्गृहस्थ आलेत, आणि त्यांना लवकरात लवकर इथून न्यू जर्सीला जायचंय. वेळात वेळ काढून ते इथे आलेत. आणि त्यांनी त्या प्रेताची ओळखही पटवलीय. तो मेलेला माणूस कोण आहे हे आता आपल्याला नक्की समजलंय."

"ग्रेट!" लॉरी आनंदानं फोनवर ओरडली. "थांब जरा, फोन चालू ठेव."

लॉरी काहीतरी बोलतेय, एवढंच रिबेकाला ऐकू येत होतं; पण तिचे नेमके शब्द मात्र तिला स्पष्ट ऐकू येत नव्हते

काही क्षणांतच लॉरी परत फोनवर आली. ''आलोच आम्ही.'' आणि तिनं फोन ठेवला.

हे 'आम्ही' म्हणजे नेमकं कोण रिबेकाला समजलं नाही. लॉरी पुढे काहीतरी बोलेल म्हणून ती फोन हातात ठेवून काही क्षण थांबली; पण पलीकडून फोन ठेवल्याचा आवाज ऐकून तिनंही फोन ठेवला, आणि ती बेनकडे वळली, ''त्या येतीलच एवढ्यात.''

''हो, ऐकलं मी.''

''चला, मग आपलं काम पटकन आवरू या. या फोटोंपैकी काही फोटोंवर तुम्ही पेननं 'हा सातोशी माचिता आहे' असं लिहून खाली सही करा.

''ओके.''

''तुम्हाला त्याचा सगळ्यात अलीकडचा पत्ता माहितेय?''

''हो. पण त्याचा फोन नंबर मात्र मला माहीत नाही. तो माझ्या ऑफिसात आहे.''

''ओके. या माचिताला काही वैद्यकीय समस्या, पूर्वी झालेल्या दुखापती, ओळख पटवणारी एखादी खूण वगैरे काही? तुम्हाला काही माहितेय?''

''नाही, त्याची तब्येत चांगली वाटली मला.''

हे प्रश्न विचारत एकीकडे रिबेका आयडेंटिफिकेशन फॉर्म भरत होती. ''आता एक शेवटचा प्रश्न मृत व्यक्तीशी तुमचं नातं?''

''तो माझ्या मालकीच्या कंपनीत काम करत होता.''

३२

मार्च २६, २०१०

शुक्रवार, दुपारी ४.५८

जवळजवळ धावतच लॉरी लिफ्टचं दार उघडून आत शिरली. पाठोपाठ डिटेक्टिव्ह लू सोल्डानो आणि जॅकही आत आले. त्याबरोबर तिनं लिफ्टचं दार बंद करून पहिल्या मजल्याचं बटन दाबलं.

ती या क्षणी स्वतःवर जाम खूश होती. रिबेकाचा कॉल येण्याआधी थोडाच वेळ तिनं तिची 'मिनी' पत्रकार परिषद संपवली होती– किंबहुना त्या परिषदेत पत्रकार 'परिषदे'चा विषय होता– तिच्या हातात त्या क्षणी असलेल्या दोनच पोस्ट मॉर्टेमच्या केसेस. म्हणजे ती दोन जपानी माणसांची ओळख न पटलेली प्रेतं. आणि आता रिबेकाचं म्हणणं जर खरं असलं, तर त्यातल्या एकाची ओळख पटलेली दिसत होती.

पाच मिनिटांच्या आतच लॉरीनं लू आणि जॅकला पटवून दिलं होतं, की त्या दोघा जपान्यांपैकी दुसऱ्या माणसानं– या माणसाच्या अंगावर केलेलं भरपूर गोंदवण्याचं काम, त्याच्या शिस्नामध्ये लावलेले छोटे मोती, आणि त्याच्या करंगळीचं गायब असलेलं पहिलं पेर, या गोष्टी पाहिल्या, तर हा याकुझा टोळीचा एखादा मारेकरी असण्याची दाट शक्यता होती– त्याच्या सहकाऱ्याच्या मदतीनं, त्या पहिल्या जपानी माणसाला ठार मारलेलं होतं – हा सहकारीही जपानीच होता. ही हत्या सब-वे प्लॅटफॉर्मवर चोरीचा प्रयत्न करताना झाली होती. आणि त्या हत्येसाठी वापरलेलं हत्यार होतं– छत्रीत लपवलेली एक एअरगन, आणि त्या गनमधून सुटलेल्या

पेलेटमध्ये टेट्रोडोटॉक्सिन नावाचं एक जहाल विष. त्यामुळेच त्या पहिल्या जपानी माणसाला मृत्यू आला होता.

टेट्रोडोटॉक्सिनच्या बाबतीत लॉरीची जरी खात्री झाली असली, तरी ही गोष्ट अजून अधिकृत व्हायची होती. कारण जॉन डीव्रीजनं तसं सर्टिफिकेट दिलेलं नव्हतं. मास स्पेकवर तिला जरी अचूक पीक्स मिळालेले होते, तरी तिनं शेजारच्या हॉस्पिटलमधून आणलेल्या टेट्रोडोटॉक्सिनच्या नमुन्यांबरोबर आणखी चाचण्या घेऊन मगच आपण सर्टिफिकेट देऊ, असं त्यानं सांगितलं होतं.

"तू एवढं सगळं दोनच दिवसात केलंस?" लूनं आश्चर्यानं म्हटलं होतं, "तू तर जणू 'वन वुमन आर्मी' आहेस, लॉरी. आम्हा पोलिसांच्या कामात तुम्ही मदत करायची, अशी खरं तर अपेक्षा असते; पण तू तर आमचं आणि तुमचं, असं दोघांचंही काम करून दाखवलंस."

"थँक्यू." लॉरीनं म्हटलं होतं. आपले गाल लाल होत असल्याचं तिला जाणवलं. लूनं मनमोकळेपणानं केलेल्या या प्रशंसेचं तिच्या लेखी फार मोठं महत्त्व होतं.

"त्या हत्येमध्ये दोन माणसं होती असं त्या सिक्युरिटी टेप्सवर दिसलं." तिनं म्हटलं होतं. "ही गोष्ट विचारात घेताय ना तुम्ही?"

"हो, ते लक्षात आहे माझ्या. तू जे सांगितलंयस, त्यावरून असं दिसतंय, की बहुधा बंदरात आणखी एका प्रेत असलं पाहिजे. आणि त्याचा शोध मी लगेचच सुरू करणार आहे. त्या पहिल्या बेवारशी प्रेताची ओळख पटण्याच्या बाबतीत आपली प्रगती होतेय, हे फार चांगलं झालंय, कारण त्यामुळे आमच्या शोधकार्याला एक निश्चित अशी दिशा मिळेल. मी सकाळी म्हटलं होतं, तसं यातून एखादं जबरदस्त गँग वॉर सुरू होईल, अशी भीती वाटतेय मला."

"तो पहिला माणूस याकुझा टोळीतला होता असं नाही मला वाटत." लॉरीनं म्हटलं होतं.

"ते बघू आपण."

"आणि मी मात्र विनाकारण तुला नाउमेद करत होतो." जॅकनं प्रथमच तोंड उघडलं होतं.

"काय? तू नाउमेद करत होतास तिला?" लूनं प्रश्नार्थक मुद्रेनं विचारलं होतं.

"हो ना." जॅकनं मान डोलावली होती. "कारण तिनं केलेल्या ऑटोप्सीमध्ये काहीच सापडलं नव्हतं. त्यामुळे माझी जवळजवळ खात्रीच झाली होती, की त्या पहिल्या माणसाचा मृत्यू नैसर्गिक होता. प्रचंड प्रयत्न करूनही तिच्या हाती काहीच लागलं नाही, असं व्हायला नको होतं, त्या पहिल्या माणसाच्या केसमध्ये."

"तो म्हणतो ते बरोबर आहे." लॉरीनं म्हटलं होतं. "त्या सिक्युरिटी टेप्स

बघण्यापासून माझं मन वळवायचा बराच प्रयत्न केला त्यानं – अर्थात, त्यात खूपच वेळ गेला हेही खरंय. आणि शिवाय ते धमकीचं पत्रही होतंच. जॅक, ते पत्र पाठवायचा खोडसाळपणा मात्र करायला नको होतास तू. त्या तुझ्या वेडेपणाला मी बधले नाही, याचा फार त्रास झाला असेल ना तुला?''

''कसलं धमकीचं पत्र?'' लूनं एकदम काळजीच्या सुरात विचारलं होतं.

''आमच्या कामाचा चुकीचा अर्थ काढणाऱ्या लोकांची असली धमकीची पत्रं किंवा ई-मेल्स येतात आम्हाला, अधूनमधून.'' लॉरीनं म्हटलं होतं. ''ती आम्ही फ्रंट ऑफिसकडे पाठवतो, मग ते लोक सुरक्षारक्षकांना सूचना देतात; पण पुढे त्यातून काहीच निष्पन्न होत नाही. ही पत्रं पाठवणारी बिचारी माणसं त्यांच्या जवळच्या व्यक्तीच्या मृत्यूमुळे प्रचंड दुःखात असतात, त्यांना मोठा मानसिक धक्का बसलेला असतो. त्यामुळे अशा परिस्थितीला कसं तोंड द्यावं, हे त्यांना समजत नाही. पूर्वी यानं मी अस्वस्थ व्हायची; पण हळूहळू त्याची सवय झालीय आता.''

पण तेवढ्यात रिबेकाचा फोन आला होता आणि ते तिघं घाईघाईनं लिफ्टकडे धावले होते.

लिफ्ट पहिल्या मजल्यावर पोहोचली. दार उघडून बाहेर पडतापडता जॅकनं लॉरीच्या खांद्यावर हात ठेवला आणि तो एकेक शब्द स्पष्ट उच्चारत बोलला, ''मी तुला कसलंही धमकीचं पत्र लिहिलं नाही, लॉरी. असं मी करणं कधीही शक्य नाही.''

लॉरीनं मान वळवून त्याच्याकडे बारीक डोळे करून बघितलं, ''काय?'' तिनं अविश्वासानं म्हटलं.

''देवाशपथ खरं सांगेन, खोटं सांगणार नाही.'' कोर्टात साक्षीदार म्हणतात, तसं उजवा हात उंचावून जॅकनं म्हटलं.

''खरं सांगतोयस?'' लॉरीनं विचारलं. ''हा खोडसाळपणा तूच केला असशील अशी पक्की खात्री होती माझी. आणि मी जे करत होते त्यापासून मला परावृत्त करायचा प्रयत्नही तू केलाच होतास.''

''हो, तसं म्हणालो होतो मी तुला; पण ते पत्र मात्र खरंच लिहिलं नाही मी. विश्वास ठेव माझ्यावर.''

''ते जाऊ दे; पण त्या पत्रात नेमकं काय लिहिलं होतं?'' लूनं विचारलं.

''मला आता नेमकं आठवत नाही; पण ते पत्र अगदी छोटं होतं. आणि फार नेमके शब्द वापरले होते त्यात. मी जर त्या केसचं काम थांबवलं नाही, तर त्याचे परिणाम वाईट होतील, आणि मी पोलिसांना कळवलं तरी तसेच वाईट परिणाम होतील... असं काही तरी होतं त्या पत्रात. कमालीचं मेलोड्रॅमॅटिक. मला पूर्वी जी

पत्रं आली, त्यात केवढी तरी लांबण लावलेली असायची, पुन्हापुन्हा तेच तेच लिहिलेलं असायचं. त्या तुलनेत हे पत्र फक्त दोन-तीन वाक्यांचं होतं. मार्लिनला ते पत्र पुढच्या दारातून आत सरकवलेलं दिसलं होतं. तिनं ते माझ्या कॉम्प्युटरपाशी आणून ठेवलं होतं.''

''ते पत्र दाखव मला.'' लूनं गंभीरपणे म्हटलं.

''ओके.'' लॉरीनं खोट्या निर्विकारपणे म्हटलं. खरं म्हणजे तिलाही आता जरा चिंता वाटू लागलेली होती. ''आता आधी माझ्या पहिल्या केसची ओळख पटवायला आलेल्या त्या सद्गृहस्थाला भेटू या. मग पुन्हा माझ्या ऑफिसात जाऊन ते पत्र बघू.''

३३

मार्च २६, २०१०

शुक्रवार संध्याकाळ ५.०८

"**म**ला वाटतं, मी आता निघावं." खुर्ची मागे सारून उठत बेननं म्हटलं. जरी त्या मेडिकल एक्झॅमिनरची वाट बघत तो अगदी थोडाच वेळ थांबलेला होता, तरी आता आणखी प्रश्नांच्या फैरींना तोंड द्यावं की नाही, असं त्याला वाटू लागलेलं होतं. आपण जरी सहकार्य करतोय असं त्याला इथल्या लोकांना भासवायचं असलं, तरी आता एखादा वकील असल्याशिवाय आणखी काही माहिती दिली, तर ते आपल्या अंगलट येऊ शकेल, असा विचार त्याच्या डोक्यात येऊन गेलेला होता. न्यूजर्सीतल्या त्या सहा हत्यांशी सातोशीच्या मृत्यूचा काही संबंध असेल का, याची त्याला कल्पना नसली, तरी या दोन्ही प्रकरणांचा एकमेकांशी संबंध असण्याची शक्यता नक्कीच होती. 'आपल्याला त्या सहा हत्या दिसल्या, शिवाय आपण सातोशीच्या प्रेताची ओळखही पटवलीय, म्हणजे काही झालं तरी आपण या भानगडीत गुंतले जाणार हे नक्की,' त्यानं मनात म्हटलं. त्यापेक्षा आणखी काही न बोलणं, हेच उत्तम. एखाद्या वकिलानंही हाच सल्ला दिला असता आपल्याला.

त्याला उठलेलं बघून रिबेकाही खुर्चीवरून उठली. "आता ही डॉक्टर मॉंटगोमेरी-स्टेपल्टन का येत नाहीय अजून? एक मिनिट, मीच बघते." तिनं दार उघडलं, तोच तिला लॉरी येताना दिसली. पाठोपाठ जॅक स्टेपल्टन होता आणि आणखी एक माणूस त्याच्याबरोबर होता, त्याला मात्र ती ओळखत नव्हती.

''आल्या त्या.'' असं म्हणत तिनं दार आणखी उघडून धरलं.

आणि तिनं लॉरीची बेनशी ओळख करून दिली. लॉरीचं आकर्षक व्यक्तिमत्त्व आणि चेहऱ्यावरचं सुंदर स्मित, दोन्ही गोष्टी बेनला एकदम आवडून गेल्या. इतक्या, की काही क्षण त्याच्या मनातली चिंतासुद्धा जरा कमी झाली; पण नंतर जेव्हा लॉरीनं त्याची ओळख डिटेक्टिव्ह कॅप्टन लू सोल्डॅनोशी करून दिली, तेव्हा लगेच त्या सगळ्या चिंता पुन्हा जिवंत झाल्या. डॉक्टर जॅक स्टेपल्टनचा मात्र त्याच्यावर काहीच परिणाम झाला नाही.

''सगळ्यात प्रथम तुम्ही वेळात वेळ काढून आमच्या एका केसची ओळख पटवण्यासाठी मुद्दाम आलात, त्यासाठी मी तुमची मनापासून आभारी आहे.'' लॉरीनं म्हटलं, ''एखाद्या बेवारशी प्रेताची ओळख पटणं ही गोष्ट आमच्यासाठी किती महत्त्वाची असते, हे मी तुम्हाला सांगूच शकणार नाही.''

''त्याचं काही विशेष नाही. माझी तुम्हाला मदत होतेय, हे महत्त्वाचं.'' बेननं शक्य तितक्या सहजपणे म्हटलं. लू सोल्डॅनोनं टेबलावरचा आयडेंटिफिकेशन फॉर्म उचलून वाचायला सुरुवात केली होती, हे त्याच्या लक्षात आलं. ''पण मला न्यूजर्सीमध्ये एक अत्यंत महत्त्वाची मीटिंग आहे, आणि तिकडे जायला मला आधीच उशीर झालाय.''

''काळजी करू नका, आपण आपलं काम चटकन आवरू.'' लॉरीनं म्हटलं, ''आमच्याकडे आणखी एका आशियाई माणसाचा असाच ओळख न पटलेला मृतदेह आहे. तो तुम्ही बघून त्यालाही तुम्ही ओळखता का हे सांगितलंत, तर फार बरं होईल. आमच्या माहितीप्रमाणे या माणसाचा आणि तुम्ही आता ओळख पटवलेल्या माणसाचा काहीतरी संबंध आहे. तुमची हरकत नाही ना?''

''ठीक आहे.'' बेननं निरुत्साही आवाजात म्हटलं.

लॉरी रिबेकाकडे वळली. ''रिबेका, मी आज सकाळीच केलेली केस. अंगावर भरपूर गोंदवलेल्या त्या माणसाची.''

''समजलं.'' रिबेका चटकन उठून निघून गेली.

''तुम्ही उभे का? बसा ना.'' लॉरीनं खुर्चीकडे हात दाखवत म्हटलं.

तिनं लूकडून तो आयडेंटिफिकेशन फॉर्म घेऊन त्यावरून चटकन एक नजर फिरवली.

''सातोशीला कशामुळे मरण आलं?'' बेननं उगाचच विचारल्यासारखं दाखवत विचारलं.

''आय ॲम सॉरी.'' लॉरीनं हातातला फॉर्म टेबलावर ठेवला. ''अजून ही केस पूर्ण झालेली नाही, त्यामुळे आम्ही हे कोणालाही सांगू शकत नाही. तुम्ही जर त्याचे नातेवाईक असता, तर गोष्ट वेगळी होती. सॉरी, माफ करा मला.''

"असू दे. हरकत नाही." बेननं म्हटलं. "मी सहजच विचारलं. खरं म्हणजे त्यानं मुळीच 'सहज' वगैरे विचारलेलं नव्हतं; पण आपली उत्सुकता त्याला उघड दाखवून मुळीच चालणार नव्हतं.

"हं, तर हा सातोशी तुमच्याकडे काम करत होता ना?" लॉरीनं म्हटलं. "त्याबद्दल काही सांगू शकाल?"

बेननं रिबेकाला जे सांगितलं होतं, तीच रेकॉर्ड त्यानं परत वाजवली. सातोशी अगदी नुकताच आपल्या कंपनीत लागला होता, त्यामुळे आपण त्याला फारसे ओळखत नव्हतो. आपली कंपनी बायोटेक क्षेत्रातली आहे आणि सातोशी हा फारसा कोणाला माहीत नसलेला; पण अत्यंत हुशार संशोधक होता.

"आज दुपारी तुम्ही 'मिसिंग पर्सन्स'मध्ये कॉल केलात असं समजलं मला."

"मी स्वतः होऊन कॉल केला नाही." बेननं म्हटलं, "पण मला माचिताची काळजी मात्र वाटत होती. तो गेले दोन दिवस ऑफिसला आला नव्हता, आणि फोनही उचलत नव्हता."

"मि. माचिता जेव्हा सब-वे प्लॅटफॉर्मवर पडले, तेव्हा त्यांच्या सामानामधली एक छोटी वस्तू पळवली गेली, असा आमचा संशय आहे." माचिताचा खून झालाय असं लॉरीनं मुद्दामच सांगितलं नाही. "ही वस्तू कोणती, तुम्ही काही सांगू शकाल? ती एखादी विवक्षित गोष्ट किंवा एखादी मौल्यवान वस्तू असू शकेल का?"

"मला काहीच कल्पना नाही." बेननं मुद्दामच थाप मारली. त्याला पक्कं ठाऊक होतं, की सातोशीचा जर चोरीच्या उद्देशानं कोणी पाठलाग केला असेल, तर ती व्यक्ती निश्चितपणे त्याच्या लॅबच्या वह्यांच्या मागे असेल, आणि सातोशीच्या त्या वह्या बेनच्या ऑफिसातल्या तिजोरीत अगदी सुरक्षित ठेवलेल्या होत्या.

त्याच्या लक्षात आलेलं होतं, की लॉरीच्या प्रश्नांचा रोख पाहता सातोशीचा मृत्यू नक्कीच नैसर्गिक कारणांनी झालेला नाही, तर त्याचा खूनच झाला असला पाहिजे. जी गोष्ट कधीच सिद्ध करता येणार नाही, त्याबद्दल थाप मारायला त्याची काहीच हरकत नव्हती; पण जी गोष्ट सिद्ध करता येईल त्या बाबतीत मात्र तो हा धोका पत्करणार नव्हता. आज दुपारी न्यू जर्सीमध्ये आपण कशाला गेलो होतो याबद्दल काहीही बोलायची त्याला इच्छा नव्हती; पण त्याला भयंकर भीती वाटत होती, की पुढचा प्रश्न सातोशीच्या कुटुंबाशी संबंधित असला, तर मात्र आपोआपच आपल्याला त्याबद्दल काहीतरी बोलावं लागेल, आणि मग प्रश्नोत्तरं आपोआप न्यू जर्सीपर्यंत येऊन पोहोचतील.

तेवढ्यात रिबेका त्या याकुझामधल्या गुंडाच्या बेवारशी प्रेताची फाईल घेऊन आली. बेनला जरा हायसं वाटलं. निदान आता सातोशीचा विषय तरी जरा बाजूला

पडेल. तिनं ती फाईल लॉरीकडे दिली. लॉरीनं फाईलमधून त्या माणसाच्या प्रेताचे फोटो बाहेर काढले. नेहमीच्या फोटोंमध्ये जसा प्रेताचा भयानक किंवा विद्रूप दिसणारा भाग झाकलेला असतो– म्हणजे ओळख पटवणाऱ्या व्यक्तीला बसणारा मानसिक धक्का जरा सौम्य होतो– तसे हे फोटो नव्हते. दिव्यांच्या झगझगीत प्रकाशात प्रेताचं प्रत्येक वैशिष्ट्य, जखमा, भयानक दिसणारे भाग स्पष्टपणे दिसावेत, याच उद्देशानं मृत व्यक्तीच्या संपूर्ण अनावृत शरीराचे काढलेले फोटो होते ते. त्या माणसाच्या अंगावरच्या गोंदलेल्या नक्षीकामामुळे जरी त्या प्रेताचं भयावह रूप थोडंसं कमी झालेलं असलं, तरी बराच वेळ नदीच्या घाणेरड्या पाण्यात तरंगत राहिलेल्या त्या प्रेताची पांढरीफटक पडलेली कातडी एकदम डोळ्यांवर आघात करत होती.

पेशानं स्वतः एक डॉक्टर असलेला, आयुष्यात असंख्य मृतदेह बघितलेला बेनसुद्धा ते फोटो बघून इतका चरकला, की अभावितपणेच तो एकदम खुर्चीत मागे सरकला. समोरच बसलेला डिटेक्टिव्ह आपल्याकडे बारीक नजरेनं बघत असणार ही जाणीवही त्याच्या मनात होतीच; पण त्याचा डॉक्टर म्हणून असलेला अनुभव इथे अचानक कामी आला. त्यामुळे खुर्चीत आणखी ताठ बसल्याचा आविर्भाव करत त्यानं स्वतःला लगेच सावरलं. ''नाही, मी याला कधीच पाहिलेलं नाही.' बोलताना त्याचा आवाज मध्येच चिरकला. खाकरून घसा साफ करत त्यानं म्हटलं, ''सॉरी, मी नाही ओळखत या माणसाला.''

''नक्की? खात्री आहे तुमची?'' लॉरीनं म्हटलं, ''कारण याच्या अंगावरच्या गोंदवलेल्या नक्षीकडेच जास्त लक्ष जातं, हे मला माहीत आहे. त्याच्या फक्त चेहऱ्याकडे नीट बघून पुन्हा एकदा सांगाल का?''

''मी खरंच याला पूर्वी कधी पाहिलेलं नाही. खात्री आहे माझी.'' बेननं पुन्हा म्हटलं, ''आणि एकदा पाहिलेला चेहरा मी विसरत नाही.'' खुर्ची मागे सरकवत त्यानं मुद्दामच हातातल्या घड्याळाकडे नजर टाकली. ''सॉरी, या केसमध्ये मी तुम्हाला मदत करू शकलो नाही; पण पहिल्या माणसाला मात्र ओळखलंय मी.'' तो उठला, तसे बाकीचेही उठून उभे राहिले.

''नो प्रॉब्लेम, तुमची भरपूर मदत झालीय आम्हाला, आणि त्याबद्दल थँक्स अगेन.'' लॉरीनं म्हटलं.

बेननं आधी लॉरीशी, मग जॅकशी आणि शेवटी लू सोल्डॅनोशी शेकहँड केला. लूनं आपला हात मुद्दामच जरा जास्त वेळ धरून ठेवलाय आणि त्याचे ते काळेभोर डोळे आपल्याकडे रोखून बघताहेत, हे त्याच्या लक्षात आल्यावाचून राहिलं नाही. आपली भेट पुन्हा होणार आहे, असं सांगतोय की काय हा?

गाडीपाशी आल्यावरही बेन हाच विचार करत होता. ''माय गॉड.'' त्यानं

गाडीत बसत स्वतःशी मोठ्यानं म्हटलं, ''मी जणू एखाद्या माईनफील्डमधून चालत असल्यासारखं वाटतंय मला. जरा जरी वाकडं पाऊल पडलं, तरी थेट प्राणाशीच गाठ!'' खिशातून आपला सेल फोन आणि डिटेक्टिव्ह टॉम जेनोचं कार्ड काढून त्यानं मोठ्या अनिच्छेनं टॉमला कॉल केला. त्याला अंधुकशी आशा वाटत होती, की टॉम म्हणेल, की आता संध्याकाळचे सहा वाजून गेलेत, उशीर झालाय, तेव्हा अपाण उद्या सकाळी भेटू; पण ही आशा फोलच ठरली. बेननं प्रेताची ओळखी पटवल्याचं ऐकल्यावर टॉमनं म्हटलं, की आपण आत्ताच भेटू. शिवाय टॉम अजून न्यूजर्सीतल्या त्या हत्या घडलेल्या ठिकाणीच होता. आता परत सगळ्या शंकाकुशंका मनात बाळगत तिकडे जायचं त्याच्या अक्षरशः जिवावर आलं होतं; पण दुसरा काही इलाजच नव्हता. त्यानं गाडी सुरू केली.

३४

मार्च २६, २०१०

शुक्रवार, संध्याकाळी ५.३८

बेन गेल्यानंतर लॉरी, जॅक आणि लू पुन्हा आपापल्या खुर्चीवर मागे टेकून बसले होते. एकटा लू फक्त बोलला होता– मला बेनचा संपूर्ण पत्ता आणि सगळे फोन नंबर हवेत. लॉरीनं न बोलता फक्त सातोशीच्या भरलेल्या आयडेंटिफिकेशन फॉर्मवर टिचकी वाजवली होती– सगळी माहिती लिहिलीय इथे.

बराच वेळ तिघंही गप्प बसून होते. जणू धक्का बसून सुन्न झाल्यासारखे ते एकमेकांकडे बघत होते. अचानक केबिनच्या बाहेरच्या बाजूला बोलण्याचे आवाज एकदम वाढलेले केबिनमध्ये ऐकू आले, तरीही कोणीच हललंसुद्धा नाही. शेवटी लॉरीनंच म्हटलं, ''काय मत झालं तुम्हा दोघांचं?''

''वेगळाच माणूस वाटला मला.'' जॅकनं खांदे उडवले. ''आणि भयंकर अस्वस्थ वाटला. तो अत्यंत आत्मविश्वासपूर्ण वाटला आणि त्याचबरोबर तो प्रचंड टेन्शनमध्ये असल्याचंही जाणवलं. एका वेळी तर तो थरथरत होता.''

''त्याची अवस्था सातोशीची ओळख पटवल्यामुळे तर झाली नसेल– म्हणजे दुःखातिरेकानं भयंकर मानसिक धक्का बसल्यामुळे होते तशी? त्याची ती थरथर मलाही दिसली. मला असं जाणवलं, की इथे येऊन आपल्याशी बोलणं त्याला अजिबातच नको होतं.'' लॉरीनं म्हटलं.

''मला वाटतं, मी या चर्चेत भाग घेऊ नये.'' लूनं म्हटलं, ''मी बघितलंय त्याला आधी.''

"काय?" लॉरी उडालीच. "कुठे?"

"म्हणजे व्यक्तिशः त्याला नव्हे; पण अशा प्रकारची माणसं बघितली आहेत मी. आयव्ही लीग टाईपची. अत्यंत घमेंडखोर, स्वतःला बाकीच्यांपेक्षा श्रेष्ठ समजणारी. जणू सामान्य माणसाला लागू असणारे नियम यांना लागूच नसतात."

"जपून हं. लू." जॅकनं त्याला खोटंच दटावलं. "हे तुझं बोलणं माझ्या दिशेनं येऊ बघतंय."

"तसं नाही रे." लूनं म्हटलं, "काही नियमांच्या बाबतीत तू प्रश्नचिन्हं उभी करतोस; पण ते अभ्यासपूर्ण असतं– या नियमांना काही अर्थ आहे का, किंवा ते सगळ्यांसाठी सारखेच काम करतील का, वगैरे. या डॉक्टरसारखे लोकही नियमांबद्दल प्रश्नचिन्हं उभी करतात; पण त्यामागे त्यांचा स्वार्थ असतो– त्यांच्या दृष्टीनं त्या नियमांना काही अर्थ आहे का वगैरे. जोपर्यंत ते नियम या लोकांना पैसा मिळवून देतात, तोपर्यंत सगळं चालतं यांना. मी, मला, माझं– बस्स. 'मी' पलीकडे यांना काही दिसतच नाही."

"मला असं वाटतं, की हा डॉक्टर जेवढं दाखवतोय त्यापेक्षा त्याला जास्त माहिती आहे." लॉरीनं म्हटलं.

"हो, नक्कीच. तुझ्या जागी मी असतो, तर मी त्याला आणखी कितीतरी नेमके प्रश्न विचारले असते."

"मलाही विचारायचे होते, " लॉरीनं म्हटलं, "पण एक तर तो स्वतः होऊन इथे आलेला होता, त्यामुळे त्याला वाटेल तेव्हा तो इथून निघून जाऊ शकत होता; पण मला वाटतं, तुझी परत कधीतरी त्याच्याशी गाठ पडेल."

"खरंय." लूनं म्हटलं, "पण तुला आत्ताच सांगतो- या दोन हत्यांचा जेव्हा मी तपास करेन, तेव्हा मी डॉक्टर कोरीच्या त्या कंपनीचा अगदी खोलात जाऊन बारकाईनं तपास करणार आहे. त्याच्याकडे काम करणारा एक माणूस संघटित गुन्हेगारांच्या टोळीकडून का मारला जातो– आणि त्यात एक गुंडही का मरतो? शिवाय बळी पडलेला माणूस आणि मेलेला मारेकरी हे दोघंही जपानी आहेत, याचा अर्थ काय लावायचा? मजा येईल या भानगडीचा तपास करताना."

"खरंच मजा येईल." लॉरीनं म्हटलं आणि जॅककडे वळून त्याच्या दंडावर हात ठेवला. "फारच धावपळ झाली आज. आता काम पुरे. तुझं काय म्हणणं आहे? तुझी सायकल इथेच ठेवून माझ्याबरोबर टॅक्सीनं येतोस का?"

"नको, नको." जॅकनं म्हटलं, "आता या वीकएंडच्या सुट्टीत मला माझी सायकल लागणार नाही का?" आणि तो उठला.

"ए, त्या धमकीच्या पत्राचं काय?" लू नं विचारलं.

"राहू दे ते!" लॉरीनं उडवाउडवी करत म्हटलं; पण खरं तर तिला आपल्या

त्या चुकलेल्या निर्णयाचं समर्थन करण्याची फारशी इच्छा नव्हती– अर्थात, आपला निर्णय चुकला, हेही तिला थोड्याच वेळापूर्वी समजलेलं होतं. ते पत्र म्हणजे आपल्या पतीचा खोडसाळपणा असेल असं समजून आपण ते सोडून द्यायला नको होतं, हे तिच्या लक्षात आलेलं होतं. खरं म्हणजे त्या पत्रातली भाषा, वापरलेली वाक्यं, काहीच चेष्टेवारी नेण्यासारखं नव्हतं; पण ते पत्र तिला अधूनमधून येणाऱ्या धमकीच्या पत्रांपेक्षा आणि ईमेल्सपेक्षा इतकं वेगळं होतं, की ते पत्र कुणी तरी खरंच गंभीरपणे लिहिलं असेल, याचीच तिला शंका आली होती.

केबिनमधून आधी लॉरी बाहेर पडली, पाठोपाठ लू आणि शेवटी जॅक बाहेर आले. ''आपण घरी भेटू.'' जॅकनं लॉरीला म्हटलं, मग तो लूकडे वळला, ''आपण भेटू असंच कधी तरी.''

लू आधीच वळून निघालेला होता. त्यानं मागे न वळता फक्त हात उंचावला – हो, मी ऐकलंय हे सांगण्यासाठी, आणि अचानक वाटेत थबकलेल्या लॉरीशी त्याची धडक झाली. रिसेप्शनच्या भागात बरीच गर्दी होती. काही लोक बसलेले होते, तर काही उभेच होते. ओसीएमईमधले कर्मचारी लोक एकमेकांचा निरोप घेऊन केव्हाच निघून गेलेले होते. हे दुसरेच लोक होते. त्यांपैकी काही जण रडत होते, काही जण हुंदके देत होते. त्यामुळे हे लोक आपल्या कुटुंबातल्या कोणातरी मृत व्यक्तीची ओळख पटवायला आलेले असणार, हे उघड दिसत होतं. लॉरी, लू आणि जॅक आयडेंटिफिकेशन रूममधून बाहेर पडले, तेव्हा पुढच्या पाळीत रिबेकाच्या जागी काम पाहणारा दुसरा क्लार्क बाहेर वाट बघत उभा होता. त्याला वाट बघत थांबायला लागल्याबद्दल लॉरीनं त्याची माफी मागितली.

जॅक चालताचालता खाली जाऊन आता सायकल घ्यायचा विचार करत होता; पण पुढे असलेला लू थबकला, म्हणून त्यालाही एकदम थांबावं लागलं. लॉरी जागच्या जागी खिळून डावीकडे कुठेतरी डोळे विस्फारून बघत असलेली त्याला दिसली. म्हणून त्यानंही त्या दिशेनं बघितलं, तेव्हा त्याला साधारण चाळीस-पंचेचाळीस वर्षांची एक आफ्रिकन-अमेरिकन स्त्री सुन्न चेहऱ्यानं कोचावर बसलेली दिसली. पाच-सहा माणसं अगदी दाटीवाटीनं तिच्या आसपास उभी होती. सगळेच जण तिचं सांत्वन करायचा प्रयत्न करत होते. या बाईला आपण कुठेतरी पाहिलंय, असं लगेचच जॅकच्या लक्षात आलं; पण कुठे ते मात्र त्याला आठवेना.

लॉरीनं मात्र तिला क्षणातच ओळखलेलं होतं. ती लेटिशिया विल्सनची आई होती– मेरिलिन विल्सन.

ती प्रचंड हादरली, आणि झपाट्यानं चालत, आजूबाजूच्या लोकांना दूर सारत मेरिलिनसमोर जाऊन उभी राहिली. तिच्या पायांशी अर्धवट बसून तिनं शक्य तितक्या मृदू आवाजात मेरिलिनला विचारलं, ''काय झालं?''

अश्रूंनी डबडबलेल्या नजरेनं काही क्षण मेरिलिन तिच्याकडे बघतच राहिली.

"मी लॉरी." लॉरीनं म्हटलं, "काय झालंय? लेटिशियाला काही झालंय का? की आणखी कुणाला?"

आपल्या मुलीचं नाव ऐकल्याबरोबर मेरिलिन जणू खडबडून जागी झाली. इतका वेळ भकास दिसणाऱ्या तिच्या नजरेमध्ये एकदम संतापाचा अंगार फुलला. ती एकदम किंचाळली, "तू, तूच जबाबदार आहेस माझ्या पोरीच्या मृत्यूला. तू नसतीस तर आत्ता जिवंत असती ती! आसपासची सगळी माणसं अवाक होऊन बघतच राहिली. लॉरीचं तर डोकंच बधिर झालं. मेरिलिन इतक्या जोरात उठली, की लॉरीसुद्धा एकदम उठून एक पाऊल मागे सरकली.

मेरिलिनचं सांत्वन करत असलेल्या माणसांनाही भयंकर धक्का बसला. त्यांनी लगेच तिला रोखायचा प्रयत्न केला; पण तिचा आवेगच इतका अनावर होता, की त्यांना झटक्यात दूर सारून तिनं दुःखावेगानं, संतापानं ओरडत लॉरीचा गळाच धरला. आजूबाजूच्या लोकांनी जोर करून लॉरीला सोडवलं; पण तोपर्यंत मेरिलिनच्या नखांचे लालसर ओरखडे तिच्या गळ्यावर उमटले होते.

जॅक आणि लू ताबडतोब लॉरीकडे धावले. जॅकचा बास्केटबॉलमधला खेळाडू असलेला वॉरन विल्सनही त्यांच्या मदतीला धावला. जॅक, लॉरी, वॉरन आणि त्याची मैत्रीण नटाली अॅडम्स हे गेल्या दहा वर्षांपासून एकमेकांचे जवळचे दोस्त होते.

वॉरन दिसेपर्यंत तो इथे आहे याची जॅकला कल्पनाच नव्हती. नेमकं काय झालंय हे त्यानं जॅक आणि लूला सांगायला सुरुवात केली, तेवढ्यात लॉरी काही न सांगता तिथून सरळ वाटेत येणाऱ्या लोकांमधून वाट काढत थेट रिसेप्शनिस्टकडे धावत निघाली.

रिसेप्शन काऊंटरवर त्या वेळी एक सुरक्षारक्षक होता. त्याच्यापाशी येतायेता ती मोठ्यानं ओरडली, "ते दार उघड आधी!" ओसीएमईच्या मुख्य इमारतीत प्रवेश करण्याचं ते दार होतं. तिथे पोहोचून ती अस्वस्थपणानं दाराचं हँडल हलवू लागली, तेवढ्यात त्या रक्षकानं बटन दाबलं, त्याबरोबर दार उघडलं आणि ती आत शिरली.

"लॉरी!" जॅकनं आजूबाजूच्या कोलाहलाच्या वर आवाज चढवून मोठ्यानं हाक मारली, "आलोच मी!" असं मागे वळून वॉरन आणि लूला सांगत तो लॉरीच्या पाठोपाठ धावत निघाला, आणि लॉरी आत गेल्यावर ते दार परत बंद होण्याच्या आत तो ते पुन्हा उघडून आत घुसला. लॉरी तोपर्यंत आतल्या कॉरिडॉरच्या पलीकडच्या टोकापाशी जाऊन पोहोचली होती.

"लॉरी!" ती आपल्याला उत्तरही देत नाही, हे बघून त्यानं पुन्हा ओरडून हाक मारली, आणि तो पळतच तिच्यामागे निघाला. तो कॉरिडॉरच्या टोकाला पोहोचला,

तोपर्यंत लॉरी खाली जाणाऱ्या जिन्याचं दार उघडून भराभरा पायऱ्या उतरत होती. तोही झपाट्यानं जिना उतरू लागला आणि जिथे शवागार होतं, त्या मजल्यावर आला.

लॉरी धावतच शवागाराच्या ऑफिसात घुसली. तिथे एक सहायक नुकत्याच आलेल्या एका प्रेताची नोंद करत होता, ''नुकतीच आलेली प्रेतं कुठे ठेवतोस तू?'' लॉरीनं धापा टाकत विचारलं.

''मुख्य कूलरमध्ये.'' त्या सहायकानं उत्तर दिलं. तुम्हाला नेमकं काय हवंय, असं त्यानं तिला विचारायचा प्रयत्न केला; पण ती खाडकन दार उघडून शवागारातल्या कॉरिडॉरमधून निघालीसुद्धा होती. तेवढ्यात जॅक तिच्यापाशी येऊन पोहोचलेला होता.

''तू काय करतेयस तरी काय?'' त्यानं विचारलं. ''आणि एवढी धावतेयस का?''

काही न बोलता तिनं फक्त मान नकारार्थी मान हलवला– आत्ता मी तुझ्याशी काहीही बोलायच्या मनःस्थितीत नाही. आणि झटकन डावीकडे वळून झपाझप चालत मुख्य कूलरच्या दारापाशी आली. त्या जाडजूड, अवजड दाराचं लॅच जोर करून उघडून तिनं त्या थंडगार धुकं जमलेल्या कूलरमध्ये प्रवेश केला, आणि भराभर आतले साधे, पिवळे दिवे लावले. आतल्या पांढऱ्या, मळकट, ओलसर भिंतींवर आतल्या वस्तूंच्या उलटसुलट, चित्रविचित्र सावल्या पडल्या. आता ती खोली आणखीच भेसूर, गूढ वाटू लागली.

जॅकही आत शिरला. दार 'क्लिक' असा आवाज करून बंद झालं. आतल्या थंडगार हवेमुळे तो क्षणभर शहारला. लॉरी दाराजवळ चाकांच्या स्ट्रेचरवर ठेवलेल्या, पांढऱ्या आच्छादनांनी झाकलेल्या प्रेतांवरची आच्छादनं एकामागून एक उघडत निघालेली होती. प्रत्येक प्रेताचा चेहरा आणि छातीचा वरचा भाग दिसेल अशा बेतानं ती आच्छादनं उघडत होती. अशी जवळजवळ वीसेक प्रेतं तिथे चाकांच्या स्ट्रेचरवर ठेवलेली होती. -पण ती व्यवस्थित रांगा करून न ठेवता, कशीही ठेवलेली होती.

''मी काही मदत करू?'' जॅकनं विचारलं. लॉरी नेमकं काय करतेय हे अजूनही त्याच्या लक्षात येत नव्हतं; पण वर वॉरनला पाहिल्यावर त्याच्या मनात एक भयंकर शंका मूळ धरू लागलेली होती.

लॉरी एक शब्दही बोलली नाही. ती फक्त प्रत्येक प्रेताचा चेहरा उघडून ठेवत पुढे चाललेली होती. मधूनच तिला वाटेत येणारं एखादं चाकांचं स्ट्रेचर हलवून बाजूला करावं लागत होतं.

आणि अचानक तिची शंका खरी ठरली. एका प्रेताच्या चेहऱ्यावरचं आच्छादन

दूर करताक्षणीच ती प्रचंड हादरली. ते प्रेत निःसंशयपणे लेटिशिया विल्सनचं होतं. तिचे उघडे डोळे वरचं सीलिंग न्याहाळत होते. तिच्या निस्तेज, पांढऱ्याफटक चेहऱ्याभोवती तिचे काळेभोर कुरळे केस अस्ताव्यस्त पसरलेले होते. कपाळाच्या बरोबर मध्यावर गोळी डोक्यात शिरल्याची छोटीशी लंबगोलाकृती जखम होती. आणि गोळी आत शिरून थेट मेंदूच्या तळाच्या भागाकडे गेलीय, हे लॉरीच्या सराईत नजरेनं क्षणात टिपलं.

एकदम लॉरीनं दोन्ही हातांनी आपलं तोंड झाकून घेतलं. ती जागच्या जागी थरारली. जॅकनं तिच्या खांद्याभोवती हात टाकला.

"ओ माय गॉड!" त्याच्या तोंडून अभावितपणे शब्द बाहेर पडले.

"पण माझं बाळ कुठाय?" लॉरीनं हळूच म्हटलं.

"ओ! म्हणजे वर ती लेटिशियाची आई होती का?"

लॉरीनं सुन्नपणे मान डोलावली. तिचं डोकंच बधिर झालेलं होतं. हे खरंच घडतंय, का आपल्याला एखादं दुःस्वप्न पडतंय?

"चल लवकर." जॅकनं म्हटलं, "आधी हे लूच्या कानावर घालू या. नशिबानं तो आत्ता इथं आहे."

त्यानं तिला आधार देत कूलरमधून बाहेर नेलं, आणि ते दोघं लिफ्टपाशी आले. "आधी मी तुला तुझ्या ऑफिसात पोहोचवतो आणि नंतर खाली जाऊन लूला घेऊन येतो. ओके?"

लॉरीनं न बोलता फक्त मान डोलावली. आपला जेजे कुठे असेल, काय करत असेल असे विचार तिच्या मनात येत होते. ती फारशी धार्मिक वृत्तीची नव्हती; पण या क्षणी मात्र तिनं मनोमन देवाची करुणा भाकायला सुरुवात केली– देवा, कसंही करून माझ्या बाळाला सुखरूप ठेव रे.

तिच्या मनात काय चाललं असेल याची जॅकला पूर्ण कल्पना होती. तिच्या ऑफिसात पोहोचल्यावर त्यानं मृदू आवाजात म्हटलं, "सध्या तरी फार विचार न करण्याचा प्रयत्न कर. आधी लूशी बोलू आपण." तिच्या टेबलावरच्या जेजेचा फोटो घेऊन त्यानं ड्रॉवरमध्ये ठेवून दिला आणि मग तिला सावकाश खुर्चीवर बसवलं.

नंतर जॅक घाईघाईनं रिसेप्शनमध्ये परत आला. आता इथली गर्दी बरीच कमी झालेली होती. नातेवाईक मंडळी आयडेंटिफिकेशन रूममध्ये गेलेली होती. बाकीचे बरेचसे परिचित लोक परत गेले होते. लू आणि वॉरन कोचावर बसलेले जॅकला दिसले. तो येताना दिसताच ते उठून उभे राहिले.

"व्हेरी सॉरी." लूनं म्हटलं, "लॉरी ठीक आहे ना?"

"हो. प्रचंड हादरलीय ती; पण तशी ठीक आहे."

“तू तिकडे गेला असताना मी काय घडलंय याची चौकशी केलीय.” लूनं म्हटलं, “जेजेला कोणीतरी पळवून नेलंय. आणि पोलिसांनी ही केस अत्यंत गंभीरपणे घेतलीय. कमिशनरनासुद्धा सगळी हकिगत कळवलेली आहे. संपूर्ण पोलीस दल तपासाच्या कामाला लागलंय. त्यांनी ‘ॲम्बर ॲलर्ट’ जारी केलाय. ज्या डिटेक्टिव्हकडे तपासाचा चार्ज दिलाय त्याचं नाव आहे मार्क बेनेट. अत्यंत हुशार आणि अनुभवी माणूस आहे. त्यामुळे काळजी करू नकोस. इतरही अनेक लोक आहेत; पण मार्क बेनेट हाच या केसचा मुख्य डिटेक्टिव्ह आहे.”

“आणि एफबीआय?”

“एफबीआयलासुद्धा सगळी कल्पना दिलेली आहे. सगळेच जण अत्यंत गंभीरपणे ताबडतोब कामाला लागलेत.”

“म्हणजे ही अपहरणाची केस आहे असंच मानलंय सगळ्यांनी?”

“हो, प्रश्नच नाही.” लूनं म्हटलं, “एका व्यक्तीची हत्या आणि एका लहान मुलाचं अपहरण अशा दोन्ही गोष्टी आहेत या प्रकरणात. आश्चर्याची गोष्ट म्हणजे, ही घटना प्रत्यक्ष घडताना बघणारी फक्त एकच बाई आहे. ती तिच्या छोट्या मुलाला घेऊन हंड्रेड्थ स्ट्रीटच्या खेळांच्या मैदानाकडे चालली होती, तेव्हा तिला दिसलं, की एक पिस्तूलधारी माणूस जेजेच्या नॅनीपाशी गेला. त्यानं तिला गोळी घातली, आणि त्याच्या चौघा साथीदारांबरोबर शांतपणे जेजेला उचलून तो जवळच थांबलेल्या एका पांढऱ्या व्हॅनकडे गेला. ती व्हॅनसुद्धा सापडलीय. ती गार्डन सिटीमध्ये सोडून दिलेली होती. ती आता पोलिसांनी ताब्यात घेऊन ते तिचा पुढचा तपास करताहेत.”

“ओके, गुन्हा जिथे घडला, तिथे काही सापडलं का?”

“तिकडची टीम अजून तपास करतेय; पण एवढं मात्र खरं, की मी गेल्या कित्येक वर्षांमध्ये एवढ्या मोठ्या प्रमाणात पोलीस यंत्रणा कामाला लागलेली पाहिलेली नाही. या प्रकरणाला प्रचंड प्रसिद्धी मिळणार बघ.”

“बरं, ज्यांनी अपहरण केलंय, त्यांनी अजून काही मागण्या केल्या आहेत का?”

“नाही ना. ही मात्र जरा चिंता करण्यासाठी गोष्ट आहे. मागण्या केल्या की जरा बरं असतं. म्हणजे तपासाला काहीतरी एक दिशा मिळते.”

“खरंय.” जॅकनं मान डोलावली.

“त्या हरामखोरांशी बोलणी करावी लागतील.”

“पण आम्हाला हे आधी का सांगितलं नाही? मी कुणाला दोष देत नाहीय, फक्त विचारतोय, लू” जॅकनं म्हटलं.

“सुरुवातीला जेजे किंवा नॅनी, यांपैकी कोणाचीच नेमकी ओळख नव्हती.

तिच्याकडे कसलीही ओळख सांगणारी गोष्ट नव्हती. ती कोण आहे हे तिच्या सेल फोनवरून शोधून काढलं त्यांनी, आणि तेसुद्धा नेहमीपेक्षा जरा कठीण गेलं.''

"चल, आता आपण लॉरीकडे जाऊ.'' जॅकनं लूला म्हटलं, "तिला फार वेळ एकटी सोडायची नाही मला. माझी तर जवळजवळ खात्री आहे, की जेजेला कोणीतरी पळवून नेल्याबद्दल ती स्वतःलाच दोषी धरणार.''तो वॉरनचा निरोप घेण्यासाठी त्याच्याकडे वळला; पण तेवढ्यात वॉरननंच बोलायला सुरुवात केली, "खरं म्हणजे हे आता करणं बरोबर नाही हे मला माहितेय; पण मलाही तुमच्याबरोबर लॉरीला भेटायला यायचंय. मला तिला सांगायचंय की लेटिशियाच्या आईनं मघाशी काहीही म्हटलं असलं, तरी आम्ही तुला लेटिशियाच्या मृत्यूसाठी अजिबातच जबाबदार धरत नाही.''

जॅकचं चित्त त्या क्षणी मुळीच थाऱ्यावर नव्हतं; पण तरीही त्याला वाटलं, की हा जे म्हणतोय ते लॉरीनं याच्याच तोंडून ऐकलं, तर तिला खूपच बरं वाटेल. प्रत्येक गोष्टीसाठी स्वतःला जबाबदार धरण्याच्या तिच्या वृत्तीपासून या क्षणी ती जितकी दूर राहील, तितकं बरं. त्यानं लगेच मान डोलावली. "आमच्याबरोबर येण्याआधी तुला इथे कुणाला भेटायचंय का?''

"नाही.''

"मग चल आमच्याबरोबर.''

लिफ्टमधून वर जाताना वॉरननं त्याला जी माहिती होती, ती जॅकला सांगितली. त्याच वेळी लूनं मार्क बेनेटला कॉल केला आणि सांगितलं, की जेजेच्या अपहरणाची माहिती त्याच्या आई-वडिलांना मी दिलीय.

"ते दोघं आत्ता कुठे आहेत?'' डिटेक्टिव्ह बेनेटनं विचारलं.

"ते अजून इथे ओसीएम मध्येच आहेत.''

"मग त्यांना शक्य तितक्या लवकर घरी जायला सांग.'' बेनेटनं सांगितलं, "अजून अपहरणकर्त्या लोकांकडून आपल्याला काहीच निरोप आलेला नाही. ही गोष्ट काळजी करण्यासारखी आहे. माझ्या समजुतीप्रमाणे ते स्टेपल्टनच्या घरच्या फोनवरच संपर्क साधतील, त्याच्याआधी मला तो फोन टॅप करायची, त्यांचे कॉल ट्रॅक करण्याची व्यवस्था करायचीय. तुला माहीत असेल, की लहान मुलांच्या अपहरणाच्या केसेसमध्ये जिथे काही मागण्या केल्या जात नाहीत, अशा बाबतीत सत्तर टक्क्यांपेक्षा जास्त मुलं पहिल्या तीन तासांत मारली जातात.''

"तू सांगितलंस त्याबद्दल थँक्स.'' लूनं म्हटलं. आणि आपलं बोलणं जॅकला ऐकू जात नाहीये ना, हे बघितलं. मार्क बेनेटनं सांगितलेली आकडेवारी जॅकला इतक्यातच सांगायची नाही, असं त्यानं ठरवलं.

"तू म्हणालास की तू त्यांच्यासोबतच असणार आहेस, म्हणून मी तुला फक्त

कानावर घातलं, एवढंच.'' मार्कनं म्हटलं.

''ओके. मी त्यांना लगेचच घरी जायला सांगतो. आणि तुला जर मध्ये कधी माझ्याशी बोलायचं असेल, तर माझा मोबाईल नंबर आहेच तुझ्याकडे.''

''हो, आहे; पण मी स्वतःच त्यांच्या घरी येऊन सगळी व्यवस्था नीट होतेय ना, हे बघणार आहे.''

''मग तू त्यांच्याशी बोलून जेजेला परत आणण्यासाठी कायकाय केलं जातंय हे त्यांना स्वतः सांगशील ना?''

''हो, प्रश्नच नाही. आणि मी हेन्री फुलसमलाही कॉल करून तिकडे यायला सांगायचा विचार करतोय. तू ओळखत असशील ना त्याला?''

''अं... नाही. लगेच लक्षात येत नाहीय.''

''माझ्या माहितीत तरी न्यू यॉर्क पोलिसांमध्ये हेन्रीसारखा दुसरा कोणीही अपहरणकर्त्यांशी बोलणी करण्यात तरबेज माणूस नाही. अपहरणाच्या, ओलीस ठेवण्याच्या त्यानं हाताळलेल्या शंभर टक्के केसेस यशस्वी रीतीनं सोडवल्या आहेत त्यानं– एकाही माणसाचा बळी न जाता.''

''मग हे ऐकून त्या दोघांना चांगलाच धीर येईल. अर्थात, हे प्रकरण त्याच्याआधी या परिस्थितीपर्यंत पोहोचलं पाहिजे.''

''एकदम बरोबर, आता आपण तपासाचं काम काय नि कसं करायचं, हे आपल्यासमोर स्पष्ट झालंय. अजिबात वेळ घालवून चालणार नाही.''

ते तिघं लॉरीच्या ऑफिसात शिरले, तेव्हा लॉरी निस्तेज चेहऱ्यानं शून्यात बघत जागेवर बसलेली त्यांना दिसली. आपल्यासमोरच्या संकटाची पूर्ण कल्पना एव्हाना तिला आलेली होती. हातात धरून ठेवलेलं ते धमकीचं पत्र तिनं मूकपणे लूच्या हातात दिलं. तिनं आता ते काळजीपूर्वक वाचलेलं होतं, त्यामुळे आपण ते वेळीच गंभीरपणानं घेतलं नाही, याची आता तिला चांगलीच शरम वाटत होती. लूनं ते पत्र वाचलं आणि स्वतःशीच मान हलवली.

लॉरी उठत होती, तेवढ्यात वॉरन पुढे झाला. त्यानं तिला क्षणभर हलकेच आलिंगन दिलं. त्यानं लेटिशियाच्या आईच्या वर्तनाबद्दल लॉरीची माफी मागितली. लॉरीनं नुसतीच मान डोलावली– 'ठीक आहे, मी समजू शकते.'

''मी हे पत्र ठेवून घेणार आहे.'' लूनं सांगितलं. ''आणि आता आधी तुमच्या घरी जाऊ या. काय काय घडतंय हे मी तुम्हाला जाताजाता सांगेन.''

३५

मार्च २६, २०१०

शुक्रवार, संध्याकाळी ७.२०

लॉरी, जॅक, वॉरन आणि लू जेव्हा लूच्या गाडीतून लॉरी आणि जॅकच्या घराशी पोहोचले, तेव्हा तिथे जमलेली गर्दी बघून त्यांना आश्चर्यच वाटलं. ही गर्दी पोलिसांची होती. रस्त्यावर, फूटपाथवर, जिकडेतिकडे पोलीस त्यांची वाट बघत थांबलेले होते. पोलिसांच्या व्हॅन, गाड्या, एफबीआयच्या गाड्यांनी रस्ता भरून गेलेला होता.

आता पुढे जे काही होईल त्याला तोंड द्यायची लॉरीनं तयारी केली. ओसीएमईमधून घरी येताना कधी तिला असहाय, अगतिक वाटलं होतं, तर मधूनच तिच्या मनात एक प्रकारचा संताप उफाळून येत होता. वाटेल ते झालं, तरी ती अपहरणकर्त्यांकडून आपल्या बाळाला परत आणणार होती.

बाकीच्यांबरोबर लॉरी गाडीतून उतरली, तेव्हा ती आक्रमक मनःस्थितीत होती. लूनं गाडीत सांगितलेल्या त्या केस ऑफिसरला भेटायला ती अधीर झाली होती.

एकमेकांच्या ओळखी करून घेण्याचे सोपस्कार घराबाहेरच्या पायऱ्यांच्या वरच्या बाजूला पार पडले. लॉरी पायऱ्या चढत असताना आपला हात पुढे करत सगळ्यात आधी मार्क बेनेट तिला सामोरा गेला. ''मी डिटेक्टिव्ह मार्क बेनेट.'' उंचापुऱ्या धिप्पाड बेनेटनं तिचा हात धरून जोरजोरात हलवत म्हटलं, ''मी खास तुमच्या मुलाला लवकरात लवकर तुमच्याकडे परत आणून देण्यासाठीच आलोय.'' नंतर त्यानं आणखी बऱ्याच लोकांशी, डिटेक्टिव्ह, तंत्रज्ञ, एक एफबीआय एजंट

आणि हेन्री फुलसमशीसुद्धा तिची ओळख करून दिली. त्याची बोलण्याची पद्धत, दरारा वगैरेंमुळे लॉरीला एकदम बरं वाटलं. आपली केस एका हुशार, कर्तबगार अधिकाऱ्याकडे आहे.

सगळे जण घरात शिरत असताना मार्क बेनेटनं म्हटलं, ''सॉरी मॅडम, पण आता पुढचे काही दिवस आम्हाला तुमच्या घरात मुक्काम करावा लागणार आहे. तुमच्या मुलाला सोडवण्यासाठी आता बरंच काम करावं लागेल, आणि थोडासुद्धा वेळ वाया जाऊ देऊन चालणार नाही. सगळ्यात आधी मला तुमचा फोन टॅप करावा लागेल आणि येणारे कॉल ट्रॅक करावे लागतील. शिवाय आम्ही आमची वेगळी टेलिफोन लाईनही बसवणार आहोत इथे.''

''प्लीज.'' लॉरीनं दोन्ही हात पसरले, ''घर तुमचंच आहे. तुम्ही सगळे इथे आलात, फार बरं वाटलं. तुम्हाला जे काही करायची गरज भासेल, ते सगळं करा.'' तिनं आणि जॅकनं आपापले कोट काढून कपाटात हँगरला लावले, तेवढ्यात अचानक फोन वाजू लागला. एका क्षणात सगळ्यांनी बोलणं बंद केलं, आणि सगळ्यांच्या नजरा छोट्या लाकडी टेबलावर ठेवलेल्या फोनवर खिळल्या.

''मिसेस स्टेपल्टन,'' मार्कनं म्हटलं, ''फोन आलाय.''

किंचित घुटमळत लॉरी फोनपाशी गेली, आणि तिनं फोनवर हात ठेवून मार्ककडे बघितलं. त्यानं तिला मानेनंच फोन उचलायची खूण केली.

''हॅ..हॅलो.'' तिनं थरथरत्या आवाजात म्हटलं.

''कोण? लॉरी मॉंटगोमेरी-स्टेपल्टन?'' ब्रेननं चिडक्या, अस्वस्थ आवाजात विचारायचा प्रयत्न केला– अगदी लुईनं सांगितलं होतं तसं; पण त्याचाही आवाज जरासा चिरकलाच. त्यानं स्वतःलाच मनातल्या मनात एक शिवी हासडली

''हो.'' लॉरीनं खाकरून घसा साफ करत म्हटलं. ती अचानक भयंकर भेदरलेली होती. तिचे हात-पाय थरथरत होते. निदान भिंतीला टेकून उभं राहावंसं तिला वाटत होतं. आपल्या जेजेला पळवून नेणारा माणूसच बोलत असला पाहिजे, असं तिला आतूनच जाणवून गेलं.

''तुमचा पोरगा आमच्या ताब्यात आहे.''

''कोण बोलतंय?'' लॉरीनं आवाजात जोर आणायचा प्रयत्न केला; पण ते जमलं नाही.

''ते महत्त्वाचं नाही.'' ब्रेनन एव्हाना बऱ्यापैकी सावरलेला होता. ''तुमचा पोरगा आमच्या ताब्यात आहे, ही खरी महत्त्वाची गोष्ट आहे. त्याच्याशी बोलायचंय तुम्हाला?''

लॉरीनं उत्तर देण्याचा प्रयत्न केला; पण अचानक आपल्याला आता रडू कोसळणार, हे तिच्या लक्षात आलं.

''हॅलो, मिसेस स्टेपल्टन? तुम्ही बोला. मी फार वेळ लाईनवर राहू शकणार नाही.''

''मी फोनवर आहे अजून.'' लॉरीनं कसंबसं म्हटलं, ''मला माझं बाळ परत हवंय. का पळवलंत तुम्ही त्याला?''

''तुम्ही पैसे जमवायला लागा आता, आणि ताबडतोब सुरुवात करा. समजलं?''

''हो.''

''तुमच्या पोराशी बोलायचं का तुम्हाला? लवकर सांगा. माझ्याकडे वेळ नाहीय.''

''हो, मला बोलायचंय त्याच्याशी.'' गालांवरचे अश्रू पुसत तिनं म्हटलं.

''ओके. ए पोरा,'' ब्रेननन रिसिव्हर थोडा दूर करत म्हटलं, ''हॅलो म्हण तुझ्या मम्मीला.''

पण पलीकडून कसलाच आवाज तिला ऐकू आला नाही.

''आता तुम्हीच त्याला 'हॅलो' म्हणा.'' ब्रेननन फोनवर म्हटलं, ''मी त्याला परत आणतो फोनवर.''

''हॅलो, बाळा,'' जेजे फोनवर आलाय अशी कल्पना करत लॉरीनं म्हटलं. ती तोंडातून फुटू पाहणारं रडू आवरण्याचा आटोकाट प्रयत्न करत होती. ''मी मम्मी बोलतेय, कसा आहेस तू?''

''तो हसतोय.'' ब्रेननन म्हटलं, ''तुम्ही जे काही बोललात, त्यामुळे त्याला हसू येतंय. त्याला गदागदा हलवून रडवू का मी?''

''नाही, नाही. त्याला काही करायचं नाही.'' तिनं म्हटलं, ''मला तो परत आणून द्या ताबडतोब.''

''ही गोष्ट ताबडतोब वगैरे होणार नाही, मिसेस स्टेपल्टन. पण ती लवकर मात्र होऊ शकेल. तो तुम्हाला परत मिळेल की नाही, हे सगळं तुमच्यावर अवलंबून आहे. तुम्ही आधी पैसे उभे करा. समजलं ना? आम्हाला पैशाची गरज नाही; पण आम्ही जे मागणार आहोत, त्यासाठी तुम्हाला मात्र पैसा लागेल. भरपूर पैसा लागेल तुम्हाला.''

''हो.'' लॉरीनं कसंबसं म्हटलं.

''आणि आणखी एक गोष्ट. पोलिसांकडे जाऊ नका. आता या क्षणी ते तिथे आहेत हे आम्हाला माहितेय. त्यांना हाकलून द्या तिथून. तुम्ही आमचं सांगणं ऐकताय की नाही हे आम्हाला समजेलच, आणि त्याचा परिणाम तुमच्या पोराला भोगावा लागेल. त्याचे तुकडे करून एकेक तुकडा पाठवू आम्ही तुमच्याकडे.''

काही क्षण पलीकडे शांतता होती. ''मी काय म्हणतोय हे तुमच्या लक्षात येतंय, असं समजतोय मी. आता मी फोन बंद करणार आहे; पण आमची अजून

एक मागणी आहे. मी उद्या तुम्हाला कॉल करणार आहे त्यामुळे यापुढे दिवसरात्र तुम्ही घरीच थांबा. गुड नाईट.''

पलीकडून फोन ठेवल्याचा आवाज आला. स्वतःवर ताबा मिळवण्याचा प्रयत्न करत लॉरीनं रिसीव्हर काही क्षण तसाच धरून ठेवला. आपण आता काहीही केलं तरी आपल्या जोरात रडू फुटणार, असं तिला वाटत होतं.

शेवटी मार्क बेनेटनं पुढे होऊन तिच्या हातातून रिसिव्हर घेतला आणि फोनवर ठेवून दिला. ''मी काय म्हणतोय हे या क्षणी तुम्हाला पटणार नाही; पण अपहरणकर्त्यांनी आपल्याशी संपर्क साधलाय, ही फार चांगली गोष्ट झालीय. आम्हाला तर खरोखर सुटल्यासारखं वाटतंय. आता एक गोष्ट नक्की झालीय, की तुमच्या मुलाला खंडणीसाठी पळवून नेलंय, त्यामागे दुसरा कोणताही उद्देश नाही. अपहरण जेव्हा खंडणीसाठी केलं जातं, तेव्हा पळवलेल्या व्यक्तीला काहीही न होऊ देणं हे अपहरणकर्त्यांच्याच फायद्याचं असतं.''

३६

मार्च २६, २०१०

शुक्रवार, रात्री १०.४१

साधारण रात्री अकराच्या सुमाराला मार्क बेनेटनं सांगितलं, की आता फोनची जी काही व्यवस्था गरजेची होती ता, आणि बाकीच्या सगळ्या गोष्टी करून झाल्या आहेत. आता घरातल्या फोनवर २४ × ७ लक्ष ठेवलं जाणार होतं. येणारे कॉल ट्रॅक केले जाणार होते. ही सगळी व्यवस्था पहिल्या मजल्यावरच्या एका छोट्या खोलीत बसवलेली होती.

लॉरी आणि जॅक मार्कला सोडायला पायऱ्या उतरून मुख्य दारापाशी आले. ''उद्या सकाळी मी फोन करेनच.'' मुख्य दाराशी थांबत मार्कनं म्हटलं. एक ऑफिसर फोनवर लक्ष ठेवण्यासाठी रात्रभर थांबणार होता, तो सोडून बाकीचे सगळे जण आधीच निघून गेलेले होते. आता फक्त एकटा मार्कच अजून तिथे होता.

''तुम्ही आमच्यासाठी जे काही केलंत, त्यासाठी थँक्स.'' लॉरीनं म्हटलं. मार्कनं बाकीच्यांच्या कामावर देखरेख ठेवली होतीच, शिवाय त्यानं आतापर्यंत काय काय कामं झालीयत, हेही त्या दोघांना सांगितलं होतं. ९११ च्या कॉलपासून सुरुवात झाली होती. त्याला सगळ्यात आधी सेंट्रल पार्क पोलिसांनी प्रतिसाद दिला होता. नंतर मॅनहटन नॉर्थ विभागातल्या पोलिसांनी अपहरणाची घटना प्रत्यक्ष पाहिलेल्या एकमेव व्यक्तीकडे चौकशी करून 'ॲम्बर ॲलर्ट' जारी करण्याची प्रक्रिया सुरू केली होती. चार गुंड आणि एक लहान मुलगा असलेल्या पांढऱ्या व्हॅनचं वर्णन सगळीकडे कळवलं होतं.

"त्यानंतर या केसमध्ये माझा संबंध आला." त्यानं सांगितलं. "पोलीस कमिशनर आणि महापौरांच्या ऑफिसला या केसची माहिती देण्यात आल्यावर माझ्या विभागाकडे- मेजर केस स्क्वाडकडे दिली गेली आणि तिची माहिती एफबीआयलाही कळवण्यात आली. नंतर माझ्या विभागानं ही केस हाताळण्यासाठी माझी केस ऑफिसर म्हणून नेमणूक केली. आतापर्यंत मी मुख्यतः या सगळ्या विभागांकडून त्यांनी केलेल्या कामाची माहिती घेतलीय आणि आता इथे येऊन फोन टॅप करण्याची आणि कॉल ट्रॅकिंगची व्यवस्था सुरू केलीय."

जॅकनं मुख्य दरवाजा उघडला, तशी थंड वाऱ्याची झुळूक आत शिरली. समोरच्या बास्केट बॉल मैदानावर खेळ रंगात आलेला दिसत होत्या, त्याचे आवाज ऐकू येत होते. "इथे राहणाऱ्या लोकांमध्ये बऱ्यापैकी एकोपा आहेस दिसतंय." मार्कनं म्हटलं. "अकरा वाजत आलेत, तरी पोरं तिकडे खेळताहेत. चांगली गोष्ट आहे ही."

"खरंय तुमचं म्हणणं. तुम्ही मघाशी वॉरनला भेटलात ना, तो इथे बऱ्यापैकी लोकप्रिय आहे. तो आणि मी कायमच बास्केटबॉल खेळतो- विशेषतः शुक्रवारी रात्री. आज जर हे घडलं नसतं, तर आम्ही दोघंही तिकडेच खेळत असतो." जॅकनं म्हटलं.

"आम्ही आतापर्यंत काय केलंय हे मी तुम्हाला सांगितलं; पण तुमच्यामुळे अपहरण झालेल्या व्यक्तीचं नाव आणि वर्णन आम्हाला समजलं, ही फार मोठी प्रगती झालीय या केसमध्ये. यापुढेही तुम्हा दोघांचीही भूमिका अत्यंत महत्त्वाची असणार आहे. तुम्हा दोघांना कोणत्या परिस्थितीतून जावं लागतंय याची पूर्ण कल्पना मला आहे; पण आता यापुढे आम्हाला तुमच्या मदतीची फार गरज लागणार आहे. मी तुम्हाला शब्द देतो, की तुमच्या मुलाला सुखरूप तुमच्यापर्यंत आणून पोहोचवण्यासाठी मी आणि माझी सगळी माणसं जिवाचं रान करू."

"थँक्यू." जॅक आणि लॉरीनं एकदमच म्हटलं.

मार्क झपाझप पायऱ्या उतरून खाली रस्त्यावर थांबलेल्या एका साध्या, कोणतीही चिन्हं नसलेल्या गाडीत जाऊन बसला. जॅक आणि लॉरी गाडीकडे बघत जागेवरून उभे होते. गाडी सेंट्रल पार्क वेस्टपाशी जाऊन उजवीकडे वेस्ट साईड ड्राईव्हवर वळून दिसेनाशी झाली.

"या माणसाबद्दल एकदम विश्वास वाटतो मला." लॉरीनं म्हटलं, "मी आता खूप थकलेय; पण झोप मात्र येणं शक्य नाही मला." ती जॅकच्या पुढे चालत जाऊन घरात शिरली.

घरात जाण्यापूर्वी जॅक समोर बास्केटबॉलच्या रंगात आलेला खेळ बघत थोडा वेळ थांबला. आता पुढे काय होणार याचा विचार तो मनात येऊ देण्याचं टाळत होता, तरीही त्याला आत कुठेतरी वेडी आशा वाटत होती, की आपला जेजे

सुखरूप घरी येईल, आणि लवकरच येईल.

परत घरात आल्यावर तो आधी लॉरीला शोधू लागला. आता सगळी गडबड आणि धावपळ संपल्यावर ती या परिस्थितीला कशी तोंड देऊ शकेल, अशी काळजी त्याला वाटत होती, हीच काळजी त्याला स्वतःबद्दलही वाटत होती. ती किचनमध्ये नव्हती. त्याला जरा आश्चर्यच वाटलं. त्या दोघांनाही काहीतरी खायला वेळच मिळालेला नव्हता. कारण बेनेटच्या प्रश्नांची उत्तरं देण्यातच त्यांचा बराच वेळ गेला होता. मार्कनं त्यांना जेजेबद्दल, त्याला झालेल्या रोगाबद्दल प्रश्न विचारले होते, शिवाय नॅनी, घरी वेगवेगळ्या कामांसाठी नियमितपणे येणाऱ्या लोकांबद्दल प्रश्न विचारले होते. त्यांच्यापैकी कुणाकडे घराच्या वेगळ्या किल्ल्या आहेत का, असंही विचारलं होतं. नंतर त्यानं त्यांना जेजेची खेळणी आणि ज्यांवर जेजेचा डीएनए असू शकेल अशा वस्तू, त्याचे फोटो जमवायला सांगितले होते. त्याला पळवून नेलं, तेव्हा त्याच्या अंगावर कोणते कपडे असू शकतील, याचा अंदाज बांधायलाही त्यानं सांगितलं होतं.

फॅमिली रूममधून बोलण्याचे आवाज ऐकू आले, आणि जॅक एकदम थबकला. लू आणि वॉरन अजून घरातच आहेत हे तो जवळजवळ विसरूनच गेला होता; पण तो जेव्हा तिथे आला, तेव्हा तिथे आणखी दोघा अपरिचित माणसांना बघून तो चक्रावूनच गेला. दोघंही लॉरीशी बोलत होते आणि ती त्यांचं बोलणं लक्षपूर्वक ऐकत होती.

''ये जॅक''लूनं म्हटलं, ''या दोघांना भेट.''

''ये ना, जॅक''लॉरीनंही म्हटलं.

तो त्यांच्यापाशी आला, तसे सगळे जण उठून उभे राहिले. आपल्याच घरात ही औपचारिकता कशाला, जॅकला समजेना. त्यानं त्या दोघा अपरिचित माणसांकडे बघितलं. दोघंही मिलिटरी अधिकाऱ्यांसारखे ताठ उभे होते. त्यांचे केस सेनेत शोभतील असेच बारीक कापलेले होते. आणि त्यांच्या अंगावर सुंदर शिवलेले निळे सूट, कडक पांढरे शुभ्र शर्ट आणि रेजिमेंटल टाय होते. दोघंही जॅकपेक्षा थोडे उंचच होते- जॅकची स्वतःचीच उंची सहा फूट होती आणि ते जेमतेम चाळिशीत असल्यासारखे दिसत होते. दोघांचीही तब्येत उत्तम, कमावलेली दिसत होती. जॅकला वाटलं, की हे दोघं सैन्यात असावेत, त्यातही स्पेशल फोर्सेसमध्ये असावेत– फक्त त्यांच्या अंगावर युनिफॉर्म नाहीत, इतकंच.

''हा ग्रोव्हर कॉलिन्स.'' लूनं त्या दोघांपैकी जरा जास्त आडव्या बांध्याच्या माणसाकडे हात केला.

जॅकनं त्याच्याशी शेकहँड करत त्याच्या निळ्या, थंडगार नजरेत प्रश्नार्थक नजरेनं बघितलं. या माणसाची पकड घट्ट तर होती; पण त्यापेक्षा ती जास्त आश्वासक होती.

''हॅलो, सर'' ग्रोव्हरचे उच्चार बरेचसे इंग्लिश पद्धतीचे होते.

''आणि हा कोल्ट थॉमस.'' लूनं त्या दुसऱ्या, आफ्रिकन-अमेरिकन माणसाची ओळख करून दिली.

''माय प्लेझर.'' कोल्टनंही जॅकशी शेकहँड केला. त्याच्या आणि ग्रोव्हरच्या पकडीत जॅकला कमालीचं साम्य जाणवलं. त्याचे उच्चार बऱ्यापैकी टेक्सन पद्धतीचे होते.

''आता, आधी तुझी माफी मागतो.'' लूनं म्हटलं, ''मी तुला न सांगताच या दोघांना इथे बोलावून घेतलंय; पण मला असं प्रामाणिकपणे वाटतं, की तू आपलं काम या दोघांकडे द्यावंस.''

जॅकनं प्रश्नार्थक लॉरी आणि नंतर त्या दोघांकडे पाहिलं. ''कसलं काम?''

''मला वाटतं की वेळेला फार महत्त्व आहे.'' त्याच्या प्रश्नाकडे दुर्लक्ष करत लूनं म्हटलं, ''आणि या दोघांचंही हेच मत आहे. काय, बरोबर आहे ना?''

''अगदी बरोबर.'' ग्रोव्हरनं लगेच उत्तर दिलं. कोल्टनं फक्त मान डोलावली.

''प्लीज, बसा ना.'' जॅकला एकदम जाणीव झाली, की हे दोघं आपले पाहुणे आहेत आणि आपण यांना उगाचच उभं ठेवलंय.

सगळे जण आपापल्या जागेवर बसले. जॅकनं एक खुर्ची आणली आणि तोही बसला.

''काही वर्षांपूर्वी मला या दोघांबरोबर काम करायची संधी मिळाली होती..'' लूनं म्हटलं, ''आणि त्या वेळी मी त्यांचं काम जवळून बघितलं होतं, आणि ते मला फारच आवडलं होतं. म्हणूनच मी त्यांना इथे बोलावून घेतलं. हे ज्या क्षेत्रात काम करतात, ते तसं नवीन आहे. ते अपहरण सल्लागार आहेत– किडनॅप कन्सल्टंटस.''

''किडनॅप कन्सल्टंटस?'' जॅकनं भुवया उंचावल्या, ''असं काही क्षेत्र असतं, हेच मला माहीत नव्हतं.''

''खरं म्हणजे आता या क्षेत्रात बरेच लोक आलेत.'' ग्रोव्हरनं म्हटलं. ''आम्ही स्वतःला रिस्क मॅनेजर्स म्हणतो. कारण आम्ही शक्यतो पडद्याआडून काम करतो.''

''एका अशाच अपहरणाच्या केसमध्ये या लोकांबरोबर प्रत्यक्ष काम करेपर्यंत मलाही त्यांची काहीच माहिती नव्हती.'' लूनं मान डोलावली. ''आणि ती केस यांनी यशस्वीपणानं सोडवली.''

''आमच्या क्षेत्राची निर्मिती ही मागणीमुळे झालीय.'' ग्रोव्हरनं म्हटलं, ''अशांतता आणि गोंधळाची परिस्थिती असली, की अपहरणाच्या केसेस फोफावतात, आणि जगात जवळजवळ सगळीकडे हल्ली अशीच परिस्थिती आहे. जगात सगळीकडे, पण त्यातही उत्तर आणि दक्षिण अमेरिका, आणि रशियामध्ये अपहरणाच्या केसेसमध्ये

प्रचंड वाढ झालीय.''

''हे मला माहीत नव्हतं.'' जॅकनं म्हटलं, ''पण तुमचं म्हणणं पटण्यासारखं आहे.''

''दर वर्षी कोलंबिया, व्हेनेझुएला, मेक्सिको आणि ब्राझीलसारख्या, अराजकाची परिस्थिती असलेल्या देशांमध्ये अपहरणाच्या अक्षरशः हजारो केसेस होतात. आमच्या फर्मचं नाव आहे सीआरटी रिस्क मॅनेजमेंट, आणि आमच्याकडे प्रत्यक्ष फील्डवर काम करणारे जवळजवळ चाळीस लोक आहेत. आमचं काम जगभर चालतं आणि आम्ही फक्त अपहरणाच्याच केसेस हाताळतो. मी नुकताच रिओहून परतलोय आणि कोल्ट काल मेक्सिको शहरातून परत आलाय.''

''तुम्ही दोघं पूर्वी सैन्यात होतात का?'' जॅकनं विचारलं.

''अरे वा, तुमच्या लक्षात आलं वाटतं?'' ग्रोव्हरनं हलकंसं स्मित केलं.'' मी आधी 'एसएएस'मध्ये होतो. आणि कोस्ट आधी 'नेव्ही सील' होता. आमच्यासारख्या स्पेशल फोर्सेसमध्ये काम केलेल्या लोकांना सामान्य लोकांच्या जगात परत येणं जरा कठीण होतं; पण हे काम म्हणजे जणू खास आमच्यासाठीच निर्माण झालंय. घरात बसून टीव्हीवरचे तेच ते रटाळ प्रोग्रॅम बिअर पीत बघणं, ही आमच्यासारख्यांना शक्य होणारी गोष्ट नाही.''

''आता तू मला जे सांगितलंस, ते सांग त्यांना.'' लूनं म्हटलं, ''त्यांच्यावर ओढवलेल्या संकटात विशेषतः तुम्ही लोक कशी मदत करू शकाल, हे सांग.''

ग्रोव्हरन मान डोलावली, ''तुमच्या केसची सगळी माहिती आम्हाला लूनं दिलीय. या बाबतीत बऱ्याच काही गोष्टी आमच्यासमोर स्पष्ट झाल्या आहेत. सगळ्यात पहिली गोष्ट म्हणजे, अमेरिकेतल्या सगळ्याच पोलीस विभागांप्रमाणे न्यू यॉर्क पोलिसांनासुद्धा अपहरणाच्या केसेस हाताळण्याचा अनुभव तसा मर्यादित स्वरूपाचाच आहे. याउलट आम्ही फक्त अपहरणाच्याच केसेस हाताळतो, आणि अपहरणाच्या केसेस जगभर होत असल्यामुळे एकूणच अपहरण ही गोष्ट बरीच प्रगत झालीय– अपहरणकर्त्यांची कामाची पद्धत आणि त्यावर आम्ही करत असलेले उपाय, अशा दोन्ही बाबतींत.

''दुसरं म्हणजे या कामामागची आमची प्रेरणा ही बाकीच्या पोलीस, एफबीआय वगैरेपेक्षा वेगळी आहे. पोलीस वगैरे लोकांचे उद्देश खरं तर परस्परविरोधी असतात. त्यांना अर्थातच तुमच्या मुलाची सुटका करायचीय; पण हा त्यांच्या अनेक उद्देशांपैकी फक्त एक उद्देश झाला. कारण त्यांना त्याच वेळी गुन्हेगारांना पकडायचंही आहे. हल्लीच्या काळातला अपहरणाचा गुन्हा हा एक सांघिक खेळ आहे, असं म्हणू आपण. आणि पोलीस वगैरेंचा भर जितका अपहरण झालेल्या व्यक्तीला सोडवण्यावर आहे, तितकाच त्यांचा भर अपहरण करणाऱ्यांना पकडण्यावरही आहे. दुसऱ्या शब्दांत सांगायचं, तर पोलिसांच्या, एफबीआय वगैरेंच्या कामाला

बरेच राजकीय पैलूही असतात. आणखी एक त्रासदायक गोष्ट अशी, की अशा प्रकारच्या एखाद्या गुन्ह्याच्या हाताळणीमध्ये या लोकांची एकमेकांशी स्पर्धासुद्धा असते, त्यामुळे त्यांचं काम यशस्वी होणं आणखी थोडं अवघड बनतं.

"आमच्या बाबतीत ही कुठलीच गोष्ट लागू होत नाही. आमचा एकच उद्देश आहे, तो म्हणजे तुमच्या मुलाला सुखरूप सोडवून परत आणणं अपहरणकर्त्यांची काळजी, पर्वा आम्ही करत नाही. ते पकडले गेले, की त्यांना शिक्षा झाली, की ते मारले गेले, हा विचारच आम्ही करत नाही. त्यांना पकडलं किंवा शिक्षा झाली, तर फारच छान. पण हे आमचं उद्दिष्टच नाही. त्यामुळे तुमच्या विशिष्ट केसबद्दल बोलायचं, तर आमचं पाऊल पोलीस किंवा एफबीआयच्या पुढे आहे. आम्हाला वॉरंट्स, मायक्रोफोन वगैरेचा वापर यासारख्या गोष्टींची काळजी नाही; पकडलेल्या व्यक्तीचे मिरांडा राईटस वगैरेचा विचारही आम्ही करत नाही. किंबहुना, आम्ही बळाचा वापर करायला मोकळे असतो, आणि बऱ्याचदा तो करतोही. आम्हाला जेव्हा माहिती हवी असते, तेव्हा आम्ही ती वाटेल त्या पद्धतीनं मिळवतोच. इतकं सरळ, सोपं आणि स्पष्ट आहे हे."

"म्हणजे तुम्ही स्वतःला एक प्रकारचे समाजरक्षक समजता का?" लॉरीनं विचारलं.

"छे. छे." कॉलिन्सनं म्हटलं, "आमचं कसलंही मिशन वगैरे नाही. सध्या आमचं एकच मिशन आहे, ते म्हणजे तुमच्या मुलाची लवकरात लवकर सुखरूप सुटका. यात एखाद्या गुन्हेगाराचं बरं-वाईट झालं, तर तो विचार त्यांनी करावा. तो प्रॉब्लेम त्यांचा आहे; आमचा नाही, पण कोणालाही शिक्षा करण्यासाठी आम्ही काम करत नाही, हेही खरं."

"तुम्ही दोघं फार मोघम बोलताय, ग्रोव्हर." लूनं मध्येच म्हटलं, "तू मला जी नेमकी माहिती सांगितलीस, ती सांग ना त्यांना. या विशिष्ट केसेसमध्ये तुम्ही जास्त लायक कसे ठरता, हे सांग."

"डिटेक्टिव्ह सोल्डॅनोनं आमच्यावर विश्वास ठेवून बरीच माहिती दिलीय आम्हाला." ग्रोव्हरनं म्हटलं, "त्यानं आम्हाला तुमच्या केसची फाईल दाखवलीय. तुम्हाला आलेलं आणि तुम्ही दुर्लक्ष केलेलं ते धमकीचं पत्रही वाचायला दिलं त्यानं आम्हाला."

"हो, पण मी तिकडे दुर्लक्ष केलं. त्याला तशी कारणंही होती." लॉरीनं आणखीच शरमून जाऊन म्हटलं.

"तुम्ही त्या पत्राकडे का दुर्लक्ष केलं असेल, हे मी समजू शकतो. ते फार मनाला लावून घेऊ नका तुम्ही." ग्रोव्हरनं म्हटलं. "त्यात फक्त तुमचा उल्लेख होता; तुमच्या मुलाचा नव्हे. पण हे पत्र आणि तुमच्या मुलाचं अपहरण या दोन्ही

गोष्टींचा एकत्र विचार केला, तर असं दिसतंय, की ही केस लवकर पुढे जायला हवी, म्हणजे तुमच्या मुलाला असलेला धोका तितकाच कमी होईल. आणि तुम्ही जर हे काम आम्हाला दिलंत, तर आम्ही त्याच दृष्टीनं काम सुरू करू. पोलीस आणि त्यांची कामाची पद्धत, दोन्ही गोष्टी मी जवळून पाहिल्या आहेत. त्यामुळे ते सावध पवित्रा घेतील आणि अपहरणकर्त्यांनी इथे संपर्क साधायची वाट बघतील, आणि मग त्यांच्याशी बोलणी सुरू करतील– आणि हेच त्यांनी आज केलंय. ही स्वतःहून पुढाकार न घेता पुढे काय होईल त्याप्रमाणे पावलं टाकण्याची जी पद्धत आहे, ती या परिस्थितीत योग्य नाही. आमचं म्हणणं असं, की यात आपल्या बाजूनंही पुढाकार घेऊन हालचाल व्हायला पाहिजे– अर्थात, त्याचे काय परिणाम होऊ शकतील हे आधी ओळखूनच. आमच्या मते या अपहरणकर्त्यांना अपहरण करण्याचा फारसा अनुभव नाही. अपहरण झालेल्या व्यक्तीला कुठे लपवून ठेवलंय हे शोधणं सामान्यतः कठीण असतं; पण इथे उलट परिस्थिती असल्यासारखी वाटते. त्यांना अनुभव नाही असं आम्ही म्हणतो, त्याची काही कारणं आहेत. अपहरणाची योजना व्यवस्थित केलेली नव्हती, आणि प्रत्यक्ष अपहरणही बेशिस्तपणे झालंय. अनुभवी अपहरणकर्ते खेळाच्या सुरुवातीलाच एखाद्या व्यक्तीची हत्या करत नाहीत, काय लू?''

''हे खरंय.'' लूनं मान डोलावली. ''माझा फक्त एकाच अपहरणाच्या केसशी संबंध आलाय; पण त्यातली अपहरणाची योजना कमालीच्या बारकाईनं केलेली होती.''

''दुसरं कारण असं, की ज्या व्यक्तींकडून पैसे काढायचे, त्या व्यक्तींकडे खरंच किती पैसा आहे, याचं कसलंच संशोधन केल्याचं दिसत नाही.'' ग्रोव्हरनं पुढे म्हटलं, ''माझी जर काही चूक होत नसेल, तर अपहरणकर्त्यांना कसलीही मोठी रक्कम मिळणं शक्य नाही.''

''अगदी बरोबर.'' जॅकनं म्हटलं. ''आमची सगळी बचत हे घर घेऊन त्याचं रिनोव्हेशन करण्यातच गुंतलीय.''

''हं. तुम्हाला सांगतो, की हल्ली खंडणीसाठी केलेल्या अपहरणाच्या केसमध्ये, अपहरणकर्त्यांनी ज्यांच्याकडून पैसा उकळायचा, त्यांची आर्थिक परिस्थिती कशी आहे याचं सखोल संशोधन केलं नाही, असं फार क्वचित दिसतं. यावरून असं वाटतं, की तुमच्या मुलाला पळवून नेण्यामागे पैसा उकळण्याचा उद्देश नव्हता, तर तो वेगळाच काहीतरी होता. त्यांनी जे पैशाबद्दल बोलणं केलंय, ते बहुतेक दिशाभूल करण्यासाठी आहे.''

''आमच्या मते त्या धमकीच्या पत्राचा तुमच्या मुलाच्या अपहरणाशी संबंध आहे हे जर गृहीत धरलं, तर तुम्ही त्या पत्रात सांगितलेल्या केसमधलं शोधकार्य थांबवावं, हा खरा मुद्दा आहे. -निदान तात्पुरतं तरी थांबवावं. त्याच्याबद्दल काय सांगू शकता तुम्ही?''

"ती केस मी आता माझ्याकडे घेणार आहे." लॉरीच्या आधी लूनं म्हटलं, "सुरुवातीला त्या माणसाचा मृत्यू नैसर्गिक होता अशी कल्पना झाली होती; पण आता लॉरीनं सिद्ध केलंय की ते तसं नाही. त्या माणसाची ओळखही पटलीय. सातोशी माचिता असं त्या माणसाचं नाव आहे. आज दुपारीच लॉरीनं जवळजवळ पूर्णपणे सिद्ध केलंय, की त्याची हत्या संघटित गुन्हेगारी टोळ्यांनी– किंवा एकाच टोळीनं– घडवून आणली. यापेक्षा जास्त मी तुम्हाला काहीच सांगू शकणार नाही."

"अच्छा." ग्रोव्हर विचार करत काही क्षण थांबला. "या प्रकरणात संघटित गुन्हेगारीचा हात असू शकतो, हा एक नवीन पैलू मिळाला या केसमध्ये."

"हो. त्या माणसाच्या हत्येचा मी जो तपास करणार आहे, त्याच्यावरही या प्रकाराचा मोठा परिणाम होणार आहे आणि तोही लवकरच" लूनं म्हटलं.

"मला त्या पत्रातला मजकूरही जरा वेगळा वाटतोय." ग्रोव्हरनं म्हटलं, "असं वाटतं की ते पत्र त्या लिहिणाऱ्या माणसाकडून तिसऱ्याच कोणीतरी लिहून घेतलेलं असावं– काहीतरी धमकी वगैरे देऊन. कारण मग कोणाचं नाव का नाही त्या पत्रात?"

"मीही हाच विचार करतोय." लूनं मान डोलावली. "आणि ओसीएमईमध्ये पंधरा वर्षांपूर्वी असाच एक धमकी देण्याचा प्रसंग घडला होता. तुला आठवतंय ना, लॉरी?"

"हो, चांगलंच आठवतंय." लॉरीनं म्हटलं, "त्या वेळी विनी अमेन्डोलाच्या वडिलांना सेरिनो टोळीनं वाचवलं होतं, त्यामुळे विनी त्यांच्या उपकाराच्या ओझ्याखाली दबला होता. आणि आजही विनीचं वागणं विचित्रच वाटलं मला– तो अचानक रजा काढून गेलाय कुठेतरी. त्याच्या घरी अडचण उद्‌भवली म्हणे."

"तो कुठे गेलाय, काही सांगितलं का त्यानं?" लूनं विचारलं.

"नाही."

"ओके, आता उद्या सकाळी पहिलं काम काय करायचं, हे ठरलं माझं." लूनं म्हटलं.

"हं, याची काही तरी मदत होऊ शकेल आपल्याला." ग्रोव्हरनं म्हटलं,"पण विनी सापडून त्याच्याकडे चौकशी करेपर्यंत आपण थांबून चालणार नाही. मला तुमच्या मुलाची काळजी वाटतेय. अपहरण करणारे लोक कोणीही असोत; पण आपल्याला दिसलंय की ते एखाद्याचा जीव घ्यायला मागेपुढे बघणार नाहीत. आणि लॉरीला त्या माणसाच्या हत्येचा तपास करण्यापासून रोखण्याचा त्यांचा हेतू पूर्ण झाल्यावर ते त्या मुलाचं काही बरंवाईट करतील, अशी मला शंका येतेय. अर्थात, लॉरीनं जे शोधायचं ते तिनं आधीच शोधलंय हा भाग वेगळा– आणि ही गोष्ट त्यांना अजून तरी समजलेली नसावी, असं गृहीत धरतोय मी."

"पण तुम्ही काय करणार?" जॅकनं मध्येच विचारलं. अपहरणकर्त्यांनी परत

कॉल करेपर्यंत वाट बघायची आणि मग तो कॉल ट्रेस करून पुढे तपास करायचा, यापेक्षा वेगळं आणखी काय करता येईल, हेच त्याला समजत नव्हतं. ''मला तरी करता येण्यासारखी एकच गोष्ट दिसतेय, ती म्हणजे जी पोलीस करताहेत तीच– अपहरणकर्त्यांशी बोलणी सुरू करण्याचा प्रयत्न करणं. कारण जेजेला त्यांनी कुठेही नेऊन ठेवलेलं असू शकेल– या राज्यात कुठेही, किंवा अगदी जवळपासच्या दुसऱ्या एखाद्या राज्यातसुद्धा.''

''नाही, मला वाटतं की तुमचा मुलगा जवळपासच कुठेतरी आहे.'' ग्रोव्हरनं म्हटलं, ''आतापर्यंत ही केस ज्या पद्धतीनं चाललीय तिचा विचार केला, तर व्यवस्थित योजनेचा जवळजवळ अभावच आहे इथे. त्यामुळे तुमचा मुलगा बहुधा या लोकांपैकीच एखाद्याच्या घरी ठेवलेला असेल. विचार केला, तर एखाद्या प्रौढ माणसाला हाताळण्यापेक्षा लहान मुलाला हाताळणं, लपवून ठेवणं बऱ्याच बाबतीत जास्त सोपं असतं. एखाद्या मोठ्या माणसाला पळवलं, तर बरीच खबरदारी घ्यावी लागते– आपल्याला कुठे ठेवलंय हे त्याला समजता कामा नये, कोणी पळवलंय हे दिसता कामा नये, वगैरे– अर्थात त्याला मुळात जिवंत सोडायचंच नसेल, तर गोष्टच वेगळी; पण पळवलेल्या माणसाला मारून टाकलं तर त्या बदल्यात हाती काही लागणं अशक्य होतं. याला कारण म्हणजे, पळवलेली व्यक्ती जिवंत आहे याचे अत्यंत स्पष्ट पुरावे त्या व्यक्तीच्या अदलाबदलीच्या प्रक्रियेत वापरावे लागतात, हल्लीच्या काळात. असे पुरावे, की जे कोणालाही फसवू शकणार नाहीत.''

''ओके.'' जॅकनं म्हटलं, ''हे सगळं समजलं मला, पण आमच्या मुलाला कुठे ठेवलंय हे कसं शोधून काढणार तुम्ही? मला तर ते अशक्यच दिसतंय.''

''ते अशक्य नसलं तरी बऱ्याचदा कठीण मात्र असतं.'' ग्रोव्हरनं मान डोलावली. ''पण बहुतेक वेळा अशा काही गोष्टी असतात, की ज्यांची या कामात मदत होऊ शकेल. या केसमध्येही अशा गोष्टी आहेत. एक म्हणजे, हा विनी अमेन्डोला आपल्याला अपहरणकर्ते कोण आहेत याची माहिती पुरवू शकतो – म्हणजे तशी शक्यता नाकारता येत नाही; पण यासाठी आपण थांबून चालणार नाही – तसे प्रयत्न मात्र एका बाजूनं नक्कीच चालू ठेवू. दुसरी गोष्ट म्हणजे, तुमच्या या भागात राहणाऱ्या लोकांमधले उत्तम संबंध आणि एकोपा. जे लोक मूळचे न्यू यॉर्कवासी नाहीत, त्यांना कदाचित हे समजणार नाही, कारण त्यांच्या दृष्टीनं न्यू यॉर्क म्हणजे प्रचंड पसरलेलं, बिनचेहऱ्याचं महानगर आहे. आता आम्ही तुम्हा दोघांची वाट बघत थांबलो असताना आम्हाला तुमच्या या मित्राशा– वॉरन विल्सनशी– बोलता आलं. या माणसाला खरोखरच मनापासून काळजी वाटतेय तुमच्या मुलाची, आणि तो कसलीही मदत करायला एका पायावर तयार आहे.''

ग्रोव्हरनं वॉरनकडे हात केला. वॉरननंही मान डोलावली.

"त्यानं मला सांगितलंय की तुम्ही दोघंही या भागातले सगळ्यांचे आवडते आहात, आणि तुम्हाला सगळे जण मानही देतात." ग्रोव्हरनं म्हटलं, " आणि इथल्या सगळ्या रहिवाशांमध्ये उत्तम संबंध आहेत, एकोपा आहे. तुम्ही समोरचं बास्केटबॉल कोर्ट आणि खेळाचं मैदान तयार करण्यात पुढाकार घेतलात, स्वतःचे पैसे खर्च केलेत, हेही त्यांना सांगितलंय. शिवाय इथली बरीच तरुण मुलं-मुली तुमच्यामुळेच शाळा-कॉलेजांमध्ये टिकलेली आहेत, म्हणे. हे सगळं खूप छान आहे, आणि याचाच आता तुम्हाला उपयोग होणार आहे. तुम्ही केलेल्या चांगल्या कामांची परतफेड करायची संधी आहे तुमच्या शेजाऱ्यापाजाऱ्यांना."

"कसं काय?" जॅकनं विचारलं.

"सीआरटीमध्ये इतक्या वर्षांमध्ये अपहरणाच्या केसेस हाताळताना आमच्या लक्षात आलंय, की अपहरण करणारे लोक बहुतेक वेळा अपहरण झालेल्या व्यक्तीच्या कुटुंबातल्या लोकांवर नजर ठेवतात– मुख्यतः त्यांच्या मागण्या हे कुटुंबातले लोक पूर्ण करतात की नाही, हे बघण्यासाठी. त्यातली हमखास असणारी मागणी अशी असते, की कोणीही पोलीस, एफबीआय वगैरे लोकांना खबर द्यायची नाही. हे करण्याचा एकच मार्ग असतो, तो म्हणजे अपहरण केलेल्या व्यक्तींच्या घराच्या आसपास पोलिसांच्या, एफबीआयच्या गाड्या किंवा माणसं आहेत का, या लोकांची त्या व्यक्तीच्या घरात ये-जा होतेय का, यावर नजर ठेवणं. असं काही घडताना अपहरणकर्त्यांना दिसलं, तर पुढच्या कॉलमध्ये ते त्या घरातल्या लोकांना नवीन धमकी देतात, की हे झालं तर त्याचे अमुकअमुक परिणाम होतील.

"आणि तुमच्या मुलाचं अपहरण हे मुख्यतः खंडणीसाठी झालेलं नसून, ते लॉरीला त्या प्रेताच्या तपासापासून दूर ठेवण्याच्या हेतूनं झालंय, हा आपला कयास जर बरोबर असेल, तर ते नक्कीच कोणालातरी तुमच्या घरावर नजर ठेवण्यासाठी नेमणार."

"अच्छा. म्हणजे या नजर ठेवणाऱ्या माणसाला पकडायचा बेत आहे का तुमचा?"

"अगदी बरोबर ओळखलंत, आणि या कामासाठी इथल्या भागातल्या लोकांचं सहकार्य फार मोलाचं ठरतं, कारण इतकी वर्षं एकत्र राहणारे लोक बहुधा या भागात आलेल्या किंवा फिरणाऱ्या नवख्या, अनोळखी माणसाला बिनचूक ओळखतील. याचा उपयोग आम्ही आधीच्या काही केसेसमध्येही केलाय. आणि प्रत्येक वेळी आमचा हा प्रयोग यशस्वी झालाय. ब्राझीलमध्ये साओ पावलो शहरातही हा प्रयोग दोन केसेसमध्ये यशस्वी झालाय. वॉरननं मला सांगितलंय, की उद्या सकाळपासून तो आणि त्याचे मित्र या भागात येणाऱ्या अनोळखी लोकांवर नजर ठेवण्याचं काम सुरू करणार आहेत– तुमच्या केसमध्ये मदत करण्यासाठी."

जॅकनं पुन्हा वॉरनकडे बघितलं, आणि वॉरननं मानेनंच 'हो' म्हटलं.

"तुम्ही या नजर ठेवणाऱ्या माणसाला पकडलंत, की पुढे काय करता तुम्ही?" जॅकनं विचारलं.

"ते तुम्ही आम्हाला न विचारलेलंच बरं." ग्रोव्हर म्हणाला, "असा माणूस खरंच नजर ठेवतोय, याची आम्ही आधी खातरजमा करतो. त्यानंतर पळवून नेलेल्या व्यक्तीला कुठे ठेवलंय, याची माहिती आम्ही त्याच्याकडून घेतो. मी मघाशी म्हटलं, तसं एफबीआय किंवा पोलिसांसारखे आम्ही कायदेशीर मार्गानं जायला बांधील नाही. फक्त पळवून नेलेल्या व्यक्तीला शोधून काढून सोडवायचं, हाच आमचा उद्देश असतो. कधीकधी त्यासाठी अशा नजर ठेवणाऱ्या व्यक्तीचं मन वळवायला थोडे जास्त कष्ट पडतात, जास्त वेळ लागू शकतो, इतकंच."

"आणि तुम्हाला त्या पळवून नेलेल्या माणसाला कुठे ठेवलंय ते ठिकाण समजलं की मग?"

"पळवून नेलेल्या माणसाची साधारण परिस्थिती कशी असू शकेल, यावर आम्ही पुढे काय करायचं ते अवलंबून असतं. त्याच्या जिवाला फारसा धोका नाही, असं आमच्या लक्षात आलं, तर आम्ही त्या ठिकाणावर हल्ला करण्याआधी तिथली परिस्थिती काय असू शकेल, याचा अंदाज घेण्याइतपत वेळ घालवतो. त्या व्यक्तीला धोका असेल, सुटका ताबडतोब करायला लागेल असं लक्षात आलं, तर आम्ही सरळ हल्ला करतो. आता तुमच्या मुलाच्या केसमध्ये आम्हाला लगेच हल्ला करावा लागेल असं दिसतंय, कारण त्याचं वय अगदीच लहान आहे; पण हल्ला करणं, सुटका करणं वगैरेच्या बाबतीत हा कोल्ट एकदम तरबेज आहे. या बाबतीतली त्याची हुशारी, कसब वाखाणण्यासारखं आहे. तो एखाद्या घरात घुसून एखाद्या माणसाच्या किंवा बाईच्या कानातल्या इयरिंगजसुद्धा इतक्या सफाईनं काढून आणू शकतो, की त्या बाईच्या किंवा माणसाच्या या कानाचा पत्ता त्या कानाला लागत नाही."

"पण आम्ही जर तुम्हाला हे काम दिलं, तर पोलीस काय म्हणतील?" जॅकनं विचारलं, "त्यांना आम्ही सांगायचं, की ही गोष्ट गुप्तच ठेवायची?"

"तुम्ही नाही, आम्हीच सांगतो त्यांना. खरं म्हणजे शक्यतो त्यांच्याशी सहकार्य करतच आम्ही काम करतो– योग्य वाटेल तिथं कधी सूचनाही करतो. त्यांनी काय करावं हे आम्ही त्यांना कधीच सांगत नाही. आम्ही फक्त त्यांना, आम्ही पूर्वी काय केलं होतं– आणि ते यशस्वी झालं होतं– एवढंच सांगतो. शिवाय, त्या व्यक्तीची सुटका झाल्यावर या यशाचं सगळं श्रेय पोलिसांनी घ्यायला आमची कधीच ना नसते. आम्हाला खरोखरच प्रसिद्धीच्या झोतात यायचं नसतं, मीडियासमोर यायचं नसतं. आम्ही पडद्यामागे असलो, तरच आम्हाला मोकळेपणानं काम करणं शक्य होतं."

“एक विचारू? साधारण खर्च किती येईल?”

“जरूर. सांगतो, मी आणि कोल्ट, दोघं एक टीम म्हणून काम करणार आहोत, आमचा मोबदला रोजचे दोन हजार डॉलर, आणि खर्च येतील ते वेगळे. आता तुमच्या केसमध्ये प्रवास असा नाहीच. त्यामुळे आमचे खर्च अगदी किरकोळ असतील.”

“एकच मिनिट थांबा.” जॅक उठला आणि त्यानं लॉरीला आपल्याबरोबर येण्याची खूण केली. दोघं शेजारच्या खोलीत गेले.

“काय, लॉरी, तुला काय वाटतं?” त्यानं कुजबुजत विचारलं.

“डिटेक्टिव्ह बेनेट आणि त्यांच्या पोलिसांनी आपल्याला दिलेला प्रतिसाद, आतापर्यंत झपाट्यानं केलेलं काम, हे सगळं आवडलं मला. हे दोघं जे सांगताहेत, तेही सगळं छान आहे. या लोकांना या अपहरणाच्या केसेसचा प्रचंड अनुभव आहे असं दिसतंय. स्वतःच आधी हालचाल करायची कल्पना खरंच छान आहे; पण माझी मनःस्थिती आता इतकी अस्वस्थ आहे, की मला नीट विचार करून निर्णय घेणं शक्य होईलसं वाटत नाही.”लॉरीनं खेदानं म्हटलं.

“खरंय तुझं.” जॅकनंही मान डोलावली. “माझी परिस्थितीसुद्धा अशीच आहे. आपण लू आणि वॉरन यांना त्यांचं मत विचारू.”

“चालेल. उत्तम कल्पना आहे.”

जॅकनं खोलीच्या दारात जाऊन लू आणि वॉरनला खूण करून बोलावलं. ते दोघं लगबगीनं आले. जॅकनं म्हटलं, “हे बघा व्यवस्थित विचार करून काय ते ठरवण्याच्या दृष्टीनं माझी आणि लॉरीची मनःस्थिती मुळीच ताळ्यावर नाही. तुमचं मत सांगा. काय करावं?”

“मी तर म्हणतोच आहे, की त्यांना हे काम देऊ आपण.” लूनं म्हटलं, “त्यासाठीच तर मुळात मी त्यांना बोलावून घेतलंय. मी तर म्हणतो, की हे दोघं आज न्यू यॉर्कमध्ये आहेत हीच सुदैवाची गोष्ट आहे आपल्या दृष्टीनं.”

“वॉरन, तुला काय वाटतं?”

“तुमच्या जागी मी असतो, तर मी त्यांना नक्कीच काम दिलं असतं,” वॉरननं म्हटलं. “आणि त्यांना काम दिल्यानं आपलं काय नुकसान होणार आहे? आणि तुझा निर्णय काहीही असला, तरी मी तुम्हाला केव्हाही, कसलीही मदत करेन– जेजेसाठी. आणि लेटिशियासाठी. आणि आपली दोस्त मंडळीही मोठ्या आनंदानं आणि उत्साहानं तयार होतील. कसलीच काळजी करू नका तुम्ही दोघं.”

“ग्रेट!” जॅकचा निर्णय पक्का झाला.

३७

मार्च २७, २०१०

शनिवार, सकाळी ९.१६

जॅक आणि लॉरी, दोघांचीही ती रात्र भयंकर अवस्थेत गेली होती. पोलिसांनी फोन टॅप करण्यासाठी बसवलेली उपकरणं सांभाळणारा एकमेव पोलीस अधिकारी सोडता– आणि हा माणूसही एक छोट्या खोलीतच होता– बाकीचे लोक निघून गेल्यावर जॅक आणि लॉरीला ते रिकामं घर जणू खायला उठलं होतं. त्यातच नेहमी सगळ्या घराचा केंद्रबिंदू बनून राहणारा जेजेसुद्धा नव्हता. आपलं बाळ त्या गुंडांच्या ताब्यात आहे, ते त्याचे हाल तर करत नसतील ना, तो ठीक असेल ना, अशा असंख्य विचारांनी त्यांना पार बेचैन करून सोडलं होतं. आणि त्याच्यासाठी काहीही करण्याच्या परिस्थितीत आपण नाही, ही अगतिकतेची भावना तर त्यांना छळत होती. जेजेच्या जीवघेण्या आजारपणातसुद्धा त्यांना इतका त्रास झाला नव्हता. मधूनच लेटिशिया, तिच्या नाहक हत्येचा विषय निघायचा. तिच्या मृत्यूला आपण जबाबदार असल्याची भावना तर त्या दोघांना जन्मभर छळणार होती.

एक वेळ अशी आली, की लॉरी रडूनरडून थकून झोपी गेली होती; पण जॅकला मात्र अजिबातच झोप लागली नव्हती. शेवटी सकाळचे साडेसात वाजले तसं उठून त्यानं तोंडावर पाणी मारलं होतं, आणि स्वतःसाठी एक चहाचा पॉट बनवून तो मुख्य हॉलमध्ये येऊन बसला होता. विचार करकरून त्याचं डोकं सुन्न झालं होतं. मेंदूनं जणू संप पुकारला होता.

बराच वेळ असाच गेला होता.

आणि अचानक फोन वाजू लागला. गडबडून जाऊन जॅकनं तो पटकन उचलला, कारण लॉरीला त्या आवाजानं जाग येऊ द्यायची नव्हती त्याला.

''हॅलो.'' त्यानं कसंबसं म्हटलं.

''मला लॉरी मॉंटगोमरी-स्टेपल्टनशी बोलायचं आहे.'' पलीकडून ब्रेननचा आवाज आला– तो मुद्दाम चिडलेल्या आवाजात बोलायचा प्रयत्न करत होता.

''त्या अजून झोपल्या आहेत.'' जॅकनं म्हटलं. त्यानं जरी हा आवाज प्रथमच ऐकलेला असला, तरी कोण बोलत असेल हे त्यानं क्षणार्धात ताडलं. त्याच क्षणी त्याच्या मनात संतापाची, चिडीची एक भयंकर लाट उसळली; पण त्यानं मोठ्या प्रयत्नानं स्वतःवर ताबा मिळवला.

''मग उठवा त्यांना. त्यांच्या मुलाबद्दल फोन आलाय असं सांगा, म्हणजे खडबडून जाग्या होतील त्या.''

''तू माझ्याशी बोल.'' जॅक थेट एकेरीवर उतरला, ''मी त्या मुलाचा बाप आहे आणि तिचा नवरा आहे.''

''मला फक्त तिच्याशीच बोलयचंय. तुझ्याशी नाही.'' ब्रेननंही एकेरीवर येत ठासून म्हटलं, ''आणि फुकट वादविवाद घालत बसू नकोस, नाहीतर मी गाडीतून त्या कार्ट्याला इथे खेचून आणेन आणि मग जे करीन, त्यानं पस्तवाल तुम्ही दोघं.''

''ओके.'' जॅकनं मोठ्या नाइलाजानं म्हटलं. त्याला काहीही झालं, तरी जेजेला काही होऊ द्यायचं नव्हतं. फोन शेजारच्या टेबलावर ठेवून तो चटकन बेडरूमकडे गेला. त्यानं दार उघडलं, तेव्हा लॉरी उठून बसलेली होती. तिनं दोन्ही हातांनी चेहरा झाकून घेतलेला होता.

''सॉरी. फोनवर तो बोलतोय, आणि त्याला फक्त तुझ्याशीच बोलायचंय.''

मान डोलावून लॉरीनं बेडजवळच्या टेबलावर असलेल्या फोनवर हात ठेवला; पण तो लगेच उचलला नाही. तिनं एक भला मोठा श्वास घेतला– स्वतःला सावरण्यासाठी. तिचं डोकं जणू काल रात्री प्रचंड दारू प्यायल्यानंतर येणाऱ्या हँगओव्हरसारखं प्रचंड दुखत होतं.

''हॅलो.'' तिनं भयंकर थकलेल्या आवाजात म्हटलं.

''तुझ्या नवऱ्याला सांगून ठेव, की मी जेव्हा कधी फोन करेन, तेव्हा फक्त तुझ्याशीच मला बोलायचं असेल. समजलं? तो पुन्हापुन्हा सांगत होता, की 'तू माझ्याशी बोल.' असं जर परत झालं, तर तुझ्या पोराची काही खैर नाही. प्रत्येक वेळी त्याचं एखादं बोट, कान वगैरे कापून तुझ्याकडे पाठवून देईन मी.''

''माझा मुलगा आता आहे का तुमच्याजवळ?''

''नाही. तिकडे गाडीत आहे; पण आज दुपारी मी परत कॉल करेन, तेव्हा

माझ्याबरोबर आणेन त्याला. आता आमच्या मागण्या काय आहेत ते ऐक. लक्षात ठेव, की पोलिसांना कळवलंस तर त्या पोराचे हाल करेन मी. आता दुसरं, आम्हाला दहा लाख डॉलर हवेत; पण रोख नको. नोटांचं फार ओझं होतं. त्यांची हलवाहलवी करायला फार त्रास होतो. हे दहा लाख आम्हाला 'डी परफेक्ट' प्रकारच्या हिऱ्यांमध्ये हवेत. त्यांचा आकार लहान-मोठा कसाही चालेल; पण त्यांची एकूण किंमत दहा लाख डॉलर झाली पाहिजे. न्यू यॉर्कमध्ये ते सहज मिळतील. काही प्रश्न विचारायचे?''

''आमच्याकडे दहा लाख डॉलर नसले तर काय करू आम्ही? ''

लॉरीनं स्पष्ट विचारलं.

''तुम्ही दोघं आहात ना. मग तुम्ही दहा लाख डॉलर कसेही उभे करू शकता.'' पलीकडून ब्रेननंनं म्हटलं.

''पण आमचे सगळे पैसे आमच्या घरावरच खर्च झालेत.''

''ते तुमचं तुम्ही बघा.'' ब्रेननंनं म्हटलं आणि फोन ठेवून दिला.

सावकाश रिसीव्हर ठेवत लॉरीनं वळून जॅककडे पाहिलं. ''त्याचं बोलणं ऐकू येत होतं का तुला?''

''हो, बरंचसं बोलणं ऐकलं मी.''

''मला सारखं वाटत होतं, की तो काहीतरी एक विशिष्ट भूमिका पार पाडतोय.''

''ग्रोव्हर जे म्हणत होता, की हे लोक अननुभवी आहेत, आणि खंडणीचा मुद्दा त्यांच्या दृष्टीनं दुय्यम महत्त्वाचा आहे, ते आता पटायला लागलंय मला.'' जॅकनं म्हटलं, ''नाहीतर फक्त तुझ्याशीच बोलण्याबद्दल तो इतका ठाम का आहे? त्याला बहुतेक एवढंच बघायचंय, की तू इथेच अडकून पडशील आणि ओसीएमईला जाणार नाहीस.''

''असेलही.'' तिनं निरुत्साहानं म्हटलं. तिच्या दृष्टीनं फक्त एकच गोष्ट महत्त्वाची होती– आपलं बाळ त्या गुंडांच्या ताब्यात आहे, ते त्याला दुखापत करण्याची धमकी देताहेत, आणि तो सुखरूप आपल्याकडे परत आला पाहिजे. बस्स, बाकी त्यांचा उद्देश काय आहे याच्याशी तिला काहीच कर्तव्य नव्हतं.''

''तुला काही आणून देऊ का मी?'' जॅकनं मृदू आवाजात विचारलं.

''नको.'' या क्षणी तिला प्रचंड अगतिक वाटत होतं. कशातच रस वाटत नव्हता.

''लॉरी, मला वाटतं तू शॉवर घे, म्हणजे बरं वाटेल तुला. नंतर थोडातरी ब्रेकफास्ट घे. आपण काल दुपारपासून काहीच खाल्लेलं नाही.''

''नको. मला भूक नाही.''

"तेच तर म्हणतो मी. शॉवर घे, म्हणजे तुला भूकही लागेल."

"तू जा इथून. मला एकटीच राहू दे." लॉरीनं जरा चिडून म्हटलं, "मला शॉवर नको, ब्रेकफास्टही नको. मला इथे असंच बसू दे."

"ओके." जॅकनं समजुतीनं म्हटलं, "तोपर्यंत मी आपल्या घरात असलेल्या त्या पोलिसाला जाऊन भेटतो. त्या कॉलचं त्यानं काय केलं हे बघतो. त्याचं नाव आठवतंय का तुला?"

"छे, मला ते मुळात कधी समजलंच नाही." लॉरी पुन्हा बेडवर आडवी झाली. तिच्या मनातलं ते जुनं नैराश्य हळूहळू डोकं वर लागलेलं होतं. आपल्याला झोप आली तर फार बरं, असं तिला वाटत होतं; पण झोप येणं शक्य नाही, हेही माहीत होतं. एकाच वेळी तिला भयंकर मानसिक थकवा, निराशा आणि कमालीची उद्विग्नता, अशा तिन्ही गोष्टी जाणवत होत्या.

पायऱ्या उतरून जॅक त्या छोट्या गेस्टरूमपाशी गेला, आणि त्यानं दार ठोठावलं. ते लगेचच उघडलं गेलं. साध्या कपड्यातल्या त्या पोलिसानं लगेच स्वतःची ओळख करून दिली. "मी सार्जंट एडविन डी. गनर."

"मला आताच आठवलं, की तुम्हाला काहीच खायला-प्यायला मिळालेलं नसेल." जॅकनं काहीशा अपराधी स्वरात म्हटलं, "काही ब्रेकफास्ट आणून देऊ का तुम्हाला?"

"नुसती कॉफी मिळाली तर फार बरं होईल." एडविननं म्हटलं.

मला ब्रेकफास्टची सवय नाही."

"आता आलेला कॉल ऐकलात तुम्ही? तो अपहरणकर्ताच बोलत होता."

"हो, ऐकला ना." जॅकपाठोपाठ पायऱ्या चढत त्यानं म्हटलं.

"ट्रेस केलात?"

"केला ना."

"मग? कुठून केला होता?"

"न्यू यॉर्कमधल्या एका पब्लिक फोनवरून. लोअर ईस्ट साईडला असलेल्या एका चोवीस तास उघड्या असणाऱ्या लाँड्रोमॅटमध्ये आहे हा पब्लिक फोन. मी लगेच आमच्या लोकांना कळवलं, आणि लगेच एक गस्तीवर असलेली पोलीस कार तिकडे गेलीही; पण यातून काही फारसं हाती लागेल असं नाही, कारण तो कॉल करणारा माणूस केव्हाच तिथून निघूनही गेला असेल."

"हो, खरंय." जॅकनं म्हटलं. त्याच्या मनात चमकून गेलं– तो माणूस कॉल करत असतानाच आपण तिथे असतो, आणि आपल्या हातात एखादी पहार किंवा गज असता, तर...

३८

मार्च २७, २०१०

शनिवार, सकाळी १०.३०

वॉरन विल्सनचं घर जॅक आणि लॉरीच्या घरापासून जवळच, कोलंबस अ‍ॅव्हेन्यूच्या दिशेनं थोडं पुढे गेल्यावर होतं. जॅक-लॉरीच्या घरावर पाळत ठेवणाऱ्या अनोळखी माणसांवर नजर ठेवण्याचं काम त्यानं मोठ्या उत्साहानं स्वीकारलेलं होतं. आज सकाळी सहा वाजल्यापासूनची पहिलीच पाळी त्यानं स्वतःकडे घेतली होती. जॅक-लॉरीचं घर त्याच्या घरापासून सेंट्रल पार्कच्या दिशेनं जाताना काही अंतरावर होतं. त्यांचं घर म्हणजे त्या भागातली एक अत्यंत देखणी आणि सुटसुटीत अशी इमारत होती.

रस्त्यावर हिंडायला काहीतरी निमित्त पाहिजे, म्हणून वॉरननं त्याच्या शेजाऱ्याच्या कुत्र्याला हिंडवून आणायचं कबूल केलं होतं. पांढरा शुभ्र, गोंडस दिसणारा तो कुत्रा प्रत्येक गोष्टीकडे बघून भुंकत होता– अगदी गाड्यांवरसुद्धा. त्याचं नाव त्याला मुळीच न शोभणारं होतं– किलर. पहाटे सहा वाजता, त्यातही शनिवारी पहाटे, रस्त्यावर फारच थोडे लोक दिसायचे. म्हणूनच किलरला बरोबर घेतलं होतं. आणि जोपर्यंत वॉरन त्याला वाटेतल्या प्रत्येक झाडाचा, खांबाचा वास घेऊ देईल, तोपर्यंत कितीही वेळ हिंडायला किलर अगदी चार पायांवर तयार होता.

काल रात्री जॅक-लॉरीच्या घरातून बाहेर पडल्यावर वॉरननं घरी जाऊन आपल्या पाच जिवलग दोस्तांना कॉल केले होते. हे सगळे तरुण वॉरनसारखेच आफ्रिकन-अमेरिकन होते, आणि जन्मापासून याच भागात राहत होते, मोठे झाले होते.

वॉरनबरोबर हे सगळे जण नियमितपणे बास्केटबॉल खेळायचे. सगळे एकाच शाळेत शिकलेले होते, आणि हे सगळे जण त्या भागातल्या जवळजवळ सगळ्याच रहिवाशांना अगदी नावानं ओळखत होते, आता अर्थातच हे सगळे जण काही ना काही नोकरी धंदा करत होते.

आज शनिवारची सुट्टी असल्यामुळे हे सगळे जण वॉरनला मदत करायला मोठ्या आनंदानं तयार झालेले होते. सगळ्यांनी दुपारचा सगळा वेळ बास्केटबॉल मैदानावरच घालवायचा बेत आखलेला होता.

याच पाच जणांपैकी असलेला वॉरनचा दोस्त फ्लॅश हा होता. वॉरनच्या सकाळी सहा ते दहाच्या पाळीनंतर तो वॉरनच्या जागी नजर ठेवायचं काम करणार, असं ठरलं होतं; पण तो आला, तेव्हा नुकतेच साडेदहा वाजलेले हाते. ''काय रे, हे, फ्लॅश!'' वॉरननं म्हटलं. पाठीत काहीशा वाकलेल्या फ्लॅशनं काळा गॉगल आणि अंगावर हिप-हॉप कपडे घातलेले होते. ''चिंतेत दिसतोयस? का झोप येतेय?''

''ए, काहीतरी बोलू नकोस.'' फ्लॅशनं म्हटलं. ''मी मुळात तुला का 'हो' म्हटलं तेच कळत नाहीय. मला परत एकदा सांग सगळं. कोणावर नजर ठेवायचीय आणि का?''

वॉरननं त्याला पुन्हा एकदा सगळं काही समजावून सांगितलं. ''आणि झोपू नकोस, सांगून ठेवतोय. जर का झोपलास तर लाथच घालीन.''

गेले साडेचार तास वॉरननं जी टेहळणी केली होती, त्यात त्याला कोणीच संशयास्पद दिसलं नव्हतं. पायी चालणाऱ्यांची संख्या तर फारच कमी होती आणि एकाही माणसानं जॅक-लॉरीच्या घराकडे ढुंकूनही बघितलं नव्हतं. एकाही वाहनानं रस्त्यावरून ये-जा केलेली नव्हती. थोडक्यात, ही सकाळ बाकीच्या सकाळींसारखीच होती त्या भागात. पक्ष्यांचा किलबिलाट, कुत्र्यांना फिरवायला घेऊन बाहेर पडलेले हाताच्या बोटावर मोजण्याइतकेच लोक. बस्स, इतकंच. वेगळं असं काहीच नाही.

फ्लॅशनं त्याच्या जागी काम सुरू केलं, तसा वॉरन घरी आला. किलरला त्यानं मालकाकडे परत दिलं, आणि नंतर कोलंबस ॲव्हेन्यूवर जाऊन एक 'डेली न्यूज' चा अंक विकत घेऊन तो तिथल्याच एका कॉफी शॉपमध्ये शिरला. त्यानं कॉफी आणि एक बॅजेल घेतलं आणि तो एका टेबलावर येऊन बसला. पेपर उघडून त्यानं जेमतेम हेडलाईन्स वाचायला सुरुवात केली, तेवढ्यात त्याचा सेलफोन वाजू लागला. त्यानं पाहिलं, तर फ्लॅशच कॉल करत होता.

वॉरन जरा चिडलाच. आता तर कामाला लागलाय हा आणि लगेच काय कॉल करतोस? ''हं!'' त्यानं जरा जोरातच म्हटलं.

''सापडला.'' फ्लॅशनं हळूच म्हटलं.

''कोण सापडला?'' वॉरननं चिडून म्हटलं, ''अरे, अजून धड पंधरा मिनिटंसुद्धा

झालेली नाहीत–''

"ते मरू दे. आधी मी काय सांगतोय ते ऐक. मला इथे एक माणूस दिसतोय, आणि चांगलाच संशयास्पद दिसतोय तो.''

"काय सांगतोस?'' वॉरननं साशंकपणे विचारलं. "एखादा माणूस संशयास्पद दिसतो की नाही, हे पंधरा मिनिटात कसं सांगता येईल?''

"पण या माणसाचं दिसणं, त्याच्या हालचाली सगळंच संशयास्पद वाटतंय मला. आणि तो आपल्या भागातला नाही, हेही नक्की. तो जणू दिवसभर इथेच थांबायला आल्यासारखा वाटतोय.''

"बरं, ठीक आहे. तू अजून थोडा वेळ त्याच्यावर नजर ठेव. नंतरही तो संशयास्पदच वाटला, तर मला पुन्हा कॉल कर.'' वॉरननं 'काय बिनडोक आहे.' अशा अर्थानं डोळे फिरवले आणि कॉल बंद केला. "जीझस ख्राईस्ट!'' असं स्वतःशीच म्हणून त्यानं सेलफोन टेबलावर टाकला.

पंधरा मिनिटं गेली. वॉरननं अर्धं बॅजेल खाल्लं होतं, अर्धी कॉफी संपवलेली होती, आणि पेपरमधला 'स्पोर्टस सेक्शन' थोडा फार वाचलेला होता. तेवढ्यात पुन्हा फोन वाजू लागला. फ्लॅशच कॉल करत होता.

"हं, बोल.'' वॉरननं म्हटलं, "काय चाललंय?''

"तो अजूनही अत्यंत संशयास्पद वागतोय. तो जर्सीमधला आहे– निदान त्याच्या काळ्या कॅडी एस्केलेड गाडीचा नंबर तरी जर्सीतला आहे. आपण इथे नजर ठेवायला आलोय असं तो जणू ओरडून सांगतोय. आता थोड्याच वेळापूर्वी तो अचानक गाडीतून बाहेर आला, आणि त्यानं फुटपाथवर स्ट्रेचिंग एक्सरसाईज केले.''

"ओके. त्याच्या फार जवळ जाऊ नकोस. असे लोक अत्यंत सावध असतात, आपल्यावर कोणी नजर ठेवत नाही ना, यासाठी. त्याच्यापासून किती अंतरावर आहेस तू?''

"साधारण पन्नासेक फूट. मी रस्त्याच्या विरुद्ध बाजूला आहे.''

"'मग अजून लांब जा; पण त्याच्याकडे बघू नकोस. त्यापेक्षा असं कर– बास्केटबॉलच्या मैदानावर जा. मी बॉल घेऊन येतो, आपण तिथे भेटू. आपण खेळत असल्याचं ढोंग करू.''

"आणि तो गाडी घेऊन कुठे गेला तर? त्याचा पाठलाग करू मी?''

"नको. तसं झालं तर त्याच्या गाडीचा नंबर बघून ठेव; पण तिकडे बघत असल्याचं दाखवू नकोस.''

"ओके.''

उरलेली कॉफी एका घोटात संपवून वॉरननं पेपर उचलला आणि तो धावतच

बाहेर पडला. वन हंड्रेड सिक्स्थ स्ट्रीटवर पोहोचल्यावर त्यानं चालायला सुरुवात केली. तो आपल्या घराकडे जात असताना दूरवर त्याला क्रीडांगणावर पोहोचत असलेला फ्लॅश दिसला. रस्त्याच्या ज्या बाजूला क्रीडांगण होतं, त्याच बाजूला त्याला एक काळी एसयूव्ही गाडीही पार्क केलेली दिसली.

"कुठे गेला होतास?'' तो आपल्या घरात शिरत असताना नटालीनं– त्याच्या मैत्रिणीनं सहजच विचारलं.

"बाहेर!'' कपाट उघडून त्यातून एक बास्केटबॉलचा चेंडू काढून घेत त्यानं उत्तर दिलं.

"इतक्या सकाळी?'' तिनं विचारलं. शनिवारी सकाळचा वेळ ते दोघं बहुधा घरात आळसटपणे घालवत असत. "किती वाजता गेलास?''

"साधारण सहाच्या सुमाराला.'' परत येऊन तिच्या गालाचं एक हलकंसं चुंबन घेत त्यानं म्हटलं.

"सहा? इतक्या लवकर काय काम होतं तुझं?''

"किलरला फिरायला घेऊन गेलो होतो; पण हे बघ, मी सगळं काही तुला नंतर सांगेन. फ्लॅश आधीच बास्केटबॉलच्या कोर्टवर गेलाय. आम्ही जरा सराव करणार आहोत.'

"ओके.'' नटालीनं निर्विकारपणे म्हटलं. हा जर आपल्याला धड काही सांगत नाहीय, तर आपण तरी का उगीच विचारत बसायचं? "मजा करा.''

वॉरन खाली रस्त्यावर आला आणि क्रीडांगणाकडे चालू लागला. आता मैदानावर बरेच लोक आलेले दिसत होते. काही लहान मुलं वाळूत खेळत होती, तर काही जरा मोठी मुलं झोपाळ्यावर बसून झोके घेत होती. तो त्या काळ्या एसयूव्ही गाडीच्या जवळ येऊ लागला, तेव्हा त्याच्या लक्षात आलं, की गाडीच्या काचा गडद काळ्या आहेत आणि त्यामुळे आतलं काहीच दिसत नाहीय. गाडीच्या थेट समोर येईपर्यंत तो रस्त्याच्या विरुद्ध बाजूनंच चालत राहिला. आणि नंतर लगेच थेट गाडीसमोरून रस्ता ओलांडून तो पलीकडे मैदानाकडे चालत निघाला. गाडीत कोणीतरी आहे, एवढंच त्याला दिसलं; पण ती व्यक्ती कशी दिसते, हे मुळीच दिसू शकलं नाही– अर्थात, त्यानं त्या व्यक्तीकडे थेट बघण्याचं टाळलं, हेही याचं एक कारण होतं.

पलीकडच्या फूटपाथवर पोहोचल्यावर त्यानं फ्लॅशला मोठ्यानं हाक मारून हात हलवला. फ्लॅशनंही मैदानावरून त्याला हाक मारून हात वर केला. वॉरननं त्या गाडीकडे मुद्दामच मागे वळून पाहिलं नाही.

"त्यानं जागा सोडलीय का, एवढ्या वेळात?'' वॉरननं विचारलं.

"तू त्या माणसाबद्दल विचातोयस, की गाडीबद्दल? तो माणूस तर मला

दिसत नाहीये, आणि गाडी जागेवरच उभी आहे.''

वॉरननं हातातला बास्केटबॉल त्याच्याकडे टाकला. ''चल, आपण एकेकटेच एक गेम खेळू. गाडीकडे बघायचं नाही, पण नजर मात्र ठेवायची.'' त्या दोघांपैकी वॉरन कितीतरी सरस खेळाडू होता. त्यानं गेम जिंकली; पण खेळतानाच्या बडबडीत मात्र फ्लॅशच जिंकला. लवकरच दोघांनाही दम लागला, कारण लुटुपुटीची गेम खेळायची असं म्हणत त्यांनी गेम सुरू केली होती; पण नंतर लवकरच त्यांच्यातले स्पर्धक जागे झाले आणि गेम जरा रंगली.

''चल, जरा विश्रांती घेऊ.''वॉरन जवळच्या बाकावर जाऊन बसला आणि त्यानं आपला मोबाईल फोन काढला.

''अँह! केवळ नशीब चांगलं म्हणून ही गेम जिंकलास, आणि आता निघालाय विश्रांती घ्यायला.'' फ्लॅशनं थट्टेच्या सुरात त्याला डिवचलं.

''जरा दम खाऊ दे मला, की लगेच तुला आणखी एक संधी देतो– हरायची!'' वॉरननंही साजेसं प्रत्युत्तर दिलं. ''आता मला त्या लोकांना कळवलं पाहिजे. आपल्याला हवा तसाच नजर ठेवणारा माणूस शोधलायस तू– कबूल करावं लागतंय मला, पण नाइलाज आहे.''

फ्लॅशनं त्याच्या जंप शॉट्सचा सराव सुरू केला. वॉरननं ग्रोव्हर कॉलिन्सला कॉल करून कळवलं, की लॉरी-जॅकच्या घरावर नजर ठेवणारा एक माणूस नुकताच आम्ही हेरलाय.

''किती वेळ नजर ठेवून आहात तुम्ही त्या माणसावर?'' ग्रोव्हरनं अशा सुरात विचारलं की, अवघ्या दहा-बारा तासांच्या आत वॉरनला असा माणूस दिसला, याचं आपल्याला जणू काहीच आश्चर्य वाटलं नाही.

''फार नाही, जेमतेम पंधरा-वीस मिनिटं. त्यानं लॉरी-जॅकच्या घरासमोरच त्याची काळी एसयूव्ही उभी केलीय, आणि मला माझ्या एका मित्रानं सांगितलं, की थोड्याच वेळापूर्वी त्यानं गाडीतून बाहेर येऊन हात-पाय ताणण्याचे व्यायामही केले.''

ग्रोव्हर मोठ्यानं हसला, ''हिमतीला दाद दिली पाहिजे या माणसाच्या, नाही?''

''हिमतीला नाही, मूर्खपणाला दाद दिली पाहिजे.'' वॉरननंही हसून म्हटलं.

''त्याच्यावर नजर ठेव; पण त्याला तसं जाणवू देऊ नका.''

''ओके. तसं हे सोपं आहे. आम्ही आमच्या बास्केटबॉल कोर्टवर खेळताना त्याच्यावर नजर ठेवतोय. त्यामुळे त्याला कसलीही शंका वगैरे येणार नाही.''

''तो गाडी घेऊन निघून गेला, तर त्याचा पाठलाग करू नका. तो तरी परत येईल किंवा त्याच्या जागी दुसरा कोणीतरी येईल. मी माझ्या पार्टनरला घेऊन येतो. तुम्हा दोघांकडे काही शस्त्र, पिस्तूल वगैरे आहे?''

"काही तरीच काय?" वॉरननं 'कसला वेडगळपणाचा प्रश्न हा' अशा सुरात म्हटलं.

"असलं तर बरं होईल. म्हणजे आम्ही जर समजा दुसरीकडे कुठेतरी गुंतलो, तर उगाच तुम्हाला काही तरी व्हायला नको. तुला एखादं पिस्तूल वगैरे मिळू शकेल का?"

"नाही, माझ्याकडे आहे एक काहीतरी." वॉरननं गुळमुळीत उत्तर दिलं.

"आम्ही लवकरात लवकर येतो तिकडे; पण काही झालं, तरी त्याला शंका येईल असं काहीही करायचं नाही."

"पुढे काय प्लॅन आहे? विचारलं तर चालेल ना?"

"प्लॅन एकदम सोपा आहे. आम्ही तिकडे येणार, त्या माणसाला पार्टीला नेणार आणि आपल्याला हवी असलेली माहिती– म्हणजे स्टेपल्टनच्या मुलाला कुठे ठेवलंय– मिळाली, की आम्ही त्याला गाडीपाशी परत आणणार, आणि गाडीत अलगद ठेवून देणार– इथे मात्र आम्हाला थोडी मदत मिळाली तर बरं – म्हणजे तो त्याची नशा उतरेपर्यंत शांत झोपेल."

"ओके. आणि त्याला त्याच्या गाडीतून तुमच्या गाडीत नेताना मदत लागेल का तुम्हाला?"

"छे, छे!" ग्रोव्हरनं म्हटलं, "पण विचारल्याबद्दल थँक्स. तुमची मदत या कामासाठी आम्ही घेणार नाही, याचं मुख्य कारण असं, की एखाद्या व्यक्तीला तिच्या इच्छेविरुद्ध कुठेतरी घेऊन जाणं, हा खरं म्हणजे गुन्हा आहे. त्यात तुम्ही विनाकारण गोवले जायला नको. आम्ही पकडले गेलो तर आमच्याकडे आमचा स्वतःचा वकील आहे. त्यामुळे या माणसाचं अपहरण आम्हीच करू."

३१

मार्च २७, २०१०

शनिवार, दुपारी ११.४९

"मला वाटतं आपण आपली पाठ थोपटून घ्यायला हरकत नाही." कोल्टनं गाडी चालवताचालवता म्हटलं. ग्रोव्हर शेजारी बसून 'मॅपक्वेस्ट' मध्ये दिसत असलेला जाण्याचा मार्ग बघत होता. "ती छोटीशी कामगिरी आपण फारच मस्त पार पाडली."

ही 'छोटीशी कामगिरी' म्हणजे जॅक-लॉरीच्या घरावर नजर ठेवत असलेल्या त्या माणसाला चकित करून त्याच्या गाडीतून त्याची उचलबांगडी करून त्याला भाड्यानं घेतलेल्या एका काळ्या फोर्ड व्हॅनच्या मागच्या सीटवर आणून टाकण्याची होती. ते जेव्हा त्याच्या एसयूव्हीमध्ये अचानक घुसले होते, तेव्हा तो माणूस – त्याचं नाव ड्युएन मॅकेंझी असं असल्याचं त्यांना नंतर कळलं होतं – त्याचं काम करण्याऐवजी जवळच चाललेला बास्केटबॉलचा खेळ बघण्यात दंग होता. त्यामुळे त्यानं काही करण्याआधीच कोल्ट आणि ग्रोव्हर एसयूव्हीची पुढची दारं उघडून चटकन आत शिरलेही होते. त्याचं लक्ष गेलं होतं, तेव्हा सायलेन्सर लावलेली स्मिथ अँड वेसनची दोन ऑटोमॅटिक पिस्तुलं त्याच्या मानेशी टेकलेली होती आणि त्याचं स्वतःचं पिस्तूल काढून घेण्यात आलेलं होतं.

"हे बघ, आता असं कर." हादरलेल्या आणि प्रचंड घाबरलेल्या ड्युएनला कोल्टनं म्हटलं होतं. "आमच्याबरोबर गाडीतून उतरायचं आणि रस्ता ओलांडून त्या पलीकडे थांबलेल्या काळ्या फोर्ड व्हॅनच्या मागच्या सीटवर निमूटपणे जाऊन

बसायचं. काही गडबड केलीस, तर तुझ्या शरीराची चाळण होईल, आलं लक्षात?''

''कोण आहात तुम्ही?'' ड्युएननं जोरात विचारायचा प्रयत्न केला होता; पण त्याचा आवाज चिरकला होता.

''चूप!'' कोल्टनं दरडावलं होतं. मग त्यानं ग्रोव्हरला विचारलं होतं, ''आसपास कितपत गर्दी वगैरे आहे?''

''काही गर्दी नाही.'' ग्रोव्हरनं कोल्टचं नाव घ्यायचं मुद्दामच टाळलं होतं. फक्त दोन माणसं चालताहेत; पण ती दूर जाताहेत. आणि एकही वाहन येताना दिसत नाहीय.''

एसयूव्हीमध्ये ड्रायव्हरच्या बाजूला असलेल्या कोल्टनं ड्युएनला बाहेर खेचलं होतं, आणि त्याला चटकन रस्त्याच्या पलीकडे नेलं होतं. तेवढ्यापुरतं त्यानं हातातलं पिस्तूल खाली केलं होतं. दुसऱ्या बाजूनं ग्रोव्हरही उतरला होता, आणि कोल्ट आणि ड्युएन फोर्ड व्हॅनशी पोहोचण्याच्या आत तिथे जाऊन त्यानं व्हॅनची मागची दारं उघडली होती.

मागच्या दाराशी आल्याबरोबर कोल्टनं ड्युएनला सहज एक धक्का देऊन आत ढकललं होतं. व्हॅनच्या मागच्या मोकळ्या जागेत एक घरात वापरण्याचा साधा रग अंथरून टाकलेला होता. त्याच्यावर ड्युएनला बळजबरीनं पालथं झोपवण्यात आलं होतं. ग्रोव्हरही मागच्या भागात आला होता. कोल्टनं ड्युएनच्या मानेपाशी पिस्तुल टेकवलेलं असतानाच ग्रोव्हरनं त्याचे हात-पाय टेपनं बांधले होते. तोंडात बोळा कोंबून त्यावरूनही टेप लावला होता, आणि त्याला रगमध्ये गुंडाळलं होतं. हे सगळं त्यांनी इतक्या सफाईनं आणि वेगानं केलं होतं, की ड्युएनच्या गाडीत शिरल्यापासून त्याला रगमध्ये गुंडाळेपर्यंत जेमतेम दीड मिनीट लागलं होतं. याला एकमेव साक्षीदार होत– स्वतः जॅक. आदल्या रात्रीच्या बोलण्यामुळे जॅकलासुद्धा ती काळी एसयूव्ही सकाळी दिसली होती. आणि तो घरातूनच तिच्यावर सतत नजर ठेवून होता.

''आता पूर्वेकडे कुठे वळायचं?'' कोल्टनं विचारलं. गाडी सेंट्रल पार्क वेस्टवरून दक्षिणेला चाललेली होती.

''फिफ्टी नाईन्थ किंवा फिफ्टी सेव्हन्थ स्ट्रीटवर वळ.'' ग्रोव्हरनं म्हटलं, ''फिफ्टी नाईन्थवर वळलास तरी चालेल.''

ते क्वीन्समधल्या वुडसाईड भागाकडे निघालेले होते. तिथे त्यांनी एक दुमजली घर भाड्यानं घेतलेलं होतं. विटांचं घर होतं ते, आवारात एक गॅरेजही होतं. मागच्या एका छोट्या गल्लीतून गॅरेजमध्ये जायला वाट होती. त्यांच्या दृष्टीनं हे गॅरेजच महत्त्वाचं होतं. कारण व्हॅनमधलं 'सामान' उतरवताना कोणी बघून चालणार नव्हतं.

“तो पुरेसा भेदरलाय असं वाटतंय का तुला?” कोल्टनं विचारलं. पकडलेल्या माणसाला बोलतं करण्यासाठी त्याला प्रचंड घाबरवायचं, हा त्यांच्या तंत्राचा एक भाग होता.

“हो, मला वाटतं.” ग्रोव्हरनं मान डोलावली. “त्याच्या जागी मी असतो, तर माझी नक्कीच भीतीनं गाळण उडाली असती.” त्यानं घड्याळात बघितलं, “याला फार वेळ लागता कामा नये. आज आपल्याला बरंच काम आहे.”

त्यांनी क्वीन्सबरोबर ब्रिज ओलांडला आणि ते नॉर्दन बुलेव्हर्डवर आले, आणि तिथून फिफ्टी फोर्थ स्ट्रीटवर वळले. कोल्टनं गाडी त्या घरामागच्या छोट्या गल्लीत वळवली. गॅरेजच्या दाराला रिमोट कंट्रोल होता. जवळ आल्यावर ग्रोव्हरनं त्याचं बटन दाबलं, तसं गॅरेजचं दार करकर आवाज करत वर गेलं. कोल्टनं सफाईदारपणे गाडी गॅरेजमध्ये आणली, आणि इंजिन बंद केलं.

“आधी आपण आपली उपकरणं आणू, सगळी तयारी करू. आणि मग परत येऊन पाहुण्याला उतरवू.”

“चालेल, पण लवकर आवरलं पाहिजे आपल्याला.” ग्रोव्हरनं म्हटलं.

४०

मार्च २७, २०१०

शनिवार, दुपारी १२.५०

पुन्हा फोन खणाणू लागला, तसे लॉरी आणि जॅक, दोघेही प्रचंड दचकले, आणि त्यांच्या नाडीचे ठोके खाडकन वाढले. अर्ध्याच तासापूर्वी वॉरननं फोन केला होता. त्यांना डिस्टर्ब केल्याबद्दल त्यानं त्यांची माफी मागितली होती, आणि सांगितलं होतं, की आपले मूठभर दोस्त लोक आधीच बास्केटबॉल कोर्टवर जमले आहेत आणि त्यांनी ठरवलंय, की नेहमीपेक्षा लवकर खेळ सुरू करायचा. तू येणार का, असं त्यानं जॅकला विचारलं होतं. जॅकनं जावं का, असा थोडा विचार केला होता; पण लॉरीची अवस्था बघून त्यानं 'नाही, नको' असं उत्तर दिलं होतं. त्यानं मनात विचार केला होता, की जरी बोलण्यासारखं काही उरलं नसलं, तरी या वेळी आपण आणि लॉरीनं एकमेकांच्या सहवासात असण्याचीच जास्त गरज आहे. निराशा, संताप आणि अगतिकतेची भावना, या तीन गोष्टींना एकाच वेळी तोंड देणं त्या दोघांनाही फार कठीण जात होतं.

फोन ठेवण्यापूर्वी वॉरननं त्याला आशेचा एक अगदी अंधुकसा किरण दाखवला होता. त्यानं सांगितलं होतं, की मला आणि फ्लॅशला तुमच्या घरावर नजर ठेवत असलेला एक माणूस सापडला आणि ग्रोव्हर आणि कोल्टनं येऊन त्या माणसाची उचलबांगडी केली.

"हो, हो. तो सगळा प्रकार बघितला मी." जॅकनं म्हटलं होतं ,"त्यांनी त्याला कुठे नेलं, काही माहितेय का तुला?"

''नाही. काहीच कल्पना नाही; पण त्यांनी त्याला परत आणेपर्यंत आम्हाला इथेच थांबायला सांगितलंय, म्हणूनच आम्ही खेळ जरा लवकर सुरू करायचं ठरवलंय.''

आता जेव्हा पुन्हा फोन वाजू लागला, तेव्हा त्या दोघांनाही तो घेण्याची बिलकूल इच्छा नव्हती. लॉरी एका खुर्चीवर बसून होती, तर जॅक फोनच्या टेबलाजवळच्या कोचावर बसलेला होता. निराशा, संताप आणि अगतिकता अशा तीन भावना ज्या त्याच्या मनात आळीपाळीनं उफाळून येत होत्या, त्यांपैकी तो त्या क्षणी निराशेमध्ये बुडालेला होता. त्या क्षणी त्याला कोणाशीही बोलायची इच्छा नव्हती; पण फोन वाजतच राहिला. तेव्हा त्यानं तो उचलला. त्याला वाटलं होतं, की वॉरननंच आपल्याला खेळायला येण्याचा आग्रह करण्यासाठी परत कॉल केला असेल; पण प्रत्यक्षात कॅप्टन डिटेक्टिव्ह मार्क बेनेट बोलत होता.

''कसे आहात तुम्ही दोघं?'' त्यानं सहानुभूतीनं विचारलं, ''झोप वगैरे लागली का?''

''छे, झोप तर मुळीच शक्य नाही.''जॅकनं म्हटलं, ''पुढे काही प्रगती? आम्हाला त्याचा आणखी एक कॉल आला. माहितेय का तुम्हाला?''

''हो, माहितेय. मी त्या कॉलचं रेकॉर्डिंग पुन्हापुन्हा ऐकलंय, शिवाय तो जिथून केला होता, त्या लाँड्रोमेटमध्येही जाऊन आलो. तिथला एखाद्या कर्मचाऱ्याला तो कॉल करणारा माणूस आठवत असेल तर बघावं, म्हणून गेले होतो; पण काही उपयोग झाला नाही. निदान आता आपल्याला, ते तुमच्याशी कोणत्या पद्धतीनं संपर्क साधतील, हे तरी समजलंय, हेही महत्त्वाचं आहे.''

''पण त्याचं काही उपयोग होणार आहे का?''

''याचं उत्तर हो आणि नाही असं दोन्ही आहे. शहरात हजारो पब्लिक फोन आहेत, आणि त्या सगळ्यांवर नजर ठेवणं अशक्यच आहे. पण ही गोष्ट लक्षात ठेवून आपण पुढची पावलं टाकू. महत्त्वाची गोष्ट अशी, की त्यांनी एक निश्चित अशी मागणी कळवलीय, याचा अर्थ आता त्यांच्याशी बोलणी सुरू होतील.''

''हो, आणि त्याच वेळी त्यांनी त्यांच्या एका आधीच्या मागणीची आठवण करून दिलीय– पोलिसांकडे जायचं नाही. पोलिसात गेलो, तर जेजेला दुखापत करण्याची धमकी दिलीय त्यांनी.'' जॅकनं म्हटलं.

''ही मागणी अपहरण करणारे लोक बहुतेक वेळा करतातच.'' मार्कनं त्याला धीर देत म्हटलं, ''आणि आम्हीही ही गोष्ट लक्षात ठेवूनच काम करतो. आम्ही काही करतोय, ही गोष्ट आम्ही कधीच कुणाला कळू देणार नाही, मीडियाला सांगायचं की नाही हे तुम्ही ठरवा; पण आमचा सल्ला असा, की एक शब्दही त्यांना सांगू नका.''

''आणि तुम्ही लोक घरात ये-जा करणार, त्याचं काय? आणि खाली

बसलेला तो ऑफिसर, त्याचं काय?''

''तो ऑफिसर सध्या तिथेच राहील, पण तो तुमच्या दारातून ये-जा करणार नाही. त्याची खाण्यापिण्याची व्यवस्था तुम्ही केलीत तर फारच बरं, म्हणजे त्याला कुठेच बाहेर जावं लागणार नाही. आज किंवा उद्या, आम्ही त्याला गुप्तपणे कसं येता-जाता येईल आणि त्याच्या जागी दुसऱ्या माणसाला कसं नेता येईल, याचा काहीतरी मार्ग आम्ही काढू. घरात ये-जा करण्याचे अनेक मार्ग असलेल्या तुमच्या घरासारख्या रो हाऊसमध्ये राहण्याचा हा एक फायदा आहे.''

''म्हणजे मुख्य दरवाजामधून कोणीही ये-जा करणार नाही म्हणतोस?'' जॅकनं खात्री करून घेण्यासाठी पुन्हा विचारलं.

''मुळीच नाही.''

''ओके. अजून काही?''

''सांगतो.'' मार्कनं म्हटलं, ''जेजेला पळवून नेण्यासाठी वापरलेल्या त्या पांढऱ्या व्हॅनचा तपास करणाऱ्या लोकांकडून मला कॉल आला. आपला संशय खरा ठरलाय. ती व्हॅन चोरीची होती, आणि तिच्यावरचे सगळे हाताचे ठसे वगैरे जे काही असेल, ते स्वच्छ पुसून टाकलेत. तरीही आम्हाला अगदी थोडे अर्धवट, आणि एक-दोन पूर्ण हाताचे ठसे हाती लागलेत, आणि त्यांचा तपास चालू आहे. यातून काहीतरी महत्त्वाची माहिती हाती लागू शकेल. शिवाय तुमच्या त्या सहकाऱ्याला– विनी अमेन्डोलाला– शोधून काढण्यासाठीही आमचा तपास चालू आहे. शक्यतो त्यानं स्वतः होऊन पुढे यावं यासाठी आमचे प्रयत्न चालू आहेत. अजून तरी त्याच्याकडून काहीच समजलेलं नाही– म्हणजे तो मुद्दाम दडून बसलाय असं म्हणत नाहीय मी, पण तो पुढे आलेला नाही, हे मात्र खरं.''

''आता तुला एक गोष्ट सुचवायचीय मला.'' मार्कनं पुढे म्हटलं, ''अपहरणकर्त्यांनी कळवलंय, की खंडणी त्यांना 'डी परफेक्ट' हिऱ्यांच्या स्वरूपात हवीय. म्हणजे हुशार दिसताहेत ही माणसं. दहा लाख डॉलर किमतीचे 'डी परफेक्ट' हिरे सहज मिळू शकतील; पण पैसे तर द्यावेच लागतील ते खरेदी करण्यासाठी. मला वाटतं, आता हा पैसा कुठून आणि कसा उभा करायचा, याचा विचार तुम्ही सुरू करावा.''

''आमची सगळी बचत, सगळी गुंतवणूक या घरासाठी खर्च झालीय. हा प्लॉट किंवा घर, काहीच आम्ही गहाण टाकलेलं नाही. सगळं काही आमच्या स्वतःच्या पैशानं झालंय.''

''हवं तर तुमच्या बँकेशी बोला. घर गहाण टाकलं, तर किती पैसे मिळतील याचा अंदाज घ्या. तुमचा लाईफ इन्शुरन्स असेल ना?''

''थोडासा आहे. फार मोठी रक्कम नाही येणार त्यातून.''

''नुसता अंदाज तरी घेऊन ठेवा. जेव्हा त्यांच्याशी बोलणी सुरू करायची वेळ

येईल, तेव्हा आपण जास्तीत जास्त किती रक्कम उभी करू शकतो याची कल्पना आम्हाला असणं आवश्यक आहे. आता तुला काही विचारायचं असेल तर विचार. आम्ही आमच्या बाजूनं सर्वतोपरी प्रयत्न करतोय. कमिशनरशी मी बोललोय, त्यांनासुद्धा ही केस लवकरात लवकर सुटायला हवीय.''

''एक प्रश्न विचारतो,'' जॅकनं म्हटलं, ''माझ्या पोराला त्या गुंडांनी कुठे लपवून ठेवलंय हे समजा समजलं, तर?''

''असं होतं; पण फार क्वचित. पण आमच्या मते, यामुळे अपहरण झालेल्या व्यक्तीला असलेला धोकाही मोठ्या प्रमाणात वाढतो. आमचा अनुभव असं सांगतो, की अपहरणकर्त्यांशी बोलणी करून पळवून नेलेल्या व्यक्तीला सोडवणं, हाच सर्वोत्तम आणि सर्वांत सुरक्षित मार्ग आहे.''

४१

मार्च २७, २०१०

शनिवार, दुपारी १.००

"**च**ल, तयारी झालीय," हातानंच बनवलेला आयव्ही स्टँड बेडजवळ आणून ठेवत ग्रोव्हरनं म्हटलं. वुडसाईड भागातल्या त्या दुमजली घरातल्या छोट्या बेडरूममध्ये ते होते. बेडवर एक सहा फूट लांब, दोन फूट रुंदीचा प्लायवुडचा बोर्ड टाकलेला होता. त्या बोर्डच्या उजव्या बाजूला आणखी एक-दोन फूट लांबीचा प्लायवुडचा तुकडा आडवा लावलेला होता– पूर्वीच्या खुर्च्यांना आर्म बोर्ड असे, तसा. बेडजवळच्या छोट्या टेबलावर एक काळी बॅग होती. त्या बॅगमध्ये वेगवेगळ्या औषधांच्या बाटल्या, इंजेक्शनच्या सिरींज, आणि पांढऱ्या टेपचा एक नवीन रोल ठेवलेला होता.

"चला, आपल्या पाहुण्याला घेऊन येऊ." कोल्टनं म्हटलं. त्यानं आणि ग्रोव्हरनं हातात लॅटेक्सचे ग्लोव्हज घातलेले होते – रक्षणासाठी, आणि हातांचे ठसे कुठे उमटू नयेत म्हणूनही. ते घरही भाड्यानंच पैसे रोख देऊन खोट्या नावानं घेतलेलं होतं.

खाली गॅरेजमध्ये येऊन त्यांनी ड्युएनला त्या रगमधून बाहेर काढलं. त्यांना वाटलं होतं त्यापेक्षाही त्याची भीतीनं गाळण उडालेली होती.

"चल," त्याला उचलून बसतं करत ग्रोव्हरनं म्हटलं, "आता आपल्या पार्टीला जाऊ."

सुरुवातीला ड्युएननं व्हॅनमधून बाहेर जायला थोडा विरोध केला; पण ग्रोव्हरनं

पिस्तूल काढून त्याच्या नाकाशी टेकवताच त्याचं अवसान गळालं, आणि तो निमूटपणे बाहेर आला. त्याला घेऊन ते दोघं गॅरेजमधून बाहेर पडून पायऱ्या चढून त्या छोट्या बेडरूममध्ये आले. बेडवरचं प्लायवूड आणि शेजारचा आयव्ही स्टॅंड बघून ड्युएन पुन्हा पुढे जायला कचरू लागला.

"आता मारामारी बंद." ग्रोव्हरनं त्याला बेडच्या दिशेनं ढकललं. "तू विरोध कर किंवा करू नकोस; पण आम्ही जे करायचं ते करणारच आहोत. जी माहिती हवीय ती तू आपण होऊन सांगणार असलास, तर मात्र तुझे हाल आणि आमचा वेळ, दोन्ही गोष्टी वाचतील."

ड्युएननं काहीतरी बोलायचा प्रयत्न केला

"म्हणजे तू आपण होऊन बोलायला तयार आहेस, असं सांगायचंय का तुला?" ग्रोव्हरनं विचारलं आणि त्याच्या काळ्याभोर डोळ्यात बघितलं. ड्युएननं जोरजोरात मान डोलावली.

ग्रोव्हरनं प्रश्नार्थक नजरेनं कोल्टकडे बघितलं. "प्रयत्न तर करून बघू." कोल्टनं खांदे उडवले.

ग्रोव्हरनं हात पुढे करून ड्युएनच्या तोंडावर चिकटवलेली टेप धरली आणि एका झटक्यात खेचून काढली. त्याबरोबर ड्युएन वेदनेनं किंचाळला. त्या टेपबरोबर त्यानं वाढवलेल्या कल्ल्यांच्या केसांचे पुंजकेही उपटून निघाले. आणि तोंडातला बोळाही टेपला चिकटून बाहेर आला.

जरा शांत झाल्यावर त्यानं विचारलं, "तुम्ही लोक आहात तरी कोण?"

""ते महत्त्वाचं नाही." ग्रोव्हरनं म्हटलं, "आमचं म्हणणं ऐकायचं की नाही, हे पुढच्या दोन सेकंदांत तू ठरवायचंयस."

"पण.."

"बोल आता. तू आणि तुझ्या साथीदारांनी ज्या लहान मुलाला पळवलंय, त्याला कुठे ठेवलंय तुम्ही? तू स्वतःच सांगितलंस, तर तुझ्या दृष्टीनं चांगलं होईल. नाही, तर आम्ही तुला बोलता करणारच आहोत."

"तुम्ही कशाबद्दल बोलताय हेच मला समजत नाहीय."

"तू वन हंड्रेड सिक्थ स्ट्रीटवर त्या तुझ्या गाडीत बसून काय करत होतास?"

"मी बास्केटबॉलचा खेळ बघत होतो."

ग्रोव्हरनं बसल्या जागेवरूनच ड्युएनच्या मानेवर कराटेचा एक सफाईदार चॉप मारला. ड्युएन पुढेच पडणार होता; पण ग्रोव्हरनं त्याच्या काखांमध्ये हात घालून त्याला पकडलं. त्याच वेळी कोल्टनं त्याचे पाय पकडले, आणि दोघांनी मिळून त्याला बेडवरच्या बोर्डावर ठेवलं. तो अजून ग्लानीतच होता. तोपर्यंत ग्रोव्हर आणि कोल्टनं त्याला टेप लावून बोर्डावर जखडून टाकलं.

“ओके, ओके.” बोलण्याच्या परिस्थितीत आल्यावर ड्युएननं म्हटलं, “सॉरी, मला शहाणपणा करायचा नव्हता. मी एका घरावर नजर ठेवून होतो. त्या घरात राहणारी बाई कुठे बाहेर जात नाही ना, एवढंच मला बघायचं होतं, देवाशपथ, मला फक्त एवढंच करायचं होतं.”

“आता सॉरी म्हणून काय उपयोग?” ग्रोव्हरनं फटकन म्हटलं, “तुझ्याशी खेळत बसायला वेळ नाही आम्हाला.”

अगदी सफाईदारपणे कोल्टनं आयव्ही सुरू केलं.

“अरे काय करताय तुम्ही?” ड्युएन किंचाळला. त्यानं स्वतःची सुटका करण्याची थोडीशी व्यर्थ धडपड केली. “काय देताय तुम्ही मला?”

“माझं गणित बरोबर आहे का, बघ.” ग्रोव्हरनं त्याच्याकडे साफ दुर्लक्ष करत कोल्टला म्हटलं, “दर किलोला पॉइंट सात मिलिग्रॅम द्यायचे असतात. याचं वजन किती असेल, साधारण ऐंशी किलो?”

“हो. मला वाटतं एवढंच असेल.” कोल्टनं मान डोलावली.

“ओके. म्हणजे छप्पन्न मिलिग्रॅम झाले. आपण हिशेबाला साठ मिलिग्रॅम धरू.” ग्रोव्हरनं चटकन बाटलीतलं तेवढं औषध सिरींजमध्ये घेतलं, इंजेक्शन मधले हवेचे बुडबुडे काढण्यासाठी हलकेच बोटानं टिचक्या मारल्या, आणि ड्युएनच्या पलीकडे उभ्या असलेल्या कोल्टच्या हातात ती सिरींज दिली.

“कसलं औषध देणार आहात तुम्ही?” भयंकर भेदरलेल्या ड्युएनचे डोळे मोठे झालेले होते. सिरिंजमध्ये अजूनही हवा दिसल्यामुळे कोल्ट सिरिंजवर बोटानं टिचक्या मारत होता.

“नको, नको, प्लीज!” ड्युएन गयावया करू लागला. “काय आहे ते? त्यानं काय होईल मला?”

“आता तुला सांगण्यात वेळ फुकट जाणार आहे, कारण नंतर तुला काहीच आठवणार नाही.” ग्रोव्हरनं म्हटलं, “याचं नाव ‘व्हर्सेड’ असं आहे. याचे बरेच उपयोग आहेत; पण महत्त्वाचं म्हणजे हे एक उत्कृष्ट रेट्रोग्रेड ॲम्नेसिक आहे.”

“ॲम्नेसिक? म्हणजे काय?”

त्या दोघांनीही त्याच्याकडे साफ दुर्लक्ष केलं. आयव्ही पोर्ट वापरून कोल्टनं औषध इंजेक्शननं वरच्या सलाईनच्या बाटलीत इंजेक्ट केलं.

“ओ गॉड!” ड्युएन ओरडला. कोल्टकडे डोळे मोठमोठे करून भीतीनं गाळण उडालेला ड्युएन ओरडला, “तुम्ही मला ...” पण काही क्षणातच औषधानं परिणाम दाखवला आणि त्याचा प्रश्न अर्धवटच राहिला. त्याला गाढ झोप लागली.

“आपण जेव्हा जेव्हा हे औषध वापरतो, तेव्हा प्रत्येक वेळी मला त्याचं मोठं नवल वाटतं.” रिकामी झालेली सिरींज ग्रोव्हरकडे देत कोल्टनं म्हटलं.

"हं, मस्तच आहे ते." ग्रोव्हरनं ती सिरींज घेतली आणि दुसऱ्या एका सिरींजमध्ये दहा मिलिग्रॅम व्हॅलियम घेऊन ती तयार केली. ही सिरींज त्यांना नंतर वापरायची होती. "त्याला जागं करता येतंय का बघ."

"ए, ड्युएन!" कोल्टनं ड्युएनच्या गालावर एकदोनदा हळूच थपडा मारल्या, "ऊठ रे, जागा हो." आणखी जोरात दोन-चार थपडा मारून त्यानं ड्युएनला जोरात हलवलं. "चल, विमान पृथ्वीवर उतरव तुझं."

अर्धवट झोपेत, अर्धवट जाग आल्यासारखे ड्युएनचे डोळे फडफडत एकदाचे उघडले. "वा!" त्याच्या चेहऱ्यावर एक झकास हसू पसरलं. "काय..." त्यानं प्रश्न विचारायला सुरुवात केली; पण लगेचच तो काय विचारायचं हेच विसरून गेला.

पुढची काही मिनिटं कोल्टनं त्याला अगदीच साधे प्रश्न विचारले. ड्युएननंही हसत त्यांची उत्तरं दिली. एकच अडचण होती, की त्याला सारखं जागं करावं लागत होतं.

"आता सांग, तुमच्या त्या अपहरणाबाबत काय करताय तुम्ही?" ग्रोव्हरनं अगदी ध्यानीमनी नसताना विचारलं.

"काही खास नाही. खरी धमाल कधी सुरू होतेय याची वाट बघत बसलोय आम्ही." ड्युएननं म्हटलं.

"कसली धमाल?"

"ते हिरे ताब्यात घेऊन त्या पोराला कसं सोडायचं, तेही पकडले न जाता, याचा विचार करतोय."

"पकडले न जाता? तुम्ही पकडले जाणार नाही असं नक्की वाटतंय तर तुम्हाला." ग्रोव्हरनं म्हटलं ,"त्या मुलाला कुठे ठेवलंय तुम्ही?"

"लुईच्या घरी."

"कोण लुई?"

"लुई बारबेरा."

"या लुईचं घर कुठय?"

"व्हाईटस्टोनमध्ये."

"पत्ता काय त्याच्या घराचा?"

ड्युएननं उत्तर दिलं नाही. त्याचे डोळे पुन्हा मिटलेले होते. कोल्टनं त्याला आणखी थपडा मारल्या, तेव्हा मोठ्या अनिच्छेनं त्याचे डोळे पुन्हा उघडले.

"लुईचा पत्ता सांगत होतास तू." ग्रोव्हरनं म्हटलं, "लुई बारबेराचा पत्ता."

"तीन सातशे सेहेचाळीस पॉवेल्स कोव्ह बुलेव्हर्ड"

ग्रोव्हरनं भराभर पत्ता लिहून घेतला.

"त्या पोराची काळजी कोण घेतंय?" मग त्यानं विचारलं.

"लुईची बायको. तिला फार आवडला तो. त्याला दत्तक घ्यावं असं तिला वाटतंय, आणि त्यासाठी ती लुईच्या मागे लागलीय. लुईला मात्र त्या पोराला दुसरीकडे हलवायंचय."

"असं? कुठे?"

"ते नाही माहीत. नदीच्या किनाऱ्यावर कुठेतरी आहे ती जागा. त्यासाठी एक जुनं गोदाम तयार करताहेत ते."

ग्रोव्हर आणि कोल्टनं सहेतूक नजरेनं एकमेकांकडे बघितलं, "आजच रात्री त्याला का सोडवून आणायचं याचं हे आणखी एक कारण." ग्रोव्हरनं म्हटलं, "म्हणजे हल्ला करायचा आणि हात हलवत परत यायचं, असं व्हायला नको."

"मला ती जागा बघायला म्हणून अजून एक दिवस मिळायला हवा, खरं तर" कोल्टनं तक्रारीच्या सुरात म्हटलं.

"नको, आपण आज रात्रीच जायचं." ग्रोव्हरनं म्हटलं,"ही संधी घालवता कामा नये. आपल्याला पत्ता मिळालाय, तेव्हा जायला हरकत नाही. आज दुपारी आपण तिकडे जाऊन थोडी पाहणी करू शकू."

"वरवरची पाहणी करून काय उपयोग?"

"ही समस्या आपल्याला नेहमीच येणार. बरं, तुला आणखी काही विचारायचं का याला?"

"ड्युएन!" कोल्टनं ड्युएनला आणखी जोरात थपडा मारत जागं केलं – जणू पाहणी करायला आणखी वेळ मिळणार नाही ही ड्युएनचीच चूक होती. "लुईकडे कुत्रे आहेत का?"

"दोन भयंकर डॉबरमन कुत्रे आहेत त्याच्याकडे. सारखे बंगल्याच्या आवारात फिरत असतात." ड्युएननं म्हटलं.

"शिट्!" कोल्टनं निराशेनं म्हटलं, "मला शंका होतीच की हे काम इतकं सोपं असणार नाही."

"अरे, याची चांगली बाजूही आहे." ग्रोव्हरनं त्याला समजावलं. "एवढे कुत्रे जर सगळीकडे फिरत असले, तर त्यांची अलार्म सिस्टिम शिथिल असण्याचीही शक्यता आहे."

"बरोबर आहे तुझं." कोल्टनं काहीशा अनिच्छेनं म्हटलं, "चला, इथलं काम आवरू आणि लगेच तिकडे पाहणी करायला जाऊ."

सामान आवरून ड्युएनला घेऊन त्यांनी व्हॅनमध्ये टाकलं. परत वर जाऊन ग्रोव्हरनं सगळं काही ठीकठाक आहे ना, हे बघितलं.

जॅक-लॉरीच्या घराकडे जाताना वाटेत ग्रोव्हरनं सीआरटीच्या ऑफिसात फोन केला. सीआरटीचं ऑफिस दिवसातले चोवीस तास, आठवड्यातले सातही दिवस, वर्षातले तीनशे पासष्ट पूर्णांक एक चतुर्थांश दिवस चालू असे.

"कोण, बीव्हरली?" सीआरटीमधल्या प्रत्येकाचा आवाज ग्रोव्हरला परिचित होता.

"हो, मीच बोलतोय."

"आपल्या रिर्सचर लोकांपैकी कोणी आहेत का तिथे?"

"हो, मी आता थोड्याच वेळापूर्वी रॉबर्ट लिऑनला बघितलं होतं."

"त्याला फोन करून मला माझ्या मोबाईल फोनवर कॉल करायला सांगशील का, प्लीज?"

"हो, लगेच करते."

थोड्या वेळानं रॉबर्टचा कॉल आला, "रॉबर्ट, मला जरा मदत हवीय." ग्रोव्हरनं सांगितलं.

"काय हवंय तुला?"

"माझ्याकडे न्यू जर्सीमधल्या व्हाईटस्टोन भागातल्या एका घराचा पत्ता आहे. त्याच्या बाबतीत तुला जी काही माहिती मिळेल ती मला कळव. सिटी असेसरच्या ऑफिसच्या वेबसाईटवर जा, आणि तिथे या घराच्या बांधकामाचा प्लॅन असेल, तर तो बघ. त्या घराचा मालक कोण तेही शोधून काढ, आणि मला या नंबरवर लवकरात लवकर कॉल कर. आज रात्री आम्ही त्या घरात चोरून घुसणार आहोत, त्यामुळे आम्हाला मिळेल त्या सगळ्या माहितीची गरज लागेल." त्यानं रॉबर्टला घराचा पत्ता देऊन फोन बंद केला.

त्यानंतर त्यानं वॉरनला कॉल केला.

"हॅलो." वॉरननं धापा टाकत म्हटलं.

"हे बघ, आम्ही परत निघालोय. आम्ही पळवून नेलेल्या त्या माणसाला परत त्याच्या गाडीत नेण्यासाठी आम्हाला मदत लागणार आहे. आमची पार्टी झकास झाली. त्यानंतर त्याला गाढ झोप लागलीय."

"जरूर. आम्ही इथे नेहमीसारखेच बास्केटबॉल खेळतोय. तुम्हाला जे हवं होतं ते मिळालं?"

"हो, मिळालं." ग्रोव्हरनं म्हटलं, "फार मोकळा स्वभाव आहे त्याचा. मोठा उदार आहे."

"बरं झालं. तुम्हाला पोहोचायला अजून किती वेळ लागेल?"

"अं, साधारण तीस ते चाळीस मिनिटं. शनिवार असल्यामुळे फारशी रहदारी दिसत नाहीय रस्त्यांवर. आम्ही वुडसाईडवरून येतोय."

"ओके. भेटू आपण." वॉरननं फोन ठेवला.

पण वीसच मिनिटांनी कोल्टनं गाडी लॉरी-जॅकच्या घराच्या रस्त्यावर वळवली, आणि ड्युएनच्या गाडीच्या पाठीमागे, जवळजवळ चिकटूनच लावली. कारण ड्युएनला त्याच्या गाडीत नेऊन टाकताना कोणाला दिसून चालणार नव्हतं. कोणाचं लक्ष वेधलं जाऊ नये म्हणून ग्रोव्हर वॉरनला रस्त्यावरूनच हाक न मारता स्वतःच मैदानावर धावत गेला. कुंपणाशी जाऊन तो चालू असलेली गेम संपण्यासाठी वाट बघत थांबला. गेम संपल्यावर वॉरनचं त्याच्याकडे लक्ष गेलं. "मी आणि फ्लॅश आलोच तिकडे."

आधीप्रमाणेच ग्रोव्हर आणि कोल्टनं ड्युएनला रगमध्ये गुंडाळून व्हॅनच्या मागच्या भागात ठेवलेलं होतं. आता वॉरन आणि फ्लॅश मदतीला आल्यावर त्याला तिथून त्याच्या स्वतःच्या गाडीत आणून टाकायला काहीच त्रास झाला नाही. ग्रोव्हरच्या सांगण्यावरूनच त्यांनी ड्युएनला त्याच्या गाडीत ड्रायव्हरच्या सीटवर, स्टीअरिंग व्हीलवर डोकं टेकून झोपलेल्या अवस्थेत ठेवून दिलं.

"याला तर भलतीच गाढ झोप लागलेली दिसतेय." वॉरननं म्हटलं, "याला काय औषध दिलंत तुम्ही?"

"व्हर्सेड नावाचं एक औषध दिलं." ग्रोव्हरनं सांगितलं, "आणि आता त्याला व्हॅलियमचं एक इंजेक्शन द्यायचंय. त्यानं खूप वेळ झोपलेलं आम्हाला हवंय; पण जणू भयंकर दारू प्यायल्यामुळे त्याची शुद्ध हरपलीय, असं बघणाऱ्याला वाटलं पाहिजे." त्यानं व्हॅनमधून एक व्होडकाची बाटली आणली. कोल्टनं ड्युएनला अर्धवट जागं करून बसतं केलं आणि बाटली उघडून त्याच्या तोंडात ओतली. बरीचशी व्होडका अर्थातच त्याच्या शर्टवर सांडली. "अस्सं!" ग्रोव्हरनं बाटलीचं झाकण लावलं आणि अर्धवट भरलेली ती बाटली ड्युएनच्या शेजारच्या सीटवर टाकून दिली. "आता त्याचे साथीदार त्याला शोधत इथे आले, तर त्यांना तो झिंगलेला दिसेल; पण त्यांना कधीच कळणार नाही की आम्ही त्याला पळवून नेऊन त्याला बोलता करणारं एक औषध दिलं होतं."

"पण त्याला स्वतःला ते आठवेल ना?"

"नाही आठवणार." ग्रोव्हरनं म्हटलं आणि ड्युएनच्या शर्टाची बाही वर करण्याच्या भानगडीत न पडताच व्हॅलियमचं इंजेक्शन बाहीवरूनच त्याच्या दंडात दिलं. "व्हर्सेडमुळे माणूस प्रचंड बडबड तर करतोच; पण त्याला रेट्रोग्रेड ॲम्नेशियाही होतो. या माणसाला तो आज सकाळी झोपेतून उठला होता, हेसुद्धा आठवणार नाही."

"मस्त, एकदम बेमालूम काम झालं." वॉरननं आश्चर्यानं डोळे मोठे करत म्हटलं.

“तुम्ही लोक या गाडीवर जरा नजर ठेवाल का? त्याचे साथीदार जर आलेच, तर ते मला समजायला हवं. ते जर गाडीतून आले, तर तिचा नंबरही मिळाला तर हवाय; पण तो बेमालूमपणे लिहून घ्या किंवा लक्षात ठेवलात तरी चालेल. ते इथे आले होते हे आपल्याला समजलंय, हे त्यांना समजता कामा नये.”

“या गाडीवर अजून किती वेळ नजर ठेवायची आम्ही?”

“कमीत कमी उद्या पहाटे दोन ते तीन वाजेपर्यंत. मला माहितेय, की हे जरा जास्त करायला सांगतोय मी; पण तेवढे लोक तुमच्याकडे असले आणि तुम्हाला तशी इच्छा असली, तर जरूर करा एवढं.”

“नक्की करू.” वॉरननं म्हटलं, “त्या नालायकांनी लेटिशियाला मारलंय आणि आमच्या छोट्या जेजेला पळवून नेलंय. आम्ही संध्याकाळ होईपर्यंत इथेच खेळत राहू. त्यानंतर माझ्या ज्या दोस्तांनी नजर ठेवायची असं ठरलं होतं; पण त्यांना अजून काहीच करावं लागलेलं नाही, ते रात्रभर इथे नजर ठेवतील.”

“मात्र त्यांनी कुठेही, कधीही समोर येता कामा नये. हे फार महत्त्वाचं आहे. अपहरणकर्त्यांना जरी नुसती शंका आली, की त्यांच्यावर कोणीतरी पाळत ठेवतंय किंवा त्यांचा पाठलाग करतंय, तर ते ताबडतोब बिथरतात, आणि त्यामुळे पळवून नेलेल्या माणसाच्या जिवाला असलेला धोका प्रचंड वाढतो. पोलीस आपल्याला पकडायच्या खटपटीत आहेत असं त्यांना वाटलं, तर ते पळवून नेलेल्या व्यक्तीला सरळ मारून टाकतात आणि तिचं प्रेत नाहीसं करतात.”

“समजलं, आलं लक्षात.” वॉरननं गंभीरपणे म्हटलं.

ग्रोव्हर आणि कोल्ट तिथून निघाले; पण व्हाईटस्टोनला थेट न जाता आधी ते मिडटाऊनमध्ये सीआरटीच्या ऑफिसमध्ये आले. ईस्ट फिफ्टी फोर्थ स्ट्रीटवर एका मोठ्या इमारतीतला एक संपूर्ण मजला सीआरटीच्या ऑफिसनं व्यापलेला होता. नेहमी इथे भरपूर लोकांची वर्दळ असे, अनेक कर्मचारी वेगवेगळी कामं करण्यात गढून गेलेले असत; पण आज शनिवार होता, शिवाय सीआरटीच्या एकोणचाळीस पार्टनर लोकांपैकी दहा जण परदेशांमध्ये वेगवेगळ्या केसेसच्या कामांसाठी गेलेले होते, त्यामुळे ऑफिस भलतंच शांत वाटत होतं.

“रॉबर्टनं तुमच्यासाठी निरोप ठेवलाय, की त्याला भेटायला लंचरूममध्ये या.” बीव्हरलीनं सांगितलं.

लंचरूम ही खरं तर साफसफाई साहित्य ठेवण्यासाठी जास्त योग्य असलेली एक बिनखिडक्यांची खोली होती. रूममध्ये बरीच व्हेंडिंग मशिन्स होती आणि सगळ्या लोकांमध्ये मिळून एकमात्र कॉफी मशिन होतं. रॉबर्ट एका टेबलाशी एकटाच बसून लॅपटॉपवर काम करत कॉफीचे घुटके घेत होता.

“काय रॉबर्ट, काही मिळालं का?” ग्रोव्हरनं विचारलं.

''थोडीफार माहिती मिळाली. पहिलं म्हणजे मला असेसरच्या ऑफिसमध्ये बरीच माहिती समजली. तिथे भेट देण्याची तुझी कल्पना मात्र नामी होती.त्यांच्याकडे एक अगदी साधा साईट प्लॅन होता. आणि त्यापेक्षा जरा चांगला मजल्याचा प्लॅन होता, कारण सध्याच्या मालकानं दहा वर्षांपूर्वी ती इस्टेट विकत घेतल्यानंतर तिथे मोठ्या प्रमाणात रिनोव्हेशन केलं, त्यानंतर त्या इस्टेटीची रिअसेसमेंटही आली.''

''इस्टेट? तू हा शब्द खऱ्या अर्थानं वापरतोयस, की अलंकारिक अर्थानं?''

''नाही, खऱ्या अर्थानं. तो सगळा भूखंड एका एकरापेक्षाही मोठा आहे. बंगल्याव्यतिरिक्त तिथे एक स्विमिंग पूल, एक टेनिस कोर्ट आणि एक पिअरही आहे.''

''म्हणजे ही जागा नदीच्या काठावर आहे का?''

''हो, ईस्ट नदीच्या काठाला लागून चारशे फूट फ्रंटेज आहे. तो बंगला जवळजवळ दहा हजार चौरस फुटांचा आहे. टेनिस कोर्ट आणि स्विमिंग पूल सोडलं, तर त्या जागेचा बहुतांश भाग त्या बंगल्यानं व्यापलेला आहे. त्यामुळे इस्टेट हाच शब्द योग्य आहे.''

''कबूल.'' ग्रोव्हरनं म्हटलं, ''आता ते प्लॅन्स दाखव.''

रॉबर्टनं ते प्लॅन्स एका मोठ्या कागदावर छापून घेतलेले होते. कोल्टनं साईट प्लॅन स्वतःकडे ठेवला; पण फ्लोअर प्लॅन रॉबर्टला परत दिला. ''या कॉपीचा साईज दुप्पट करून दुसरी कॉपी काढ. मला त्या मुलाला शोधावं लागेल, त्यामुळे मला त्या घराची बारीकसारीक माहिती लागेल.''

''माझ्याकडे त्या भागातल्या रस्त्यांचा नकाशासुद्धा आहे.'' रॉबर्टनं रस्त्यांचा नकाशा कोल्टला दिला आणि तो फ्लोअर प्लॅनची मोठी कॉपी काढायला निघून गेला.

काही क्षण तो रस्त्यांचा नकाशा बघून ग्रोव्हरनं एकदम म्हटलं, ''ओ हो.'' रॉबर्टनं त्या नकाशावर जिथे तो बंगला होता, तिथे खूण केलेली होती. ''हा बंगला तर एका डेड एंड असलेल्या रस्त्यावर आहे.''

''असू दे, त्यानं काही बिघडत नाही. '' कोल्टनं म्हटलं, ''आपण त्या बंगल्यापर्यंत नदीमधून जाऊ.''

''हो,पण कशातून जायचं? तू आता मला पुन्हा पाण्यातून यायला सांगू नकोस हं, प्लीज!'' साधारण दहा वर्षांपूर्वी कोलंबिया देशात कार्टाजेनामध्ये एका कामगिरीवर असताना कोल्टनं, अशाच एका किनाऱ्यालगतच्या ठिकाणी जाण्यासाठी स्कूबा गिअर वापरायची शक्कल काढली होती, आणि तेव्हा जरा कठीण प्रसंग ओढवला होता.

''आपण एखादी मोटरबोट वगैरे भाड्यानं घेऊ आणि त्या पिअरच्या खाली येऊ. तिथे जवळपास कुठे ना कुठे बोटी बांधून ठेवायची सोय असेलच.''

तेवढ्यात रॉबर्ट ती मोठी कॉपी घेऊन परत आला.

"त्या मालकाची काही माहिती शोधता आली का तुला?" ग्रोव्हरनं विचारलं.

"फारशी नाही." रॉबर्टनं म्हटलं, "बंगल्याची मालकी एका पनामामधल्या फायनान्स कंपनीकडे असल्याची तिथे नोंद आहे. हीच कंपनी कर, सोयी-सुविधांची बिलं भरते; पण मी त्या पनामामधल्या कंपनीचा शोध घ्यायचा प्रयत्न केला, तेव्हा ती एका ब्राझीलियन कंपनीच्या मालकीची आहे. मग ब्राझीलियन कंपनी दुसऱ्या एका कंपनीच्या मालकीची आहे, वगैरे वगैरे, असं दिसलं मला. तुला माहीतच आहेत अशा भानगडी."

"बनावट कंपन्या!" ग्रोव्हरनं मान डोलावली. "या अपहरणामागे संघटित गुन्हेगारी असल्याचं हे आणखी एक चिन्ह दिसतंय."

तेवढ्यात कोल्टनं मनगटावरच्या घड्याळात बघितलं. "ग्रोव्हर, दोन वाजून गेलेत. आता आपल्याला निघालं पाहिजे. त्यातच आधी एखादी बोट शोधावी लागणार आहे. शिवाय मला आजच्या रात्रीच्या पार्टीसाठी सामानाची जुळवाजुळव करायलाही थोडा वेळ हवा."

"ओके. चला." ग्रोव्हरनं म्हटलं, "पण रॉबर्ट, तुला तो बंगला किंवा त्याच्या मालकाबद्दल आणखी काहीही महत्त्वाची माहिती मिळाली, तर माझ्या मोबाईलवर कॉल कर. आज रात्रीच हे काम पार पडलं पाहिजे, त्यामुळे जे शक्य असेल ते सगळं कर."

"जरूर." रॉबर्टनं म्हटलं.

"हो, रॉबर्ट," कोल्टनं म्हटलं, "आणखी एक गोष्ट. आज सकाळपासून तुला आपल्या लॉजिस्टिक्स विभागातलं कोणी दिसलंय का?" सीआरटीमध्ये लॉजिस्टिक बघणारा खरं तर एकच माणूस होता : कुर्ट कोहेन. जगातली जवळजवळ कुठलीही गोष्ट संपादन करण्यात आणि तिची देखभाल,दुरुस्ती करण्यात हा माणूस एकदम तरबेज होता– विशेषतः सीआरटीसारख्या कंपनीतल्या 'रिस्क मॅनेजमेंट, किडनॅप कन्सल्टंट' कंपनीतल्या, पूर्वी स्पेशल फोर्सेसमध्ये काम केलेल्या एजंटला लागणारं कुठलंही इलेक्ट्रॉनिक साहित्य किंवा शस्त्र, या बाबतीत.

"हो, कुर्ट स्वतःच सकाळी इथे होता. मेक्सिकोमध्ये रॉजर हॅगर्टी एक केस हाताळतोय, त्याच्यासाठी एक खास वस्तू हवी होती, ती शोधत होता तो."

"वा! म्हणजे कामच झालं." कोल्टनं खुशीत येऊन म्हटलं. "त्याला जरा शोधून मला कॉल करायला सांगतोस? मलाही काही खास गोष्टी हव्या आहेत."

"हो, जरूर." रॉबर्टनं हसून म्हटलं.

"चला आता." ग्रोव्हरनं कोल्टला पकडून हलकेच दाराकडे ढकललं. "वेळ हवा, वेळ हवा असं तूच सारखं म्हणत असतोस."

ते पुन्हा एकदा क्वीन्स भागाकडे निघाले. ग्रोव्हर गाडी चालवत होता, तर

कोल्ट फ्लोअर प्लॅन्स काळजीपूर्वक वाचून तिथली ठिकाणं लक्षात ठेवायच्या खटपटीत होता. या वेळी ते क्वीन्स मिडटाऊन टनेलच्या मार्गानं जाणार होते.

शेजारी बसून कोल्ट काय करतोय हे ग्रोव्हरला समजलेलं होतं. "मला नाही वाटत की जेजेला शोधण्यात तुला काही अडचण येईल."

"तुझा आशावाद आवडला मला; पण मला तिथे जाऊन अंधारात चाचपडत बसलेलं नकोय."

"ऑलवेज बेटर टु बी सेफ दॅन सॉरी– हे खरंय. पण त्या माणसाच्या बायकोला जर जेजे इतका आवडला असेल, तर पैजेवर सांगतो की तो त्या मास्टर बेडरूममध्येच असेल."

बोगद्यातून बाहेर पडून ते परत सूर्यप्रकाशात आले, तसं कोल्ट पुन्हा फ्लोअर प्लॅन्सकडे वळला; पण तेवढ्यात त्याचा सेलफोन वाजू लागला.

"मी कुर्ट बोलतोय." पलीकडून आवाज आला. "रॉबर्टनं मला सांगितलं की तुला काही खास गोष्टी हव्या आहेत."

"हो. मला गॅसवर चालणारं एक डार्ट पिस्तूल हवंय, त्यात इतकं केटामाईन भरलेलं असलं पाहिजे, की एका डार्टमध्ये एखादा माजावर आलेला रेडासुद्धा खाली पडला पाहिजे. आणि त्या पिस्तुलावर नेम धरण्यासाठीचं हिरवं लेझरचं उपकरण असलं पाहिजे. विनोद जाऊ दे; पण खरं सांगायचं तर मला आज रात्री बहुधा दोन भयंकर डॉबरमन कुत्र्यांशी सामना करावा लागणार आहे."

"वा, वा! काय पण विनोद!" कुर्टनं म्हटलं, "पण प्रचंड मोठा डोस असला तरी फार उपयोग होईलसं वाटत नाही. केटामाईनचा डार्ट मारला, तरी जनावर तत्काळ बेशुद्ध होऊन खाली पडत नाही– अगदी मी कितीही मोठा डोस भरला तरीही. ती केवळ दंतकथा आहे. कुत्र्याला डार्ट मारला, तरी तो कुत्रा थोडा वेळ अडखळत पळत राहील, त्यामुळे तो खाली पडेपर्यंत तो चावण्याचा धोका असू शकतो. ही गोष्ट लक्षात ठेव."

"असं म्हणतोस? मी कुत्र्याला डार्ट मारल्यानंतरही थोडा वेळ तो मला चावू शकेल?"

"हो, आता तू त्याला ठारच मारलंस, तर वेगळी गोष्ट."

"थँक्स फॉर द गुड न्यूज. आता पुढचं सांगतो. मला माझं नेहमीचं उंच जागी चढण्याचं सामान लागेल, आणि प्रत्येकी पन्नास फूट लांबीचे दोराचे काही तुकडे लागतील. शिवाय एक विंडो अँकरही लागेल– संकटकाळी बाहेर जाण्याचा मार्ग म्हणून."

"ओके. अजून काही?"

"एक खांद्यावर अडकवण्याची बॅग पाहिजे– साधारण वीसेक किलो वजन

सहन करू शकेल अशी.''

''केवढ्या आकाराची?''

''साधारण तीन फूट लांब, एक ते सव्वा फूट उंच. थोडक्यात साधारण दीड वर्षांचा मुलगा मावू शकेल इतक्या आकाराची. आणि हो, एक आय ड्रॉपर लागेल.''

''काही खास शस्त्रं?''

''असं काहीतरी दे, की जे आकारात छोटं आणि हलकं असेल, भरपूर आवाज करेल, आणि ज्याचा मला नेम धरावा लागणार नाही.''

''एखादी 'उझी' चालेल?''

''वा! झकास!''

''अजून काही?''

''आपली नेहमीची घरफोडीची हत्यारं– कुलपं उघडण्याची, ग्लास सक्शन कप, आणि ग्लास कटर्स.''

''झालं?''

''हो, बहुतेक. अजून काही आठवलं तर लगेच कॉल करेन तुला.''

''हे सगळं सामान केव्हा ताब्यात घेणार तू? मी सगळं काही तयार करून रिसेप्शनिस्टकडे देऊन ठेवतो– पॅकवर तुझं नाव लिहिलेलं असेल. आणि नाईट व्हिजन गॉगल्स लागतील का तुला?''

''बरं झालं, आठवण करून दिलीस.'' कोल्टनं म्हटलं, ''ग्रोव्हरला विचारतो, थांब.''

ग्रोव्हरला त्या दोघांचंही बोलणं ऐकू येत होतं. कोल्टनं विचारायच्या आधीच त्यानं म्हटलं ''हे काय विचारणं झालं? नाईट व्हिजन गॉगल्स हवेतच मला.''

''आजचा हवामानाचा अंदाज सांगतो, की आज रात्री आकाश स्वच्छ असेल आणि पूर्ण आकाराचा चंद्र असेल.'' कुर्टनं म्हटलं, ''तुम्हाला माहीत असावं म्हणून सांगतोय.''

''तरीही मला नाईट व्हिजन गॉगल हवाच.''ग्रोव्हरनं म्हटलं.

''मलाही.'' कोल्टनंही म्हटलं.

''आणि मला नाईट व्हिजन स्कोप लावलेली एक स्नायपर रायफल लागेल. कोल्ट जेव्हा त्या मुलाला घेऊन घराबाहेर येईल, तेव्हा कुणी जर त्याचा पाठलाग करत असेल, तर मला तिचा उपयोग होईल.'' ग्रोव्हरनं म्हटलं.

''ए! असं बोलू नये.'' कोल्टनं त्याला दटावलं.

''बेटर टु बी ..''

''चूप! माहितेय मला. गप्प बसायला काय घेशील तू?''

''अरे, मला वेळ सांगा ना.'' कुर्टनं मध्येच मोठ्यानं म्हटलं, ''किती वाजेपर्यंत

हे सामान तयार ठेवू मी?''

''रात्री अकरापर्यंत.''

आम्हाला त्याची गरज लागणार नाही. रात्री एकच्या आत मला तिथे आता घुसायचं नाही. थोडं उशिरासुद्धा चालेल.''

''ओके. रात्री नऊपर्यंत सगळं सामान तयार असेल. अजून काही हवं असेल तर मला कॉल करा. मी तेही देण्याचा शक्य तितका प्रयत्न करेन.''

''थँक्स, कुर्ट.'' दोघांनीही एकदमच सेलफोनमध्ये म्हटलं.

४२

मार्च २८, २०१०

रविवार, पहाटे १२.३१

व्हाईटस्टोन, क्वीन्स, न्यू यॉर्क,

कुर्टनं तयार करून ठेवलेलं साहित्य ताब्यात घेऊन ग्रोव्हर आणि कोल्ट शनिवारी दुपारी ज्या मार्गानं सीआरटीच्या ऑफिसमधून व्हाईटस्टोनपर्यंत गेले होते, त्याच मार्गानं ते पुन्हा गेले होते. आणि तो शनिवार दुपारचा प्रवास त्यांना अत्यंत उपयुक्त ठरला होता. त्यांना समजलेली पहिली गोष्ट अशी होती, की त्यांना वाटलं होतं तसे जेजेला पळवून नेणारे लोक मुळीच नवखे किंवा अननुभवी नव्हते. ती माणसं जेजेला ठेवलेल्या घरावर - ३७४६ पॉवेल्स कोव्ह बुलेव्हर्ड –अत्यंत हुशारीनं आणि बेमालूमपणे नजर ठेवून होती. गेल्या साधारण पन्नासेक वर्षांच्या काळात सराईत अपहरणकर्त्यांच्या लक्षात आलेलं होतं, की अपहरण झालेल्या व्यक्तींना ठेवलेल्या ठिकाणावर नजर ठेवणं अतिशय आवश्यक असतं– म्हणजे मग कोणत्याही मार्गानं पोलीस जर त्या ठिकाणावर हल्ला करण्याच्या बेतात असले, तर हाती असलेल्या वेळानुसार एक तर अपहरण झालेल्या लोकांना तिथून दुसरीकडे हलवता येतं, किंवा सरळ त्यांची हत्या करून आधी ठरवलेल्या एखाद्या सुरक्षित जागी त्यांच्या प्रेतांची विल्हेवाट लावता येते. अपहरण झालेली व्यक्ती जिवंत नसेल किंवा तिचं प्रेतच सापडलं नसेल, तर अपहरणकर्त्यांवर खटला चालवणं, त्यांच्यावरचे आरोप सिद्ध करणं महाकर्म कठीण होऊन बसतं. ग्रोव्हर

आणि कोल्टला ही नजर ठेवणारी माणसं सापडली होता, याचं एकमेव कारण असं होतं, की ते नजर ठेवणाऱ्या लोकांना मुद्दाम शोधतच होते. शेजारच्या बंगल्याच्या आवारात थांबलेल्या एका काळ्या एसयूव्हीमध्ये बसून व्हाईटस्टोनच्या 'त्या' बंगल्यावर नजर ठेवत असलेले दोघं जण त्यांना दिसले होते.

दुपारी ते पाहणी करायला आले होते, तेव्हा त्यांना आणखी एक महत्त्वाची गोष्ट करता आली होती. नदीच्या काठावर, व्हाईटस्टोनच्या थोडंच पुढे असलेल्या गावामध्ये त्यांना एक छोटेखानी बंदर मिळालं होतं, आणि तिथे होडी बांधून ठेवायची सोयही होती. हे बंदर सध्या सीझनसाठी अजून खुलं झालेलं नव्हतं, तरीपण त्यांना एक 'झोडिॲक' बोट आणि एक बोट स्लिप भाड्यानं मिळवण्यात यश आलं होतं. फक्त एवढंच झालं होतं, की त्यांना ती 'झोडिॲक' एका आठवड्यासाठी भाड्यानं घ्यावी लागली होती.

बोट चालवून बघावी म्हणून ते बोटीनं ३७४६ पॉवेल्स कोव्ह बुलेव्हर्ड या बंगल्यापर्यंत परत आले होते. नदी असल्यामुळे बंगल्याच्या नदीच्या बाजूला कोणीच नाही, हे बघून ते हळूहळू बंगल्यापाशी असलेल्या पिअरच्या खाली आले होते– जसे रात्री ते येणार होते, अगदी तसेच. त्या लाकडी पिअरच्या खाली बसून कोल्टनं आपला लॅपटॉप वापरून नेहमी वापरल्या जाणाऱ्या वायरलेस अलार्मच्या फ्रीक्वेन्सी स्कॅन केल्या होत्या. आणि त्या लिहून घेतल्या होत्या. तोपर्यंत ग्रोव्हरनं सगळीकडे नजर ठेवली होती. एका क्षणी ग्रोव्हरला वाटलं होतं, की आपल्याला लहान मुलाच्या रडण्याचा आवाजा ऐकू येतोय. म्हणून त्यानं चमकून कोल्टकडे बघितलं होतं; पण कोल्ट लॅपटॉपवर काम करण्यात गुंग होता. त्यानं ग्रोव्हरकडे नुसतंच हसून बघितलं होतं.

'तो' बंगला तीन मजली होता, आणि नदीच्या बाजूनं तो जास्त चांगला निरखता येत होता. चांगल्या आरसीसी पद्धतीनं तो बांधलेला होता आणि त्याची रचना मुस्लिम देशातल्या एखाद्या बंगल्याची आठवण करून देईल अशी होती. बंगल्याभोवतीच्या उंच भिंतीच्या वरच्या भागात काचांचे तुकडे लावलेले होते, आणि शिवाय त्यावर काटेरी तारांची भेंडोळी लावलेली होती; पण ही सगळी व्यवस्था बंगल्याच्या जमिनीच्या बाजूला केलेली होती. नदीकडची बाजू मात्र पूर्णपणे उघडी होती. प्रत्यक्ष बंगला नदीच्या काठापासून साधारण शंभर फूट आत होता. बंगल्याच्या समोर स्विमिंग पूल होता आणि एका बाजूला टेनिस कोर्ट होतं. त्यांना त्या कुत्र्यांचंही दर्शन झालं होतं, पण बरंच लांबून.

आता, नुकतीच मध्यरात्र होऊन गेली होती. दुपारी त्यांनी जिथून 'झोडिॲक' बोट घेतली होती. त्या बंदराशी त्यांना गाडी थांबवली आणि दिवे बंद केले. चंद्राच्या प्रकाशात ग्रोव्हरनं गाडी बंदराजवळच्या इमारतीच्या नदीकडच्या बाजूला, जिथे बोट

बांधून ठेवायची सोय होती, त्या पिअरपाशी आणली. प्रत्यक्ष बंदरावर जवळजवळ अंधार होता. फक्त रस्त्याच्या बाजूला इमारतीमधल्या एका डिस्प्ले विंडोमध्ये नौकानयनाचं चमकत असलेलं साहित्य ठेवलेलं होतं, त्या खिडकीत एक दिवा प्रकाश फेकत होता, तेवढाच. पिअरवर पाण्याच्या बाजूला पाण्याकडे कलते करून जे दिवे उंच खांबांवर लावलेले होते, तेही पाण्याच्या दिशेनं प्रकाशाचे कोन फेकत होते. हवा एकदम स्वच्छ होती, आकाशात अपवादालासुद्धा एखादा ढगाचा तुकडा दिसत नव्हता. वारा नसल्यातच जमा होता, त्यामुळे नदीचा पृष्ठभागही शांतच होता.

अतिशय कमी बोलत दोघांनी गाडीतलं साहित्य पिअरपाशी काढून ठेवलं. ग्रोव्हर गाडी पार्क करण्यासाठी तिथल्या पार्किंगच्या जागी घेऊन गेला– म्हणजे तिथे ती कुणाच्या नजरेत भरली नसती – आणि कोल्ट सगळं साहित्य उचलून तिथे असलेल्या त्यांच्या 'झोडिॲक' बोटीवर घेऊन गेला. दोघंही पटापट पण आवाज न करता काम करत होते. जवळच्या रस्त्यावरून फक्त दोन गाड्या गेल्या. एकही गाडी थांबली नाही, की तिचा वेग कमी झाला नाही.

कोल्टनं जवळच्या बोट बांधण्याचा खांब हातानं धरून बोट स्थिर केली, तसा ग्रोव्हर उडी मारून बोटीत आला, आणि कोल्टनंही बोटीत उडी मारताच त्यानं इंजिन सुरू केलं. ग्रोव्हरनं बोट मंद गतीनं बोट स्लिपमधून बाहेर काढली, आणि मग पिअरमधून बाहेर काढली. त्याच्याकडे नाईट व्हिजन गॉगल होता; पण सध्या त्याला त्याची गरज नव्हती. त्यानं बोटीचे दिवेही सुरू केले नाहीत.

पिअरपासून जवळजवळ अर्धा मैल लांब, लिटल नेक बेमध्ये आल्यानंतरच ग्रोव्हरनं बोटीचा वेग वाढवला; पण बोटीचं इंजिन चांगलंच आवाज करत होतं, त्यामुळे तो तिचा वेग फार वाढवण्याच्या फंदात पडला नाही.

बोट जसजशी किनाऱ्यापासून आत जात होती, तसतसा अंधार वाढत चालला. अंधाऱ्या आकाशात चमकणाऱ्या ताऱ्यांची संख्या वाढू लागली. बोटीच्या उलट्या दिशेनं अंगावर येणारा वारा चांगलाच थंडगार होता.

बोटीनं विलेट्स पॉइंटला वळसा घातला, तसा दूरवर झगझगीत प्रकाशात न्हालेला थ्रॉग्ज नेक ब्रिज आणि त्याच्या पलीकडचा व्हाईटस्टोन ब्रिज दिसू लागला. दहा मिनिटांनी बोट थ्रॉग्ज नेक ब्रिजच्या खालून पुढे गेली.

थ्रॉग्ज नेक ब्रिजच्या खालून बोट पुढच्या व्हाईटस्टोन ब्रिजच्या दिशेनं जाऊ लागल्यानंतर थोड्या वेळानं कोल्टनं बोट डावीकडच्या किनाऱ्याकडे साधारण 'त्या' बंगल्याच्या रोखानं आणायला सुरुवात केली. बंगल्यापासून साधारण पाचशे मीटर दूर असताना कोल्टनं बोटीची पॉवर बंद केली आणि शंभर मीटर राहिल्यावर इंजिनही बंद केलं.

किनाऱ्यावरची बहुतांश घरं पूर्णपणे अंधारात होती. काही थोड्या घरांमध्ये एखाद दुसरा दिवा चालू होता. एक भला मोठा बंगला मात्र झगझगीत प्रकाशात न्हाऊन निघत होता. गच्च्या-गॅलऱ्यांमध्ये लोकांची ये-जासुद्धा दिसत होती. इतक्या दूरवरही बोलण्याचे, गाण्याबजावण्याचे अस्पष्ट आवाज ऐकू येत होते. बहुतेक जोरदार पार्टी चालू असावी, ग्रोव्हर आणि कोल्टनं मनात म्हटलं.

बोटीनं येत असताना ते दोघं एकमेकांशी हळू आवाजात बोलले होते; पण इंजिन बंद केल्यावर त्यांनी बोलणं पूर्णपणे बंद केलं. पाण्यातून वल्ही मारतानासुद्धा आवाज न होऊ देण्याची खबरदारी ते घेत होते.

दुसऱ्या मजल्यावरच्या एका खिडकीतून येणारा अंधुक प्रकाश सोडला, तर 'तो'बंगलासुद्धा पूर्णपणे अंधारात होता. बंगल्याच्या रस्त्याकडच्या बाजूला मात्र त्या मानानं बराच उजेड दिसत होता. त्याच बाजूला बंगल्याचं गॅरेज होतं. पाण्याच्या लाटा किनाऱ्यावर आल्याचा आवाज आणि दूरवरच्या त्या पार्टीचे अस्पष्ट ऐकू येणारे आवाज सोडले, तर सगळीकडे नीरव शांतता होती.

भरतीची वेळ होती, त्यामुळे नदीतला पाण्याचा फुगवटा वाढलेला होता. त्यामुळे पाणी आणि बंगल्याजवळची पिअर यांच्यामधलं अंतर बरंच कमी उरलेलं होतं. तरीसुद्धा बोटीचं नाक पिअरच्या लाकडी डेकच्या खाली सहजगत्या शिरलं. कोल्ट उडी मारून पिअरवर चढला. बोटीतच थांबून ग्रोव्हरनं बोटीतलं सामान त्याच्याकडे द्यायला सुरुवात केली. सगळ्या गोष्टी देऊन संपल्यावर ग्रोव्हरही पिअरवर आला.

कोल्ट आधीपासूनच त्याचा खास 'ॲसॉल्ट सूट' चढवून तयार होता. त्याचं सगळं साहित्य नेण्यासाठी त्या सूटला वेगवेगळे खिसे आणि क्लिप्स लावलेल्या होत्या. त्यामुळे प्रत्येक गोष्ट जरूर पडेल, तेव्हा तो क्षणात काढून वापरू शकत होता. डाव्या बाजूच्या एका क्लिपमध्ये केटामाईनचं डार्ट पिस्तूल, तर उजवीकडच्या तशाच एका क्लिपमध्ये 'उझी' सबमशिनगन लावलेली होती. ग्रोव्हरनंही तसाच सूट स्वतःच्या अंगावर चढवला आणि कोल्टला त्याचं साहित्य सूटवर घेण्यासाठी तो मदत करू लागला. कोल्टच्या एका खिशात काही वस्तू ठेवली, की तो त्या खिशावर थोपटून त्यात कोणती वस्तू आहे हे मोठ्यानं सांगायचा म्हणजे कोल्टला कुठल्या खिशात काय आहे हे लक्षात ठेवायला मदत व्हायची. हे असं केलं नाही, तर ऐन वेळी एखादी वस्तू हाताला लागली नाही, तर कठीण प्रसंग ओढवण्याची शक्यता होती. शिवाय प्रत्येक गोष्टीसाठी वेगळा खिसा किंवा क्लिप असण्याचा आणखी एक फायदा असा होता, की त्यामुळे कोल्ट दोन्ही हात मोकळे ठेवून काहीही करू शकत होता

"तयार?" ग्रोव्हरनं हळूच विचारलं.

"तयार." कोल्ट कुजबुजला. दोघांनी आपापल्या उजव्या खांद्यावर अडकवलेले छोटे रेडिओ नीट काम करताहेत ना, हे तपासून बघितलं. त्यांचे छोटे मायक्रोफोन त्यांच्या उजव्या कानांना लावलेले होते.

सगळं साहित्य घेऊन तयार झालेल्या कोल्टनं बरोबर आणलेली शोल्डर बॅग आपल्या उजव्या खांद्याला अडकवली, आणि आवाज न करता पिअरवरून पळत जाऊन तो पिअरच्या टोकाच्या पायऱ्या चढून बंगल्यातल्या स्विमिंग पूलच्या पातळीवर आला.

त्याच वेळी ग्रोव्हरनं बोटीच्या डेकवरचं फर्निचर हलवून स्नायपर रायफल टेकवण्यासाठी आधार तयार केला. बोटही त्यानं हलवून अशा स्थितीत आणून ठेवली, की तिथून चटकन पळून जाता आलं पाहिजे. नंतर तो डेकवर आला, आणि तयार केलेल्या आधारावर स्नायपर रायफल टेकवून त्यानं तिच्यावर लावलेल्या नाईट स्कोपमधून सगळीकडे बघितलं.

स्कोपमधून बघितल्यामुळे ग्रोव्हरला समोर आलेली अडचण कोल्टच्या आधी दिसली. अचानक झालेल्या हालचालीनं त्याचं लक्ष वेधून घेतलं. बंगल्याच्या डाव्या बाजूनं येत असलेले कुत्रे त्याला दिसले. चटकन रेडिओ वापरून त्यानं कोल्टला सावध केलं. आणि पुढच्या कुत्र्यावर लेझरचा नेम धरून त्यानं रायफलचा एकच शॉट मारला. त्याचा नेम अचूक बसलेला होता. त्या कुत्र्याचं डोकं अचानक खाली झालं आणि तो धडपडत थेट स्विमिंग पूलमध्ये जाऊन पडला. दुसऱ्या कुत्र्यानं पहिल्या कुत्र्याकडे बघितलंसुद्धा नाही. तो तसाच बंगल्याला वळसा घालून स्विमिंग पूलकडे न जाता ग्रोव्हरच्या नजरेसमोरून वेगानं आडवा धावत पुढे गेला.

सावध झालेल्या कोल्टनं झपाट्यानं पायऱ्या चढत असतानाच डार्ट पिस्तूल हातात घेतलं होतं. कुत्र्यांची धास्ती असल्यामुळे तो टेनिस कोर्टाकडे पळालेला होता. त्याला कुत्र्यांचं भुंकणं ऐकू आलेलं नसलं, तरी त्यांनी घशातून काढलेले भयंकर आवाज, आणि ते वेगानं पळत येत असल्याचे आवाज त्यानं ऐकले होते. त्याच क्षणी त्याला ग्रोव्हरच्या रायफलचा दबका आवाज ऐकू आला होता. त्या बंदिस्त टेनिस कोर्टाचं दार धरून त्यानं अर्धवट उघडून आत प्रवेश केला, आणि ते लावणार, तोच एक डॉबरमन कुत्रा प्रचंड वेगानं येऊन त्या दारावर आदळला. कोल्टनं ते दार चांगलं घट्ट धरलेलं होतं म्हणून तो वाचला; नाहीतर कुत्र्यानं दाराला दिलेल्या धडकेच्या जोरामुळे तो कोर्टात कोलमडून खालीच पडला असता.

स्वतःला सावरून त्या कुत्र्यानं दात विचकत कोल्टवर विजेच्या वेगानं झेप घेतली. कोल्टनं हातातल्या डार्ट पिस्तुलातून त्याला एक डार्ट मारला. तो डार्ट त्या कुत्र्याच्या थेट छातीत घुसला; पण त्यामुळे कुत्र्याच्या झेपेतला जोर जराही कमी झाला नाही. नशिबानं मध्ये तारांची बारीक जाळी लावलेलं ते दार त्यांच्यामध्ये होतं,

म्हणूनच तो कोल्टपर्यंत पोहोचू शकला नाही. कुत्रा जे आवाज करत होता ते कुणाला ऐकू जातील, याची कोल्टला चिंता वाटत होती, शिवाय तो चावेल की काय याचीही भीती वाटत होती. त्यामुळे पिस्तूल पुन्हा लोड करून त्यानं मागच्या भागावर आणखी एक डार्ट मारला. दोन डार्ट बसूनही तो कुत्रा दाराच्या जाळीतून कोल्टवर झेप घेण्याचा प्रयत्न करतच होता. हळूहळू त्याचे पाय अडखळू लागले, आणि पुढच्या काही सेकंदांत तो जमिनीवर निपचित पडला.

ही संधी साधून कोल्टनं रेडिओवरून ग्रोव्हरशी बोलायला सुरुवात केली.

'''एका कुत्र्याला मारल्याबद्दल थँक्स.''

''यू आर वेलकम.''

''तो कुठाय?''

''स्विमिंग पूलमध्ये पडलाय.''

''बंगल्यात कुठे जाग वगैरे दिसतेय का?''

''नाही. मला तरी कुठेच जाग दिसत नाहीय. त्या दुसऱ्या मजल्यावरच्या खिडकीतला तो उजेड अजून तसाच आहे, त्यामुळे माझ्या मते तो एखादा नाईट लॅम्प असावा. दुसरीकडेही कुठे दिवे लागलेले नाहीत, कुठे हालचालही दिसत नाही. त्यामुळे तू आत जायला हरकत नाही.''

''निघालो.''' कोल्टनं रेडिओ बंद केला.

तो कुत्रा टेनिस कोर्टाच्या दाराबाहेरच बेशुद्ध पडलेला होता. त्यामुळे कोल्टनं जोर करून दार उघडलं. आणि बंगल्याच्या कडेनं तो स्विमिंग पूलकडे आला. स्विमिंग पूलही दिव्यांच्या प्रकाशात न्हाऊन निघालेला होता. तो दुसरा मरून पडलेला कुत्रा पाण्यावर तरंगत होता. फक्त त्याचं डोकं बुडालेलं होतं. आणि डोक्यातून येणारं रक्त पाण्यात मिसळत होतं. त्याच क्षणी अचानक पूलवरचे सगळे दिवे बंद झाले. कोल्टच्या काळजाचा ठोकाच चुकला. त्यानं चटकन मनगटावरच्या घड्याळात वेळ बघितली. पहाटेचे बरोबर दोन वाजले होते. कोल्टनं सुटकेचा निःश्वास टाकला. –याचा अर्थ पूलवरचे दिवे टायमरवर चालत असले पाहिजेत, हे त्याच्या लक्षात आलं. आणखी वेळ न दवडता तो एका काचेच्या सरक दरवाज्याकडे गेला. हा दरवाजा बंगल्यातल्या एका सन पोर्चचा होता. त्यानं हवा काढून घेणारं एक छोटं उपकरण घेऊन दाराच्या लॉकपाशी काचेवर लावलं आणि काच कापणारं उपकरण वापरून त्या हवा काढण्याच्या उपकरणाच्याभोवती काचेवरून गोलाकार फिरवलं. त्याबरोबर ती काच गोलाकार कापली गेली. या बाहेरच्या काचेच्या आत थर्मोपेन होतं, त्यावरही हाच प्रयोग करून त्यानं थर्मोपेनच्या आतल्या थराचाही एका गोलाकार काप काढला. लगेच त्या भोकातून हात आत घालून तो सरक दरवाजा उघडला.

आता तो जरा थांबला. बंगल्याच्या आत पहिलं पाऊल टाकणं हे काम

चागंलंच जिकिरीचं होतं. मघाशी लॅपटॉप वापरून त्यानं घरातले सगळे वायरलेस अलार्म बंद केलेले होते. आपण बंद केलेत की सुरू केलेत हे मात्र त्याला खात्रीशीरपणे सांगणं शक्य नव्हतं. कारण त्यानं लॅपटॉपवर काही करण्याआधी ते अलार्म चालू होते की बंद, यावर आता ते बंद झालेत की सुरू झालेत, हे अवलंबून होतं. एक मोठा श्वास घेऊन त्यानं आत एक पाऊल टाकलं, आणि त्याच क्षणी त्याला आतूनच जाणवलं, की आपण ते अलार्म बंद नव्हे, तर चालू केलेत. त्याच क्षणात त्याच्या लक्षात आलं, की आपण अलार्म सिस्टिमचा एखादा इन्फ्रारेड किरण भेदून पलीकडे गेलोय. बंगल्यात सगळीकडे अलार्म वाजू लागला. ताबडतोब कोल्टनं लॅपटॉपचं 'एंटर' बटन दाबलं, तसा अलार्म वाजायचा बंद झाला.

श्वास रोखून कोल्ट भिंतीला चिकटून उभा राहिला आणि कुठले आवाज येताहेत का, हे कान देऊन ऐकू लागला. त्याला दुरून आवाज ऐकूही आले; पण ते आवाज दूरवरच्या बंगल्यातल्या त्या पार्टीचे आहेत हे लगेच त्याच्या लक्षात आलं. नंतर त्याला एक खोल, धडधडीसारखा आवाज ऐकू येऊ लागला. त्यानं पुन्हा श्वास रोखून धरला; पण नंतर त्याच्या लक्षात आलं, की हा आवाज एखाद्या रेफ्रिजरेटरच्या कॉम्प्रेसरचा आहे.

कोल्टनं दार बंद करून डोळ्यांवर नाईट व्हिजन गॉगल चढवला, आणि खांद्यावरच्या रेडिओत हळूच म्हटलं, ''निघालोय.''

''जा. कुठेही धोका, हालचाल दिसत नाही.'' पलीकडून ग्रोव्हरचं उत्तर आलं.

एखाद्या मांजरीसारख्या चटकन, नेमक्या हालचाली करत कोल्ट दबक्या पावलांनी त्या सन पोर्चमधून किचनमध्ये शिरला. डोळ्यांवरच्या नाईट व्हिजन गॉगलमुळे तो अंधारातही वाटेत येणाऱ्या वस्तू व्यवस्थित बघू शकत होता. प्लॅन वाचून लक्षात ठेवल्यामुळे मास्टर बेडरूम सुईटमध्ये कसं जायचं, हे त्याला चांगलंच माहीत होतं. मास्टर बेडरूम सुईट पहिल्या मजल्यावरच्या किचनच्या बरोबर वर होता– त्याचा दर्शनी भाग नदीच्या बाजूला होता.

पाठीमागचा लाकडी जिना मात्र बंगल्याच्या मुख्य भागाइतका जुना– म्हणजे १९२० च्या दशकात बांधलेला होता, त्यामुळे कोल्ट त्यावरून वेगानं चढत गेला, तेव्हा त्याच्या पायऱ्या चांगल्याच करकर वाजल्या. त्यामुळे दुसऱ्या मजल्यावर गेल्यानंतर तो काही क्षण कानोसा घेत थांबून राहिला; पण त्याला त्या कॉम्प्रेसरच्या घरघरीव्यतिरिक्त फक्त मास्टर बेडरूममधून शांतपणे घोरल्याचे आवाज ऐकू येत होते.

पूर्ण एक मिनिटभर तो जागच्या जागी निश्चल उभा राहिला; पण बेडरूममधल्या घोरण्याचा आवाजात काहीही बदल झाला नाही, की त्याला आणखी वेगळे काही आवाजही ऐकू आले नाहीत. बेडरूमच्या उघड्या दाराकडे पाऊल टाकण्याच्या बेतात तो असतानाच त्याला त्याच्या कानावर लावलेल्या इअरपीसमधून ऐकू

आलं- "ह्यूस्टन, एक अडचण निर्माण झालीय." ग्रोव्हरच्या या सांकेतिक बोलण्याचा अर्थ होता, कामगिरी सोडून द्यावी लागू शकते.

"टेन फोर." कोल्ट कुजबुजला– म्हणजे संदेश मिळाला; पण बोलणं शक्य नाही.

"बिल्डिंगच्या उजव्या बाजूनं एक जण इकडे येतोय. हा नेहमीच्या पहाऱ्याचाच एक भाग असेल. मला तो स्पष्ट दिसतोय. त्याला ते पडलेले कुत्रे किंवा मी दिसण्याची शक्यता वाटते."

"मी तसाच पुढे जातोय." कोल्टनं उत्तर दिलं आणि मास्टर बेडरूमच्या दाराशी जाऊन त्यानं त्या खोलीमधून बारकाईनं एक नजर फिरवली. त्याचं लक्ष सगळ्यात आधी वेधून घेतलं, ते तिथे असलेल्या एका पाळण्यानं. नंतर त्याला एक मोठा, रुंद डबल बेड दिसला. बेडच्या डोक्यावर एक छोटा कप्पा होता. त्यात बाल येशू ख्रिस्ताला कडेवर घेतलेला व्हर्जिन मेरीची एक मूर्ती होती. मूर्तीच्या वर एक अगदी छोटा दिवा होता, त्याच्या मंद प्रकाशात ती मूर्ती काहीशी चमकत होती. हाच दिवा नाईट लॅम्पचंही काम करत होता. बेडवर दोन व्यक्ती झोपलेल्या होत्या– बहुधा हे लुई बारबेरा आणि त्याची बायको असावेत. दोघंही गाढ झोपेत आहेत याची खात्री करण्यासाठी काही क्षण थांबून कोल्ट जमिनीवरच्या जाडजूड रगवरून दबक्या पावलांनी त्या पाळण्यापाशी गेला. आत शांतपणे झोपलेल्या जेजेला त्यानं बघितलं. नाईटव्हिजन गॉगलमधून त्याचे केस मूळचे ब्लाँड रंगाचे होते, तसे दिसत नव्हते, तर ते किंचित हिरवट करडे दिसत होते; पण त्याचा चेहरा मात्र जॅक-लॉरीनं वर्णन केलं होतं तसाच, गोल आणि गोबरा होता. तो पाठीवर उताणा झोपलेला होता, आणि त्याच्या वळलेल्या गोजिरवाण्या मुठी डोक्यापाशी होत्या.

"तो माणूस टेनिस कोर्ट ओलांडून पुढे आलाय." अचानक ग्रोव्हरचा आवाज त्याच्या कानात आला. "आता तो सिगारेट पेटवतोय. अजून तरी सगळं ठीक आहे."

त्या वेळी कोल्ट बेडपासून जेमतेम दहा फुटांवर होता. त्या झोपलेल्या जोडप्यानं ग्रोव्हरचा आवाज ऐकल्या असण्याची शक्यता अगदीच नगण्य होती. तरीपण कोल्टला क्षणभर भीती वाटून गेलीच. आणि आता त्याला कामगिरी सोडून पळून जावंसं वाटत नव्हतं, कारण जेजे अक्षरशः त्याच्या पुढ्यात होता. बरोबर आणलेल्या आयड्रॉपरमध्ये त्यानं योग्य प्रमाणात व्हर्सेड भरून घेतलेलं होतं. आणि ते गळू नये म्हणून ड्रॉपरवरून ती कॅप काढून घेऊन तो वाकला आणि त्यानं ड्रॉपरची नळी हळूच जेजेच्या तोंडात सरकवली.

"आता तो बंगल्याच्या स्विमिंग पूलकडच्या टोकाकडे जातोय." ग्रोव्हर

म्हणाला, "आता तिथूनही पुढे गेलाय. बरं झालं, पूलवरचे दिवे बंद आहेत. त्याला एकंदरीत सगळं ठीक असल्याचं वाटतंय बहुतेक. तो आता बंगल्याच्या डाव्या बाजूनं पलीकडच्या रस्त्याजवळच्या बाजूकडे निघालाय."

कोल्टनं ड्रॉपरचा फुगा सावकाश दाबला, तसं ते औषध जेजेच्या तोंडात जाऊ लागलं. जेजेनं आपोआपच तो चोखायला सुरुवात केली. नंतर खांद्यावरच्या बॅगमध्ये मोकळी जागा करून त्यानं जेजेला पाळण्यातून उचलून हळुवारपणे बॅगमध्ये पायाकडच्या बाजूनं सरकवलं. त्याचा अंदाज होता, तसंच जेजेनं जरासुद्धा आवाज केला नाही. उभा राहून कोल्ट जमिनीवर ठेवलेली बॅग खांद्यावर घेणार, इतक्यात लुई बारबेरा मोठ्यानं खोकला. त्यामुळे त्याला, आणि खोकल्याच्या आवाजामुळे त्याच्या बायकोलाही जाग आली.

"काय झालं डिअर?" त्याच्या बायकोनं विचारलं. "ठीक आहेस ना?"

"हो, मला काही झालेलं नाही." लुईनं उत्तर दिलं आणि तो बेडच्या कडेवर उठून बसला. आणि त्यानं पाय जमिनीवर ठेवले.

कोल्ट एकदम निश्चल उभा राहिला. फक्त त्यानं हळूच पट्ट्याच्या क्लिपमधून ते डार्ट पिस्तूल काढून डाव्या हातात घेतलं.

"उठतोयस का?" लुईच्या बायकोनं अंगावरचं पांघरूण आणखी गुरफटून घेत म्हटलं.

"हो."

"त्या बाळाकडे बघ. त्याच्या अंगावर नीट पांघरूण आहे ना, हे बघ."

माझ्यापेक्षा त्या पोराकडेच हिचं लक्ष आहे, असं काहीतरी तोंडातल्या तोंडात पुटपुटत लुई धडपडत उभा राहिला आणि त्या पाळण्याकडे निघाला.

आपल्याला अजून यानं बघितलेलं नाही म्हणून जरा चकित झालेला कोल्ट एक पाऊल हळूच मागे सरकला, कारण नाहीतर धडपडत येणारा लुई त्याच्यावर आदळला असता. काय करावं, असा विचार कोल्ट करू लागला. तसंच उभं राहून हा प्रसंग आपोआप टळतोय का हे बघावं, का आपणच काही करावं? पण या प्रश्नाचं उत्तर त्याला आपोआपच मिळालं. लुईनं वाकून पाळण्यात हात घालून चाचपून बघायला सुरुवात केली, आणि हाताला जेजे लागत नाही हे जाणवल्यावर तो गोंधळून गेला. कोल्टनं त्याच्या जाडजूड पार्श्वभागात सरळ एक डार्ट मारला.

"शिट!" लुई सरळ होत किंचाळला आणि घुसलेला डार्ट उपसून काढून अंधारात तो बघायचा प्रयत्न करू लागला

"काय झालं तरी काय?"लुईच्या बायकोनं दचकून विचारलं. त्याच्या किंचाळण्यानं ती एकदम उठून बसलेली होती.

"मला काहीतरी टोचलंय." लुई किंचाळला. एवढ्यातच त्याचे शब्द किंचितसे

अस्पष्ट होऊन लागलेले होते. त्यानं आपला हात लांब करून तिला हातातला डार्ट दाखवण्याचा प्रयत्न केला. तिला अंधारात काहीही दिसणं शक्य नव्हतं, तरीही. पाळण्यावरचा हात सोडून देऊन त्यानं तिच्याकडे जायला सुरुवात केली; पण दोनच अडखळती पावलं टाकल्यावर तो बेडवर आपल्या जागी पडला.

घाईघाईनं अंगावरचा गाऊन सावरत त्याची बायको धडपडत बेडवरून उठली. निपचित पडलेल्या नवऱ्यावर वाकून ती उभी असतानाच कोल्टनं तिलाही डार्ट मारला. तिनं लुईच्यावर ताण करणारी किंकाळी मारली.

"ह्यूस्टन, आणखी एक अडचण झालीय. बंगल्याच्या उजव्या बाजूनं दोघं जण धावत इकडे येताहेत. कदाचित एखादा आवाज न करणारा अलार्म सुरू झाला असावा."

कोल्टनं चटकन बॅग खांद्यावर अडकवली आणि बॅगची झिप बंद केली. नशिबानं एवढ्या गडबडीत जेजेनं कसलाही आवाज केलेला नव्हता.

"दुसरा कुत्रा त्यांना सापडलाय." ग्रोव्हरनं घाईनं म्हटलं, "शस्त्रं हातात घेतलेली माणसं टेरेसच्या दिशेनं धावत जाताहेत. तू गेलास त्या मार्गानं बाहेर पडायचा प्रयत्न करू नकोस. काम सोडून दे."

कोल्ट बेडरूममधून पळत ड्रेसिंग रूममध्ये आणि तिथून दुसऱ्या मजल्यावरच्या कॉरिडॉरमध्ये आला. नेमक्या त्याच क्षणी खालच्या मजल्यावर किचनमधले दिवे लागले.

"फक्त एकच माणूस घरात गेलाय. दुसरा टेरेसवरच पहारा देत थांबलाय." ग्रोव्हरनं म्हटलं.

दुसऱ्या मजल्यावरच्या कॉरिडॉरमधून धावत कोल्ट उजवीकडच्या एका बेडरूममध्ये शिरला आणि त्यानं दार आतून बंद केलं; पण हे कुलुप बाहेरून कोणी धक्का मारला तर टिकणार नाही, हे त्याला माहीत होतं. "दुसऱ्या मजल्यावरच्या उजवीकडच्या बेडरूममधून बाहेर पडतोय. टार्गेट घेतलंय. टेरेसवरच्या माणसाला उडव. पळून जाण्यासाठी बोट तयार ठेव."

बेडरूमच्या खिडकीकडे धावत जाऊन कोल्टनं विंडो अँकर काढून तयार केला. खिडकीपाशी जाऊन त्यानं पडदा वर केला, आणि स्टॉर्म विंडो वर केली. नंतर त्यानं दोराचा पन्नास फूट लांबीचा तुकडा काढून ते भेंडोळे सोडवून खिडकीतून खाली टाकलं आणि हातातलं दोराचं टोक अँकरला अडकवलं. खांद्यावरची बॅग आपल्यापुढे आणून ती त्यानं खिडकीबाहेर सोडली आणि नंतर स्वतः बाहेर येऊन दोरावरचा ताण कायम ठेवत तो भिंतीवरून रॅपलिंग करत खाली उतरू लागला.

जमिनीला पाय टेकताच कोल्टनं 'उझी' मशिनगन हातात घेतली आणि तो बंगल्याच्या नदीकडच्या भागाकडे निघाला. घराच्या टोकाशी येताच त्यानं धावण्याचा

वेग कमी केला आणि 'उझी' मशिनगन गोळीबारासाठी तयार ठेवत सरळ मोकळ्या भागात झेप घेतली; पण त्याची गरज नव्हती. कारण ग्रोव्हरनं टेरेसवरच्या माणसाला आधीच खलास केलेलं होतं.

उघड्यावर आलेला कोल्ट जराही न थांबता तसाच स्विमिंग पूलजवळून खाली पिअरकडे जाणाऱ्या पायऱ्या उतरला, आणि पिअरवर आला. ग्रोव्हरनं बोट तयारीत ठेवलेलीच होती. कोल्ट येण्याच्या वेळेपर्यंत बोटीचं इंजिनही चालू झालेलं होतं. खांद्यावरची बॅग पुढे आणत कोल्टनं बोटीत उडी घेतली. ताबडतोब ग्रोव्हरनं बोटीला वेग दिला. बोटीचे दिवे आताही त्यानं लावलेले नव्हते.

कोल्टला किंचित दम लागलेला होता. त्यानं खांद्यावरची बॅग काढून खाली ठेवली आणि तिची झिप उघडली. जेजे एकदम गाढ झोपेत होता.

कोल्टनं मागे बंगल्याकडे बघितलं. त्याला अंधारात भराभर होत असलेले प्रकाशाचे चमचमाट दिसले. "आपल्यावर गोळीबार होतोय." तो ओरडला; पण एव्हाना ते बंगल्यापासून इतके दूर नदीत आलेले होते, की गोळ्या बोटीपर्यंत पोहोचणं शक्य नव्हतं. बंगल्यामधून बोट दिसेनाशी होईल इतकं अंतर समोरच्या किनाऱ्याच्या दिशेनं जायचं, आणि नंतर मघाशी आलेल्या मार्गानं परत त्या बंदराकडे जायचं, अशी त्यांची योजना होती.

कोल्टनं जॅक-लॉरीच्या घरापाशी गाडी आणून उभी केली, तेव्हा पहाटेचे पावणे चार झालेले होते. सगळ्या परिसरावर एकदम नीरव शांतता होती. रस्त्यावर चिटपाखरूही नव्हतं. रस्त्यावरचे दिवे नसते, तर सगळीकडे अंधारगुडूप झालेला दिसला असता, कारण एव्हाना चंद्रसुद्धा अस्ताला गेलेला होता. घराच्या मुख्य दाराच्या वर फक्त एक दिवा होता. बाकी घरही पूर्णपणे अंधारात होतं.

ग्रोव्हरनं गाडीतून बाहेर येऊन गाडीचं मागचं दार उघडलं. मागच्या सीटवर जेजेची बॅग ठेवली होती, ती उघडून त्यानं जेजे ठीक आहे ना हे एकदा बघितलं आणि बॅग उचलून खांद्याला लावली. जेजे अजूनही गाढ झोपलेला होता. कोल्ट गाडीचं दार बंद करून त्याच्यापाशी आला, तेव्हा ग्रोव्हरनं बॅग त्याच्याकडे दिली. "आज जेजेला त्याच्या आई-वडिलांकडे सुपूर्त करण्याचा मान तुझा आहे. तूच बरंचसं काम केलंस. त्या तुलनेत मी तर केवळ एक प्रेक्षक होतो."

"नाही, तुझा हातभारही महत्त्वाचा होता." कोल्टनं म्हटलं, "तू त्या पहिल्या कुत्र्याला, आणि नंतर टेरेसवरच्या त्या माणसाला उडवलंस, म्हणूनच तर आपली कामगिरी फत्ते झाली."

"एवढं काही मोठं काम केलं नाही मी. तरीपण थँक्स."

शांतपणे चालत जाऊन ते पायऱ्या चढून घराच्या मुख्य दाराशी आले. आणि

जेजे असलेली बॅग सांभाळत दाराच्या बाजूला उभे राहिले.

ग्रोव्हरनं बेलच्या बटनावर बोट ठेवलं, आणि जवळजवळ एक मिनिटभर बेल वाजवत ठेवली. मग बटनावरचं बोट काढून तो परत काही पायऱ्या उतरला. आणि मान वर करून घराकडे बघत उभा राहिला. आता घरातल्या एका खिडकीत उजेड दिसू लागला. तसा ग्रोव्हर पायऱ्या चढून परत आपल्या जागी जाऊन उभा राहिला. शेवटी एकदाचं दार उघडलं आणि कॉरिडॉरमध्ये उभे असलेले जॅक आणि लॉरी त्यांना दिसले.

"ग्रोव्हर कॉलिन्स आणि कोल्ट थॉमस?" जॅकनं काहीशा आश्चर्यानं म्हटलं, "एक तर तुम्ही फार लवकर आला आहात, किंवा फार उशिरा तरी आला आहात. काय म्हणताय?" इतक्या पहाटे यांचं काय काम असेल याचा नुसता अंदाजसुद्धा त्याला करवत नव्हता.

"तुमची एक हरवलेली गोष्ट आम्ही शोधून काढलीय, ती तुम्हाला परत देण्यासाठी आम्ही आलोय." कोल्टनं खाली ठेवलेली ती बॅग उचलून जॅकच्या हातात दिली. बॅगची झिप आधीच उघडलेली होती, त्यामुळे त्यानं फक्त बॅगच्या दोन्ही बाजू हातानं अलग केल्या. आतमध्ये शांत झोपलेल्या जेजेचा गोबरागोबरा चेहरा दिसू लागला.

मनात पसरलेल्या निराशेच्या गडद सावटामधून उमलू पाहणारी आशा थोपवत लॉरी जॅकच्या पाठीमागून पुढे आली. आणि तिनं काहीशा धास्तावलेल्या मनानंच बॅगेत डोकावून पाहिलं. तिच्या तोंडातून एकदम आनंदाश्चर्याचा उद्‌गार बाहेर पडला. तरी पण ती जेजेला एकदम उचलून घ्यायला धजावत नव्हती. हा आपल्या कल्पनेचा खेळ तर नाही ना, अशी शंका अजून तिच्या मनात डोकावत होती; पण हे काही क्षणच टिकलं. लगेचच तिनं दोन्ही हात बॅगेत घालून आपल्या बाळाला उचललं आणि छातीशी धरलं.

अर्धवट रडत, अर्धवट हसत तिनं ग्रोव्हर आणि कोल्टवर शंभर प्रश्नांची सरबत्ती केली.

ग्रोव्हरनं शांतपणे तिला उत्तर दिलं, " उद्या किंवा परवा तुम्ही आम्हाला हवे तेवढे प्रश्न विचारा; पण आत्ता इतकंच सांगतो, की जेजेला अत्यंत चांगली, प्रेमळ वागणूक मिळालीय– त्याची काळजी एका अशा आईनं घेतलीय, की जिला स्वतःची मुलं असूनही जेजे फार आवडला होता."

सगळ्याच भानगडीला अचानक मिळालेल्या या आनंददायी वळणामुळे जॅकचा चेहराही हास्यानं फुलून आलेला होता. त्यानं त्या दोघांना घरात येण्याचा, निदान कॉफी घेण्याचा भरपूर आग्रह केला; पण त्यांनी नम्रपणे 'नको' म्हटलं. "आम्हाला अजून आमचं साहित्य ऑफिसात परत द्यायचंय. आमच्या लीगल टीमला सगळं

काही सांगायचंय, शिवाय पोलिसांनाही भेटायचंय. जेजेची सुटका करण्याच्या धांदलीत आम्ही काय पापं केली, हे पोलिसांना लगेच कळवलेलं केव्हाही चांगलं. अर्थात, आम्ही ती केल्याचा कबुलीजबाब देणार नाही, हेही तितकंच खरं आहे.'' ग्रोव्हरनं डोळा मारत, हसून म्हटलं, ''आणि तुमची कामगिरी आमच्याकडे सोपवल्याबद्दल तुमचे आभार.''

''काय? उलट तुम्हीच आमचे आभार मानताय?'' जॅकनं विश्वास न बसून म्हटलं.

उपसंहार

एप्रिल १, २०१०

गुरुवार सकाळी १०.४९

न्यू यॉर्क शहर

जॅक आणि लॉरीच्या घरापासून केवळ दोन घरं पलीकडे रस्त्यावर गाडी पार्क करण्यासाठी चक्क कायदेशीर पार्किंगची जागा मिळालेली बघून डिटेक्टिव्ह कॅप्टन लू सोल्डॅनोला आश्चर्याचा धक्का बसला. अगदी थोड्या काळासाठी झालेल्या; पण भयंकर धक्कादायक असलेल्या जेजेच्या अपहरणनाट्यानंतर जॅक आणि लॉरीनं मोठी रजा घेतलेली होती. त्या शुक्रवारनंतर लू जरी त्या दोघांना प्रत्यक्षात भेटलेला नसला, तरी तो त्यांच्याशी अनेक वेळा फोनवरून बोलला होता. काल संध्याकाळीच तो त्यांच्याशी फोनवरून बोलला होता, आणि त्या वेळी त्यानं ही आजची भेट ठरवली होती.

पायऱ्या चढून घराची बेल वाजल्यानंतर त्यानं घड्याळात वेळ बघितली. छापासत्र सुरू करायला आता दहा मिनिटं बाकी होती. तीन वेगवेगळ्या ठिकाणी एकाच वेळी छापे टाकले जाणार होते. त्यामुळे लूला समाधानही वाटत होतं आणि त्याच वेळी तो उत्तेजितही झालेला होता. छाप्यात आपण सहभागी नाही म्हणून त्याला वाईटही वाटत होतं; पण तो एकाच वेळी तिन्ही ठिकाणी असणं शक्य नव्हतं, त्यामुळे त्यानं कुठेच न जाता हा प्रसंग लॉरीच्या सहवासात साजरा करायचं ठरवलं होतं. कारण हे छापे पाडण्यासाठी लॉरीच सगळ्यात जास्त कारणीभूत होती. जी घटना म्हणजे एक नैसर्गिक मृत्यू असल्याचं बाकी सगळ्यांनी ठरवलं होतं, तीच घटना म्हणजे एक हत्या असल्याचं तिनं आपला आतला आवाज, चिकाटी आणि शोधक बुद्धीनं केलेला फॉरेन्सिक तपास यांच्या जोरावर सिद्ध केलं होतं. आणि ही हत्या आणि संघटित गुन्हेगारी– विशेषतः माफिया

आणि जपानमधली याकुझा यांच्यात असलेले परस्पर सहकार्य– यांचा एकमेकांशी संबंध असल्याचंही तिनंच दाखवून दिलं होतं.

दार उघडलं आणि जॅकनं लूचं अत्यंत प्रेमानं स्वागत केलं, ''पण ही भेटीची वेळ आधी ठरवून मग येण्याची औपचारिकता कशाला? तू कधीही येऊ शकतोस.'' जॅकनं खोट्या रागानं म्हटलं.

''तसं नाही, सध्याच्या परिस्थितीत हे करणंच जास्त योग्य वाटलं मला.'' लूनं समजावलं. ''अपहरण ही भावनिकदृष्ट्या जरा वेगळ्या प्रकारानं जास्त धक्कादायक घटना असते. ते जाऊ दे. बाकी सगळे कसे आहात तुम्ही?''

''छान आहोत. जेजेसुद्धा औषधाच्या गुंगीतून बाहेर पडल्यावर नॉर्मल आहे– अर्थात, कुठल्याही दीड वर्षाच्या पोराचं वागणं नॉर्मल असतं असं तुमचं मत असेल, तरच.'' जॅकनं विनोदानं म्हटलं

''हं, हो हो. मला अगदी अंधुक आठवतंय.'' लूची दोन्ही मुलं कॉलेजचं शिक्षण संपवून बाहेर पडलेली होती.

''एकच समस्या आहे, ती म्हणजे कोणी काहीही म्हणो; पण जेजेच्या अपहरणासाठी लॉरी अजून स्वतःलाच दोषी धरतेय. आता तिच्यापुढे नोकरी करणाऱ्या बायकांसमोर जो नेहमी उभा असतो, तोच प्रश्न आहे– पूर्ण वेळ फक्त आईचं काम करायचं, का उत्तम दर्जाची मेडिकल एक्झॅमिनर असलेली आई व्हायचं. तू जरा बोलशील का तिच्याशी? तिनं यापैकी कोणताही पर्याय निवडला तरी माझी काहीच हरकत नाही. तिला जे करावंसं वाटतंय ते तिनं करावं, अशी माझी इच्छा आहे.''

बोलतबोलत ते फॅमिली रूममध्ये आले. लूला पाहताच कोचावर बसलेल्या लॉरीनं त्याला एक दीर्घ आलिंगन दिलं. आणि जेजेला शोधायच्या कामासाठी ग्रोव्हर आणि कोल्टची नावं सुचवल्याबद्दल त्याचे पुन्हापुन्हा मनापासून आभार मानले.

''त्यांच्यामुळेच मला माझं बाळ सहीसलामत परत मिळालं, आणि तेही इतक्या थोड्या वेळात.'' तिच्या डोळ्यांमधून कृतज्ञतेचे अश्रू वाहत होते. त्यामुळे लू उगाच कावराबावरा झाला.

''त्यात मी काय वेगळं केलं? ते दोघं पोलिसांपेक्षा लवकर जेजेला सोडवून आणतील असं मला वाटलं म्हणून मी तुम्हाला सीआरटीचं नाव सुचवलं, इतकंच.'' लूनं विनयानं म्हटलं.

''लवकर? अरे, त्यांनी दुसऱ्याच दिवशी सोडवून आणलं त्याला. मला तर अजून तो सगळा चमत्कारच वाटतोय. ते नसते, तर जेजे निश्चितपणे त्या गुंडांच्याच ताब्यात असता, अजूनही.''

"खरंय," लूनं म्हटलं, "जेजेला का पळवून नेलं, याचं काही कारण सांगितलं का ग्रोव्हर आणि कोल्टनं?"

"नाही. आम्ही त्यांच्याशी फक्त एकदाच बोललो– सोमवारी. नंतर त्यांनी जेजेची चौकशी करण्यासाठी एकदा कॉल केला होता. त्यानंतर आमचं काहीच बोलणं झालेलं नाही, कारण त्याच दिवशी संध्याकाळी ते एका केससाठी व्हेनेझुएलाला गेलेत."

"त्यांचा अंदाज बरोबर होता. जेजेचं अपहरण हा सातोशी माचिताच्या केसपासून तुला दूर ठेवण्यासाठीचा त्यांनी उशिरा केलेला एक प्रयत्न होता. खंडणीची रक्कम हे केवळ केकवरचं आईसिंग होतं. त्यांना तुझी– ओसीएमईची नव्हे, लॉरी, फक्त तुझीच– धास्ती होती."

"हॅं! माझा नाही विश्वास बसत!"

"म्हणजे ओसीएमईमधल्या आम्हा इतरेजनांची कोणाला भीतीच वाटत नाही म्हणायची." वातावरण जरा हलकं करण्यासाठी जॅकनं म्हटलं. आणि इतका वेळ बाकीच्यांचं लक्ष वेधून घेण्यासाठी वेगवेगळे आवाज आणि बाललीला करत असलेल्या जेजेला उचलून कडेवर घेतलं.

"तुझा कदाचित विश्वास बसत नसेल, लॉरी; पण न्यू यॉर्क पोलीस, एफबीआय, सीआयए आणि सिक्रेट सर्व्हिसच्या लोकांची तशी खात्री झालीय. तुझा सातोशीच्या केसचा तपास आणि जेजेचं अपहरण यांचा परिपाक म्हणून एका अत्यंत सक्षम आणि कार्यक्षण अशा सशक्त टास्क फोर्सची निर्मिती झालीय. परवाच्या रविवारपासून या टास्क फोर्सनं इतक्या झपाट्यानं आणि इतक्या प्रमाणात तपासाचं काम केलंय, की एवढं काम करायला कित्येक महिने लागले असते."

बोलणं मध्येच थांबवून लू नं घड्याळात बघितलं. अकरा वाजायला तीन मिनिटं बाकी होती.

"काय झालं? थांबलास का?" लॉरीनं विचारलं.

"आता अत्यंत गुप्त माहिती सांगतो तुम्हाला," लूनं आवाज खाली आणत म्हटलं, "आणखी दोन मिनिटांनी मी तुम्हाला आत्ताच सांगितलेली चारही खाती एकत्र मिळून, एकाच वेळी तीन वेगवेगळ्या ठिकाणी छापे घालणार आहे– या तीन वेगवेगळ्या खासगी कंपन्या आहेत. : बेंजामिन कोरी प्रमुख असलेली आयपीएस यूएसए, व्हिन्सेंट डॉमिनिक मुख्य असलेली डॉमिनिक्स फिनान्शिअल सर्व्हिसेस, आणि साबोरू फुकुदा मुख्य असलेली पॅसिफिक रिम वेल्थ मॅनेजमेंट. या तिन्ही कंपन्यांचे सर्व कॉम्प्युटर्स, सीडी, पेन ड्राइव्हज आणि कागदपत्र जप्त केले जातील, आणि त्यांच्या सगळ्या उच्च अधिकाऱ्यांना अटक केली जाईल.

फार मोठी, व्यापक कारवाई होणार आहे ही. या सगळ्याचे भयंकर वाईट परिणाम माफिया आणि याकुझामधल्या सहकार्यावर होणार आहेत. आपल्या न्यू यॉर्कमध्ये 'क्रिस्टल मेथ' या अमली पदार्थाची जी समस्या उग्र रूप धारण करतेय, ती मोठ्या प्रमाणात कमी होईल. थँक्यू, लॉरी. या शहरासाठी तू फार महत्त्वाचं काम करतेयस. त्यामुळे तू जेव्हा करिअर सोडून फक्त आई म्हणून राहण्याचा विचार करशील, तेव्हा प्लीज लक्षात ठेव, की तू जर करिअर सोडलंस, तर तुझी फार मोठी उणीव या शहराला भासत राहील.''

लॉरीनं खोट्या रागानं डोळे वटारून जॅककडे बघितलं, ''माझ्याबद्दल बोललेला दिसतोयस तू, हो ना?''

''मी नेहमीच तुझ्याबद्दल बोलत असतो.'' जॅकनं शरणागती पत्करल्यासारखे हात वर केले. ''पण लूनं तुझ्या कामाचं महत्त्व जे आता सांगितलं, त्यासाठी मात्र मी काहीही माहिती त्याला सांगितलेली नाही.''

एफबीआय, सीआयए, सिक्रेट सर्व्हिस आणि न्यू यॉर्क पोलीस दल या सर्वांनी मिळून स्थापन केलेल्या टास्क फोर्सच्या प्रमुख म्हणून एफबीआय स्पेशल एजंट जीन स्टॅकहाऊस याची निवड करण्यात आलेली होती. न्यू यॉर्क पोलीस दलाचे लोक वगळून इतर एजंट्ससारखाच ड्रेस त्याच्या अंगावर होता. गडद निळ्या रंगाचा, आणि काळ्या अक्षरांमध्ये प्रत्येकाच्या एजन्सीचे नाव लिहिलेलं. बहुतेक जणांकड ग्लॉक पिस्तुले किंवा एमआय 5 रायफली होत्या. न्यू यॉर्क पोलीस दलातले सगळे जण 'स्वॅट' टीममधले होते. त्यांनी त्यांचा नेहमीचा संपूर्ण काळा युनिफॉर्म घातलेला होता, आणि प्रत्येकाजवळ पिस्तूल, रायफल, ॲसॉल्ट गन किंवा तसलंच काही ना काही शस्त्र होतं. सगळ्यांनी हेल्मेट आणि बुलेटप्रुफ जॅकेट घातलेलं होतं. प्रत्येकाला काय करायचं याची व्यवस्थित माहिती दिलेली होती. आता प्रत्येक जण कारवाई सुरू करायच्या इशाऱ्याची वाट बघत होता.

स्टॅकहाऊस स्वतःही जय्यत तयारीत होता, आणि अकरा वाजता क्षणीच, सगळ्यांकडून व्यवस्थित सराव करून घेतलेली कामगिरी सुरू करण्याची अधीरपणे वाट बघत होता. बरोबर अकराच्या ठोक्याला तिन्ही कंपन्यांवर एकाच वेळी छापे टाकायचे होते– म्हणजे कोणतीही कंपनी दुसऱ्या कंपनीला कॉल करून सावध करू शकली नसती, किंवा पुरावे नष्ट करायला सांगू शकली नसती.

स्टॅकहाऊसच्या मनगटावरच्या घड्याळाचा मिनिटकाटा तीनवरून पुढे गेला, त्यासरशी त्यानं हुकूम सोडला. ''आपापले मास्क चढवा!'' त्याच्या खांद्यावरच्या एपॉलेटच्या फ्लॅपवर लावलेल्या छोट्याशा मायक्रोफोनमधून हा आवाज या छाप्यात सहभागी असलेल्या चोपन्न अधिकाऱ्यांपर्यंत पोहोचला. छाप्यात प्रत्येक

ठिकाणी तीन अशा एकूण नऊ साध्या व्हॅन सहभागी होणार होत्या, आणि प्रत्येक व्हॅनमध्ये सहा जण बसलेले होते.

स्टॅकहाऊस त्याच्या ठिकाणी असलेल्या तीन व्हॅनपैकी सगळ्यात पुढच्या व्हॅनच्या ड्रायव्हरशेजारच्या सीटवर बसलेला होता. त्याचं ठिकाण फिफ्थ अॅव्हेन्यूच्या डाव्या बाजूला, फिफ्टी सेव्हन्थ स्ट्रीटच्या थोडंसं उत्तर बाजूला होतं. मिनिटकाटा अकराच्या पुढे गेला, तशी त्यानं उलटी मोजणी सुरू केली. ''दहा, नऊ, आठ....'' आकडे मोजतामोजताच त्यानं आपल्या ग्लॉक पिस्तूलचा होल्स्टर उघडला, ''चार, तीन, दोन, एक 'गो' ताबडतोब तिन्ही व्हॅनची चारही दारं उघडली. त्याबरोबर फिफ्थ अॅव्हेन्यूवरचे पादचारी एकदम गडबडून गेले. तिन्ही व्हॅनमधले सगळे लोक झपाट्यानं उतरले, धावतच त्यांनी फूटपाथ ओलांडला, आयपीएस यूएसए कंपनीची मुख्य दारं जोरात उघडली आणि तिथल्या सुरक्षारक्षकांच्या डेस्कवर ते चालून गेले. सगळ्या रक्षकांना कडक हुकूम दिला गेला. बिल्डिंगमधल्या कोणत्याही लोकांशी, विशेषतः आयपीएस यूएसशी कोणीही संपर्क साधता कामा नये.

''काय करताय तुम्ही?'' एका सुरक्षानं आवाजात जोर आणायचा प्रयत्न करत विचारलं. त्यांच्या हातातली शस्त्रं पाहून तो गडबडून गेलेला होता; पण त्यांच्या ड्रेसच्या पाठीवर छापलेलं 'सीआयए', 'एफबीआय', वगैरे वाचल्यावर तो गप्प झाला.

''आम्ही बऱ्याच वॉरंट्सची अंमलबजावणी करतोय.'' सुरक्षारक्षकांकडे बघत स्टॅकहाऊस ओरडला, ''जागेवर बसून राहा. एकमेकांशी बोलायचं नाही. कोणालाही फोन करायचा नाही.'' लगेच त्यानं एका सीआयए एजंटला खूण करून सुरक्षारक्षकांपाशीच थांबायला सांगितलं.

बाकीचे सगळे एजंट लिफ्टमध्ये शिरले आणि लिफ्ट आयपीएस यूएसएच्या मजल्याकडे निघाली. वर पोहोचल्याबरोबर लिफ्टचं दार उघडताक्षणीच सगळे एजंट धावतच आयपीएस यूएसएच्या ऑफिसमध्ये शिरले. गडबडून गेलेली रिसेप्शनिस्ट क्लेअर आ वासून बघत राहिली, तेवढ्यात एक एजंट धावत तिच्याकडे गेला आणि त्यानं तिच्यावर पिस्तूल रोखलं, ''हालचाल करू नकोस.'' इतका वेगवान छापा टाकण्यामागची कल्पनाच अशी होती, की कोणालाही काहीही करण्याइतकी फुरसतच मिळू नये. रिसेप्शनमध्ये त्या एजंटनं ''हालचाल करू नकोस.'' हा दिलेला हुकूम ऐकून जॅकलीन तिच्या केबिनमधली तिजोरी बंद करण्याच्या प्रयत्नात होती; पण तेवढ्यात तिच्या केबिनमध्ये घुसलेल्या दोघा एजंटांनी तिला पुन्हा तोच हुकूम दिला.''हालचाल करू नकोस.''

मजल्याचा प्लॅन आधीच बारकाईनं बघितला असल्यामुळे नेमकं कुठे जायचं

हे प्रत्येकाला ठाऊक होतं. स्वतः स्टॅकहाऊस आणि टोनी गुलारियो नावाचा आणखी एक एफबीआय एजंट थेट मजल्याच्या कोपऱ्यात असलेल्या बेंजामिन कोरीच्या ऑफिसात घुसले. तिथे स्वतः बेंजामिन कोरी आणि कार्ल हॅरिस चर्चा करत बसलेले होते.

स्टॅकहाऊस आणि गुलारियो पिस्तुलं काढून केबिनमध्ये घुसले, तेव्हा बेंजामिन पटकन उभं राहू लागला.

''खाली बसा.'' स्टॅकहाऊसनं ओरडून हातातलं पिस्तूल बेंजामिनवर रोखलं, त्यासरशी बेंजामिन त्याच्या लेदरच्या खुर्चीत आणखी अंग चोरून बसला. गुलारियोनं कार्लवर पिस्तूल रोखून त्याला गप्प बसवलं.

''तुमचं नाव बेंजामिन कोरी? पत्ता पाचशे एक्याण्णव एजवुड रोड, एंगलवुड क्लिफ्स, न्यू जर्सी?'' स्टॅकहाऊस करड्या आवाजात विचारलं.

''हो.'' एव्हाना बेंजामिनला बसलेल्या धक्क्याचं रूपांतर मोठ्या वेगानं भयंकर भीतीमध्ये झालेलं होतं. नेमकं काय घडतंय हे अचानक तो समजून चुकला.

''मी एफबीआय स्पेशल एजंट जीन स्टॅकहाऊस. मी इथे बऱ्याच काही वॉरंट्सची अंमलबजावणी करायला आलोय. त्यात काळा पैसा पांढरा करणं, वायरविषयक घोटाळा, मेलविषयक घोटाळा, अमेरिकन सरकारची फसवणूक करण्यासाठी कारस्थान रचणं आणि करबुडवेगिरी याबाबत आयपीएसची झडती घेणं आणि सगळे पुरावे जप्त करण्याच्या वॉरंट्सचाही समावेश आहे. अमेरिकेच्या याचविषयीच्या कायद्यांचा भंग केल्याबद्दल तुम्हाला अटक करण्याचं वॉरंटही माझ्याकडे आहे.''

बोलायचं थांबून स्टॅकहाऊसनं खाकरत खिशातून एक कागद काढला. ''तुम्हाला अटक करण्याचं आणखी एक वॉरंट माझ्याकडे आहे; पण मी ते तुम्हाला वाचून दाखवतो, कारण अशा प्रकारच्या वॉरंटवर मी पूर्वी कधी कारवाई केलेली नाही.'' त्यानं पुन्हा खाकरून घसा साफ केला. ''इंटरपोलचे अटक वॉरंट क्र. आयपी१००६७८९२४३१ बेंजामिन जी. कोरी, राहणार पाचशे एक्याण्णव एजवुड रोड, एंगलवुड क्लिफ्स, न्यूजर्सी यू. एस. ए. इंटरपोल विनंती करीत आहे, की वरील व्यक्तीने अठ्ठावीस फेब्रुवारी २०१० रोजी किंवा त्या तारखेच्या सुमारास क्योटो, जपान येथे खून केला असल्यामुळे सदर व्यक्तीला या गुन्ह्याबाबात खटला चालविण्यासाठी पकडण्यात यावे आणि यू. एस. ए. व जपान यांच्यामधील करारानुसार जपान देशाच्या हवाली करण्यात यावे.''

''काय?'' बेंजामिन ओरडला. ''मी कधीच ....''

''चूप!'' स्टॅकहाऊस कडाडला. ''तुम्हाला तुमचे मिरांडा राईटस वाचून

दाखवेपर्यंत काहीही बोलायचं नाही.''

तेवढ्यात जॅकलीनचं ऑफिस आणि बेंजामिनचं ऑफिस यांना जोडणारा दरवाजा उघडून एक एफबीआय एजंट आत आला. ''मला त्या हरवलेल्या लॅबच्या वह्या मिळाल्या आहेत.'' आणि त्यानं त्या निळ्या रंगाच्या वह्या स्टॅकहाऊसकडे दिल्या.

''शाब्बास जॉर्ज!'' स्टॅकहाऊसनं त्या वह्या हातात घेतल्या. ''जपानचं सरकार खूश होईल आता. पण त्याआधी यांना त्यांचे मिरांडा राईटस वाचून दाखवतो. तू असं कर, की तू आपल्या दुसऱ्या दोन टीम्सना कॉल करून त्यांचे छापेही ठरल्याप्रमाणे पार पडले आहेत की नाही, हे विचार त्यांना; पण तुझं इथलं काम झालं असेल, तरच. नसेल तर आधी तुझं काम संपवून नंतर कॉल कर.''

स्टॅकहाऊसनं पुन्हा एकदा खाकरून घसा साफ केला. आणि खिशातून पोस्टकार्डाच्या आकाराचं एक कार्ड काढलं. त्यावर त्यानं मिरांडा राईटस व्यवस्थित लिहून आणलेले होते.

''मला माही आहेत माझे मिरांडा राईटस'' बेननं चिडून म्हटलं. नेमका जो गुन्हा होऊ नये म्हणून आपण चाकोरीबाहेर जाऊन प्रयत्न केले, त्याच गुन्ह्याचा आरोप जपानचं सरकार आपल्यावर ठेवणार, म्हणून तो चिडलेलाही होता, आणि हताशही झालेला होता.

''तरीपण मी ते तुम्हाला वाचून दाखवणार आहे, ते काम आहे माझं.'' स्टॅकहाऊसचं ठासून म्हटलं, आणि कार्डावरचे मिरांडा राईटस बेनला वाचून दाखवले. टोनीनंही कार्लला मिरांडा राईटस वाचून दाखवले

बेनला आणि कार्लला हातकड्या घातल्या गेल्या, तेवढ्यात जॉर्ज तिथे परत आला. ''दोन्ही ठिकाणचे छापे व्यवस्थित पार पडलेत.'' त्यानं सांगितलं. ''सगळ्या उच्चपदस्थ अधिकाऱ्यांना अटक झालीय, आणि प्रचंड प्रमाणात पुरावे आपल्या ताब्यात आले आहेत.''

''व्हेरी गुड!'' स्टॅकहाऊसनं म्हटलं, ''चला. आता इथले पुरावे गोळा करू या. लक्षात ठेवा, आपल्याला प्रत्येक कॉम्प्युटर, सीडी, पेन ड्राईव्ह, हार्ड डिस्क, फॅक्स मशिन, सेलफोन, सगळे कागदपत्र, पत्रं, मेमो, सगळ्या गोष्टी ताब्यात घ्यायच्या आहेत चला, कामाला लागा.''

एप्रिल १८, २०१०

रविवार, दुपारी १.४५

न्यू यॉर्क शहर.

"हा बघ आला." कोलंबस ॲव्हेन्यूवरून चालत येत असलेल्या लू सोल्डॅनोला बघून लॉरीनं म्हटलं. लॉरी, जॅक आणि जेजे असे तिघं 'एक्स्प्रेसो एट ऑल' नावाच्या त्यांच्या एका आवडत्या रेस्टॉरंटमध्ये, बाहेर ठेवलेल्या एका टेबलावर बसलेले होते. हे रेस्टॉरंट 'म्युझियम ऑफ नॅचरल हिस्ट्री' पासून अगदी जवळच होतं. लॉरी आणि जॅक असे दोघंच बसलेले होते, तर जेजे तिथेच ठेवलेल्या त्याच्या बाबागाडीत आरामात झोपलेला होता. वसंत ऋतू होता, हवा अगदी निरभ्र होती आणि हे रेस्टॉरंट रस्त्याच्या पूर्वेच्या बाजूला असल्यामुळे आल्हाददायक सूर्यप्रकाश तिथे येत होता.

खुर्ची मागे सारून लॉरी उठली, आणि तिनं लूचं लक्ष वेधण्यासाठी उजवा हात वर करून हलवला. लगेचच लूचं लक्ष तिच्याकडे गेलं, आणि तो रेस्टॉरंटच्या कडेला असलेल्या झाडांच्या कुंड्यांजवळ लावलेल्या साखळीच्या बुटक्या कुंपणावरून उडी मारून त्यांच्यापाशी आला.

लॉरीला हलकंसं आलिंगन देऊन जॅकशी हाय फाइव्ह केल्यानंतर लू त्याच्यासाठी राखून ठेवलेल्या खुर्चीवर बसला. तो नुकताच झोपून उठला असल्यासारखा दिसत होता. त्याचे केस अर्धवट विंचरलेले होते; पण त्यानं दाढी मात्र केलेली होती. दाढीचा थोडासा साबण अजूनही त्याच्या उजव्या कानाच्या पाळीला राहिलेला होता.

"आम्हाला भेटायला मुद्दाम आलास, थँक्स." लॉरीनं हसून म्हटलं.

"तुम्ही मला बोलावलंत म्हणून मी बाहेर तरी पडलो, नाही तर इतक्या सुंदर वातावरणातसुद्धा कदाचित मी बाहेर पडलो नसतो. घरातच कोचावर झोपा काढल्या असत्या. आता सांगा, कोणती चांगली बातमी सांगण्यासाठी बोलावलं मला तुम्ही? मला जी ऐकायची आशा आहे, तीच आहे का ती?"

"तुला काय बातमी ऐकायचीय हे मला काय माहीत?" लॉरीनं खेळकरपणे हसून म्हटलं, "एनी वे, मी ओसीएमईमध्ये परत काम करायला लागणार आहे."

"वा! वा!" लूच्या चेहऱ्यावर एकदम समाधान पसरलं. लॉरीशी हाय फाइव्ह करत तो म्हणाला, "हीच तर बातमी ऐकायची होती मला. ओसीएमईमध्ये जायचं, तर तिथे तू असलीस तरच काही अर्थ आहे. एकट्या या बोअरिंग जॅकला भेटून काय फायदा? काँग्रॅच्युलेशन्स! कधीपासून जायला लागणार आहेस?"

"उद्यापासून एका आठवड्यानंतर, आमच्या चीफनं इतका समजूतदारपणा दाखवलाय माझ्या बाबतीत, मी तुला काय सांगू?"

"तुझा चीफ समजूतदार नाही, स्मार्ट आहे." लूनं हसून म्हटलं.

"हिअर हिअर!" आपल्या हातातला वाईन ग्लास उंचावत जॅकनं म्हटलं, आणि लूसाठी वाईन मागवण्यासाठी तो त्यांच्या वेट्रेसला शोधू लागला. पण लू

दारू घेत नाही हे लगेच त्याला आठवलं आणि तो गप्प बसला

"पण तू सांगितलेल्या बातमीनं फार बरं वाटलंय. मला फार आनंद झालाय." लॉरीकडे काहीसं झुकत लूनं म्हटलं, "अर्थात, यात माझा थोडासा का होईना, स्वार्थ आहेच. जेजेच्या वेळी तुझी गरोदरपणाची रजा सुरू झाली, तेव्हापासून मला ओसीएमईमध्ये गेलं की तुझी उणीव भासतेय; पण माझा स्वार्थ बाजूला ठेवू आपण. तरीही तुझा हा निर्णय तुझ्यासाठी आणि तितकाच जेजेसाठीही फार चांगला आहे. तुझ्या कामात किती तरबेज आहेस तू. तू परत काम करायला लागशील असं वाटत होतं मला; पण मला असंही वाटलं होतं, की ओसीएमईमध्ये काम करूनही तू एक उत्तम आई बनू शकतेस, हे लक्षात यायला तुला आणखी थोडा वेळ लागेल; पण तुला एक विचारलं तर चालेल ना? तू हा निर्णय इतक्या लवकर घ्यायला काय कारण झालं?"

"एकच असं कारण नाही याचं. अनेक कारणं आहेत. सगळ्यात पहिलं म्हणजे, लेटिशियाचा हकनाक पडलेला बळी. तिचा त्याग मला व्यर्थ जाऊ द्यायचा नाही. कदाचित तुला हे थोडंसं विचित्र वाटू शकेल; पण मला मात्र हे मनापासून वाटतंय. तिचा मृत्यू झाला, कारण ती जेजेची काळजी घेत होती, जेणेकरून मी माझं काम करू शकेन. मला वाटतं मी हे तिचं देणं लागते– तिच्या आठवणीचं."

"हे अगदीच बरोबर आहे. यात विचित्र वाटावं असं काहीच नाही."

"माझ्या हेही लक्षात आलं, की सातोशीच्या केसपासून मला दूर ठेवण्यासाठी जेजेचं झालेलं अपहरण, ही गोष्ट फार म्हणजे फारच अभावानं घडणारी होती. ती काही पुन्हा होईल असं मुळीच नाही; पण माझ्या लक्षात आलेली सगळ्यात महत्त्वाची गोष्ट म्हणजे, अशा कित्येक बायका आहेत की ज्या अत्यंत उत्कृष्ट नॅनी होऊ शकतात, ज्यांना नॅनीचं काम करण्यातच खरा आनंद मिळतो. आणि उत्तमातली उत्तम नॅनी होणं, हेच त्यांचं ध्येय असतं. मी जर निःशंक मनानं काम करायचं असेल, तर मला अशी नॅनी हवी की जिला मनापासून जेजेबरोबर पूर्ण वेळ राहावं वाटत असेल, आणि त्याचबरोबर ती मी घरी असताना मलाही मनापासून सहकार्य करायला तयार असेल. मी काय बोलतेय, समजतंय का तुला?"

"हो, चांगलं समजतंय" लूनं म्हटलं, "थोडक्यात तुला अशी नॅनी पाहिजे, की जी पूर्ण वेळ आईचीच भूमिका करेल, जी जेजेकडे तुझ्याइतकंच– म्हणजे आईइतकंच– लक्ष देईल अगदीच जर अडचणीची वेळ–"

जॅकला त्यांची वेट्रेस दिसलेली होती. त्यानं लूचं बोलणं मध्येच तोडलं. "आम्ही व्हर्मेंटिनो घेणार आहोत, तुला ती घेऊन बघायचीय, का दुसरी एखादी

वाईन हवीय? आम्ही सीझर सॅलड विथ चिकन, घेणार आहोत. तुझं काय?''

''काहीही चालेल. मी कधी वाईन घेत नाही; पण आजचा हा प्रसंग खास आहे. त्यामुळे मीही व्हर्मेंटिनो घेईन थोडीशी.'' खरं म्हणजे लूच्या खाण्या-पिण्याच्या आवडी अगदी साध्या होत्या. शिवाय या क्षणी त्याला लॉरीशी बोलण्यात जास्त इंटरेस्ट होता. काय खायचं आणि कोणती वाईन घ्यायची, याचा विचार करण्याच्या मनःस्थितीत तो या क्षणी नव्हता. ''ज्या अर्थी तू ओसीएमईमध्ये इतक्या लवकर यायला सुरुवात करणार आहेस, त्या अर्थी तुला तुझ्या कल्पनेतली नॅनी मिळालेली दिसतेय, काय?''

''हो.'' लॉरीनं मान डोलावली. ''मी माझ्या मैत्रिणींना, विशेषतः कॉलेजमधल्या मैत्रिणींना साधारण एका आठवड्यापूर्वी मोघम कळवलं होतं, की मला एक नॅनी पाहिजे आहे. मग मला एका आयरिश बाईबद्दल समजलं. माझ्या कॉलेजातल्या एका मैत्रिणीच्या दोन मुलांच्या नॅनीचं काम तिनं केलं होतं– आता ती दोन्ही मुलं मोठी झालीयत. माझी ही मैत्रीण त्या नॅनीसाठीच उलट नोकरी शोधत होती, कारण ती नॅनी अक्षरशः त्यांच्या घरातलीच होऊन गेली होती. मी जेव्हा या आयरिश नॅनीला भेटले, तेव्हा तिनं बोललेल्या पहिल्या वाक्यावरूनच माझ्या लक्षात आलं, की हीच नॅनी आपल्याला हवी. आणि ती कायम आमच्याच घरी राहायला तयार आहे.''

तेवढ्यात वेट्रेसनं लूचा व्हर्मेंटिनोचा ग्लास आणून ठेवला. त्याबरोबर जॅकनं टोस्टसाठी आपला ग्लास वर केला. ''लॉरी ओसीएमईमध्ये परत येणार आहे, जेजेची तब्येत मस्त झालीय म्हणून, लेटिशियाची आठवण म्हणून आणि तिच्या नावानं स्कॉलरशिप फंड चालू करायचायच म्हणून, चिअर्स!''

तिघांनीही आपापले ग्लासेस भिडवले, आणि वाईनचे मोठे घुटके घेतले.

''ही स्कॉलरशिप फंडची काय भानगड आहे?'' लूनं विचारलं.

''खरं तर आम्हाला लेटिशियाच्या स्मृतीप्रीत्यर्थ काहीतरी करायचं होतं. त्यातूनच आमचा परिसरातल्या लोकांसाठी कॉलेज स्कॉलरशिप सुरू करायचं आम्ही ठरवलं. लॉरीचं कोलंबिया युनिव्हर्सिटीबरोबर बोलणं सुरू आहे. त्यांनाही ही कल्पना आवडलेली दिसतेय. आम्ही दोघांनी एक वार्षिक स्टायपेंड देण्यासाठी पैसे बाजूला ठेवले आहेत. परिसरातल्या बाकीच्या लोकांनासुद्धा आमच्यात सहभागी व्हायला आम्ही आग्रह करतोय. लेटिशिया आमच्याच परिसरात राहत होती, शिवाय ती वॉरनची बहीण होती, त्यामुळे तिला सगळेच ओळखत होते. त्यामुळे आम्हाला चांगला प्रतिसाद मिळेल, अशी अपेक्षा आहे.''

''अगदी योग्य तेच केलंत तुम्ही.'' लूनं म्हटलं.

''बरं, आपल्या त्या केसचं काय झालं?'' लॉरीनं विचारलं, ''पुढे काय

कारवाई झाली? तू त्या दिवशी आम्हाला छाप्यांबद्दल सांगून गेलास, तेव्हापासून उत्सुकता लागून राहिलीय मला.''

''जे घडायला हवं ते घडतंय; पण घडायला नकोय, तेही घडतंय. आपल्या कायदा व्यवस्थेतले जे दोष आहेत, त्यांचा गैरफायदा घेतला जातोय. बेंजामिन कोरी सोडून बाकीच्या सगळ्या उच्च अधिकाऱ्यांना जामिनावर सोडलं जाऊ शकेल. या सगळ्यांना या आठवड्यात कोर्टासमोर हजर केलं जाईल. सगळे जण अर्थातच आपण निर्दोष असल्याचा दावा करतील. आता सरकारी पक्ष काय करतोय, सांगू? सरकारी पक्ष सगळ्या कंपन्यांमधल्या दुसऱ्या फळीतल्या अधिकाऱ्यांवर दबाव आणतोय – तुमच्यावर जर खटले भरायला नको असतील, तर मुकाट्यानं तुमच्या उच्च अधिकाऱ्यांच्या विरोधात साक्ष द्या. आणि छाप्यांमध्ये हाती लागलेले पुरावे सगळ्या संघटित गुन्हेगारीच्या मालकीच्या बनावट कंपन्यांची गुपितं उघड्यावर आणायला पुरेसा आहेत. त्याहून महत्त्वाची गोष्ट, लाँग आयलंड माफिया आणि जपानची याकुझा यांच्यामधलं परस्पर सहकार्य निदान काही काळ तरी संपुष्टात येईल– कदाचित पुढची अनेक वर्षंसुद्धा. आणि लॉरी, तुझ्यामुळे न्यूयॉर्कमध्ये 'क्रिस्टल मेथ' मिळणं दुरापास्त होईल.''

''बेंजामिन कोरीला का नाही जामीन?''

''त्याच्यावर क्योटोमध्ये सुरक्षारक्षकाच्या खुनाबद्दलचं ते आंतरराष्ट्रीय वॉरंट आहे ना, त्यामुळे. त्यानं जर नुसतेच पांढरपेशे गुन्हे केले असते, त्याला जामीन मिळालाही असता. त्याला जपान सरकारच्या हवाली करावं लागणार आहे ना, त्याचा विरोध करण्यातच त्याचं सगळं बळ खर्च होणार आहे. समजा, त्याला जपानच्या हवाली करू नये असा निकाल लागला, तरी त्याला काळा पैसा पांढरा करण्याच्या आरोपाला तोंड द्यावं लागणारच आहे. पण मला एक कळत नाही, की इतकी उत्तम पार्श्वभूमी आणि शिक्षण असलेला हा माणूस; पण संघटित गुन्हेगारीशी हातमिळवणी करण्याइतकं अधःपतन झालं याचं.''

''बेंजामिन कोरीची भानगड म्हणजे मला एखाद्या ग्रीक शोकांतिकेसारखी वाटते.'' लॉरीनं म्हटलं, ''मेडिकलचा हा विद्यार्थी, यानंही सुरुवातीला लोकांना मदत करण्याच्या शुद्ध हेतूनंच काम सुरू केलं असेल– मेडिकलच्या बहुसंख्य विद्यार्थ्यांसारखंच. आणि नंतर त्याला हाव सुटली आणि या हावेनं त्याचा घात केला. अधःपतन केलं.''

''पण असं झालंच कसं? तेच तर मला कळत नाहीय.''

''वैद्यकीय शास्त्र आणि धंदा यांच्यातली दुर्दैवी हातमिळवणीच कारणीभूत आहे याला. विसाव्या शतकाच्या मध्याला तुम्ही डॉक्टरचा पेशा करून बऱ्यापैकी पैसे मिळवू शकत होतात; पण खऱ्या अर्थानं श्रीमंत होणं शक्य नव्हतं. इतर

बहुतेक सगळ्या पुढारलेल्या देशांमध्ये औषध, आरोग्य ही सरकारची जबाबदारी बनली; पण अमेरिकेत तसं झालं नाही. याच परिस्थितीत अमेरिकन सरकारनं जाणता अजाणता केलेले गोंधळ लक्षात घे. काय काय केलं सरकारनं? खर्चांवर कोणतीही प्रभावी नियंत्रणं न आणता 'मेडिकेअर' पास केलं, त्यामुळे वैद्यकीय क्षेत्रातल्या महागाईच्या आगीत तेल ओतलं गेलं. जैव वैद्यकीय संशोधनाला प्रचंड सवलती दिल्या, अनुदानं दिली; पण त्यातून हाती आलेल्या शोधांची मालकी अमेरिकन जनतेच्या हातात ठेवली नाही. आणि कायद्यानं मान्य नसतानाही मानवी जीन्सच्या सिक्वेन्सेससारख्या मेडिकल प्रोसेसना सढळ हातानं पेटंट्स दिली. मी सांगते तुला, या देशातली मेडिकल पेटंटच्या बाबतीतली परिस्थिती पूर्णपणे ढासळलेली आहे. आणि त्याचे जैव-वैद्यकीय उद्योगावर होणारे भयंकर परिणाम एव्हाना जाणवायलाही लागले आहेत.''

''दुर्दैवाची गोष्ट अशी''लॉरी पुढे सांगू लागली, ''की आज जर एखाद्या डॉक्टरला खरोखर श्रीमंत व्हायचं असलं– आणि बऱ्याचशा डॉक्टरांना असंच वाटतं– तर श्रीमंत होणं हे बऱ्याच अंशी त्यांच्या हातात असतं. त्यासाठी ते योग्य ती स्पेशालिटी निवडतात किंवा औषधनिर्मिती उद्योगाशी, आरोग्य विमा उद्योगाशी, स्पेशालिटी हॉस्पिटल उद्योगाशी किंवा जैवतंत्रज्ञान उद्योगाशी हातमिळवणी करतात. हे सगळेच उद्योग वरवर असंच म्हणत असतात, की आम्ही सामान्य जनतेला मदत करण्यासाठीच आहोत. ते सामान्य जनतेला मदत करूही शकतात; पण ते त्यांचं दुय्यम किंवा तिय्यम उद्दिष्ट असतं. मुख्य उद्दिष्ट प्रचंड पैसा कमावणं, हेच असतं. आणि ते या मुख्य उद्दिष्टासाठीच काम करतात.''

काही क्षण लू फक्त लॉरीकडे बघत राहिला. आणि मग तो चेष्टेनं हसला, ''तू हे जे आता बोललीस, ते मला समजावं अशी अपेक्षा आहे का तुझी?''

''नाही, खरं तर'' लॉरीनं मान डोलावली, ''यातून तू फक्त एवढंच लक्षात घे, की बेन कोरीसारख्या माणसाला एक चांगला डॉक्टर व्हावं असं वाटत असेल; पण तिथून अधःपतन होऊन त्यानं आपल्यासमोर अब्जाधीश होण्याचं उद्दिष्ट ठेवावं, याचं मला जराही आश्चर्य वाटलेलं नाही. सगळेच नाही, तरी बहुतांश मेडिकलचे विद्यार्थी सुरुवातीला परोपकारी वृत्तीचे असतात; पण त्याचबरोबर ते स्पर्धाशीलही असतात. आणि त्यांना स्पर्धाशील असावंच लागतं– सगळ्यात चांगल्या कॉलेजमध्ये जायचं, मग मेडिकल स्कूलमध्ये जायचं, नंतर सर्वोत्तम पैसा देणाऱ्या मेडिकल स्पेशालिटीमध्ये घुसण्यासाठी जिवाचं रान करायचं. म्हणजे त्यांना त्यांची शिक्षणासाठी काढलेली कर्जं झपाट्यानं परत करता येतील– हे सगळं करायचं, तर स्पर्धाशील न राहून चालणारच नाही. त्यांच्या लक्षात येत नाही ते हे, की गेल्या काही वर्षांमुळे या देशातल्या डॉक्टरी पेशामध्ये आमूलाग्र

बदल झाला आहे, आणि तोही बहुतांश अर्थकारणामुळे.''

''आणि या नवीन आरोग्यनिगेच्या कायद्याचं काय? त्यामुळे तरी काही फरक पडेल की नाही?''

''याचं उत्तर 'हो' आणि 'नाही' असं दोन्ही आहे. या कायद्यात वैद्यकीय निगा ही सरकारी जबाबदारी आणि त्याच वेळी सरकारचं संसाधनही आहे याची जाणीव, आणि त्याचबरोबर वैद्यकीय निगेत कुठेतरी सामाजिक समता हवी याचीही जाणीव काही प्रमाणात दिसते; पण या देशात वैद्यकीय क्षेत्र हाच मुळात जीवघेणी स्पर्धा असलेला, स्टेकहोल्डर्सच्या मालकीचा धंदा झालाय. या नवीन कायद्यामुळे या परिस्थितीत काहीच फरक पडत नाही. मला तर उलट अशी भीती वाटतेय, की या सगळ्याचा एकूण परिणाम हा वैद्यकीय खर्चात वाढ, असाच होणार आहे. कारण 'मेडिकेअर' सारखी इथेही पुरेशी खर्चांवर नियंत्रणं दिसत नाहीत.''

''जॅक, तुलाही हे चित्र लॉरीसारखंच निराशाजनक दिसतंय?'' लूनं विचारलं.

''हो, प्रश्नच नाही.'' जॅकनं जराही विचार न करता ताबडतोब उत्तर दिलं. ''या विषयावर मला माझं तोंड उघडायला लावू नकोस.''

''जाऊ दे, आपण विषय बदलू या.'' लॉरीनं म्हटलं, ''जेजेच्या अपहरणाच्या बाबतीत काही नवीन समजलं का?''

''सांगतो. मी आधी म्हटलं, तसं जेजेचं अपहरण हे फक्त लॉरी, तुला सातोशी माचिताच्या केसपासून दूर ठेवण्यासाठी झालं होतं. खंडणीची मागणी हा केवळ दिखावा होता. तुम्हाला एक आनंदाची बातमी सांगतो, की लेटिशियावर गोळीबार करणाऱ्या गुंडाला आम्ही पकडलंय. त्याचं नाव आहे ब्रेनन मोनॅगन; पण या सगळ्या प्रकरणाचा सूत्रधार म्हणजे लुई बारबेरा– हा वॅकारो फॅमिलीतला एक मोठा गुंड आहे. याच्या आधीही माझी-त्याची गाठ झालेली होती. आता या अपहरणाच्या प्रकरणात अडकून तो जर तुरुंगाची हवा खायला गेला असता, तर मी पार्टीच दिली असती तुम्हाला; पण तसं होणार नाही. तो सुटणार.''

''कसं काय?'' लॉरीनं जोरात विचारलं.

''सांगतो, माझ्या– म्हणजे पोलिसांच्या– दृष्टिकोनातून विचार करायचा झाला, तर सीआरटीसारख्या लोकांवरही एखाद्या अपहरण झालेल्या व्यक्तीची सुटका करून घेण्यातली हीच खरी मोठी समस्या आहे. त्या दिवशी मी तुमची ग्रोव्हर आणि कोल्टशी ओळख करून दिली, तेव्हा आपलं त्यांच्याशी बरंच बोलणं झालं होतं. अपहरण झालेल्या व्यक्तीच्या आणि तिच्या घरातल्या लोकांचा जास्तीत जास्त फायदा कसा होईल, या दृष्टीनं ती केस सोडवणं, हाच त्यांचा प्रमुख उद्देश असतो. त्यांच्या कामाच्या पद्धतींमध्ये हा विचार कधीच नसतो, की बेकायदा गोळा केलेला पुरावा कोर्टात वापरता येत नाही. जेजेच्या बाबतीत नेमकं

हेच झालं. जेजेला कुठे ठेवलंय हे शोधण्यासाठी त्यांनी वॅकारो फॅमिलीतल्या एका गुंडाला पळवून नेलं आणि त्याला औषध पाजून त्याच्याकडून ही माहिती काढून घेतली. कायद्याच्या दृष्टिकोनातून याचा काहीच उपयोग नाही. तरी बरं, की सीआरटीकडे त्यांचे स्वतःचे उत्तम वकील आहेत म्हणून नाही तर ते लोक ही कामं करूच शकले नसते.''

''कायदा पाळून जेजेला सोडवण्याचे प्रयत्न करण्यापेक्षा कोणत्याही मार्गानं जेजेला सोडवण्यालाच मी जास्त पसंती देईन.'' लॉरीनं प्रांजळपणे सांगून टाकलं.

''बरोबरच आहे तुझं.'' लूनं म्हटलं, ''जेजेला सोडवणं हीच आपल्या दृष्टीनं एकमेव महत्त्वाची गोष्ट होती. म्हणूनच मी त्यांना बोलावून घेतलं आणि जेजेला सोडवण्याचं काम त्यांना द्या, असा तुम्हाला सल्ला दिला. तो सल्ला मी पोलीस म्हणून नव्हे, तर तुमचा मित्र म्हणून दिला. एक पोलीस म्हणून विचार केला असता, तर मी तसं केलंच नसतं. याचं कारण असं, की त्यांची कामाची पद्धत अशी आहे, की अनेकदा ते लोकांच्या घटनात्मक अधिकारांना पायदळी तुडवतात. आणि दीर्घ काळाचा विचार केला, तर ही गोष्ट समाजाच्या दृष्टीनं नक्कीच योग्य नाही.''

''आणि विनी अमेन्डोला? तो सापडला, की अजून भूमिगतच आहे?''

''ते विसरलोच तुला सांगायचं.'' जॅकनं मध्येच म्हटलं. ''या स्कॉलरशिपच्या कामात इतका गुंतून गेलोय मी, की विनीचा विषय पार डोक्यातूनच गेला होता. विनी एका आठवड्यापूर्वीच कामावर परत यायला लागलाय.''

''वा! थँक्यू!'' लॉरीनं खवचटपणे म्हटलं, ''बरं, पण त्याच्याकडून काही समजलं का? त्यानंच ते धमकीचं पत्र लिहिलं होतं का? अडचणीत सापडलाय का तो?''

''हो,' लूनं म्हटलं, ''त्यानंच लिहिलं होतं. पोलिसांना तो दक्षिण फ्लोरिडामध्ये सापडला, आणि त्याला त्यांनी वॉरंट काढून धरून इकडे आणलं. त्यानं आम्हाला संपूर्ण सहकार्य केलं, आणि एका अर्थी जरी त्यानं गुन्ह्यात मदत केली असली, तरी आम्ही त्याच्यावर कोणतेही आरोप ठेवले नाहीत. त्याच्या बायको-मुलांना ठार मारण्याची धमकी दिल्यामुळेच त्यानं ते पत्र लिहिलं, हे आम्ही समजून घेतलं. शिवाय तसं पाहिलं तर लॉरी, ते पत्र लिहून त्यानं तुला एक प्रकारे धोक्याची सूचनाच दिली, नाही का? तुला त्याच्यावर काही आरोप ठेवायचे नाहीत ना, लॉरी?''

''छे! अजिबात नाही.'' लॉरीनं लगेचच सांगून टाकलं – जणू मी विनीवर आरोप ठेवणं शक्य तरी आहे का...असंच तिला सुचवायचं होतं. ''उलट तो मला भेटला, की मला सावध केल्याबद्दल मी त्याचे आभार मानणार आहे.''

तेवढ्यात त्यांची वेट्रेस सीझर सॅलड घेऊन आली, त्याबरोबर सगळ्यांनीच त्या छोट्या टेबलावरच्या वस्तू हलवून तिला सॅलडच्या डिशेस ठेवायला जागा करून दिली. वेट्रेस निघून गेल्यानंतर लूनं आपला वाईन ग्लास उंचावला.

"आता मी एक टोस्ट करते. तुमच्या फॉरेन्सिक्समुळे आम्हाला गुन्हे सोडवण्यात फार मोलाची मदत होते. ही एक गोष्ट अशी आहे, की जी आमच्याकडे आहे आणि गुंडांकडे नाही. त्यामुळे – टु फॉरेन्सिक्स!"

तिघांनीही मोठ्यानं हसून ग्लासेस पुन्हा एकमेकांना भिडवले.

◆

मार्कर

रॉबिन कुक

अनुवाद

अनिल काळे

धष्टपुष्ट अंगाचा, अत्यंत निरोगी प्रकृती असलेला सीन मॅकगिलिन न्यू यॉर्कमधल्या सेंट्रल पार्कमध्ये स्केटिंग करत असताना धडपडतो आणि त्याचा पाय मोडतो. अठ्ठावीस वर्षांचा हा तरुण पायावरच्या साध्या ऑपरेशननंतर चोवीस तासांच्या आत अचानक मरतो.

छत्तीस वर्षांची डार्लीन मॉर्गन, एका मुलाची आई, ही अशीच आणखी एक निरोगी स्त्री गुडघ्यावरच्या एका सोप्या ऑपरेशनसाठी हॉस्पिटलमध्ये दाखल होते आणि ऑपरेशनला चोवीस तास उलटायच्या आत तीही मरते.

डॉक्टर लॉरी मॉंटगोमेरी आणि डॉक्टर जॅक स्टेपलटन हे दोघं न्यू यॉर्क शहरातले मेडिकल एक्झॅमिनर असतात. तरुण, निरोगी माणसांच्या साध्या ऑपरेशननंतर पडत चाललेल्या बळींची वाढत चाललेली प्रकरणं पोस्टमॉर्टेममध्ये त्यांच्या लक्षात येऊ लागतात... ओसीएमई आणि मॅनहटन जनरल हॉस्पिटल या दोन्हींच्या विरोधाला न जुमानता लॉरी या भानगडीचा तपास नेटानं चालू ठेवते... नेमके तरुण आणि निरोगी पेशंटच का मरताहेत, हे गूढ तिला काही केल्या उकलत नसतं, पण एक गोष्ट तिच्या लक्षात येते – हे नैसर्गिक मृत्यू नसून खून आहेत आणि कोणी तरी अत्यंत हुशारीनं, काही तरी बेमालूम पध्दत वापरून हे हत्यांचं सत्र घडवून आणतंय!

...त्यातच लॉरीला लागोपाठ जबरदस्त धक्के बसतात. जॅकबरोबरच्या प्रेमसंबंधांमध्ये निर्माण झालेल्या मानसिक तणावांना तोंड देत असताना तिला समजतं, की स्तनांच्या कॅन्सरच्या जीनचा मार्कर आपल्यात आहे! त्यातच, ती स्वत:च या हत्यासत्रामध्ये अशा पध्दतीनं गुरफटत जाते, की अचानक ती स्वत:च खुन्याच्या हातात सापडते...